G.C.S.E. PANJABI

READING

ਜੀ.ਸੀ.ਐਸ.ਈ. ਪੰਜਾਬੀ

ਪੜ੍ਹਨਾ

By :

DR. J.S. NAGRA M.A.; M.Ed.; Ph.D.

Inspector of Schools (Retd.)

Published by : **Nagra Publications**
399, Ansty Road, Coventry CV2 3BQ, U.K.
Tel. : 024 7661 7314
Fax : 024 7661 7314
Website : www.nagrapublications.co.uk
E-mail: js.nagra@ntlworld.com

ISBN 978 1 870383 45 5

Ist Edition : January 2000
Reprints   : January 2001, April 2002, January 2006,
              January 2009, September 2010

This book is also available from :

1. THE SIKH MISSIONARY SOCIETY UK
    10 Featherstone Road, Southall, Middlesex
    UB2 5AA, Tel: 0208 574 1902.

2. DTF ASIAN PUBLISHERS AND DISTRIBUTORS
    117 Soho Road, Handsworth, Birmingham,
    B21 9ST, Tel: 0121 515 1183.

3. GARDNERS BOOKS LTD
    1 Whittle Drive, Willingdon Drove, Eastbourne, East Sussex,
    BN23 6QH, Tel: 01323 521555

4. GURMAT PARCHAR
    21 Brook Road, Northfleet, Gravesend, Kent,
    DA11 8RQ, Tel: 01474 326428

5. JAYSONS
    267 Soho Road, Handsworth, Birmingham,
    B21 9SA, Tel: 0121 5543384

Acknowledgements

I am very grateful to the Northern Examinations and Assessment Board (NEAB) and AQA for permission to reproduce some questions from the past examination papers and also allowing to use some symbols and pictures.

I am also grateful to 'Des Pardes' for permission to use some advertisements.

I am extremely grateful to my wife Satwant, sons Sundeep and Mandeep and daughters-in-law Jasdeep and Ravneet for their inspiration and encouragement throughout. It is largely due to the love and affection I receive at home that allows me to concentrate and work harder.

J.S. Nagra

Introduction

I am pleased to reproduce this book although it was written some time ago. It will still prove useful to students who are preparing themselves for the GCSE examination in Panjabi according to the new specification. It covers most topics mentioned in the specification although they are not in the same order. All questions in both foundation and higher tests will be in English and students are also required to write their answers in English. Therefore, teachers can convert the questions given in Panjabi in the book into English.

Two courses will be offered from June 2011. Students can take either Full Course or Short Course.

1. Full Course

This course will contain 4 units. Unit 1 Listening, Unit 2 Reading, Unit 3 Speaking and Unit 4 Writing. Each unit carries 25% of the total marks.

Unit 1 Listening

Students can take either Foundation or Higher Tier examination in Unit 1. The Foundation paper will be of 30 minutes duration plus 5 minutes reading time. The Higher Tier paper will be of 40 minutes duration plus 5 minutes reading time. All questions will be in English and the candidates' answers should also be in English in both Foundation and Higher papers. The Foundation paper will be of 35 marks and the Higher paper will contain 40 marks.

The test will be pre-recorded on CD with gaps for the students to write their answers. At Foundation level candidates should be able to understand announcements, short conversations, instructions, short news and telephone messages and to identify main points and extract details and points of view.

At Higher level the test will include some items from the Foundation test and also some further material which will include some complex, unfamiliar language in a range of registers. There will also be some non-factual and narrative material. The students are expected to understand the gist and details, identify and extract main points, draw conclusions and summarise the text they hear.

Unit 2 Reading

Students can take either Foundation or Higher Tier test in this Unit. All questions will be in English and candidates are required to write their answers in English in both tests. The use of dictionary is not allowed in reading tests.

The foundation test will be of 30 minutes duration and will contain 35 marks. The Foundation test will consist of short items which will test students' comprehension of instructions, public notices, and advertisements, longer texts from brochures, guides, letters, newspapers, magazines, books, faxes and web sites. Students are required to identify key points and extract specific details.

The Higher test will be of 50 minutes duration and will carry 45 marks. The test will include some items which are common to those in Foundation and also material which will include some complex, unfamiliar language in a range of registers. Students are required to show understanding of specific points and of gist/the main message. They should also be able to recognise points of view, attitudes and emotions and to draw conclusions.

Unit 3 Speaking

Speaking is un-tiered and there will be only one examination of 10-12 minutes duration for both Foundation and Higher Tier candidates. There will be 40 marks for this test. No preparation time is needed. The test will be conducted by the teacher and marked by an AQA examiner. There will be no role plays and the examination will consist of two sections i.e. Presentation and discussion and General conversation. Each section will contain 20 marks.

Section 1   Presentation and discussion

Students will prepare their presentations based on stimulus provided by themselves on a topic of their choice prior to the date of examination. Students are required to speak between 30 and 90 seconds and to answer questions on their presentation for further 30 to 90 seconds. The total time for presentation and discussion is 3 minutes. Students are allowed to use cue cards with five short headings. No conjugated or full sentences are allowed.

Section 2   General conversation

The teacher will conduct conversation on two contexts either from specification or student's own choice. The topic chosen for presentation and discussion must be avoided. The total time for general conversation is 7-9 minutes. For each context cue card with five short headings can be used. No conjugated verbs or full sentences are allowed. For grade C and above, students must show the ability to deal with unpredictable elements, express personal opinions, present infor-mation and use variety of structures. Students are not allowed to use dictionary during the test.

Unit 4 Writing

Writing is un-tiered like Speaking. Therefore, there will be only one paper of 1 hour duration for Unit 4 and it will carry 50 marks. Students will be required to answer three questions in the writing paper.

Question 1   To complete a short list or a form to show that students can write words or phrases.

Question 2   To write a text to show that students can use a variety of structures and can express their own opinions.

Question 3   To write a text to show that students can write descriptively or imaginatively, expressing and explaining ideas and points of view. For example, a letter, an article, publicity material.

There will be a choice of contexts and purposes for Question 2 and for Question 3. Question 2 (a) will be drawn from the context Lifestyle and 2(b) from Work and Education. Similarly, question 3(a) will be drawn from the context Leisure and 3(b) from Home and Environment. For both questions 2 and 3 students are required to answer either question (a) or question (b).

Students are allowed to use dictionary in this paper. Stimuli will be in Panjabi but suggested content points will be in English.

2. Short Courses

Two short courses will be available. Either Short Course in Spoken Language or Short Course in Written Language.

Short Course in Spoken Language: This course will consist of two units i.e. Unit 1 Listening Foundation or Higher plus Unit 3 Speaking.

Short Course in Written Language: This course will consist of two Units i.e. Unit 2 Reading Foundation or Higher plus Unit 4 Writing.

Subject Content

The subject content is divided into four main Contexts and Purposes. Each Context and Purpose contains several sub-topics.

1 **Lifestyle**
-Health, healthy and unhealthy lifestyle and their consequences.

Relationships and Choices
-Relationships with family and friends
-Future plans regarding marriage/partnership
-Social issues and equality

2 **Leisure**
Free Time and Media
-Free time activities
-Shopping, money, fashion and trends
-Advantages and disadvantages of new technology

Holidays
-Plans, preferences, experiences
-What to see and getting around

3 **Home and Environment**
Home and Local Area
-Special occasions celebrated in the home
-Home, town, neighbourhood and region, where it is and what it is like

Environment
-Current problems facing the planet
-Being environmentally friendly within the home and local area

4 **Work and Education**
School/college and Future Plans
-What school/college is like
-Pressures and problems

Current and Future Jobs
-Looking for and getting a job
-Advantages and disadvantages of different jobs.

Please note this book deals with Reading-Unit 2 only.

Contents

Reading

Area of Experience A—Everyday Activities

A-1 Language of the Classroom

Understand Classroom Instructions

Write the following classroom instructions in English :

1. ਖੜ੍ਹੇ ਹੋ ਜਾਓ।
2. ਬੈਠ ਜਾਓ।
3. ਚੁੱਪ ਕਰੋ।
4. ਰੌਲਾ ਨਾ ਪਾਓ।
5. ਬਹੁਤਾ ਨਾ ਬੋਲੋ।
6. ਚੁੱਪ ਕਰ ਕੇ ਬੈਠੋ।
7. ਧਿਆਨ ਨਾਲ ਸੁਣੋ।
8. ਬਲੈਕ ਬੋਰਡ ਵੱਲ ਦੇਖੋ।
9. ਇਸ ਨੂੰ ਆਪਣੀ ਕਾਪੀ ਵਿੱਚ ਲਿਖੋ।
10. ਦਰਵਾਜ਼ਾ ਬੰਦ ਕਰੋ।
11. ਦਰਵਾਜ਼ਾ ਖੋਲ੍ਹੋ।
12. ਆਪਣੀ ਸੀਟ 'ਤੇ ਬੈਠੋ।
13. ਆਪਣੀ ਸੀਟ 'ਤੇ ਵਾਪਸ ਜਾਓ।
14. ਬਹੁਤ ਅੱਛਾ!
15. ਸ਼ਾਬਾਸ਼!
16. ਕੀ ਤੁਹਾਨੂੰ ਸਮਝ ਆ ਗਈ ?
17. ਕੱਲ੍ਹ ਤੁਸੀਂ ਕੀ ਕੀਤਾ ਸੀ ?
18. ਆਪਣਾ ਕੰਮ ਕਰੋ।
19. ਆਪਣਾ ਕੰਮ ਖ਼ਤਮ ਕਰੋ।
20. ਸਵਾਲਾਂ ਦੇ ਉੱਤਰ ਦਿਓ।
21. ਪ੍ਰਸ਼ਨਾਂ ਦੇ ਉੱਤਰ ਦਿਓ।
22. ਮੇਰੀ ਗੱਲ ਸੁਣੋ।
23. ਉੱਚੀ ਬੋਲੋ।
24. ਖ਼ਾਲੀ ਥਾਵਾਂ ਭਰੋ।
25. ਆਪਣੀ ਕਿਤਾਬ ਖੋਲ੍ਹੋ।
26. ਸ਼ਬਦ ਜੋੜ ਕਰੋ।
27. ਮੂੰਹ ਵਿੱਚ ਪੜ੍ਹੋ।
28. ਲਿਖਣਾ ਸ਼ੁਰੂ ਕਰੋ।
29. ਲਿਖਣਾ ਬੰਦ ਕਰੋ।

30. ਮੇਰੀ ਗੱਲ ਸੁਣੋ।
31. ਮੇਰੀ ਗੱਲ ਧਿਆਨ ਨਾਲ ਸੁਣੋ।
32. ਬੱਤੀ ਬੁਝਾ ਦਿਓ।
33. ਗੱਲਾਂ ਕਰਨੀਆਂ ਬੰਦ ਕਰੋ।
34. ਇਸ ਦੇ ਅਰਥ ਡਿਕਸ਼ਨਰੀ ਵਿੱਚ ਦੇਖੋ।

Ask someone to repeat

1. ਕੀ ਤੁਸੀਂ ਮੈਨੂੰ ਦੁਬਾਰਾ ਦੱਸ ਸਕਦੇ ਹੋ ?
2. ਕੀ ਤੁਸੀਂ ਮੈਨੂੰ ਫੇਰ ਦੱਸ ਸਕਦੇ ਹੋ ?
3. ਮੈਨੂੰ ਦੁਬਾਰਾ/ਫੇਰ ਦੱਸਿਓ।

Ask for the spelling of words

1. ਕੀ ਤੁਸੀਂ ਇਸ ਸ਼ਬਦ ਦੇ ਸ਼ਬਦ-ਜੋੜ/ਹੇਜੇ/ਸਪੈਲਿੰਗ ਦੱਸ ਸਕਦੇ ਹੋ ?
2. ਇਸ ਸ਼ਬਦ ਦੇ ਹੇਜੇ/ਸਪੈਲਿੰਗ/ਸ਼ਬਦ-ਜੋੜ ਦੱਸਿਓ।

Ask if someone speaks English or Panjabi

1. ਕੀ ਤੁਸੀਂ ਪੰਜਾਬੀ ਬੋਲ ਸਕਦੇ ਹੋ ?
2. ਕੀ ਤੁਸੀਂ ਅੰਗਰੇਜ਼ੀ ਬੋਲ ਸਕਦੇ ਹੋ ?
3. ਕੀ ਤੁਸੀਂ ਪੰਜਾਬੀ ਬੋਲਦੇ ਹੋ ?
4. ਕੀ ਤੁਸੀਂ ਅੰਗਰੇਜ਼ੀ ਬੋਲਦੇ ਹੋ ?

Make simple classroom requests

1. ਕੀ ਮੈਂ ਟੌਇਲਟ ਜਾ ਸਕਦਾ/ਸਕਦੀ ਹਾਂ ?
2. ਕੀ ਮੈਂ ਪੈੱਨ ਲੈ ਸਕਦਾ/ਸਕਦੀ ਹਾਂ ?
3. ਕੀ ਮੈਂ ਕਾਗ਼ਜ਼/ਪੈਨਸਲ/ਰਬੜ ਲੈ ਸਕਦਾ/ਸਕਦੀ ਹਾਂ ?

State whether or not I understand

1. ਮੈਨੂੰ ਇਸ ਦੀ ਸਮਝ ਆ ਗਈ ਹੈ।
2. ਮੈਨੂੰ ਇਸ ਦੀ ਸਮਝ ਨਹੀਂ ਆਈ।
3. ਹਾਂ ਜੀ।
4. ਨਹੀਂ ਜੀ।

Ask what things are called in English or Panjabi

1. ਇਸ ਨੂੰ ਪੰਜਾਬੀ ਵਿੱਚ ਕੀ ਕਹਿੰਦੇ ਹਨ ?
2. ਇਸ ਨੂੰ ਅੰਗਰੇਜ਼ੀ ਵਿੱਚ ਕੀ ਕਹਿੰਦੇ ਹਨ ?
3. ਕੁਰਸੀ ਨੂੰ ਅੰਗਰੇਜ਼ੀ ਵਿੱਚ ਕੀ ਕਹਿੰਦੇ ਹਨ ?

4. ਟੇਬਲ ਨੂੰ ਪੰਜਾਬੀ ਵਿੱਚ ਕੀ ਕਹਿੰਦੇ ਹਨ ?
5. ....ਨੂੰ ਪੰਜਾਬੀ ਵਿੱਚ ਕੀ ਕਹਿੰਦੇ ਹਨ ?
6. ....ਨੂੰ ਅੰਗਰੇਜ਼ੀ ਵਿੱਚ ਕੀ ਕਹਿੰਦੇ ਹਨ ?

Ask what words or phrases mean

1. ਇਸ ਸ਼ਬਦ ਦੇ ਕੀ ਅਰਥ ਹਨ ?
2. ਇਸ ਵਾਕ-ਅੰਸ਼ ਦੇ ਕੀ ਅਰਥ ਹਨ ?
3. ਇਸ ਦੇ ਅਰਥ ਦੱਸਿਓ।
4. 'ਚਾਂਦਨੀ' ਦੇ ਕੀ ਅਰਥ ਹਨ ?
5. 'ਵਿਉਂਤ ਬਣਾਉਣਾ' ਦੇ ਕੀ ਅਰਥ ਹਨ ?

Say I do not know

1. ਮੈਂ ਨਹੀਂ ਜਾਣਦਾ/ਜਾਣਦੀ।
2. ਮੈਨੂੰ ਪਤਾ ਨਹੀਂ।

Ask whether, or state that, something is incorrect.

1. ਕੀ ਇਹ ਗ਼ਲਤ ਹੈ ?
2. ਇਹ ਗ਼ਲਤ ਹੈ।
3. ਕੀ ਇਹ ਠੀਕ ਨਹੀਂ ਹੈ ?
4. ਇਹ ਠੀਕ ਨਹੀਂ ਹੈ।

1. You see these instructions in a classroom in the Panjab.

   1. ਰੌਲਾ ਨਾ ਪਾਓ   2. ਧਿਆਨ ਨਾਲ ਸੁਣੋ

   3. ਆਪਣੀ ਸੀਟ 'ਤੇ ਬੈਠੋ   4. ਚੁੱਪ ਕਰਕੇ ਬੈਠੋ

   Which sign means 'Listen carefully'?
   Write the Correct Number in the Box ☐ FA-1

2. Underline the instruction which means 'finish your work'.

   —ਦਰਵਾਜ਼ਾ ਖੋਲ੍ਹੋ।
   —ਖ਼ਾਲੀ ਥਾਵਾਂ ਭਰੋ।
   —ਆਪਣਾ ਕੰਮ ਖ਼ਤਮ ਕਰੋ।
   —ਆਪਣੀ ਕਿਤਾਬ ਖੋਲ੍ਹੋ।
   —ਆਪਣੀ ਸੀਟ 'ਤੇ ਵਾਪਸ ਜਾਓ। FA-1

A-2 School

Foundation

1. You see these signs in a school in the Panjab

(a) 1. ਸਟਾਫ਼ ਰੂਮ 2. ਲਾਇਬ੍ਰੇਰੀ

3. ਸੈਕਟਰੀ 4. ਮੁੱਖ ਅਧਿਆਪਕ

Which sign would direct you to the library?
Write the correct number in the box. ☐ FA-2

(b) 1. ਸਾਇੰਸ ਬਲਾਕ 2. ਪੁੱਛ-ਗਿੱਛ ਦਾ ਦਫ਼ਤਰ

3. ਖੇਡਾਂ ਦੇ ਮੈਦਾਨ 4. ਟਾਇਲਟ

Which sign would direct you to 'Enquiries'?
Write the correct number in the box. ☐ FA-2

2. Ranjit tells the subjects she studies at school

ਮੈਂ ਸਕੂਲ ਵਿੱਚ ਪੰਜਾਬੀ, ਅੰਗ੍ਰੇਜ਼ੀ, ਹਿਸਾਬ, ਕੈਮਿਸਟਰੀ, ਫਿਜ਼ਿਕਸ, ਆਰਟ, ਧਾਰਮਿਕ ਵਿਦਿਆ, ਪੀ.ਈ., ਸਮਾਜਕ ਅਧਿਐਨ ਪੜ੍ਹ ਰਹੀ ਹਾਂ। ਮੈਨੂੰ ਹਿਸਾਬ ਬਹੁਤ ਪਸੰਦ ਹੈ ਪਰ ਮੈਂ ਇਤਿਹਾਸ ਬਿਲਕੁਲ ਪਸੰਦ ਨਹੀਂ ਕਰਦੀ।

ਅੰਗ੍ਰੇਜ਼ੀ	1
ਹਿਸਾਬ	2
ਪੰਜਾਬੀ	3
ਆਰਟ	4
ਕੈਮਿਸਟਰੀ	5
ਪੀ.ਈ.	6
ਫਿਜ਼ਿਕਸ	7
ਸਮਾਜਕ ਅਧਿਐਨ	8
ਧਾਰਮਿਕ ਵਿਦਿਆ	9
ਇਤਿਹਾਸ	10

(a) Write the number in the box of the Subject Ranjit likes. ☐

(b) Write the number in the box of the subject Ranjit does not like. ☐

FA-2

3. You see the following instructions inside a school in the Panjab. What do these notices mean in English?

(a) ਵੱਡਿਆਂ ਦਾ ਆਦਰ ਕਰੋ।

(b) ਸਕੂਲ ਸਮੇਂ ਸਿਰ ਆਓ।

(c) ਸਦਾ ਸਾਫ਼ ਸੁਥਰੇ ਕੱਪੜੇ ਪਾਓ।

(d) ਆਪਣੇ ਦੰਦ ਹਰ ਰੋਜ਼ ਸਾਫ਼ ਕਰੋ।

(e) ਹਰ ਰੋਜ਼ ਇਸ਼ਨਾਨ ਕਰੋ।

(f) ਕਿਸੇ ਨੂੰ ਗਾਲੀ ਨਾ ਦਿਓ।

(g) ਸਭ ਨਾਲ ਪਿਆਰ ਕਰੋ।

(h) ਸਦਾ ਸੱਚ ਬੋਲੋ।

(i) ਆਪਣੇ ਮਾਤਾ ਪਿਤਾ ਦਾ ਕਹਿਣਾ ਮੰਨੋ।

(j) ਆਪਣੇ ਸਕੂਲ ਨੂੰ ਸਾਫ਼ ਸੁਥਰਾ ਰੱਖੋ।

FA-2

4. You see the following notices in a school.

ਬੱਚਿਆਂ ਲਈ ਪੰਜਾਬੀ ਦੀਆਂ ਕਲਾਸਾਂ ਹਰ ਐਤਵਾਰ ਨੂੰ 10.00 ਵਜੇ ਤੋਂ 12.00 ਵਜੇ ਤੱਕ।
ਸਿਆਣਿਆਂ ਲਈ ਅੰਗ੍ਰੇਜ਼ੀ ਦੀਆਂ ਕਲਾਸਾਂ ਹਰ ਬੁੱਧਵਾਰ ਨੂੰ ਸ਼ਾਮ ਦੇ 6.00 ਵਜੇ ਤੋਂ 8.00 ਵਜੇ ਤੱਕ।

(a) Write the times of Panjabi classes.

(i) Start..................

(ii) Finish.............

(b) Which day of the week do Children learn Panjabi?

....

(c) Write the times of English classes for elderly people.

(i) Start..................

(ii) Finish.............

(d) Which day of the week do elderly people learn English?

....FA-2

5. You see this notice in front of an examination hall.

ਚੁੱਪ, ਇਮਤਿਹਾਨ ਹੋ ਰਿਹਾ ਹੈ।

(a) What have you been asked to do?

....

(b) Why?

....FA-2

6. Read the following newspaper headlines and answer the questions in English.

A   ਸਿਡਨੀ ਸਟਰਿੰਗਰ ਸਕੂਲ ਕਾਵੈਂਟਰੀ ਦਾ ਜੀ.ਸੀ.ਐੱਸ.ਈ. ਪੰਜਾਬੀ ਦਾ ਸ਼ਾਨਦਾਰ ਨਤੀਜਾ।

    1.   What is the name of the school mentioned in this news?

    2.   What is said about this school?   FA-2

B   ਅੱਗ ਲੱਗਣ ਕਾਰਨ ਸਕੂਲ ਦੇ ਪੰਜ ਕਮਰੇ ਸੜ ਗਏ।

    What happened to the School?   FA-2

C   ਤਨਖ਼ਾਹ ਵਿੱਚ ਵਾਧੇ ਲਈ ਟੀਚਰਾਂ ਦੀ ਐਤਵਾਰ ਨੂੰ ਬਰਮਿੰਘਮ ਵਿੱਚ ਇੱਕ ਭਾਰੀ ਮੀਟਿੰਗ।

    1.   Why are the teachers holding a meeting?

    2.   Where is the meeting going to take place?

    3.   When is the meeting taking place?   FA-2

D   ਪੰਦਰਾਂ ਆਦਮੀਆਂ ਦੇ ਗੈਂਗ ਨੇ ਸਕੂਲ ਦੇ ਵਿਦਿਆਰਥੀਆਂ ਨੂੰ ਉਹਨਾਂ ਦੇ ਸਕੂਲ ਦੇ ਲਾਗੇ ਹੀ ਕੁੱਟਿਆ।

    1.   How many men were in the gang?

    2.   Who were beaten by this gang?

    3.   Where were they beaten?   FA-2

13

7. ਅਮਨਦੀਪ ਆਪਣੇ ਸਕੂਲ ਬਾਰੇ ਦੱਸਦੀ ਹੈ।

ਮੇਰੇ ਸਕੂਲ ਦਾ ਨਾਂ ਸਟੋਕ ਪਾਰਕ ਸਕੂਲ ਹੈ। ਮੇਰਾ ਸਕੂਲ ਅੱਠ ਚਾਲੀ 'ਤੇ ਸ਼ੁਰੂ ਹੁੰਦਾ ਹੈ ਅਤੇ ਸਾਢੇ ਤਿੰਨ ਵਜੇ ਬੰਦ ਹੁੰਦਾ ਹੈ। ਮੈਂ ਸਕੂਲ ਨੂੰ ਸਾਈਕਲ 'ਤੇ ਜਾਂਦੀ ਹਾਂ ਅਤੇ ਸਾਈਕਲ 'ਤੇ ਹੀ ਵਾਪਸ ਆਉਂਦੀ ਹਾਂ। ਦਿਨ ਵਿੱਚ ਪੰਜ ਲੈਸਨ ਹੁੰਦੇ ਹਨ। ਹਰ ਲੈਸਨ ਇੱਕ ਘੰਟੇ ਦਾ ਹੁੰਦਾ ਹੈ। ਅੱਠ ਚਾਲੀ ਤੋਂ ਨੌਂ ਵਜੇ ਤੱਕ ਹਾਜ਼ਰੀ ਲੱਗਦੀ ਹੈ। ਗਿਆਰਾਂ ਵਜੇ ਵੀਹਾਂ ਮਿੰਟਾਂ ਲਈ ਬਰੇਕ ਟਾਈਮ ਹੁੰਦਾ ਹੈ। ਬਾਰਾਂ ਵੱਜ ਕੇ ਵੀਹ ਮਿੰਟ 'ਤੇ ਅੱਧੀ ਛੁੱਟੀ ਹੁੰਦੀ ਹੈ। ਅੱਧੀ ਛੁੱਟੀ ਇੱਕ ਘੰਟਾ ਲੰਮੀ ਹੁੰਦੀ ਹੈ। ਅੱਧੀ ਛੁੱਟੀ ਤੋਂ ਬਾਅਦ ਦਸ ਮਿੰਟਾਂ ਲਈ ਹਾਜ਼ਰੀ ਲੱਗਣ ਦਾ ਸਮਾਂ ਹੁੰਦਾ ਹੈ। ਇਸ ਤੋਂ ਬਾਅਦ ਦੋ ਘੰਟੇ ਘੰਟੇ ਦੇ ਲੈਸਨ ਹੁੰਦੇ ਹਨ ਅਤੇ ਸਾਢੇ ਤਿੰਨ ਵਜੇ ਪੂਰੀ ਛੁੱਟੀ ਹੁੰਦੀ ਹੈ।

ਹੇਠ ਲਿਖੇ ਪ੍ਰਸ਼ਨਾਂ ਦੇ ਉੱਤਰ ਪੰਜਾਬੀ ਵਿੱਚ ਲਿਖੋ।

1. ਅਮਨਦੀਪ ਕਿਸ ਸਕੂਲ ਵਿੱਚ ਪੜ੍ਹਦੀ ਹੈ ?

   ....

2. ਸਕੂਲ ਖੁੱਲ੍ਹਣ ਅਤੇ ਖ਼ਤਮ ਹੋਣ ਦਾ ਸਮਾਂ ਲਿਖੋ।

   ....

3. ਅਮਨਦੀਪ ਸਕੂਲ ਕਿਸ ਤਰ੍ਹਾਂ ਜਾਂਦੀ ਹੈ ਅਤੇ ਕਿਸ ਤਰ੍ਹਾਂ ਵਾਪਸ ਆਉਂਦੀ ਹੈ ?

   ....

4. ਅੱਧੀ ਛੁੱਟੀ ਕਦੋਂ ਹੁੰਦੀ ਹੈ ?

   ....

5. ਬੱਚਿਆਂ ਦੀ ਹਾਜ਼ਰੀ ਲੱਗਣ ਦੇ ਸਮੇਂ ਲਿਖੋ।

   ....

6. ਦਿਨ ਵਿੱਚ ਕਿੰਨੇ ਲੈਸਨ ਹੁੰਦੇ ਹਨ ?

   ....

7. ਬਰੇਕ ਟਾਈਮ ਕੀ ਹੈ ?

   ....F/A-2

8. ਸੰਦੀਪ ਆਪਣੇ ਸਕੂਲ ਬਾਰੇ ਦੱਸਦਾ ਹੈ।

> ਮੈਂ ਪਿਛਲੇ ਸਾਲ ਪ੍ਰਾਇਮਰੀ ਸਕੂਲ ਛੱਡਿਆ ਸੀ। ਹੁਣ ਮੈਂ ਇੱਕ ਬਹੁਤ ਵੱਡੇ ਕੰਪ੍ਰੀਹੈਨਸਿਵ ਸਕੂਲ ਵਿੱਚ ਯੀਅਰ ਸੱਤ ਵਿੱਚ ਪੜ੍ਹਦਾ ਹਾਂ। ਮੈਂ ਅੰਗ੍ਰੇਜ਼ੀ, ਗਣਿਤ, ਇਤਿਹਾਸ, ਸੰਗੀਤ ਵਿਦਿਆ, ਧਾਰਮਿਕ ਵਿਦਿਆ, ਭੂਗੋਲ, ਰਸੋਈ ਵਿਦਿਆ, ਆਰਟ ਐਂਡ ਕਰਾਫ਼ਟ, ਸਾਇੰਸ, ਪੀ.ਈ. ਅਤੇ ਪੰਜਾਬੀ ਪੜ੍ਹਦਾ ਹਾਂ। ਸਕੂਲ ਵਿੱਚ ਬਹੁਤ ਸਹੂਲਤਾਂ ਹਨ। ਬੱਚਿਆਂ ਦੇ ਖੇਡਣ ਲਈ ਵੱਡੇ ਵੱਡੇ ਖੇਡਾਂ ਦੇ ਮੈਦਾਨ ਹਨ। ਸਕੂਲ ਦੀ ਬਿਲਡਿੰਗ ਬਿਲਕੁਲ ਨਵੀਂ ਹੈ। ਸਾਰੇ ਕਮਰਿਆਂ ਵਿੱਚ ਕਾਰਪਿਟ ਪਾਈ ਹੋਈ ਹੈ। ਮੈਂ ਇਹ ਸਕੂਲ ਬਹੁਤ ਪਸੰਦ ਕਰਦਾ ਹਾਂ ਕਿਉਂਕਿ ਇੱਥੇ ਬੱਚਿਆਂ ਨੂੰ ਪੰਜਾਬੀ ਪੜ੍ਹਾਉਣ ਦਾ ਪ੍ਰਬੰਧ ਹੈ।

ਵਾਕਾਂ ਨੂੰ ਪੜ੍ਹੋ
ਲਿਖੋ
ਠੀਕ ਠ
ਗ਼ਲਤ ਗ਼
ਪਤਾ ਨਹੀਂ ?

ਉਦਾਹਰਣ	1.	ਸੰਦੀਪ ਨੇ ਪਿਛਲੇ ਸਾਲ ਪ੍ਰਾਇਮਰੀ ਸਕੂਲ ਛੱਡਿਆ ਸੀ।	ਠ
	2.	ਸੰਦੀਪ ਹੁਣ ਕਾਲਜ ਵਿੱਚ ਪੜ੍ਹਦਾ ਹੈ।	
	3.	ਸੰਦੀਪ ਦੇ ਸਕੂਲ ਵਿੱਚ ਬਹੁਤੀਆਂ ਸਹੂਲਤਾਂ ਨਹੀਂ ਹਨ।	
	4.	ਸੰਦੀਪ ਦੇ ਸਕੂਲ ਦੀ ਬਿਲਡਿੰਗ ਨਵੀਂ ਹੈ।	
	5.	ਸੰਦੀਪ ਨੂੰ ਆਪਣਾ ਸਕੂਲ ਬਿਲਕੁਲ ਪਸੰਦ ਨਹੀਂ।	
	6.	ਸੰਦੀਪ ਦੇ ਸਕੂਲ ਵਿੱਚ ਬੱਚੇ ਪੰਜਾਬੀ ਪੜ੍ਹ ਸਕਦੇ ਹਨ।	
	7.	ਸਕੂਲ ਵਿੱਚ ਗੁਜਰਾਤੀ ਵੀ ਪੜ੍ਹਾਈ ਜਾਂਦੀ ਹੈ।	

FH/A-2

Higher

9. ਗੁਰਪਾਲ ਪੰਜਾਬੀ ਪੜ੍ਹਨ ਬਾਰੇ ਦੱਸਦਾ ਹੈ। ਹੇਠ ਦਿੱਤੇ ਖ਼ਾਨਿਆਂ ਵਿੱਚ ਠੀਕ ਸ਼ਬਦਾਂ ਦਾ ਨੰਬਰ ਲਿਖੋ।

> ਸਾਡੇ ਸਕੂਲ ਵਿੱਚ ਕਈ ਭਾਸ਼ਾਵਾਂ [2] ਜਾਂਦੀਆਂ ਹਨ। ਫ਼ਰੈਂਚ, ਜਰਮਨ, ਸਪੈਨਿਸ਼, ਪੰਜਾਬੀ, [ ] ਅਤੇ ਉਰਦੂ, ਯੀਅਰ ਸੈਵਨ ਤੋਂ [ ] ਹੁੰਦੀਆਂ ਹਨ। ਬੱਚੇ ਇਹਨਾਂ ਵਿੱਚੋਂ ਕੋਈ [ ] ਭਾਸ਼ਾਵਾਂ ਚੁਣ ਸਕਦੇ ਹਨ। ਮੈਂ ਪੰਜਾਬੀ ਅਤੇ ਜਰਮਨ ਪੜ੍ਹਦਾ ਹਾਂ। ਮੈਂ [ ] ਤਿੰਨ ਸਾਲਾਂ ਤੋਂ ਇਹ ਦੋਵੇਂ ਜ਼ਬਾਨਾਂ ਸਿਖ ਰਿਹਾ ਹਾਂ। ਹੁਣ ਮੈਂ ਪੰਜਾਬੀ ਅਤੇ ਜਰਮਨ ਵਿੱਚ ਚੰਗੀ ਤਰ੍ਹਾਂ [ ] ਕਰ ਸਕਦਾ ਹਾਂ। ਇੰਡੀਆ ਵਿੱਚ ਆਪਣੇ ਰਿਸ਼ਤੇਦਾਰਾਂ ਨੂੰ [ ] ਵੀ ਹੁਣ ਮੈਂ ਪੰਜਾਬੀ ਵਿੱਚ ਹੀ [ ] ਹਾਂ। ਉਹ ਵੀ ਮੈਨੂੰ ਪੰਜਾਬੀ ਵਿੱਚ ਚਿੱਠੀਆਂ ਲਿਖਦੇ ਹਨ। ਹੁਣ ਮੇਰਾ ਪੰਜਾਬੀ ਪੜ੍ਹਨ ਦਾ ਸ਼ੌਕ [ ] ਗਿਆ ਹੈ ਅਤੇ ਮੈਂ ਅਗਲੇ ਸਾਲ ਜੀ.ਸੀ.ਐੱਸ.ਈ. ਪੰਜਾਬੀ ਦੀ [ ] ਦੇਣੀ ਹੈ। ਇਸ ਤੋਂ ਬਾਅਦ ਮੈਂ ਪੰਜਾਬੀ ਵਿੱਚ [ ] ਵੀ ਕਰਾਂਗਾ।

1. ਏ ਲੈਵਲ	4. ਦੋ	7. ਸ਼ੁਰੂ	10. ਪ੍ਰੀਖਿਆ
2. ਪੜ੍ਹਾਈਆਂ	5. ਲਿਖਦਾ	8. ਵੱਧ	11. ਗੁਜਰਾਤੀ
3. ਚਿੱਠੀਆਂ	6. ਪਿਛਲੇ	9. ਗੱਲ-ਬਾਤ	

HA-2

10. ਤੁਸੀਂ ਇਹ ਇਸ਼ਤਿਹਾਰ ਪੜ੍ਹਦੇ ਹੋ।

> **ਪੰਜਾਬੀ ਜਾਣਨ ਵਾਲੇ ਦੀ ਲੋੜ ਹੈ।**
>
> ਜਿਸ ਕਿਸੇ ਨੂੰ ਵੀ ਪੰਜਾਬੀ ਚੰਗੀ ਤਰ੍ਹਾਂ ਆਉਂਦੀ ਹੋਵੇ ਅਤੇ ਪੰਜਾਬੀ ਟਾਈਪਿੰਗ ਕਰਨ 'ਚ ਇੱਛਾ ਰੱਖਦਾ ਹੋਵੇ, ਜਲਦੀ ਮਿਲੇ। ਪੰਜਾਬੀ ਦੀ ਟਾਈਪਿੰਗ ਅਸੀਂ ਆਪ ਸਿਖਾ ਦੇਵਾਂਗੇ। ਵਧੀਆ ਕੰਮ ਅਤੇ ਚੰਗੇ ਪੈਸੇ ਹਨ। ਹੇਠ ਲਿਖੇ ਪਤੇ 'ਤੇ ਆ ਕੇ ਮਿਲੋ।
>
> NAGRA PUBLICATIONS
>
> 399 ANSTY ROAD, COVENTRY

1. ਇਸ ਨੌਕਰੀ ਲਈ ਕੌਣ ਅਰਜ਼ੀ ਦੇ ਸਕਦਾ ਹੈ ਅਤੇ ਕਿਉਂ ?

....

2. ਇਸ ਨੌਕਰੀ ਬਾਰੇ ਦੋ ਗੱਲਾਂ ਲਿਖੋ।

....

11. ਤੁਸੀਂ ਮਨਪ੍ਰੀਤ ਦਾ ਆਪਣੇ ਸਕੂਲ ਦੀ ਵਰਦੀ ਬਾਰੇ ਇੱਕ ਲੇਖ ਪੜ੍ਹਦੇ ਹੋ।

ਸਕੂਲ ਦੀ ਵਰਦੀ

ਸਾਡੇ ਸਕੂਲ ਵਿੱਚ ਹਰ ਬੱਚੇ ਨੂੰ ਸਕੂਲ ਦੀ ਵਰਦੀ ਪਾ ਕੇ ਜਾਣਾ ਪੈਂਦਾ ਹੈ। ਜੇ ਕੋਈ ਕਦੇ ਹੋਰ ਕੱਪੜੇ ਪਾ ਕੇ ਸਕੂਲ ਚਲਾ ਜਾਵੇ ਤਾਂ ਉਸ ਨੂੰ ਘਰ ਵਾਪਸ ਭੇਜ ਦਿੱਤਾ ਜਾਂਦਾ ਹੈ। ਕਈ ਸਕੂਲਾਂ ਵਿੱਚ ਵਰਦੀ ਪਾਉਣੀ ਜ਼ਰੂਰੀ ਨਹੀਂ ਹੈ ਅਤੇ ਵਿਦਿਆਰਥੀ ਜੋ ਚਾਹੇ ਪਾ ਸਕਦੇ ਹਨ। ਮੇਰੇ ਪੁਰਾਣੇ ਸਕੂਲ ਵਿੱਚ ਵਰਦੀ ਨਹੀਂ ਸੀ।

ਮੇਰੇ ਖ਼ਿਆਲ ਵਿੱਚ ਸਕੂਲ ਦੀ ਵਰਦੀ ਜ਼ਰੂਰ ਹੋਣੀ ਚਾਹੀਦੀ ਹੈ। ਇਸ ਨਾਲ ਵੱਖ ਵੱਖ ਸਕੂਲਾਂ ਦੇ ਬੱਚਿਆਂ ਦੀ ਪਛਾਣ ਹੋ ਸਕਦੀ ਹੈ। ਸਾਰੇ ਬੱਚੇ ਇੱਕੋ ਤਰ੍ਹਾਂ ਦੇ ਲਗਦੇ ਹਨ। ਅਮੀਰ ਅਤੇ ਗ਼ਰੀਬ ਮਾਤਾ ਪਿਤਾ ਦੇ ਬੱਚੇ ਇੱਕੋ ਜਿਹੀ ਹੀ ਵਰਦੀ ਪਾਉਂਦੇ ਹਨ। ਇਸ ਲਈ ਇੱਕੋ ਤਰ੍ਹਾਂ ਦੀ ਵਰਦੀ ਪਾਉਣ ਨਾਲ ਬਰਾਬਰਤਾ ਦੀ ਭਾਵਨਾ ਪੈਦਾ ਹੁੰਦੀ ਹੈ।

ਸਾਡੇ ਸਕੂਲ ਵਿੱਚ ਕੁੜੀਆਂ ਅਤੇ ਮੁੰਡਿਆਂ ਦੀ ਵਰਦੀ ਇਸ ਪ੍ਰਕਾਰ ਹੈ—

ਮੁੰਡਿਆਂ ਦੀ ਵਰਦੀ :
ਕਾਲੀ ਪੈਂਟ, ਚਿੱਟੀ ਕਮੀਜ਼, ਕਾਲਾ ਸਵੈਟਰ, ਕਾਲੀ ਟਾਈ ਜਿਸ ਵਿੱਚ ਪੀਲੀ ਅਤੇ ਚਿੱਟੀ ਧਾਰੀ ਹੈ ਅਤੇ ਕਾਲੀ ਜੁੱਤੀ।

ਕੁੜੀਆਂ ਦੀ ਵਰਦੀ :
ਕਾਲੀ ਪੈਂਟ ਜਾਂ ਸਕਰਟ, ਚਿੱਟੀ ਕਮੀਜ਼, ਕਾਲਾ ਸਵੈਟਰ, ਕਾਲੇ ਰੰਗ ਦੀ ਟਾਈ ਜਿਸ ਵਿੱਚ ਪੀਲੀ ਚਿੱਟੀ ਧਾਰੀ ਹੈ ਅਤੇ ਕਾਲੀ ਜੁੱਤੀ।

ਮੈਨੂੰ ਇਹ ਵਰਦੀ ਬਹੁਤੀ ਪਸੰਦ ਨਹੀਂ ਕਿਉਂਕਿ ਇਹ ਗਰਮੀਆਂ ਵਿੱਚ ਠੀਕ ਨਹੀਂ ਹੈ। ਇਸ ਵਿੱਚ ਬਹੁਤ ਗਰਮੀ ਲਗਦੀ ਹੈ। ਮੇਰੇ ਖ਼ਿਆਲ ਵਿੱਚ ਗਰਮੀਆਂ ਵਿੱਚ ਕੁਝ ਹਲਕੀ ਅਤੇ ਸਰਦੀਆਂ ਵਿੱਚ ਮੋਟੀ ਵਰਦੀ ਹੋਣੀ ਚਾਹੀਦੀ ਹੈ।

ਮੈਂ ਚਾਹੁੰਦੀ ਹਾਂ ਕਿ ਮੁੰਡਿਆਂ ਲਈ ਗਰਮੀਆਂ ਲਈ ਭੂਰੇ ਰੰਗ ਦੀ ਜੀਨ ਦੀ ਪੈਂਟ, ਅੱਧੀਆਂ ਬਾਹਾਂ ਵਾਲੀ ਨੀਲੀ ਕਮੀਜ਼, ਟੋਪੀ ਅਤੇ ਟਰੇਨਰ ਹੋਵੇ। ਕੁੜੀਆਂ ਲਈ ਭੂਰੇ ਰੰਗ ਦੀ ਜੀਨ ਦੀ ਪੈਂਟ ਜਾਂ ਸਕਰਟ, ਅੱਧੀਆਂ ਬਾਹਾਂ ਵਾਲੀ ਨੀਲੀ ਕਮੀਜ਼ ਅਤੇ ਟਰੇਨਰ ਹੋਵੇ। ਮੁੰਡੇ ਅਤੇ ਕੁੜੀਆਂ ਲਈ ਗਰਮੀਆਂ ਵਿੱਚ ਟਾਈ ਦੀ ਕੋਈ ਲੋੜ ਨਹੀਂ। ਸਰਦੀਆਂ ਦੀ ਵਰਦੀ ਕਾਲੀ ਪੈਂਟ ਜਾਂ ਸਕਰਟ, ਕਾਲੀ ਸਫ਼ੈਦ ਸ਼ਰਟ, ਸਪੋਰਟਸ ਜੈਕਟ, ਟੋਪੀ ਅਤੇ ਟਰੇਨਰ ਹੋਣੀ ਚਾਹੀਦੀ ਹੈ।

ਮੇਰੇ ਖ਼ਿਆਲ ਵਿੱਚ ਮੇਰੀ ਇਹ ਵਰਦੀ ਸਾਰੇ ਵਿਦਿਆਰਥੀ ਪਸੰਦ ਕਰਨਗੇ ਕਿਉਂਕਿ ਇਹ ਅੱਜ ਕਲ੍ਹ ਦੇ ਫ਼ੈਸ਼ਨ ਦੇ ਮੁਤਾਬਕ ਹੈ ਅਤੇ ਬਹੁਤੀ ਮਹਿੰਗੀ ਵੀ ਨਹੀਂ ਹੋਵੇਗੀ।

1. ਮਨਪ੍ਰੀਤ ਦੇ ਸਕੂਲ ਵਿੱਚ ਜਿਹੜੇ ਬੱਚੇ ਵਰਦੀ ਪਾ ਕੇ ਨਹੀਂ ਆਉਂਦੇ, ਉਹਨਾਂ ਨੂੰ ਕੀ ਸਜ਼ਾ ਮਿਲਦੀ ਹੈ ?

....

2. ਮਨਪ੍ਰੀਤ ਦੇ ਪੁਰਾਣੇ ਸਕੂਲ ਵਿੱਚ ਕਿਸ ਤਰ੍ਹਾਂ ਦੀ ਵਰਦੀ ਸੀ ?

....

3. ਮਨਪ੍ਰੀਤ ਸਕੂਲ ਦੀ ਵਰਦੀ ਹੋਣ ਦੇ ਕਿਉਂ ਹੱਕ ਵਿੱਚ ਹੈ ? ਤਿੰਨ ਕਾਰਨ ਲਿਖੋ।

....

4. ਮਨਪ੍ਰੀਤ ਨੂੰ ਆਪਣੇ ਸਕੂਲ ਦੀ ਵਰਦੀ ਕਿਉਂ ਪਸੰਦ ਨਹੀਂ ?

....

5. ਮਨਪ੍ਰੀਤ ਦੇ ਮਨਪਸੰਦ ਦੀ ਵਰਦੀ ਬਾਰੇ ਲਿਖੋ।

....

6. ਮਨਪ੍ਰੀਤ ਦੇ ਖ਼ਿਆਲ ਅਨੁਸਾਰ ਇਹ ਵਰਦੀ ਵਿਦਿਆਰਥੀਆਂ ਨੂੰ ਕਿਉਂ ਪਸੰਦ ਆਵੇਗੀ ? ਦੋ ਕਾਰਨ ਲਿਖੋ।

....HA-2

12. Your friend Amarjit shows you this letter written in 1993 which he has received from his friend Satbir who lives in the Panjab.

ਮੋਲਾ

10 ਅਪ੍ਰੈਲ 1993

ਪਿਆਰੇ ਅਮਰਜੀਤ,

ਸਤਿ ਸ੍ਰੀ ਅਕਾਲ। ਮੇਰੇ ਸਕੂਲ ਦਾ ਨਾਂ ਗੌਰਮਿੰਟ ਹਾਇਰ ਸੈਕੰਡਰੀ ਸਕੂਲ ਗੜ੍ਹਸ਼ੰਕਰ ਹੈ। ਮੈਂ ਅੱਠਵੀਂ ਸ਼੍ਰੇਣੀ ਦਾ ਵਿਦਿਆਰਥੀ ਹਾਂ। ਇਹ ਸਕੂਲ ਸ਼ਹਿਰ ਤੋਂ ਬਾਹਰ ਹੁਸ਼ਿਆਰਪੁਰ ਤੋਂ ਚੰਡੀਗੜ੍ਹ ਜਾਣ ਵਾਲੀ ਸੜਕ ਦੇ ਲਾਗੇ ਹੈ। ਇਹ ਬਹੁਤ ਵੱਡਾ ਸਕੂਲ ਹੈ। ਇਸ ਵਿੱਚ ਲਗਭਗ ਪੰਦਰਾਂ ਸੌ ਵਿਦਿਆਰਥੀ ਅਤੇ ਇੱਕ ਸੌ ਅਧਿਆਪਕ ਹਨ। ਇਸ ਵਿੱਚ ਬਹੁਤ ਸਾਰੇ ਵਿਸ਼ੇ ਪੜ੍ਹਾਏ ਜਾਂਦੇ ਹਨ ਅਤੇ ਕਈ ਪ੍ਰਕਾਰ ਦੀਆਂ ਖੇਡਾਂ ਦਾ ਪ੍ਰਬੰਧ ਹੈ। ਇਸ ਸਕੂਲ ਦਾ ਨਤੀਜਾ ਜ਼ਿਲ੍ਹੇ ਦੇ ਬਾਕੀ ਸਕੂਲਾਂ ਨਾਲੋਂ ਸਦਾ ਚੰਗਾ ਹੁੰਦਾ ਹੈ।

ਮੇਰਾ ਪਿੰਡ ਸਕੂਲ ਤੋਂ ਕੋਈ ਤਿੰਨ ਕੁ ਮੀਲ ਦੀ ਵਿੱਥ 'ਤੇ ਹੈ ਅਤੇ ਮੈਂ ਆਮ ਤੌਰ 'ਤੇ ਸਕੂਲ ਨੂੰ ਸਾਈਕਲ 'ਤੇ ਜਾਂਦਾ ਹਾਂ ਪਰ ਕਈ ਵਾਰੀ ਜਦੋਂ ਗਰਮੀ ਜ਼ਿਆਦਾ ਹੋਵੇ ਜਾਂ ਮੀਂਹ ਬਹੁਤ ਪੈਂਦਾ ਹੋਵੇ ਤਾਂ ਮੈਂ ਬੱਸ ਵਿੱਚ ਜਾਂਦਾ ਹਾਂ।

ਮੈਂ ਆਪਣਾ ਜ਼ਿਆਦਾ ਵਿਹਲਾ ਸਮਾਂ ਪੜ੍ਹਾਈ ਵਿੱਚ ਹੀ ਗੁਜ਼ਾਰਦਾ ਹਾਂ। ਪਰ ਜਦੋਂ ਟੈਲੀਵਿਯਨ 'ਤੇ ਕੋਈ ਚੰਗਾ ਪ੍ਰੋਗਰਾਮ ਹੋਵੇ ਤਾਂ ਜ਼ਰੂਰ ਦੇਖਦਾ ਹਾਂ। ਪੰਜਾਬੀ ਫ਼ਿਲਮਾਂ ਦੇਖਣਾ ਅਤੇ ਪੰਜਾਬੀ ਗਾਣੇ ਸੁਣਨਾ ਵੀ ਮੇਰਾ ਸ਼ੌਕ ਹੈ।

ਮੇਰੇ ਵਲੋਂ ਤੁਹਾਡੇ ਮਾਤਾ ਪਿਤਾ ਅਤੇ ਭੈਣ ਭਰਾਵਾਂ ਨੂੰ ਸਤਿ ਸ੍ਰੀ ਅਕਾਲ।

ਤੁਹਾਡਾ ਮਿੱਤਰ,

ਸਤਬੀਰ।

NEAB 1993
HA-2

For Examiner's use only

6. (a) How far is Satbir's school from his village?

.... *(1)*

(b) Describe his journey from home to school.

.... *(3)*

(c) From what Satbir says about his school, do you think he considers it to be a good one? Give reasons for your answer.

.... *(4)*

(d) How does Satbir spend his spare time?

.... *(2)*

NEAB 1999

A-3 Home Life

Foundation

1. You read about Amandeep who describes how he helps at home.

> ਅਮਨਦੀਪ : ਮੇਰੇ ਘਰ ਦਾ ਨੰਬਰ ਵੀਹ ਹੈ। ਮੇਰਾ ਪੂਰਾ ਪਤਾ 20, ਰਾਈਟ ਸਟਰੀਟ, ਸਾਊਥਹਾਲ ਮਿਡਲਸੈਕਸ ਹੈ। ਇਹ ਹੀਥਰੋ ਏਅਰਪੋਰਟ ਲੰਡਨ ਦੇ ਲਾਗੇ ਹੈ। ਮੈਂ ਘਰ ਵਿੱਚ ਆਪਣੇ ਮਾਤਾ ਪਿਤਾ ਦੇ ਕਈ ਕੰਮਾਂ ਵਿੱਚ ਸਹਾਇਤਾ ਕਰਦਾ ਹਾਂ। ਹਰ ਸਨਿੱਚਰਵਾਰ ਨੂੰ ਮੈਂ ਘਰ ਦੀ ਸਫ਼ਾਈ ਕਰਨ ਵਿੱਚ ਮਦਦ ਕਰਦਾ ਹਾਂ। ਜਦੋਂ ਮਾਤਾ ਜੀ ਖਾਣਾ ਬਣਾਉਂਦੀ ਹੈ ਤਾਂ ਮੈਂ ਖਾਣ ਦੀਆਂ ਸਾਰੀਆਂ ਚੀਜ਼ਾਂ ਮੇਜ਼ 'ਤੇ ਰੱਖਦਾ ਹਾਂ। ਗਰਮੀਆਂ ਦੇ ਦਿਨਾਂ ਵਿੱਚ ਹਰ ਦੋ ਹਫ਼ਤਿਆਂ ਬਾਅਦ ਘਾਹ ਕੱਟਦਾ ਹਾਂ। ਹਰ ਰੋਜ਼ ਪਿਤਾ ਜੀ ਲਈ ਅਖ਼ਬਾਰ ਲੈ ਕੇ ਆਉਂਦਾ ਹਾਂ। ਹਫ਼ਤੇ ਵਿੱਚ ਜੇ ਕੋਈ ਛੋਟੀ ਮੋਟੀ ਘਰ ਲਈ ਚੀਜ਼ ਖ਼ਰੀਦਣੀ ਹੋਵੇ ਤਾਂ ਮੈਂ ਲਾਗਲੀ ਦੁਕਾਨ ਤੋਂ ਲੈ ਕੇ ਆਉਂਦਾ ਹਾਂ।

1. Write Amandeep's full Address.

....

2. What jobs does Amandeep do around the home? Give five details.

....FA-3

2. You read about Sandeep who describes how she helps her at home.

> ਸੰਦੀਪ : ਮੈਂ ਇੱਕ ਫ਼ਲੈਟ ਵਿੱਚ ਰਹਿੰਦੀ ਹਾਂ। ਸਾਡੇ ਫ਼ਲੈਟ ਨਾਲ ਕੋਈ ਗਾਰਡਨ ਨਹੀਂ ਹੈ। ਇਹ ਤੀਜੀ ਮੰਜ਼ਲ 'ਤੇ ਹੈ। ਮੈਂ ਆਪਣੇ ਮਾਤਾ ਪਿਤਾ ਜੀ ਦੀ ਬਹੁਤ ਸਹਾਇਤਾ ਕਰਦੀ ਹਾਂ। ਘਰ ਵਿੱਚ ਮੈਂ ਰੋਟੀ ਬਣਾਉਣ ਵਿੱਚ ਅਤੇ ਕੱਪੜੇ ਪ੍ਰੈੱਸ ਕਰਨ ਵਿੱਚ ਸਹਾਇਤਾ ਕਰਦੀ ਹਾਂ। ਹਰ ਸ਼ੁੱਕਰਵਾਰ ਸ਼ਾਮ ਨੂੰ ਮੈਂ ਆਪਣੇ ਮਾਤਾ ਜੀ ਨਾਲ ਚੀਜ਼ਾਂ ਖ਼ਰੀਦਣ ਲਈ ਬਾਜ਼ਾਰ ਜਾਂਦੀ ਹਾਂ। ਸਵੇਰ ਨੂੰ ਮੈਂ ਆਪਣੇ ਛੋਟੇ ਭਰਾ ਨੂੰ ਸਕੂਲ ਜਾਣ ਲਈ ਤਿਆਰ ਕਰਦੀ ਹਾਂ।

1. Where does Sandeep live?

....

2. How does she help at home? Give four details

....FA-3

3. You read this advertisement.

ਕਿਰਾਏ ਲਈ ਖ਼ਾਲੀ ਘਰ

ਤਿੰਨ ਸੌਣ ਵਾਲੇ ਕਮਰਿਆਂ ਵਾਲਾ ਘਰ ਕਿਰਾਏ ਲਈ ਖ਼ਾਲੀ ਹੈ। ਇਸ ਵਿੱਚ ਇੱਕ ਸਾਂਝਾ ਬੈਠਣ ਵਾਲਾ ਕਮਰਾ, ਰਸੋਈ ਅਤੇ ਇੱਕ ਗ਼ੁਸਲਖ਼ਾਨਾ ਹੈ। ਥੋੜ੍ਹਾ ਚਿਰ ਪਹਿਲਾਂ ਹੀ ਸਾਰੇ ਘਰ ਨੂੰ ਰੰਗ ਕੀਤਾ ਸੀ ਅਤੇ ਪੇਪਰ ਲਾਇਆ ਸੀ। ਸ਼ਹਿਰ ਤੋਂ ਬਿਲਕੁਲ ਨੇੜੇ ਹੈ ਅਤੇ ਯੂਨੀਵਰਸਿਟੀ ਤੋਂ ਵੀ ਦੂਰ ਨਹੀਂ ਹੈ। ਤਿੰਨ ਵਿਦਿਆਰਥੀਆਂ ਲਈ ਵਧੀਆ ਰਿਹਾਇਸ਼ ਹੈ। ਹਫ਼ਤੇ ਦਾ ਕਿਰਾਇਆ ਸਿਰਫ਼ ਨੱਬੇ ਪੌਂਡ ਹੈ। ਹੋਰ ਜਾਣਕਾਰੀ ਲਈ ਮਿਸਟਰ ਗਿੱਲ ਨੂੰ ਟੈਲੀਫ਼ੋਨ ਕਰੋ। ਟੈਲੀਫ਼ੋਨ ਨੰਬਰ 0121-5892317

1. What does the heading of this advertisement mean?

....

2. How many bedrooms does this house have?

....

3. Describe the house. Give five details.

....

4. How much is the rent per week?

....

5. To whom will this house suit?

....FA-3

4. You read another advertisement.

ਕਾਵੈਂਟਰੀ ਵਿੱਚ ਵੱਡਾ ਘਰ ਵਿਕਾਊ

ਕਾਵੈਂਟਰੀ ਵਿੱਚ ਇੱਕ ਇਕੱਲੇ ਵਿਕਟੋਰੀਅਨ ਘਰ ਦੀ ਸਭ ਤੋਂ ਉਤਲੀ ਮੰਜ਼ਲ ਵਿਕਾਊ ਹੈ। ਇਸ ਵਿੱਚ ਸਾਰੀਆਂ ਸਹੂਲਤਾਂ ਵਾਲੀ ਦੋ ਕਮਰਿਆਂ ਦੀ ਫ਼ਲੈਟ, ਚਾਰ ਸੌਣ ਵਾਲੇ ਕਮਰੇ, ਦੋ ਬੈਠਣ ਵਾਲੇ ਕਮਰੇ, ਇੱਕ ਵੱਡੀ ਰਸੋਈ, ਦੋ ਗ਼ੁਸਲਖ਼ਾਨੇ, ਗੈਸ ਸੈਂਟ੍ਰਲ ਹੀਟਿੰਗ ਅਤੇ ਪਾਰਕਿੰਗ ਲਈ ਰਾਖਵੀਂ ਥਾਂ ਹੈ।

ਮੁੱਲ 175950 ਪੌਂਡ, ਟੈਲੀਫ਼ੋਨ 01203-6179834

1. What does the heading of this advertisement mean?

....

2. What part of this house is on sale?

....

3. Describe the part of the house on sale. Give eight details.

....FA-3

5. ਅਖ਼ਬਾਰ ਵਿੱਚ ਤੁਸੀਂ ਇਹ ਇਸ਼ਤਿਹਾਰ ਪੜ੍ਹਦੇ ਹੋ।

ਕਿਰਾਏ ਲਈ ਖ਼ਾਲੀ ਦੁਕਾਨ

ਚੰਡੀਗੜ੍ਹ ਸੈਕਟਰ 17 ਵਿੱਚ ਇੱਕ ਦੁਕਾਨ ਕਿਰਾਏ ਲਈ ਖ਼ਾਲੀ ਹੈ। ਦੁਕਾਨ ਦੇ ਉੱਪਰ ਰਹਿਣ ਲਈ ਦੋ ਸੌਣ ਵਾਲੇ ਕਮਰੇ, ਇੱਕ ਰਸੋਈ, ਇੱਕ ਬੈਠਣ ਵਾਲਾ ਵੱਡਾ ਕਮਰਾ ਅਤੇ ਇੱਕ ਗ਼ੁਸਲਖ਼ਾਨਾ ਹੈ। ਦੁਕਾਨ ਦੇ ਥੱਲੇ ਇੱਕ ਵੱਡਾ ਸਟੋਰ ਰੂਮ ਹੈ ਜਿਸ ਵਿੱਚ ਬਹੁਤ ਸਾਮਾਨ ਰੱਖਿਆ ਜਾ ਸਕਦਾ ਹੈ। ਅੱਜ ਕਲ੍ਹ ਇਸ ਦੁਕਾਨ ਵਿੱਚ ਕੱਪੜਿਆਂ ਦਾ ਵਿਉਪਾਰ ਹੈ ਪਰ ਇਸ ਵਿੱਚ ਕਿਸੇ ਵੀ ਕਿਸਮ ਦਾ ਕਾਰੋਬਾਰ ਸ਼ੁਰੂ ਕਰਨ ਦੀ ਆਗਿਆ ਮਿਲ ਸਕਦੀ ਹੈ। ਕਿਰਾਇਆ ਸਿਰਫ਼ ਪੰਜ ਹਜ਼ਾਰ ਰੁਪਏ ਮਹੀਨਾ ਹੈ।

ਉਦਾਹਰਣ :

ਰਹਿਣ ਲਈ ਥਾਂ
1. ਮਕਾਨ ਦੇ ਥੱਲੇ ਹੈ।
2. ਮਕਾਨ ਦੇ ਉੱਪਰ ਹੈ।
3. ਨਹੀਂ ਹੈ।

ਖ਼ਾਨੇ ਵਿੱਚ ਠੀਕ ਉੱਤਰ ਦਾ ਨੰਬਰ ਲਿਖੋ। [2]

1. ਇਹ ਦੁਕਾਨ
   1. ਵੇਚਣ ਲਈ ਹੈ।
   2. ਕਿਰਾਏ 'ਤੇ ਦੇਣ ਲਈ ਹੈ।
   3. ਮੁਰੰਮਤ ਲਈ ਬੰਦ ਹੈ।

   ਖ਼ਾਨੇ ਵਿੱਚ ਠੀਕ ਉੱਤਰ ਦਾ ਨੰਬਰ ਲਿਖੋ। [ ]

2. ਇਹ ਦੁਕਾਨ
   1. ਜਲੰਧਰ ਵਿੱਚ ਹੈ।
   2. ਦਿੱਲੀ ਵਿੱਚ ਹੈ।
   3. ਚੰਡੀਗੜ੍ਹ ਵਿੱਚ ਹੈ।

   ਖ਼ਾਨੇ ਵਿੱਚ ਠੀਕ ਉੱਤਰ ਦਾ ਨੰਬਰ ਲਿਖੋ। [ ]

3. ਇਸ ਦੁਕਾਨ ਵਿੱਚ
   1. ਸ਼ਰਾਬ ਵੇਚੀ ਜਾਂਦੀ ਹੈ।
   2. ਕੱਪੜੇ ਵੇਚੇ ਜਾਂਦੇ ਹਨ।
   3. ਸਬਜ਼ੀ ਵੇਚੀ ਜਾਂਦੀ ਹੈ।

   ਖ਼ਾਨੇ ਵਿੱਚ ਠੀਕ ਉੱਤਰ ਦਾ ਨੰਬਰ ਲਿਖੋ। [ ]

4. ਦੁਕਾਨ ਦਾ ਕਿਰਾਇਆ
   1. ਇੱਕ ਹਫ਼ਤੇ ਦਾ 5000 ਰੁਪਏ ਹੈ।
   2. ਇੱਕ ਸਾਲ ਦਾ 5000 ਰੁਪਏ ਹੈ।
   3. ਇੱਕ ਮਹੀਨੇ ਦਾ 5000 ਰੁਪਏ ਹੈ।

   ਖ਼ਾਨੇ ਵਿੱਚ ਠੀਕ ਉੱਤਰ ਦਾ ਨੰਬਰ ਲਿਖੋ। [ ]

6. ਤੁਹਾਡਾ ਵੱਡਾ ਭਰਾ ਇਸ ਸਾਲ ਯੂਨੀਵਰਸਿਟੀ ਜਾ ਰਿਹਾ ਹੈ। ਉਸ ਨੂੰ ਕਿਰਾਏ 'ਤੇ ਕਮਰਾ ਚਾਹੀਦਾ ਹੈ। ਉਹ ਚਾਹੁੰਦਾ ਹੈ ਕਿ ਕਮਰਾ :

1. ਵੱਡਾ ਹੋਵੇ।
2. ਯੂਨੀਵਰਸਿਟੀ ਦੇ ਲਾਗੇ ਹੋਵੇ।
3. ਕਿਰਾਇਆ 30 ਪੌਂਡ ਹਫ਼ਤੇ ਤੋਂ ਵੱਧ ਨਾ ਹੋਵੇ।

ਉਹ ਹੇਠ ਦਿੱਤਾ ਇਸ਼ਤਿਹਾਰ ਪੜ੍ਹਦਾ ਹੈ।

ਕਿਰਾਏ ਲਈ ਖ਼ਾਲੀ ਕਮਰਾ

1. ਯੂਨੀਵਰਸਿਟੀ ਤੋਂ ਕੇਵਲ ਇੱਕ ਮੀਲ ਦੂਰ ਸਾਫ਼ ਸੁਥਰਾ ਕਮਰਾ, ਰਹਿਣ ਲਈ ਸਾਰੀਆਂ ਸਹੂਲਤਾਂ, ਖਾਣਾ ਬਣਾਉਣ ਅਤੇ ਨਹਾਉਣ ਧੋਣ ਦੀਆਂ ਸਹੂਲਤਾਂ, ਵਾਸ਼ਿੰਗ ਮਸ਼ੀਨ ਦਾ ਪ੍ਰਬੰਧ; ਕਿਰਾਇਆ 45 ਪੌਂਡ ਪ੍ਰਤਿ ਹਫ਼ਤਾ।

   ....
   ....
   ....
   ....

2. ਯੂਨੀਵਰਸਿਟੀ ਤੋਂ ਥੋੜ੍ਹਾ ਦੂਰ ਪਰ ਸ਼ਹਿਰ ਦੇ ਨੇੜੇ, ਖਾਣ ਪੀਣ ਅਤੇ ਨਹਾਉਣ ਦਾ ਸਾਂਝਾ ਪ੍ਰਬੰਧ, ਖੁਲ੍ਹਾ ਹਵਾਦਾਰ ਕਮਰਾ, ਬੱਸ ਅੱਡੇ ਦੇ ਬਿਲਕੁਲ ਨੇੜੇ, ਕਿਰਾਇਆ ਸਿਰਫ਼ 18 ਪੌਂਡ ਪ੍ਰਤਿ ਹਫ਼ਤਾ।

   ....
   ....
   ....

3. ਯੂਨੀਵਰਸਿਟੀ ਦੇ ਨੇੜੇ ਅਤੇ ਸ਼ਹਿਰ ਦੇ ਰੌਲੇ ਗੌਲੇ ਤੋਂ ਦੂਰ, ਰੇਲਵੇ ਸਟੇਸ਼ਨ ਤੋਂ ਨੇੜੇ। ਬਹੁਤ ਵੱਡਾ ਕਮਰਾ, ਸਾਈਜ਼ 20X15 ਫ਼ੁੱਟ, ਕਿਰਾਇਆ 30 ਪੌਂਡ ਪ੍ਰਤਿ ਹਫ਼ਤਾ।

   ....
   ....
   ....

1. ਇਹਨਾਂ ਤਿੰਨਾਂ ਘਰਾਂ ਵਿੱਚੋਂ ਤੁਹਾਡੇ ਭਰਾ ਲਈ ਕਿਹੜਾ ਘਰ ਠੀਕ ਹੈ ? ਠੀਕ ਉੱਤਰ ਦਾ ਨੰਬਰ ਖ਼ਾਨੇ ਵਿੱਚ ਲਿਖੋ। ☐

2. ਇਹ ਘਰ ਕਿਉਂ ਠੀਕ ਹੈ ? ਤਿੰਨ ਕਾਰਨ ਲਿਖੋ।

   ....

3. ਦੂਜੇ ਦੋ ਘਰ ਕਿਉਂ ਠੀਕ ਨਹੀਂ ਹਨ ? ਦੋ ਦੋ ਕਾਰਨ ਲਿਖੋ।

   ....F/HA-3

7. ਤੁਸੀਂ ਜਸਦੀਪ ਦੇ ਖਾਣਾ ਖਾਣ ਦੇ ਸਮਿਆਂ ਬਾਰੇ ਪੜ੍ਹਦੇ ਹੋ।

ਸੋਮਵਾਰ ਤੋਂ ਸ਼ੁੱਕਰਵਾਰ ਤੱਕ ਸਾਡੇ ਖਾਣ ਦਾ ਸਮਾਂ ਲਗਭਗ ਇੱਕੋ ਹੀ ਹੈ। ਪਰ ਸਨਿੱਚਰਵਾਰ ਅਤੇ ਐਤਵਾਰ ਨੂੰ ਅਸੀਂ ਦੇਰ ਨਾਲ ਖਾਂਦੇ ਹਾਂ ਕਿਉਂਕਿ ਛੁੱਟੀ ਹੁੰਦੀ ਹੈ। ਆਮ ਤੌਰ 'ਤੇ ਅਸੀਂ ਸਾਢੇ ਸੱਤ ਵਜੇ ਨਾਸ਼ਤਾ ਖਾਂਦੇ ਹਾਂ। ਦੁਪਹਿਰ ਦਾ ਖਾਣਾ ਮੈਂ ਸਾਢੇ ਬਾਰਾਂ ਵਜੇ ਘਰ ਆ ਕੇ ਖਾਂਦੀ ਹਾਂ ਕਿਉਂਕਿ ਦਾਦੀ ਜੀ ਘਰ ਹੁੰਦੇ ਹਨ ਅਤੇ ਉਹ ਮੇਰੇ ਲਈ ਖਾਣਾ ਬਣਾ ਕੇ ਰੱਖਦੇ ਹਨ। ਮਾਤਾ ਜੀ ਅਤੇ ਪਿਤਾ ਜੀ ਦੁਪਹਿਰ ਲਈ ਖਾਣਾ ਘਰ ਤੋਂ ਬਣਾ ਕੇ ਲੈ ਜਾਂਦੇ ਹਨ ਅਤੇ ਉਹ ਅੱਧੀ ਛੁੱਟੀ ਵੇਲੇ ਖਾਂਦੇ ਹਨ। ਰਾਤ ਦਾ ਖਾਣਾ ਅਸੀਂ ਸਾਰੇ ਇਕੱਠੇ ਅੱਠ ਵਜੇ ਖਾਂਦੇ ਹਾਂ। ਸਨਿੱਚਰਵਾਰ ਅਤੇ ਐਤਵਾਰ ਨੂੰ ਅਸੀਂ ਸਭ ਲੇਟ ਉਠਦੇ ਹਾਂ ਅਤੇ ਨਾਸ਼ਤਾ ਸਾਢੇ ਨੌਂ ਵਜੇ ਖਾਂਦੇ ਹਾਂ। ਦੁਪਹਿਰ ਦਾ ਖਾਣਾ ਅਸੀਂ ਦੋ ਵਜੇ ਖਾਂਦੇ ਹਾਂ। ਅਸੀਂ ਸ਼ਾਮ ਨੂੰ ਪੰਜ ਵਜੇ ਇਕੱਠੇ ਚਾਹ ਪੀਂਦੇ ਹਾਂ। ਰਾਤ ਦਾ ਖਾਣਾ ਅਸੀਂ ਨੌਂ ਵਜੇ ਖਾਂਦੇ ਹਾਂ।

---

1. ਜਸਦੀਪ ਸੋਮਵਾਰ ਤੋਂ ਸ਼ੁੱਕਰਵਾਰ ਤੱਕ ਨਾਸ਼ਤਾ ਕਦੋਂ ਖਾਂਦੀ ਹੈ ?

....

2. ਜਸਦੀਪ ਦੁਪਹਿਰ ਦਾ ਖਾਣਾ ਕਿੱਥੇ ਖਾਂਦੀ ਹੈ ਅਤੇ ਕਿਉਂ ?

....

3. ਜਸਦੀਪ ਦੇ ਮਾਤਾ ਜੀ ਅਤੇ ਪਿਤਾ ਜੀ ਦੁਪਹਿਰ ਦਾ ਖਾਣਾ ਕਦੋਂ ਅਤੇ ਕਿੱਥੇ ਖਾਂਦੇ ਹਨ ?

....

4. ਸਨਿੱਚਰਵਾਰ ਅਤੇ ਐਤਵਾਰ ਨੂੰ ਜਸਦੀਪ ਕਦੋਂ ਨਾਸ਼ਤਾ ਖਾਂਦੀ ਹੈ ?

....

5. ਸਨਿੱਚਰਵਾਰ ਅਤੇ ਐਤਵਾਰ ਨੂੰ ਜਸਦੀਪ ਕਦੋਂ ਦੁਪਹਿਰ ਦਾ ਖਾਣਾ ਖਾਂਦੀ ਹੈ ?

....

6. ਉਹਨਾਂ ਦੇ ਚਾਹ ਪੀਣ ਦਾ ਕੀ ਸਮਾਂ ਹੈ ?

....

7. ਉਹ ਸਨਿੱਚਰਵਾਰ ਅਤੇ ਐਤਵਾਰ ਨੂੰ ਰਾਤ ਦਾ ਖਾਣਾ ਕਦੋਂ ਖਾਂਦੇ ਹਨ ?

....

8. ਜਸਦੀਪ ਦੀ ਤਰ੍ਹਾਂ ਲਿਖੋ ਕਿ ਤੁਸੀਂ ਨਾਸ਼ਤਾ, ਦੁਪਹਿਰ ਦਾ ਖਾਣਾ ਅਤੇ ਰਾਤ ਦਾ ਖਾਣਾ ਕਦੋਂ ਖਾਂਦੇ ਹੋ ?

....FH/A-3

25

Higher

8. ਤੁਸੀਂ ਇੰਗਲੈਂਡ ਦੇ ਘਰਾਂ ਬਾਰੇ ਪੜ੍ਹਦੇ ਹੋ। ਹੇਠ ਦਿੱਤੇ ਖ਼ਾਨਿਆਂ ਵਿੱਚ ਠੀਕ ਸ਼ਬਦਾਂ ਦਾ ਨੰਬਰ ਭਰੋ।

ਇੰਗਲੈਂਡ ਵਿੱਚ ਕਈ ਤਰ੍ਹਾਂ ਦੇ ┌─5─┐ ਹਨ। ਇਹਨਾਂ ਵਿੱਚੋਂ ਬੰਗਲਾ, ਇਕੱਲਾ ਘਰ, ਦੋ ਜੁੜਵੇਂ ਘਰ, ਜੁੜਵੇਂ ਘਰਾਂ ਦੀ ਕਤਾਰ ਅਤੇ ਫ਼ਲੈਟ ਆਮ ਦੇਖੇ ਜਾਂਦੇ ਹਨ। ਇੰਡੀਆ ਵਿੱਚ ਬੰਗਲੇ ਨੂੰ ਆਮ ਤੌਰ 'ਤੇ ਲੋਕੀਂ ☐ ਕਹਿੰਦੇ ਹਨ। ਬੰਗਲੇ ਵਿੱਚ ਸਾਰੇ ☐ ਥੱਲੇ ਹੀ ਹੁੰਦੇ ਹਨ। ਇਕੱਲੇ ਅਤੇ ਜੁੜਵੇਂ ਘਰਾਂ ਵਿੱਚ ਸੌਣ ਵਾਲੇ ਕਮਰੇ ਦੂਜੀ ☐ 'ਤੇ ਹੁੰਦੇ ਹਨ।

ਫ਼ਲੈਟ ਆਮ ਤੌਰ 'ਤੇ ਬਹੁਤ ਸਾਰੀਆਂ ਮੰਜ਼ਲਾਂ ਵਾਲੀ ਉੱਚੀ ☐ ਵਿੱਚ ਹੁੰਦੇ ਹਨ। ਹਰ ਇੱਕ ਮੰਜ਼ਲ 'ਤੇ ਕਈ ਕਈ ☐ ਹੁੰਦੀਆਂ ਹਨ। ਲਗਭਗ ਹਰ ਇੱਕ ਘਰ ਵਿੱਚ ਇੱਕ ਰਸੋਈ, ਇੱਕ ਰੋਟੀ ਖਾਣ ਵਾਲਾ ☐ ਅਤੇ ਦੋ ਜਾਂ ਤਿੰਨ ☐ ਵਾਲੇ ਕਮਰੇ ਹੁੰਦੇ ਹਨ। ਅੱਜ ਕੱਲ੍ਹ ਨਵੇਂ ਘਰਾਂ ਵਿੱਚ ਰੋਟੀ ਖਾਣ ਵਾਲੇ ਅਤੇ ☐ ਵਾਲੇ ਕਮਰੇ ਦੀ ਥਾਂ ਇੱਕੋ ਹੀ ਵੱਡਾ ਕਮਰਾ ਹੁੰਦਾ ਹੈ ਜਿੱਥੇ ਲੋਕੀਂ ਬੈਠਦੇ ਵੀ ਹਨ ਅਤੇ ਖਾਣ ☐ ਦਾ ਕੰਮ ਵੀ ਕਰਦੇ ਹਨ। ਕਈਆਂ ਘਰਾਂ ਨਾਲ ਕਾਰ ਖੜੀ ਕਰਨ ਲਈ ☐ ਵੀ ਬਣੀ ਹੁੰਦੀ ਹੈ।

---

1. ਕੋਠੀ	5. ਘਰ	9. ਗੈਰਿਜ
2. ਸੌਣ	6. ਕਮਰੇ	10. ਬੈਠਣ
3. ਕਮਰਾ	7. ਫ਼ਲੈਟਾਂ	11. ਪੀਣ
4. ਇਮਾਰਤ	8. ਮੰਜ਼ਲ	

HA-3

26

9. ਤੁਸੀਂ ਮਨਪ੍ਰੀਤ ਦਾ ਆਪਣੇ ਘਰ ਬਾਰੇ ਲਿਖਿਆ ਇੱਕ ਲੇਖ ਪੜ੍ਹਦੇ ਹੋ।

ਮੇਰਾ ਘਰ ਮੈਨੂੰ ਬਹੁਤ ਪਸੰਦ ਹੈ ਕਿਉਂਕਿ ਇਹ ਸ਼ਹਿਰ ਦੇ ਬਿਲਕੁਲ ਲਾਗੇ ਹੈ। ਜਦੋਂ ਵੀ ਕੋਈ ਚੀਜ਼ ਖ਼ਰੀਦਣੀ ਹੋਵੇ ਜਾਂ ਸ਼ਹਿਰ ਵਿੱਚ ਕੋਈ ਹੋਰ ਕੰਮ ਹੋਵੇ ਤਾਂ ਅਸੀਂ ਪੰਜਾਂ ਮਿੰਟਾਂ ਵਿੱਚ ਤੁਰ ਕੇ ਸ਼ਹਿਰ ਪਹੁੰਚ ਜਾਂਦੇ ਹਾਂ। ਐਵੇਂ ਬੱਸਾਂ ਵਿੱਚ ਸਮਾਂ ਅਤੇ ਪੈਸਾ ਖ਼ਰਾਬ ਨਹੀਂ ਹੁੰਦਾ ਅਤੇ ਨਾ ਹੀ ਕਾਰ ਪਾਰਕ ਕਰਨ ਲਈ ਥਾਂ ਟੋਲਣੀ ਪੈਂਦੀ ਹੈ।

ਸਾਡੀ ਸੜਕ 'ਤੇ ਆਮ ਤੌਰ 'ਤੇ ਜੁੜਵੇਂ ਘਰ ਹਨ ਪਰ ਸਾਡਾ ਇੱਕ ਇਕੱਲਾ ਘਰ ਹੈ। ਸਾਡੇ ਘਰ ਦੇ ਦੋਨੋਂ ਬਗ਼ੀਚੇ ਬਹੁਤ ਵੱਡੇ ਹਨ। ਦੋਨੋਂ ਬਗ਼ੀਚਿਆਂ ਵਿੱਚ ਹਰਾ ਘਾਹ ਅਤੇ ਤਰ੍ਹਾਂ ਤਰ੍ਹਾਂ ਦੇ ਫੁੱਲ ਬਹੁਤ ਸੁੰਦਰ ਲਗਦੇ ਹਨ। ਪਿਛਲੇ ਬਗ਼ੀਚੇ ਦੇ ਇੱਕ ਕੋਨੇ ਵਿੱਚ ਅਸੀਂ ਕੁਝ ਸਬਜ਼ੀਆਂ ਬੀਜਦੇ ਹਾਂ।

ਸਾਡੇ ਘਰ ਵਿੱਚ ਚਾਰ ਸੌਣ ਵਾਲੇ ਕਮਰੇ ਹਨ। ਮੇਰਾ ਕਮਰਾ ਸਭ ਤੋਂ ਛੋਟਾ ਹੈ। ਸਭ ਤੋਂ ਵੱਡਾ ਕਮਰਾ

ਮਾਤਾ ਪਿਤਾ ਜੀ ਦਾ ਹੈ। ਇੱਕ ਕਮਰਾ ਮੇਰੇ ਭਰਾ ਦਾ ਹੈ ਅਤੇ ਇੱਕ ਮੇਰੀ ਭੈਣ ਦਾ ਹੈ। ਉੱਤਲੀ ਮੰਜ਼ਲ 'ਤੇ ਹੀ ਇੱਕ ਗ਼ੁਸਲਖ਼ਾਨਾ ਹੈ ਜਿਸ ਵਿੱਚ ਇੱਕ ਬਾਥ, ਟੌਇਲਟ, ਸਿੰਕ ਅਤੇ ਸ਼ਾਵਰ ਹੈ। ਹੇਠਲੀ ਮੰਜ਼ਿਲ 'ਤੇ ਇੱਕ ਵੱਡੀ ਰਸੋਈ, ਇੱਕ ਖਾਣ ਵਾਲਾ ਕਮਰਾ ਅਤੇ ਇੱਕ ਵੱਡਾ ਬੈਠਣ ਵਾਲਾ ਕਮਰਾ ਹੈ। ਰਸੋਈ ਦੇ ਨਾਲ ਇੱਕ ਛੋਟਾ ਜਿਹਾ ਸਟੋਰ ਹੈ ਅਤੇ ਇਸ ਦੇ ਨਾਲ ਹੀ ਇੱਕ ਗ਼ੁਸਲਖ਼ਾਨਾ ਹੈ।

ਰਸੋਈ ਵਿੱਚ ਸਾਮਾਨ ਰੱਖਣ ਲਈ ਚਿੱਟੀਆਂ ਯੂਨਿਟਸ ਲੱਗੀਆਂ ਹੋਈਆਂ ਹਨ। ਭਾਂਡੇ ਅਤੇ ਕੱਪੜੇ ਧੋਣ ਵਾਲੀਆਂ ਮਸ਼ੀਨਾਂ, ਫ਼੍ਰਿਜ, ਮਾਈਕ੍ਰੋਵੇਵ, ਭਾਂਡੇ ਅਤੇ ਕਈ ਹੋਰ ਚੀਜ਼ਾਂ ਰਸੋਈ ਵਿੱਚ ਹਨ। ਖਾਣ ਵਾਲੇ ਕਮਰੇ ਵਿੱਚ ਅੱਠ ਕੁਰਸੀਆਂ ਅਤੇ ਇੱਕ ਵੱਡਾ ਮੇਜ਼ ਹੈ। ਬੈਠਣ ਵਾਲੇ ਕਮਰੇ ਵਿੱਚ ਤਿੰਨ ਸੀਟਾਂ ਵਾਲਾ, ਇੱਕ ਦੋ ਸੀਟਾਂ ਵਾਲਾ ਸੋਫ਼ਾ, ਦੋ ਸੋਫ਼ਿਆਂ ਨਾਲ ਦੀਆਂ ਕੁਰਸੀਆਂ, ਇੱਕ ਮੇਜ਼, ਇੱਕ ਟੈਲੀਵਿਯਨ ਅਤੇ ਇੱਕ ਸ਼ੋ-ਕੇਸ ਹੈ। ਖਾਣ ਵਾਲੇ ਅਤੇ ਬੈਠਣ ਵਾਲੇ ਕਮਰਿਆਂ ਦੀਆਂ ਕੰਧਾਂ 'ਤੇ ਸੁਹਣੀਆਂ ਸੁਹਣੀਆਂ ਤਸਵੀਰਾਂ ਹਨ। ਸਾਰੇ ਘਰ ਵਿੱਚ ਨੀਲੇ ਰੰਗ ਦੀ ਕਾਰਪਿਟ ਪਾਈ ਹੋਈ ਹੈ।

ਸਾਡੇ ਘਰ ਦੇ ਨਾਲ ਇੱਕ ਬਹੁਤ ਵੱਡੀ ਗੈਰਿਜ ਹੈ। ਗੈਰਿਜ ਵਿੱਚ ਪਿਤਾ ਜੀ ਕਾਰ ਖੜੀ ਕਰਦੇ ਹਨ। ਜੋ ਘਰ ਵਿੱਚ ਫ਼ਾਲਤੂ ਸਾਮਾਨ ਹੁੰਦਾ ਹੈ ਉਹ ਸਭ ਅਸੀਂ ਗੈਰਿਜ ਵਿੱਚ ਰੱਖਦੇ ਹਾਂ।

ਸਾਡਾ ਘਰ ਰਿਚਮੰਡ ਸਟਰੀਟ ਵਿੱਚ ਹੈ। ਇਹ ਸੜਕ ਸਟੋਕ ਦੇ ਏਰੀਏ ਵਿੱਚ ਹੈ। ਸਾਡੇ ਘਰ ਦਾ ਪੂਰਾ ਪਤਾ 298 ਰਿਚਮੰਡ ਸਟਰੀਟ, ਸਟੋਕ, ਕਾਵੈਂਟਰੀ ਹੈ।

1. ਵਾਕਾਂ ਨੂੰ ਪੜ੍ਹੋ ਤੇ ਲਿਖੋ

ਠੀਕ ਠ

ਗ਼ਲਤ ਗ

ਪਤਾ ਨਹੀਂ ?

ਉਦਾਹਰਣ	1.	ਮਨਪ੍ਰੀਤ ਨੂੰ ਆਪਣਾ ਘਰ ਪਸੰਦ ਹੈ।	ਠ
	2.	ਘਰ ਸ਼ਹਿਰ ਤੋਂ ਦੂਰ ਹੈ।	
	3.	ਮਨਪ੍ਰੀਤ ਨੂੰ ਸ਼ਹਿਰ ਜਾਣ ਲਈ ਬੱਸ ਲੈਣੀ ਪੈਂਦੀ ਹੈ।	
	4.	ਮਨਪ੍ਰੀਤ ਦਾ ਘਰ ਡੀਟੈਚਡ ਹੈ।	
	5.	ਘਰ ਦੇ ਬਗ਼ੀਚੇ ਛੋਟੇ ਹਨ।	
	6.	ਘਰ ਵਿੱਚ ਸੱਤ ਸੌਣ ਵਾਲੇ ਕਮਰੇ ਹਨ।	
	7.	ਘਰ ਵਿੱਚ ਦੋ ਗ਼ੁਸਲਖ਼ਾਨੇ ਹਨ।	
	8.	ਸਟੋਰ ਰਸੋਈ ਤੋਂ ਦੂਰ ਹੈ।	
	9.	ਘਰ ਦੇ ਨਾਲ ਕੋਈ ਗੈਰਿਜ ਨਹੀਂ ਹੈ।	
	10.	ਘਰ ਕਾਵੈਂਟਰੀ ਸ਼ਹਿਰ ਵਿੱਚ ਹੈ।	

HA-3

2. ਮਨਪ੍ਰੀਤ ਆਪਣਾ ਘਰ ਕਿਉਂ ਪਸੰਦ ਕਰਦੀ ਹੈ ? ਚਾਰ ਕਾਰਨ ਲਿਖੋ।

....

....

3. ਘਰ ਦੇ ਬਗ਼ੀਚਿਆਂ ਬਾਰੇ ਲਿਖੋ।

....

4. ਘਰ ਦੇ ਕਮਰਿਆਂ ਬਾਰੇ ਲਿਖੋ।

....

5. ਘਰ ਦੀ ਰਸੋਈ ਕਿਸ ਤਰ੍ਹਾਂ ਦੀ ਹੈ ? ਇਸ ਵਿੱਚ ਕੀ ਕੀ ਚੀਜ਼ਾਂ ਹਨ ?

....

6. ਮਨਪ੍ਰੀਤ ਦੇ ਘਰ ਵਿੱਚ ਕੀ ਕੀ ਫ਼ਰਨੀਚਰ ਹੈ ?

....

7. ਮਨਪ੍ਰੀਤ ਦੇ ਘਰ ਦਾ ਪੂਰਾ ਪਤਾ ਲਿਖੋ।

....

8. ਜੇ ਤੁਹਾਡੇ ਪਾਸ ਕਾਫ਼ੀ ਪੈਸੇ ਹੋਣ ਤਾਂ ਤੁਸੀਂ ਕਿਸ ਤਰ੍ਹਾਂ ਦਾ ਘਰ ਖ਼੍ਰੀਦਣਾ ਚਾਹੋਗੇ ਅਤੇ ਕਿਉਂ ? ਘੱਟ ਤੋਂ ਘੱਟ ਪੰਦਰਾਂ ਵਾਕ ਲਿਖੋ। HA-3

A-4 Media

Foundation

1. Here are some of the TV programmes for today.

ਖ਼ਬਰਾਂ	—	7 ਵਜੇ
ਬੱਚਿਆਂ ਲਈ ਪ੍ਰੋਗਰਾਮ	—	ਸਾਢੇ ਸੱਤ ਵਜੇ
ਪੰਜਾਬੀ ਫ਼ਿਲਮ	—	10 ਵਜੇ
ਪੰਜਾਬੀ ਗਾਣੇ	—	1 ਵਜੇ

    1. What time is the children's programme?

    ....

    2. What programme can you watch at 7 a.m.?

    ....

    3. Which programme follows the Panjabi film?

    ....FA-4

2. You see some of the radio programmes for Monday.

ਖ਼ਬਰਾਂ	—	8.00 ਵਜੇ
ਪੰਜਾਬੀ ਵਿਆਹਾਂ ਬਾਰੇ ਗੱਲ ਬਾਤ	—	8.30 ਵਜੇ
ਕ੍ਰਿਕਟ	—	10.00 ਵਜੇ
ਮੌਸਮ	—	11.50 ਵਜੇ
ਖਾਣਾ ਬਣਾਉਣਾ	—	1.30 ਵਜੇ

    1. What programme can you watch at 10 a.m.?

    ....

    2. Which programme follows the news?

    ....

    3. When can you hear about the weather?

    ....FA-4

29

3. ਤੁਸੀਂ ਜ਼ੀ-ਟੀ.ਵੀ. 'ਤੇ ਅੱਜ ਸਵੇਰ ਦੇ ਪ੍ਰੋਗਰਾਮਾਂ ਬਾਰੇ ਪੜ੍ਹਦੇ ਹੋ।

5-00 ਵਜੇ	—	ਫ਼ਿਲਮੀ ਦੀਵਾਨੇ
5-30 ਵਜੇ	—	ਸਾ ਰੇ ਗਾ ਮਾ
6-00 ਵਜੇ	—	ਕਿਆ ਸੀਨ ਹੈ
6-30 ਵਜੇ	—	ਸ਼ਬਦ ਕੀਰਤਨ
7-00 ਵਜੇ	—	ਖ਼ਬਰਾਂ
7-30 ਵਜੇ	—	ਨਮਸਤੇ ਇੰਡੀਆ
8-00 ਵਜੇ	—	ਆਪ ਕੀ ਅਦਾਲਤ
8-30 ਵਜੇ	—	ਮਹਾਂਭਾਰਤ
9-30 ਵਜੇ	—	ਖ਼ੂਬਸੂਰਤ
10-00 ਵਜੇ	—	ਜ਼ੀ ਹੈਲਥ ਸ਼ੋ
10-30 ਵਜੇ	—	ਹਮ ਪਾਂਚ
11-00 ਵਜੇ	—	ਫ਼ਿਲਮੀ ਗਾਣੇ
11-00 ਵਜੇ	—	ਹਿੰਦੀ ਫ਼ਿਲਮ—ਤਾਲ

1. ਇਹਨਾਂ ਵਿੱਚੋਂ ਕਿਹੜਾ ਪ੍ਰੋਗਰਾਮ ਸਿਹਤ ਬਾਰੇ ਹੈ ਅਤੇ ਇਹ ਕਿਸ ਟਾਈਮ ਹੈ ?

   ....

2. ਗੀਤ ਸੰਗੀਤ ਬਾਰੇ ਕਿਹੜੇ ਕਿਹੜੇ ਪ੍ਰੋਗਰਾਮ ਹਨ ਅਤੇ ਇਹ ਪ੍ਰੋਗਰਾਮ ਕਿਸ ਕਿਸ ਟਾਈਮ 'ਤੇ ਹਨ ?

   ....

3. ਇਤਿਹਾਸ ਬਾਰੇ ਕਿਹੜੇ ਕਿਹੜੇ ਪ੍ਰੋਗਰਾਮ ਹਨ ਅਤੇ ਇਹ ਪ੍ਰੋਗਰਾਮ ਕਿਸ ਕਿਸ ਟਾਈਮ 'ਤੇ ਹਨ ?

   ....

4. ਤੁਸੀਂ ਇਹਨਾਂ ਪ੍ਰੋਗਰਾਮਾਂ ਵਿੱਚੋਂ ਕਿਹੜਾ ਪ੍ਰੋਗਰਾਮ ਪਸੰਦ ਕਰਦੇ ਹੋ ਅਤੇ ਕਿਉਂ ?

   ....

5. ਇਹਨਾਂ ਪ੍ਰੋਗਰਾਮਾਂ ਵਿੱਚੋਂ ਤੁਹਾਨੂੰ ਕਿਹੜਾ ਪ੍ਰੋਗਰਾਮ ਪਸੰਦ ਨਹੀਂ ਅਤੇ ਕਿਉਂ ?

   ....

6. ਇਸ ਪ੍ਰੋਗਰਾਮ ਵਿੱਚ ਕਿਹੜੀ ਫ਼ਿਲਮ ਬਾਰੇ ਦੱਸਿਆ ਗਿਆ ਹੈ ਅਤੇ ਇਹ ਫ਼ਿਲਮ ਕਦੋਂ ਦਿਖਾਈ ਜਾਵੇਗੀ ?

   ....FA-4

4. ਤੁਸੀਂ ਮਨਜਿੰਦਰ ਅਤੇ ਮਨਜੀਤ ਬਾਰੇ ਪੜ੍ਹਦੇ ਹੋ ਕਿ ਉਹਨਾਂ ਨੇ ਪਿਛਲੇ ਹਫ਼ਤੇ ਕੀ ਕੀ ਪ੍ਰੋਗਰਾਮ ਦੇਖੇ।

ਮਨਜਿੰਦਰ : ਮੈਂ ਪਿਛਲੇ ਹਫ਼ਤੇ ਸੁਰਜੀਤ ਬਿੰਦਰਖੀਆ ਅਤੇ ਉਸ ਦੀ ਪਾਰਟੀ ਦਾ ਪ੍ਰੋਗਰਾਮ ਦੇਖਿਆ। ਪ੍ਰੋਗਰਾਮ ਐਤਵਾਰ ਵਾਲੇ ਦਿਨ ਸ਼ਾਮ ਦੇ 7 ਵਜੇ ਤੋਂ 10 ਵਜੇ ਤੱਕ ਸੀ ਅਤੇ ਇਹ ਲੈਸਟਰ ਸ਼ਹਿਰ ਵਿੱਚ ਹੋਇਆ ਸੀ। ਇਸ ਗਰੁੱਪ ਨੇ ਜੋ ਗਾਣੇ ਗਾਏ ਉਹ ਮੈਨੂੰ ਬਹੁਤ ਪਸੰਦ ਆਏ ਕਿਉਂਕਿ ਗਾਉਣ ਵਾਲਿਆਂ ਦੀ ਆਵਾਜ਼ ਬਹੁਤ ਸੁਰੀਲੀ ਸੀ।

ਮਨਜੀਤ : ਮੈਂ ਪਿਛਲੇ ਹਫ਼ਤੇ ਸਨਿੱਚਰਵਾਰ ਵਾਲੇ ਦਿਨ ਸ਼ਾਮ ਦੇ 4 ਵਜੇ ਤੋਂ 7 ਵਜੇ ਤੱਕ ਇੱਕ ਹਿੰਦੀ ਫ਼ਿਲਮ ਦੇਖੀ ਸੀ। ਫ਼ਿਲਮ ਦਾ ਨਾਂ 'ਤਾਲ' ਸੀ। ਇਹ ਫ਼ਿਲਮ ਕਾਵੈਂਟਰੀ ਦੇ ਸਿਨਮਾ ਸ਼ੋ-ਕੇਸ ਵਿੱਚ ਦਿਖਾਈ ਗਈ ਸੀ। ਮੈਂ ਇਹ ਫ਼ਿਲਮ ਬਹੁਤ ਪਸੰਦ ਕੀਤੀ ਕਿਉਂਕਿ ਇਸ ਵਿੱਚ ਗਾਣੇ ਬਹੁਤ ਚੰਗੇ ਸੀ ਅਤੇ ਗਾਣਿਆਂ ਦੇ ਨਾਲ ਡਾਂਸ ਹੋਰ ਵੀ ਚੰਗਾ ਲਗਦਾ ਸੀ।

ਹੇਠ ਲਿਖੇ ਪ੍ਰਸ਼ਨਾਂ ਦਾ ਉੱਤਰ ਪੰਜਾਬੀ ਵਿੱਚ ਲਿਖੋ।

1. ਮਨਜਿੰਦਰ ਨੇ ਕਿਹੜਾ ਪ੍ਰੋਗਰਾਮ ਦੇਖਿਆ ?
   1. ਫ਼ਿਲਮ
   2. ਡਰਾਮਾ
   3. ਗੀਤ ਸੰਗੀਤ
   4. ਹਾਕੀ ਮੈਚ

   ਠੀਕ ਉੱਤਰ ਦਾ ਨੰਬਰ ਖ਼ਾਨੇ ਵਿੱਚ ਲਿਖੋ।

2. ਮਨਜਿੰਦਰ ਨੇ ਪ੍ਰੋਗਰਾਮ ਕਿਸ ਦਿਨ ਦੇਖਿਆ ?
   1. ਮੰਗਲਵਾਰ
   2. ਐਤਵਾਰ
   3. ਸਨਿੱਚਰਵਾਰ
   4. ਵੀਰਵਾਰ

   ਠੀਕ ਉੱਤਰ ਦਾ ਨੰਬਰ ਖ਼ਾਨੇ ਵਿੱਚ ਲਿਖੋ।

3. ਮਨਜਿੰਦਰ ਨੇ ਪ੍ਰੋਗਰਾਮ ਕਿਸ ਟਾਈਮ ਦੇਖਿਆ ?
   1. 4 ਤੋਂ 7 ਵਜੇ ਤੱਕ
   2. 5 ਤੋਂ 8 ਵਜੇ ਤੱਕ
   3. 7 ਤੋਂ 10 ਵਜੇ ਤੱਕ
   4. 1 ਤੋਂ 3 ਵਜੇ ਤੱਕ

   ਠੀਕ ਉੱਤਰ ਦਾ ਨੰਬਰ ਖ਼ਾਨੇ ਵਿੱਚ ਲਿਖੋ।

4. ਮਨਜੀਤ ਨੇ ਕਿਹੜੀ ਫ਼ਿਲਮ ਦੇਖੀ ?
   1. ਬਾਜ਼ੀਗਰ
   2. ਸੋਲਜਰ
   3. ਨੰਬਰਦਾਰਨੀ
   4. ਤਾਲ

   ਠੀਕ ਉੱਤਰ ਦਾ ਨੰਬਰ ਖ਼ਾਨੇ ਵਿੱਚ ਲਿਖੋ।

5. ਮਨਜੀਤ ਨੂੰ ਫ਼ਿਲਮ ਬਹੁਤ ਚੰਗੀ ਲੱਗੀ, ਕਿਉਂਕਿ
   1. ਫ਼ਿਲਮ ਦੇ ਗਾਣੇ ਬਹੁਤ ਚੰਗੇ ਸੀ।
   2. ਫ਼ਿਲਮ ਦੀ ਕਹਾਣੀ ਚੰਗੀ ਸੀ।
   3. ਫ਼ਿਲਮ ਦੇ ਗਾਣੇ ਚੰਗੇ ਸੀ ਅਤੇ ਨਾਲ ਡਾਂਸ ਵੀ ਚੰਗਾ ਸੀ।
   4. ਫ਼ਿਲਮ ਦੇ ਐਕਟਰ ਚੰਗੇ ਸੀ।

   ਠੀਕ ਉੱਤਰ ਦਾ ਨੰਬਰ ਖ਼ਾਨੇ ਵਿੱਚ ਲਿਖੋ।

6. ਮਨਜੀਤ ਨੇ ਫ਼ਿਲਮ ਕਿੱਥੇ ਦੇਖੀ ?
   1. ਕਾਵੈਂਟਰੀ
   2. ਡਰਬੀ
   3. ਲੈਸਟਰ
   4. ਲੰਡਨ

   ਠੀਕ ਉੱਤਰ ਦਾ ਨੰਬਰ ਖ਼ਾਨੇ ਵਿੱਚ ਲਿਖੋ।

FA-4

Higher

5. ਤੁਸੀਂ ਜ਼ੀ-ਟੀ.ਵੀ. ਚੈਨਲ ਬਾਰੇ ਇੱਕ ਬਿਆਨ ਪੜ੍ਹਦੇ ਹੋ। ਹੇਠ ਦਿੱਤੇ ਖ਼ਾਨਿਆਂ ਵਿੱਚ ਠੀਕ ਸ਼ਬਦਾਂ ਦਾ ਨੰਬਰ ਲਿਖੋ।

ਜ਼ੀ-ਟੀ.ਵੀ. ਇੱਕ ਏਸ਼ੀਅਨ ਚੈਨਲ ਹੈ। ਇਸ ⬚11⬚ ਦੇ ਬਹੁਤੇ ਪ੍ਰੋਗਰਾਮ ⬚ ਤੋਂ ਪ੍ਰਸਾਰਿਤ ਹੁੰਦੇ ਹਨ ਅਤੇ ਕਈ ਪ੍ਰੋਗਰਾਮ ਲੰਡਨ ਤੋਂ ਵੀ ਪ੍ਰਸਾਰਿਤ ਹੁੰਦੇ ਹਨ। ਜ਼ੀ-ਟੀ.ਵੀ. ਉੱਤੇ ਹਿੰਦੀ ਅਤੇ ਅੰਗ੍ਰੇਜ਼ੀ ਵਿੱਚ ⬚ ਆਉਂਦੀਆਂ ਹਨ। ਪੰਜਾਬੀ, ਹਿੰਦੀ, ਉਰਦੂ, ⬚ ਅਤੇ ਗੁਜਰਾਤੀ ਵਿੱਚ ਫ਼ਿਲਮਾਂ ਆਉਂਦੀਆਂ ਹਨ। ਕਈ ਕਿਸਮ ਦੇ ਡਰਾਮੇ ਜਿਵੇਂ ਤਾਰਾ, ਬਸੇਰਾ, ਸਾਥ ਸਾਥ, ਜਾਨ, ਆਸ਼ੀਰਵਾਦ, ⬚ ਆਉਂਦੇ ਹਨ। ਇਹ ਡਰਾਮੇ ਬਹੁਤ ⬚ ਅਤੇ ਲੋਕਾਂ ਵਿੱਚ ਬਹੁਤ ਹਰਮਨ ਪਿਆਰੇ ਹਨ। ਬਜ਼ੁਰਗਾਂ ਲਈ ਵਿਹਲਾ ਸਮਾਂ ⬚ ਲਈ ਇਹ ਸਭ ਤੋਂ ਚੰਗਾ ⬚ ਹਨ। ਬੱਚਿਆਂ ਦੇ ਪ੍ਰੋਗਰਾਮ ਸਕੂਲ ⬚ ਤੋਂ ਬਾਅਦ ਆਉਂਦੇ ਹਨ। ਕਈ ਹੋਰ ਲੋਕਾਂ ਦੀ ⬚ ਦੇ ਪ੍ਰੋਗਰਾਮ ਆਉਂਦੇ ਹਨ ਜਿਵੇਂ ਖਾਨਾ ਖ਼ਜ਼ਾਨਾ, ਚਲੋ ਸਿਨਮਾ, ਹਮ ਪਾਂਚ, ਆਪ ਕੀ ਅਦਾਲਤ ਆਦਿ। ਇਸ ਚੈਨਲ ਲਈ ਇੱਕ ਮਹੀਨੇ ਦੀ £ 11.99 ⬚ ਦੇਣੀ ਪੈਂਦੀ ਹੈ।

1. ਫ਼ੀਸ	5. ਦਿਲਚਸਪ	9. ਅਮਾਨਤ
2. ਬੰਗਾਲੀ	6. ਟਾਈਮ	10. ਸਾਧਨ
3. ਪਸੰਦ	7. ਇੰਡੀਆ	11. ਚੈਨਲ
4. ਗੁਜ਼ਾਰਨ	8. ਖ਼ਬਰਾਂ	

HA-4

6. ਤੁਸੀਂ ਮੀਡੀਆ ਬਾਰੇ ਇੱਕ ਲੇਖ ਪੜ੍ਹਦੇ ਹੋ।

ਅੱਜ ਕੱਲ੍ਹ ਸਾਇੰਸ ਦਾ ਯੁਗ ਹੈ। ਸਾਇੰਸ ਦੀ ਤਰੱਕੀ ਕਾਰਨ ਲੋਕਾਂ ਦੀ ਜ਼ਿੰਦਗੀ ਪਹਿਲਾਂ ਨਾਲੋਂ ਕਾਫ਼ੀ ਸੌਖੀ ਹੋ ਗਈ ਹੈ। ਲੋਕੀਂ ਆਪਣੇ ਘਰ ਬੈਠੇ ਹੀ ਜੋ ਆਪਣੇ ਦੇਸ਼ ਜਾਂ ਦੂਜੇ ਦੇਸ਼ਾਂ ਵਿੱਚ ਹੋ ਰਿਹਾ ਹੈ, ਬਾਰੇ ਜਾਣ ਸਕਦੇ ਹਨ। ਇਸ ਦੇ ਕਈ ਸਾਧਨ ਹਨ ਜਿਵੇਂ ਅਖ਼ਬਾਰਾਂ, ਰੇਡੀਓ, ਟੈਲੀਵਿਯਨ ਅਤੇ ਈ-ਮੇਲ ਆਦਿ।

ਅਖ਼ਬਾਰਾਂ : ਅਖ਼ਬਾਰਾਂ ਦੁਆਰਾ ਸਾਨੂੰ ਦੇਸ ਪਰਦੇਸ ਵਿੱਚ ਵਾਪਰ ਰਹੀਆਂ ਘਟਨਾਵਾਂ ਦਾ ਵਿਸਥਾਰ ਰੂਪ ਵਿੱਚ ਪਤਾ ਲੱਗਦਾ ਹੈ। ਅਖ਼ਬਾਰਾਂ ਵਿੱਚ ਰਾਜਨੀਤਿਕ, ਸਮਾਜਿਕ, ਧਾਰਮਿਕ ਅਤੇ ਸਾਹਿੱਤਕ ਵਿਸ਼ਿਆਂ ਸਬੰਧੀ ਖ਼ਬਰਾਂ ਹੁੰਦੀਆਂ ਹਨ। ਅਖ਼ਬਾਰਾਂ ਵਿੱਚ ਕਈ ਕਿਸਮ ਦੇ ਮਨੋਰੰਜਨ, ਨੌਕਰੀਆਂ, ਖੇਡਾਂ ਆਦਿ ਬਾਰੇ ਇਸ਼ਤਿਹਾਰ ਹੁੰਦੇ ਹਨ। ਇਹਨਾਂ ਵਿੱਚ ਕਈ ਲੜੀਵਾਰ ਕਹਾਣੀਆਂ ਅਤੇ ਨਾਵਲ ਛਪਦੇ ਹਨ। ਅਖ਼ਬਾਰਾਂ ਦੁਆਰਾ ਲੋਕੀਂ ਆਪਣੀ ਆਵਾਜ਼ ਸਰਕਾਰ ਤੱਕ ਪਹੁੰਚਾਉਂਦੇ ਹਨ ਅਤੇ ਅਖ਼ਬਾਰਾਂ ਦੁਆਰਾ ਹੀ ਸਰਕਾਰ ਨੂੰ ਲੋਕਾਂ ਦੇ ਵਿਚਾਰਾਂ ਦਾ ਪਤਾ ਲੱਗਦਾ ਹੈ।

ਰੇਡੀਓ : ਰੇਡੀਓ ਖ਼ਬਰਾਂ ਨੂੰ ਲੋਕਾਂ ਤੱਕ ਬਹੁਤ ਛੇਤੀ ਪਹੁੰਚਾਉਣ ਦਾ ਇੱਕ ਚੰਗਾ ਸਾਧਨ ਹੈ। ਰੇਡੀਓ ਗਿਆਨ ਵਧਾਉਣ ਅਤੇ ਮਨੋਰੰਜਨ ਦਾ ਵੀ ਉੱਤਮ ਸਾਧਨ ਹੈ। ਰੇਡੀਓ ਤੋਂ ਕਈ ਤਰ੍ਹਾਂ ਦੇ ਗੀਤ ਸੰਗੀਤ, ਨਾਟਕ, ਕਹਾਣੀਆਂ ਦੇ ਪ੍ਰੋਗਰਾਮ ਪ੍ਰਸਾਰਿਤ ਕੀਤੇ ਜਾਂਦੇ ਹਨ। ਕਈ ਇਸਤਰੀਆਂ, ਨੌਜਵਾਨਾਂ ਅਤੇ ਬੱਚਿਆਂ ਦੇ ਪ੍ਰੋਗਰਾਮ ਵੀ ਰੇਡੀਓ ਤੋਂ ਪ੍ਰਸਾਰਿਤ ਕੀਤੇ ਜਾਂਦੇ ਹਨ। ਮੌਸਮ ਦਾ ਹਾਲ ਰੇਡੀਓ 'ਤੇ ਦੱਸਿਆ ਜਾਂਦਾ ਹੈ। ਰੇਡੀਓ 'ਤੇ ਹੀ ਤੁਸੀਂ ਵੱਖ ਵੱਖ ਦੇਸ਼ਾਂ ਵਿੱਚ ਹੁੰਦੀਆਂ ਖੇਡਾਂ ਬਾਰੇ ਸੁਣ ਸਕਦੇ ਹੋ।

ਟੈਲੀਵਿਯਨ : ਟੈਲੀਵਿਯਨ ਵਿੱਚ ਅਸੀਂ ਖ਼ਬਰਾਂ ਦੇ ਨਾਲ ਨਾਲ ਘਟਨਾਵਾਂ ਨੂੰ ਦੇਖ ਵੀ ਸਕਦੇ ਹਾਂ। ਟੈਲੀਵੀਜ਼ਨ ਸਿੱਖਿਆ ਅਤੇ ਮਨੋਰੰਜਨ ਦਾ ਇੱਕ ਸ਼ਕਤੀਸ਼ਾਲੀ ਯੰਤਰ ਹੈ। ਖ਼ਬਰਾਂ ਤੋਂ ਬਿਨਾਂ ਗੀਤ ਸੰਗੀਤ, ਨਾਟਕ, ਖੇਡਾਂ, ਵਿਉਪਾਰ ਆਦਿ ਬਹੁਤ ਕਿਸਮ ਦੇ ਪ੍ਰੋਗਰਾਮ ਟੈਲੀਵਿਯਨ 'ਤੇ ਪੇਸ਼ ਕੀਤੇ ਜਾਂਦੇ ਹਨ। ਰਾਜਨੀਤਿਕ ਲੀਡਰ ਟੈਲੀਵਿਯਨ ਦੁਆਰਾ ਆਪਣੇ ਵਿਚਾਰ ਜਨਤਾ ਤੱਕ ਪਹੁੰਚਾਉਂਦੇ ਹਨ।

ਅੱਜ ਕੱਲ੍ਹ ਸਾਇੰਸ ਨੇ ਐਨੀ ਤਰੱਕੀ ਕੀਤੀ ਹੈ ਕਿ ਕਿਸੇ ਘਟਨਾ ਸਬੰਧੀ ਕੋਈ ਵੀ ਖ਼ਬਰ ਇੱਕ ਥਾਂ ਤੋਂ ਦੂਜੀ ਥਾਂ ਮਿੰਟਾਂ ਸਕਿੰਟਾਂ ਵਿੱਚ ਪੁੱਜ ਸਕਦੀ ਹੈ। ਇਸ ਕੰਮ ਲਈ ਨਵੀਆਂ ਮਸ਼ੀਨਾਂ ਜਿਵੇਂ ਟੈਲੀਪ੍ਰਿੰਟਰ, ਰੇਡੀਓ-ਫ਼ੋਟੋ, ਟੈਲੀਫ਼ੋਨ ਅਤੇ ਫ਼ੈਕਸ ਆਦਿ ਦੀ ਵਰਤੋਂ ਕੀਤੀ ਜਾਂਦੀ ਹੈ। ਅੱਜ ਕੱਲ੍ਹ ਕੰਪਿਊਟਰ ਦੀ ਵਰਤੋਂ ਨਾਲ ਖ਼ਬਰਾਂ ਅਤੇ ਬਾਕੀ ਜਾਣਕਾਰੀ ਈ-ਮੇਲ ਕੀਤੀ ਜਾਂਦੀ ਹੈ ਅਤੇ ਇੰਟਰਨੈੱਟ ਦੁਆਰਾ ਕਈ ਕਿਸਮ ਦੀ ਜਾਣਕਾਰੀ ਲਈ ਅਤੇ ਦਿੱਤੀ ਜਾ ਸਕਦੀ ਹੈ।

ਹੇਠ ਲਿਖੇ ਵਾਕਾਂ ਨੂੰ ਪੜ੍ਹੋ ਅਤੇ ਲਿਖੋ

ਠੀਕ ਠ

ਗ਼ਲਤ ਗ

ਪਤਾ ਨਹੀਂ ?

ਉਦਾਹਰਣ	1.	ਅੱਜ ਕੱਲ੍ਹ ਸਾਇੰਸ ਨੇ ਬਹੁਤ ਤਰੱਕੀ ਕੀਤੀ ਹੈ।	ਠ
	2.	ਸਾਇੰਸ ਦੀ ਤਰੱਕੀ ਦਾ ਲੋਕਾਂ ਦੀ ਜ਼ਿੰਦਗੀ 'ਤੇ ਕੋਈ ਅਸਰ ਨਹੀਂ ਹੋਇਆ।	
	3.	ਅਖ਼ਬਾਰਾਂ ਲੋਕਾਂ ਅਤੇ ਸਰਕਾਰ ਵਿਚਕਾਰ ਲਿੰਕ ਦਾ ਕੰਮ ਕਰਦੀਆਂ ਹਨ।	
	4.	ਸਰਕਾਰ ਅਖ਼ਬਾਰਾਂ ਵਿੱਚ ਦਿੱਤੇ ਵਿਚਾਰਾਂ ਦੀ ਕੋਈ ਪਰਵਾਹ ਨਹੀਂ ਕਰਦੀ।	
	5.	ਰੇਡੀਓ ਦੁਆਰਾ ਖ਼ਬਰਾਂ ਲੋਕਾਂ ਤੱਕ ਬਹੁਤ ਦੇਰ ਨਾਲ ਪਹੁੰਚਦੀਆਂ ਹਨ।	
	6.	ਰੇਡੀਓ 'ਤੇ ਕਈ ਵਿਦਿਅਕ ਪ੍ਰੋਗਰਾਮ ਪ੍ਰਸਾਰਿਤ ਕੀਤੇ ਜਾਂਦੇ ਹਨ।	
	7.	ਬਹੁਤੇ ਲੋਕੀਂ ਰੇਡੀਓ 'ਤੇ ਖ਼ਬਰਾਂ ਸੁਣਨਾ ਪਸੰਦ ਨਹੀਂ ਕਰਦੇ।	
	8.	ਤੁਸੀਂ ਰੇਡੀਓ 'ਤੇ ਪ੍ਰੋਗਰਾਮ ਦੇਖ ਵੀ ਸਕਦੇ ਹੋ।	
	9.	ਟੈਲੀਵਿਯਨ ਮਨੋਰੰਜਨ ਦਾ ਇੱਕ ਚੰਗਾ ਸਾਧਨ ਹੈ।	
	10.	ਟੈਲੀਵਿਯਨ 'ਤੇ ਕਈ ਵਿਦਿਅਕ ਪ੍ਰੋਗਰਾਮ ਪ੍ਰਸਾਰਿਤ ਕੀਤੇ ਜਾਂਦੇ ਹਨ।	
	11.	ਟੈਲੀਵਿਯਨ 'ਤੇ ਤੁਸੀਂ ਪ੍ਰੋਗਰਾਮ ਦੇਣ ਵਾਲਿਆਂ ਦੀਆਂ ਤਸਵੀਰਾਂ ਨਹੀਂ ਦੇਖ ਸਕਦੇ।	
	12.	ਅੱਜ ਕੱਲ੍ਹ ਨਵੀਆਂ ਮਸ਼ੀਨਾਂ ਨਾਲ ਖ਼ਬਰਾਂ ਇੱਕ ਥਾਂ ਤੋਂ ਦੂਜੀ ਥਾਂ ਉਸੇ ਵੇਲੇ ਪਹੁੰਚ ਸਕਦੀਆਂ ਹਨ।	
	13.	ਇੰਟਰਨੈੱਟ ਦੁਆਰਾ ਅਸੀਂ ਬਹੁਤ ਕੁਝ ਸਿਖ ਸਕਦੇ ਹਾਂ।	

HA-4

7. ਮਨਪ੍ਰੀਤ ਨੇ ਆਪਣੇ ਸਭ ਤੋਂ ਚੰਗੇ ਟੈਲੀਵਿਯਨ ਪ੍ਰੋਗਰਾਮ ਬਾਰੇ ਇੱਕ ਆਰਟੀਕਲ ਲਿਖਿਆ ਹੈ।

> ਟੈਲੀਵਿਯਨ 'ਤੇ ਬਹੁਤ ਪ੍ਰੋਗਰਾਮ ਆਉਂਦੇ ਹਨ ਪਰ ਮੈਨੂੰ ਸਭ ਤੋਂ ਚੰਗਾ 'ਈਸਟ ਐਂਡਰਜ਼' ਲਗਦਾ ਹੈ ਕਿਉਂਕਿ ਇਹ ਪ੍ਰੋਗਰਾਮ ਹਫ਼ਤੇ ਵਿੱਚ ਤਿੰਨ ਵਾਰ ਆਉਂਦਾ ਹੈ। ਇਹ ਬਹੁਤ ਦਿਲਚਸਪ ਪ੍ਰੋਗਰਾਮ ਹੈ ਅਤੇ ਆਮ ਲੋਕਾਂ ਦੀ ਰੋਜ਼ਾਨਾ ਜ਼ਿੰਦਗੀ 'ਤੇ ਆਧਾਰਿਤ ਹੈ। ਇਸ ਵਿੱਚ ਲੋਕਾਂ ਦੀ ਜ਼ਿੰਦਗੀ ਦੀਆਂ ਕਈ ਕਹਾਣੀਆਂ ਚਲਦੀਆਂ ਹਨ। ਇਹ ਕਹਾਣੀਆਂ ਐਨੀਆਂ ਦਿਲਚਸਪ ਹਨ ਕਿ ਪ੍ਰੋਗਰਾਮ ਦੇਖਣ ਤੋਂ ਜੀ ਨਹੀਂ ਅੱਕਦਾ। ਇਹਨਾਂ ਕਹਾਣੀਆਂ ਵਿੱਚ ਕਈ ਖ਼ੁਸ਼ੀ ਤੇ ਕਈ ਗ਼ਮੀ ਦੇ ਸੀਨ ਆਉਂਦੇ ਹਨ ਜੋ ਬਿਲਕੁਲ ਅਸਲੀ ਲਗਦੇ ਹਨ। ਸਾਰੇ ਐਕਟਰ ਆਪਣਾ ਆਪਣਾ ਰੋਲ ਬੜੇ ਚੰਗੇ ਢੰਗ ਨਾਲ ਕਰਦੇ ਹਨ। ਮੈਂ ਪ੍ਰੋਗਰਾਮ ਸ਼ੁਰੂ ਹੋਣ ਤੋਂ ਪੰਜ ਮਿੰਟ ਪਹਿਲਾਂ ਹੀ ਟੈਲੀਵਿਯਨ ਅੱਗੇ ਜਾ ਕੇ ਬੈਠ ਜਾਂਦੀ ਹਾਂ।

ਹੇਠ ਲਿਖੇ ਪ੍ਰਸ਼ਨਾਂ ਦਾ ਉੱਤਰ ਪੰਜਾਬੀ ਵਿੱਚ ਲਿਖੋ।

1. ਮਨਪ੍ਰੀਤ ਕਿਸ ਟੈਲੀਵਿਯਨ ਪ੍ਰੋਗਰਾਮ ਨੂੰ ਸਭ ਤੋਂ ਵੱਧ ਪਸੰਦ ਕਰਦੀ ਹੈ ?

   ....

2. ਮਨਪ੍ਰੀਤ ਇਹ ਪ੍ਰੋਗਰਾਮ ਕਿਉਂ ਪਸੰਦ ਕਰਦੀ ਹੈ ? ਪੰਜ ਕਾਰਨ ਲਿਖੋ।

   ....HA-4

8. You read Amarjit's article on Panjabi Newspapers.

> ਇੰਗਲੈਂਡ ਵਿੱਚ ਦੋ ਤਿੰਨ ਪੰਜਾਬੀ ਅਖ਼ਬਾਰਾਂ ਹੀ ਹਨ ਜਿਹਨਾਂ ਬਾਰੇ ਲੋਕਾਂ ਨੂੰ ਜ਼ਿਆਦਾ ਪਤਾ ਹੈ। ਇਹ ਅਖ਼ਬਾਰਾਂ ਹਨ—ਦੇਸ ਪ੍ਰਦੇਸ, ਪੰਜਾਬ ਟਾਈਮਜ਼ ਅਤੇ ਆਵਾਜ਼ੇ ਕੌਮ। ਇਹ ਅਖ਼ਬਾਰਾਂ ਹਫ਼ਤੇ ਵਿੱਚ ਇੱਕ ਵਾਰ ਨਿਕਲਦੀਆਂ ਹਨ। ਇਹ ਅਖ਼ਬਾਰਾਂ ਪੰਜਾਬੀ ਲੋਕਾਂ ਲਈ ਬਹੁਤ ਲਾਭਦਾਇਕ ਹਨ ਕਿਉਂਕਿ ਉਹ ਇੰਗਲੈਂਡ ਵਿੱਚ ਰਹਿੰਦੇ ਹੋਏ ਇੰਡੀਆ ਦੀਆਂ ਖ਼ਬਰਾਂ ਨੂੰ ਵਿਸਥਾਰ ਨਾਲ ਪੜ੍ਹ ਸਕਦੇ ਹਨ। ਇਹਨਾਂ ਵਿੱਚ ਕਈ ਵਾਰੀ ਬੜੀਆਂ ਦਿਲਚਸਪ ਕਹਾਣੀਆਂ, ਨਾਵਲ, ਇਤਿਹਾਸਕ ਲੇਖ ਅਤੇ ਕਵਿਤਾਵਾਂ ਛਪਦੀਆਂ ਹਨ ਜਿਹਨਾਂ ਨੂੰ ਪੜ੍ਹ ਕੇ ਲੋਕਾਂ ਨੂੰ ਕਈ ਕਿਸਮ ਦੀ ਜਾਣਕਾਰੀ ਮਿਲਦੀ ਹੈ। ਇਹਨਾਂ ਵਿੱਚ ਕਈ ਕਿਸਮ ਦੇ ਇਸ਼ਤਿਹਾਰ ਵੀ ਛਪਦੇ ਹਨ ਜਿਵੇਂ ਨੌਕਰੀਆਂ, ਵਿਆਹਾਂ ਅਤੇ ਗੀਤ ਸੰਗੀਤ ਬਾਰੇ। ਜਿਹਨਾਂ ਨੂੰ ਪੜ੍ਹ ਕੇ ਲੋਕੀਂ ਲਾਭ ਉਠਾ ਸਕਦੇ ਹਨ।
>
> ਇਹ ਸਾਰੇ ਅਖ਼ਬਾਰ ਭਾਵੇਂ ਵੱਡਿਆਂ ਅਤੇ ਬਜ਼ੁਰਗਾਂ ਲਈ ਜਿਹਨਾਂ ਨੇ ਇੰਡੀਆ ਵਿੱਚ ਪੰਜਾਬੀ ਪੜ੍ਹੀ ਹੈ, ਬਹੁਤ ਲਾਭਦਾਇਕ ਹਨ ਪਰ ਮੇਰੇ ਖ਼ਿਆਲ ਵਿੱਚ ਇੰਗਲੈਂਡ ਵਿੱਚ ਪੈਦਾ ਹੋਏ ਬੱਚਿਆਂ ਲਈ ਇਹ ਬਹੁਤੇ ਲਾਭਦਾਇਕ ਨਹੀਂ ਹਨ। ਇਸ ਦੇ ਕਈ ਕਾਰਨ ਹਨ। ਇੱਕ ਤਾਂ ਇਹਨਾਂ ਅਖ਼ਬਾਰਾਂ ਵਿੱਚ ਬੋਲੀ ਕੁਝ ਔਖੀ ਹੁੰਦੀ ਹੈ ਜੋ ਇੰਗਲੈਂਡ ਵਿੱਚ ਪੈਦਾ ਹੋਏ ਬੱਚਿਆਂ ਦੀ ਸਮਝ ਤੋਂ ਬਾਹਰ ਹੁੰਦੀ ਹੈ। ਦੂਜੇ, ਇਹਨਾਂ ਅਖ਼ਬਾਰਾਂ ਵਿੱਚ ਬੱਚਿਆਂ ਲਈ ਬਹੁਤੇ ਪ੍ਰੋਗਰਾਮ ਨਹੀਂ ਹੁੰਦੇ। ਇਹ ਅਖ਼ਬਾਰ ਹਫ਼ਤੇ ਵਿੱਚ ਸਿਰਫ਼ ਇੱਕ ਬਾਰ ਹੀ ਛਪਦੇ ਹਨ ਅਤੇ ਲੋਕਾਂ ਨੂੰ ਕਈ ਖ਼ਬਰਾਂ ਹਫ਼ਤੇ ਬਾਅਦ ਹੀ ਮਿਲਦੀਆਂ ਹਨ।

Answer the following questions in English

1. Which three Panjabi newspapers are published in England?

   ....

2. How often are these newspapers published?

   ....

3. According to Amarjit how useful are these newspapers for people? Give three details.

   ....

4. According to Amarjit why are these newspapers not so useful to young people born in England? Give three details.

   ....HA-4

A-5 Health and Fitness

Foundation

1. You read the following statements.

1. ਮੈਂ ਠੀਕ ਹਾਂ।	2. ਮੈਂ ਬੀਮਾਰ ਹਾਂ।
3. ਮੈਂ ਹੁਣ ਪਹਿਲਾਂ ਨਾਲੋਂ ਚੰਗਾ ਹਾਂ।	4. ਮੈਨੂੰ ਠੰਢ ਲੱਗ ਗਈ ਹੈ।

Which statement tells you 'I am better now'.
Write the correct number in the box. ☐

FA-5

2. You read the following statements.

1. ਮੈਨੂੰ ਗਰਮੀ ਲਗਦੀ ਹੈ।	2. ਮੈਨੂੰ ਭੁੱਖ ਲੱਗੀ ਹੈ।
3. ਮੈਂ ਤਿਹਾਇਆ/ਪਿਆਸਾ ਹਾਂ।	4. ਮੈਂ ਥੱਕਿਆ ਹਾਂ।

Which statement tells you 'I am tired'.
Write the correct number in the box. ☐

FA-5

3. What do the following statements mean in English?

(a) ਮੇਰੇ ਸਿਰ ਵਿੱਚ ਦਰਦ ਹੈ/ਮੇਰਾ ਸਿਰ ਦੁਖਦਾ ਹੈ।

(b) ਮੇਰੇ ਪੇਟ ਵਿੱਚ ਦਰਦ ਹੈ/ਮੇਰਾ ਢਿੱਡ ਦੁਖਦਾ ਹੈ।

(c) ਮੈਨੂੰ ਬੁਖ਼ਾਰ ਹੈ। ਕੀ ਤੁਹਾਡੇ ਪਾਸ ਕੋਈ ਬੁਖ਼ਾਰ ਦੀ ਦਵਾਈ ਹੈ?

(d) ਮੈਨੂੰ ਖਾਂਸੀ/ਖੰਘ ਹੈ। ਕੀ ਤੁਹਾਡੇ ਪਾਸ ਖਾਂਸੀ ਦੀ ਕੋਈ ਦਵਾਈ ਹੈ?

(e) ਮੈਂ ਦੰਦਾਂ ਦੇ ਡਾਕਟਰ ਨੂੰ ਮਿਲਣਾ ਚਾਹੁੰਦਾ ਹਾਂ।

(f) ਮੇਰੇ ਦੰਦਾਂ ਵਿੱਚ ਦਰਦ ਹੈ।

(g) ਡਾਕਟਰ ਨੂੰ ਜਲਦੀ ਬੁਲਾਓ, ਦਾਦੀ ਜੀ ਦੀ ਸਿਹਤ ਬਹੁਤ ਖ਼ਰਾਬ ਹੈ।

(h) ਇਹ ਐਕਸੀਡੈਂਟ ਬਹੁਤ ਖ਼ਤਰਨਾਕ ਹੈ। ਜਲਦੀ ਡਾਕਟਰ/ਪੁਲਿਸ/ਫ਼ਾਇਰ ਬ੍ਰਿਗੇਡ/ਐਂਬੂਲੈਂਸ ਅਤੇ ਕਿਸੇ ਰਿਸ਼ਤੇਦਾਰ ਨੂੰ ਟੈਲੀਫ਼ੂਨ ਕਰਕੇ ਬੁਲਾਓ।

(i) ਮੈਂ ਲੰਮਾ ਪੈਣਾ ਚਾਹੁੰਦਾ/ਚਾਹੁੰਦੀ ਹਾਂ।

FA-5

4. Read the following passage and answer the questions in English.

ਕੱਲ੍ਹ ਬਹੁਤ ਗਰਮੀ ਸੀ। ਸ਼ੀਲਾ ਆਪਣੀਆਂ ਸਹੇਲੀਆਂ ਦੇ ਨਾਲ ਪਾਰਕ ਨੂੰ ਗਈ। ਪਾਰਕ ਵਿੱਚ ਉਹ ਕਾਫ਼ੀ ਦੇਰ ਆਪਣੀਆਂ ਸਹੇਲੀਆਂ ਦੇ ਨਾਲ ਖੇਲਦੀ ਰਹੀ। ਫਿਰ ਉਹ ਥੱਕ ਗਈ ਸੀ। ਉਹ ਕਾਫ਼ੀ ਗਰਮੀ ਮਹਿਸੂਸ ਕਰਦੀ ਸੀ ਅਤੇ ਉਸਨੂੰ ਪਿਆਸ ਲੱਗੀ ਹੋਈ ਸੀ। ਘਰ ਆ ਕੇ ਉਸਨੇ ਇਸ਼ਨਾਨ ਕੀਤਾ ਅਤੇ ਥੋੜ੍ਹੀ ਦੇਰ ਲਈ ਆਰਾਮ ਕੀਤਾ। ਆਰਾਮ ਕਰਨ ਤੋਂ ਬਾਅਦ ਉਹ ਬਿਲਕੁਲ ਠੀਕ ਮਹਿਸੂਸ ਕਰ ਰਹੀ ਸੀ।

(a) What was the weather like yesterday?

....

(b) Who went with Shila to the park?

....

(c) What did Shila do in the park?

....

(d) How did Shila feel in the park after sometime? Give three details.

....

(e) What did Shila do having returned home? Give two details.

....FA-5

5. ਤੁਸੀਂ ਇਹ ਨੋਟਿਸ ਪੜ੍ਹਦੇ ਹੋ।

ਇਹ ਸਰਜਰੀ ਸੋਮਵਾਰ ਤੋਂ ਸਨਿੱਚਰਵਾਰ ਤੱਕ ਸਵੇਰ ਨੂੰ ਸਾਢੇ ਨੌਂ ਵਜੇ ਤੋਂ ਸਾਢੇ ਦਸ ਵਜੇ ਤੱਕ ਖੁਲ੍ਹਦੀ ਹੈ। ਵੀਰਵਾਰ ਸ਼ਾਮ ਨੂੰ ਬੰਦ ਰਹਿੰਦੀ ਹੈ। ਸੋਮਵਾਰ, ਮੰਗਲਵਾਰ, ਬੁੱਧਵਾਰ, ਸ਼ੁੱਕਰਵਾਰ ਅਤੇ ਸਨਿੱਚਰਵਾਰ ਸ਼ਾਮ ਨੂੰ ਚਾਰ ਵਜੇ ਤੋਂ ਛੇ ਵਜੇ ਤੱਕ ਖੁਲ੍ਹਦੀ ਹੈ। ਸ਼ਾਮ ਵੇਲੇ ਤੁਸੀਂ ਡਾਕਟਰਾਂ ਨੂੰ ਸਿਰਫ਼ ਅਪੁਆਇੰਟਮੈਂਟ ਨਾਲ ਹੀ ਮਿਲ ਸਕਦੇ ਹੋ।

1. ਹਫ਼ਤੇ ਦੇ ਕਿਹੜੇ ਦਿਨਾਂ ਵਿੱਚ ਸਰਜਰੀ ਸਵੇਰ ਨੂੰ ਖੁਲ੍ਹਦੀ ਹੈ?

....

2. ਸਵੇਰ ਨੂੰ ਸਰਜਰੀ ਖੁਲ੍ਹਣ ਦਾ ਕੀ ਸਮਾਂ ਹੈ?

....

3. ਕਿਸ ਦਿਨ ਸਰਜਰੀ ਨਹੀਂ ਖੁਲ੍ਹਦੀ?

....

4. ਕਿਸ ਕਿਸ ਦਿਨ ਸਰਜਰੀ ਸ਼ਾਮ ਨੂੰ ਖੁਲ੍ਹਦੀ ਹੈ?

....

5. ਸ਼ਾਮ ਨੂੰ ਸਰਜਰੀ ਖੁਲ੍ਹਣ ਦਾ ਕੀ ਸਮਾਂ ਹੈ?

....

6. ਸ਼ਾਮ ਨੂੰ ਤੁਸੀਂ ਡਾਕਟਰ ਨੂੰ ਕਿਸ ਤਰ੍ਹਾਂ ਮਿਲ ਸਕਦੇ ਹੋ?

....FA-5

6. ਸੰਦੀਪ ਦੀ ਮਾਤਾ ਜੀ ਉਸ ਬਾਰੇ ਦੱਸਦੀ ਹੈ।

> ਸੰਦੀਪ ਸਵੇਰੇ ਛੇ ਵਜੇ ਉੱਠਿਆ। ਉਸਨੇ ਦੰਦਾਂ ਦੇ ਮੰਜਨ (ਟੁੱਥ ਪੇਸਟ) ਨਾਲ ਦੰਦ ਸਾਫ਼ ਕੀਤੇ, ਸਾਬਣ ਨਾਲ ਮੂੰਹ ਧੋਤਾ ਅਤੇ ਤੌਲੀਏ ਨਾਲ ਸਾਫ਼ ਕੀਤਾ। ਫਿਰ ਉਸਨੇ ਸਕੂਲ ਜਾਣ ਲਈ ਆਪਣੇ ਸਕੂਲ ਦੀ ਵਰਦੀ ਪਾਈ। ਉਹ ਅੱਠ ਵਜੇ ਸਕੂਲ ਗਿਆ। ਸਕੂਲ ਵਿੱਚ ਉਸ ਦੇ ਪੇਟ ਵਿੱਚ ਦਰਦ ਸ਼ੁਰੂ ਹੋ ਗਿਆ ਸੀ ਅਤੇ ਉਹ ਵਾਪਸ ਆ ਗਿਆ।

ਵਾਕਾਂ ਨੂੰ ਪੜ੍ਹੋ ਅਤੇ ਲਿਖੋ

ਠੀਕ ਠ

ਗ਼ਲਤ ਗ

ਪਤਾ ਨਹੀਂ ?

ਉਦਾਹਰਣ	1.	ਸੰਦੀਪ ਛੇ ਵਜੇ ਉੱਠਿਆ।	ਠ
	2.	ਉਸ ਨੇ ਮੰਜਨ ਨਾਲ ਦੰਦ ਸਾਫ਼ ਕੀਤੇ।	
	3.	ਉਸ ਨੇ ਗਰਮ ਪਾਣੀ ਨਾਲ ਇਸ਼ਨਾਨ ਕੀਤਾ।	
	4.	ਉਸ ਨੇ ਕੱਪੜੇ ਨਾਲ ਮੂੰਹ ਸਾਫ਼ ਕੀਤਾ।	
	5.	ਉਸ ਨੇ ਸਕੂਲ ਦੀ ਵਰਦੀ ਪਾਈ।	
	6.	ਸਕੂਲ ਵਿੱਚ ਉਸ ਦੇ ਸਿਰ ਵਿੱਚ ਦਰਦ ਸ਼ੁਰੂ ਹੋ ਗਿਆ ਸੀ।	

FH/A-5

7. ਤੁਸੀਂ ਅਖ਼ਬਾਰ ਵਿੱਚ ਇਹ ਖ਼ਬਰ ਪੜ੍ਹਦੇ ਹੋ।

ਸਲੋਹ ਦੇ ਹਾਦਸੇ ਵਿੱਚ ਪੰਜਾਬੀ ਜ਼ਖ਼ਮੀ ਹੋਇਆ

ਸਲੋਹ—ਸਥਾਨਕ ਓਟਲੈਂਡਜ਼ ਡਰਾਈਵ ਉੱਤੇ, ਹਵੈਂਡਨ ਰੋਡ ਦੇ ਜੰਕਸ਼ਨ ਉੱਤੇ ਹੋਏ ਹਾਦਸੇ ਵਿੱਚ ਪੈਦਲ ਤੁਰਿਆ ਜਾ ਰਿਹਾ ਮੋਹਨ ਸਿੰਘ ਜ਼ਖ਼ਮੀ ਹੋ ਗਿਆ ਹੈ। ਮੋਹਨ ਸਿੰਘ ਉੱਤੇ ਇੱਕ ਗੋਰੇ ਦੀ ਮੋਰਿਸ ਮੈਰੀਨਾ ਕਾਰ ਆ ਚੜ੍ਹੀ ਸੀ। ਵੈਂਕਸਹੈਮ ਪਾਰਕ ਹਸਪਤਾਲ ਵਿੱਚ ਪਏ ਮੋਹਨ ਸਿੰਘ ਦੀ ਹਾਲਤ ਤਸੱਲੀਬਖ਼ਸ਼ ਦੱਸੀ ਜਾਂਦੀ ਹੈ। ਕਾਰ ਵਿੱਚ ਸਵਾਰ ਗੋਰਾ ਤੇ ਉਹਦੇ ਨਾਲ ਬੈਠੀ ਗੋਰੀ ਵੀ ਜ਼ਖ਼ਮੀ ਹੋ ਗਏ ਹਨ।

1. ਐਕਸੀਡੈਂਟ ਕਿੱਥੇ ਹੋਇਆ ?

   ....

2. ਐਕਸੀਡੈਂਟ ਕਿਸ ਤਰ੍ਹਾਂ ਹੋਇਆ ?

   ....

3. ਮੋਹਨ ਸਿੰਘ ਹੁਣ ਕਿੱਥੇ ਹੈ ਅਤੇ ਉਸ ਦੀ ਹਾਲਤ ਕਿਸ ਤਰ੍ਹਾਂ ਹੈ ?

   ....

4. ਹੋਰ ਕਿਸ ਦੇ ਸੱਟਾਂ ਲੱਗੀਆਂ ?

   ....FH/A-5

Higher

8. ਤੁਸੀਂ ਇਹ ਚਿੱਠੀ ਦੇਖਦੇ ਹੋ। ਇਸ ਵਿੱਚ ਕੁਝ ਥਾਵਾਂ ਖ਼ਾਲੀ ਛੱਡੀਆਂ ਗਈਆਂ ਹਨ। ਖ਼ਾਨਿਆਂ ਵਿੱਚ ਠੀਕ ਸ਼ਬਦਾਂ ਦੇ ਨੰਬਰ ਲਿਖੋ।

---

201 ਮਾਡਲ ਟਾਊਨ,
ਜਲੰਧਰ।
15 ਜਨਵਰੀ 2000

ਪਿਆਰੇ ਵੀਰ ਜੀ,

ਸਤਿ ਸ੍ਰੀ ਅਕਾਲ। ਅਸੀਂ ਠੀਕ ਠਾਕ [3] ਪਹੁੰਚ ਗਏ ਸੀ। ਰਸਤੇ ਵਿੱਚ ਕੋਈ [   ] ਨਹੀਂ ਹੋਈ। ਪਰ ਦੂਜੇ ਦਿਨ ਹੀ ਮਾਤਾ ਜੀ ਨੂੰ ਸਖ਼ਤ [   ] ਚੜ੍ਹ ਗਿਆ ਸੀ।

ਸਾਨੂੰ ਸਾਰਿਆਂ ਨੂੰ ਬਹੁਤ [   ] ਲੱਗ ਗਿਆ ਸੀ ਅਤੇ ਤੀਜੇ ਦਿਨ ਜਦੋਂ [   ] ਨੂੰ ਕੋਈ ਆਰਾਮ ਨਾ [   ] ਦਿਸਿਆ ਤਾਂ [   ] ਜੀ ਉਹਨਾਂ ਨੂੰ ਹਸਪਤਾਲ ਲੈ ਗਏ ਸੀ।

ਹੁਣ ਉਹਨਾਂ ਨੂੰ ਪਹਿਲਾਂ ਨਾਲੋਂ ਕਾਫ਼ੀ [   ] ਹੈ। ਚੰਗਾ ਹੋਇਆ ਕਿ ਅਸੀਂ ਮਾਤਾ ਜੀ ਨੂੰ ਜਲਦੀ [   ] ਵਿੱਚ ਦਾਖ਼ਲ ਕਰਾ ਦਿੱਤਾ ਨਹੀਂ ਤਾਂ ਸ਼ਾਇਦ ਉਹਨਾਂ ਦੀ [   ] ਵਧ ਜਾਂਦੀ।

ਤੁਸੀਂ ਉਹਨਾਂ ਦਾ ਕੋਈ ਫ਼ਿਕਰ [   ] ਕਰਨਾ। ਮੈਂ ਤੁਹਾਨੂੰ ਜਲਦੀ ਹੀ ਹੋਰ ਚਿੱਠੀ ਲਿਖਾਂਗੀ। ਪਿਤਾ ਜੀ ਨੂੰ ਸਤਿ ਸ੍ਰੀ ਅਕਾਲ।

ਤੁਹਾਡੀ ਭੈਣ
ਮਨਜੀਤ

---

1. ਬੀਮਾਰੀ	5. ਆਉਂਦਾ	9. ਨਹੀਂ
2. ਆਰਾਮ	6. ਤਕਲੀਫ਼	10. ਚਾਚਾ
3. ਜਲੰਧਰ	7. ਫ਼ਿਕਰ	11. ਉਹਨਾਂ
4. ਬੁਖ਼ਾਰ	8. ਚਾਚਾ	

HA-5

9. You read this news item.

ਹਰ ਇਨਸਾਨ ਨੂੰ ਆਪਣੀ ਸਿਹਤ ਚੰਗੀ ਰੱਖਣ ਲਈ ਪੂਰਾ ਧਿਆਨ ਦੇਣਾ ਚਾਹੀਦਾ ਹੈ। ਜਿਹਨਾਂ ਲੋਕਾਂ ਦੀ ਸਿਹਤ ਚੰਗੀ ਹੈ ਉਹ ਸਦਾ ਆਪਣੀ ਸਿਹਤ ਦਾ ਖ਼ਿਆਲ ਰਖਦੇ ਹਨ। ਚੰਗੀ ਸਿਹਤ ਲਈ ਚੰਗੀ ਖ਼ੁਰਾਕ ਖਾਣਾ ਬਹੁਤ ਜ਼ਰੂਰੀ ਹੈ। ਤਲੀਆਂ ਹੋਈਆਂ ਚੀਜ਼ਾਂ ਦਾ ਜ਼ਿਆਦਾ ਖਾਣਾ ਸਿਹਤ ਲਈ ਠੀਕ ਨਹੀਂ। ਜ਼ਿਆਦਾ ਪਕੌੜੇ, ਸਮੋਸੇ, ਕਬਾਬ, ਜਲੇਬੀਆਂ ਆਦਿ ਖਾਣੇ ਸਿਹਤ ਲਈ ਠੀਕ ਨਹੀਂ। ਇਹ ਚੀਜ਼ਾਂ ਸਰੀਰ ਵਿੱਚ ਮੋਟਾਪਾ ਪੈਦਾ ਕਰਦੀਆਂ ਹਨ। ਚੰਗੀ ਸਿਹਤ ਲਈ ਤਾਜ਼ੇ ਫਲ ਅਤੇ ਸਬਜ਼ੀਆਂ ਜ਼ਰੂਰ ਖਾਣੇ ਚਾਹੀਦੇ ਹਨ। ਖਾਣਾ ਕੁਝ ਭੁੱਖ ਰਖਕੇ ਖਾਣਾ ਚਾਹੀਦਾ ਹੈ।

ਚੰਗੀ ਸਿਹਤ ਲਈ ਹਰ ਰੋਜ਼ ਕਸਰਤ ਕਰਨਾ ਵੀ ਬੁਹਤ ਜ਼ਰੂਰੀ ਹੈ। ਹਰ ਰੋਜ਼ ਕਸਰਤ ਲਈ ਥੋੜ੍ਹਾ ਸਮਾਂ ਜ਼ਰੂਰ ਕੱਢਣਾ ਚਾਹੀਦਾ ਹੈ। ਅੱਜ ਕੱਲ੍ਹ ਲੋਕਾਂ ਦੀ ਜ਼ਿੰਦਗੀ ਬਹੁਤ ਮਸਰੂਫ ਹੈ ਅਤੇ ਕਸਰਤ ਲਈ ਸਮਾਂ ਕੱਢਣਾ ਮੁਸ਼ਕਲ ਹੈ। ਪਰ ਜਿਹੜੇ ਲੋਕ ਥੋੜ੍ਹਾ ਬਹੁਤਾ ਸਮਾਂ ਕੱਢ ਕੇ ਕਸਰਤ ਕਰਦੇ ਹਨ ਉਹਨਾਂ ਦੀ ਸਿਹਤ ਠੀਕ ਰਹਿੰਦੀ ਹੈ ਅਤੇ ਉਹਨਾਂ ਨੂੰ ਬੀਮਾਰੀਆਂ ਵੀ ਘੱਟ ਹੀ ਲਗਦੀਆਂ ਹਨ। ਇਹ ਲੋਕ ਚੰਗੀ ਉਮਰ ਜੀਉਂਦੇ ਹਨ।

ਪੁਰਾਣੇ ਜ਼ਮਾਨੇ ਵਿੱਚ ਲੋਕ ਜ਼ਿਆਦਾ ਤਕੜੇ, ਸਿਹਤਮੰਦ ਅਤੇ ਚੁਸਤ ਹੁੰਦੇ ਸਨ ਕਿਉਂਕਿ ਉਹ ਸਾਦਾ ਖਾਣਾ ਖਾਂਦੇ ਸਨ ਅਤੇ ਸਖ਼ਤ ਮਿਹਨਤ ਕਰਦੇ ਸਨ। ਉਸ ਸਮੇਂ ਵਿੱਚ ਕੰਮ ਹੀ ਐਸੇ ਹੁੰਦੇ ਸਨ, ਜਿਨ੍ਹਾਂ ਨਾਲ ਆਮ ਤੌਰ 'ਤੇ ਕਸਰਤ ਹੋ ਜਾਂਦੀ ਸੀ। ਉਹਨਾਂ ਦੀ ਉਮਰ ਵੀ ਲੰਬੀ ਹੁੰਦੀ ਸੀ। ਇਸ ਲਈ ਚੰਗੀ ਸਿਹਤ ਰੱਖਣ ਲਈ ਆਪਣੀ ਖ਼ੁਰਾਕ ਦਾ ਖ਼ਿਆਲ ਰੱਖਣਾ ਚਾਹੀਦਾ ਹੈ ਕਿ ਕੀ ਖਾਣ ਲਈ ਠੀਕ ਹੈ ਅਤੇ ਕੀ ਠੀਕ ਨਹੀਂ ਹੈ। ਚੰਗੀ ਖ਼ੁਰਾਕ ਦੇ ਨਾਲ ਨਾਲ ਕਸਰਤ ਵੀ ਜ਼ਰੂਰੀ ਕਰਨੀ ਚਾਹੀਦੀ ਹੈ।

1. What according to this article has been suggested to keep healthy? Give five details :

....

2. Why do people find it hard to get time for exercise?

....

3 Why were people more healthy in the older days than they are now?

....HA-5

10. ਤੁਸੀਂ ਮਨਜੀਤ ਦੀ ਸਿਹਤ ਬਾਰੇ ਇੱਕ ਲੇਖ ਪੜ੍ਹਦੇ ਹੋ ਜੋ ਉਸ ਨੇ ਇੱਕ ਰਸਾਲੇ ਲਈ ਲਿਖਿਆ ਹੈ।

ਅੱਜ ਤੋਂ ਕੋਈ ਦੋ ਕੁ ਸਾਲ ਪਹਿਲਾਂ ਮੈਂ ਬਹੁਤਾ ਸਿਹਤਮੰਦ ਨਹੀਂ ਸੀ। ਮੈਨੂੰ ਹਰ ਵੇਲੇ ਕੋਈ ਨਾ ਕੋਈ ਬੀਮਾਰੀ ਲੱਗੀ ਰਹਿੰਦੀ ਸੀ ਅਤੇ ਮੇਰਾ ਸਰੀਰ ਵੀ ਕਾਫ਼ੀ ਮੋਟਾ ਹੋ ਗਿਆ ਸੀ। ਇਸ ਦੇ ਕਈ ਕਾਰਣ ਸੀ।

ਮੈਂ ਤਲੀਆਂ ਚੀਜ਼ਾਂ ਜ਼ਿਆਦਾ ਖਾਂਦਾ ਸੀ। ਕਰਿਸਪ, ਚੌਕਲੇਟ ਅਤੇ ਸਵੀਟਾਂ ਦੇਖ ਕੇ ਮੈਂ ਖਾਣ ਤੋਂ ਨਹੀਂ ਰਹਿ ਸਕਦਾ ਸੀ। ਹਰੀਆਂ ਸਬਜ਼ੀਆਂ ਘੱਟ ਖਾਂਦਾ ਸੀ। ਦੁੱਧ ਅਤੇ ਜੂਸ ਦੀ ਥਾਂ ਕੋਕਾ ਕੋਲਾ ਪੀਣਾ ਜ਼ਿਆਦਾ ਪਸੰਦ ਕਰਦਾ ਸੀ। ਕਸਰਤ ਬਿਲਕੁਲ ਨਹੀਂ ਕਰਦਾ ਸੀ। ਆਪਣੇ ਮਾਤਾ ਪਿਤਾ ਦੀ ਘਰ ਦੇ ਕੰਮ ਵਿੱਚ ਸਹਾਇਤਾ ਕਰਨਾ ਆਪਣੀ ਬੇਇਜ਼ਤੀ ਸਮਝਦਾ ਸੀ। ਰਾਤ ਬਹੁਤ ਦੇਰ ਤੱਕ ਟੈਲੀਵਿਯਨ ਦੇ ਅੱਗੇ ਬੈਠਾ ਰਹਿੰਦਾ ਸੀ। ਸਵੇਰ ਨੂੰ ਮੈਂ ਨਾਸ਼ਤਾ ਘੱਟ ਹੀ ਖਾਂਦਾ ਸੀ। ਜੇ ਕੋਈ ਮੈਨੂੰ ਮੋਟਾ ਕਹਿ ਦੇਵੇ ਤਾਂ ਬਹੁਤ ਗੁੱਸਾ ਚੜ੍ਹਦਾ ਸੀ।

ਪਰ ਹੁਣ ਮੈਂ ਆਪਣੇ ਆਪ ਨੂੰ ਸਮਝਾ ਲਿਆ ਹੈ ਕਿ ਮੇਰੇ ਲਈ ਆਪਣੀ ਸਿਹਤ ਠੀਕ ਰੱਖਣਾ ਬਹੁਤ ਜ਼ਰੂਰੀ ਹੈ। ਮੈਂ ਆਪਣੀ ਖ਼ੁਰਾਕ ਦਾ ਬਹੁਤ ਖ਼ਿਆਲ ਰੱਖਦਾ ਹਾਂ। ਮੈਂ ਹੁਣ ਕਰਿਸਪ, ਚੌਕਲੇਟ ਅਤੇ ਸਵੀਟਾਂ ਬਹੁਤ ਘੱਟ ਖਾਂਦਾ ਹਾਂ। ਇਹਨਾਂ ਦੀ ਥਾਂ ਫਲ ਖਾ ਲੈਂਦਾ ਹਾਂ। ਕੇਲੇ, ਸੇਬ, ਅੰਗੂਰ, ਖ਼ਰਬੂਜ਼ਾ ਅਤੇ ਨਾਸ਼ਪਾਤੀ ਆਦਿ ਜ਼ਿਆਦਾ ਖਾਂਦਾ ਹਾਂ। ਹਰ ਰੋਜ਼ ਸਕੂਲ ਨੂੰ ਨਾਸ਼ਤਾ ਖਾ ਕੇ ਜਾਂਦਾ ਹਾਂ। ਮੈਂ ਹੁਣ ਤਲੀਆਂ ਚੀਜ਼ਾਂ ਜਿਵੇਂ ਸਮੋਸੇ, ਚਿਪਸ ਆਦਿ ਘੱਟ ਖਾਂਦਾ ਹਾਂ। ਪਨੀਰ ਪਹਿਲਾਂ ਤੋਂ ਜ਼ਿਆਦਾ ਖਾਂਦਾ ਹਾਂ। ਹਫ਼ਤੇ ਵਿੱਚ ਇੱਕ ਵਾਰ ਆਪਣੇ ਦੋਸਤਾਂ ਨਾਲ ਫੁੱਟਬਾਲ ਖੇਡਦਾ ਹਾਂ। ਆਪਣੇ ਮਾਤਾ ਪਿਤਾ ਦੀ ਘਰ ਦੇ ਕੰਮ ਵਿੱਚ ਸਹਾਇਤਾ ਕਰਨ ਲੱਗ ਪਿਆ ਹਾਂ। ਇਸ ਨਾਲ ਮੇਰੀ ਥੋੜ੍ਹੀ ਕਸਰਤ ਵੀ ਹੋ ਜਾਂਦੀ ਹੈ। ਹਫ਼ਤੇ ਵਿੱਚ ਇੱਕ ਵਾਰ ਤਰਨ ਜਾਂਦਾ ਹਾਂ। ਘਰ ਦੇ ਲਾਗਲੇ ਖ਼ਾਲੀ ਪਾਰਕ ਵਿੱਚ ਹਫ਼ਤੇ ਵਿੱਚ ਘੱਟ ਤੋਂ ਘੱਟ ਦੋ ਵਾਰ ਦੌੜ ਵੀ ਲਾਉਂਦਾ ਹਾਂ। ਹੁਣ ਮੈਂ ਰਾਤ ਨੂੰ ਜਲਦੀ ਸੌਣ ਦੀ ਆਦਤ ਵੀ ਬਣਾ ਲਈ ਹੈ।

ਜਦੋਂ ਤੋਂ ਮੈਂ ਇਹ ਕਰਨਾ ਸ਼ੁਰੂ ਕੀਤਾ ਹੈ, ਮੇਰੀ ਸਿਹਤ ਬਹੁਤ ਚੰਗੀ ਹੋ ਗਈ ਹੈ। ਸਰੀਰ ਬੜਾ ਹੌਲਾ ਹੌਲਾ ਅਤੇ ਚੁਸਤ ਲੱਗਦਾ ਹੈ। ਮੈਂ ਪਹਿਲਾਂ ਨਾਲੋਂ ਹੁਣ ਕੁਝ ਪਤਲਾ ਵੀ ਹੋ ਗਿਆ ਹਾਂ। ਕੰਮ ਕਰਨ ਨੂੰ ਬੜਾ ਜੀ ਕਰਦਾ ਹੈ ਅਤੇ ਮੈਨੂੰ ਹੁਣ ਗ਼ੁੱਸਾ ਵੀ ਘੱਟ ਚੜ੍ਹਦਾ ਹੈ। ਮੈਂ ਇਹ ਹੀ ਕਹਾਂਗਾ ਕਿ ਆਪਣੀ ਸਿਹਤ ਠੀਕ ਰੱਖਣ ਲਈ ਕਸਰਤ ਕਰਨੀ ਬਹੁਤ ਜ਼ਰੂਰੀ ਹੈ।

ਹੇਠ ਲਿਖੇ ਪ੍ਰਸ਼ਨਾਂ ਦੇ ਉੱਤਰ ਪੰਜਾਬੀ ਵਿੱਚ ਲਿਖੋ।

1. ਦੋ ਸਾਲ ਪਹਿਲਾਂ ਮਨਜੀਤ ਦੀ ਸਿਹਤ ਕਿਸ ਤਰ੍ਹਾਂ ਦੀ ਸੀ ?

....

2. ਕਿਉਂ ? ਪੰਜ ਕਾਰਨ ਲਿਖੋ।

....

3. ਮਨਜੀਤ ਨੂੰ ਗ਼ੁੱਸਾ ਕਿਉਂ ਆਉਂਦਾ ਸੀ ?

....

4. ਹੁਣ ਮਨਜੀਤ ਦੀ ਸਿਹਤ ਵਿੱਚ ਕੀ ਬਦਲੀ ਆਈ ਹੈ ?

....

5. ਮਨਜੀਤ ਦੀ ਸਿਹਤ ਵਿੱਚ ਬਦਲੀ ਆਉਣ ਦੇ ਕੀ ਕਾਰਨ ਹਨ ?

....

....

6. ਮਨਜੀਤ ਦੀ ਤਰ੍ਹਾਂ ਤੁਸੀਂ ਆਪਣੀ ਸਿਹਤ ਬਾਰੇ 15 ਵਾਕ ਲਿਖੋ।

....HA-5

A-6 Food

Foundation

1. Draw arrows to show the following

   (1) Amandeep likes Samosas.

   (2) Jasdeep likes ice-cream.

   (3) Manjit likes barfi.

   (4) Ranjit likes fish.

   (5) Rajinder likes chicken.

   (6) Daljit likes soup.

   (7) Surinder likes mango juice.

   (8) Kiran likes bananas.

ਜਸਦੀਪ	ਕੇਲੇ
ਰਨਜੀਤ	ਆਈਸ ਕਰੀਮ
ਅਮਨਦੀਪ	ਸੂਪ
ਮਨਜੀਤ	ਅੰਬ ਦਾ ਰਸ
ਰਜਿੰਦਰ	ਬਰਫ਼ੀ
ਸੁਰਿੰਦਰ	ਸਮੋਸੇ
ਕਿਰਨ	ਮੱਛੀ
ਦਲਜੀਤ	ਮੁਰਗਾ

FA-6

44

2. Here is a list of people and the drinks they like.

Name	Drink
ਅਰਬਿੰਦਰ	ਲੈਮਨੇਡ
ਹਰਦੀਪ	ਸੰਗਤਰੇ ਦਾ ਰਸ
ਸਨਦੀਪ	ਕੋਕਾ ਕੋਲਾ
ਮਨਦੀਪ	ਚਾਹ
ਜਸਦੀਪ	ਕੌਫ਼ੀ

1. What does Mandeep like?

    ....

2. What does Jasdeep like?

    ....

3. What does Arvinder like?

    ....

4. What does Hardeep like?

    ....

5. What does Sundeep like?

    ....FA-6

3. You read what fruit Kiran likes to eat.

> ਮੈਂ ਅਮਰੂਦ, ਅੰਗੂਰ, ਸੇਬ, ਸੰਗਤਰੇ, ਕੇਲੇ ਅਤੇ ਨਾਸ਼ਪਾਤੀਆਂ ਖਾਣਾ ਪਸੰਦ ਕਰਦੀ ਹਾਂ। ਪਰ ਸਭ ਤੋਂ ਵੱਧ ਮੈਂ ਅੰਬ ਖਾਣੇ ਪਸੰਦ ਕਰਦੀ ਹਾਂ ਕਿਉਂਕਿ ਅੰਬ ਮੈਨੂੰ ਬਹੁਤ ਮਿੱਠੇ ਲੱਗਦੇ ਹਨ।

1. Which fruit does Kiran like most?

    ....

2. Why?

    ....FA-6

45

4 On a price list in a cafe in the Panjab you see:

ਚਾਹ ਦਾ ਕੱਪ	– 2 ਰੁਪਏ	ਕੌਫ਼ੀ ਦਾ ਕੱਪ	– 4 ਰੁਪਏ
ਕੈਂਪਾ ਕੋਲੇ ਦੀ ਬੋਤਲ	– 5 ਰੁਪਏ	ਸੰਗਤਰੇ ਦੇ ਜੂਸ ਦਾ ਗਲਾਸ	– 6 ਰੁਪਏ

1. How much is a cup of coffee?

   ....

2. How much is a glass of orange juice?

   ....

3. Which is the cheapest item?

   ....FA-6

5. You see this notice on the main door of an office.

1–00 ਤੋਂ 2–15 ਵਜੇ ਤੱਕ
ਦੁਪਹਿਰ ਦੇ ਖਾਣੇ ਲਈ ਬੰਦ

This notice tells you two things. What are these?

(a) ....

(b) FA-6

6. You see these packet labels.

1.	ਅੰਬ ਦਾ ਆਚਾਰ	4.	ਗਾਜਰਾਂ ਦਾ ਆਚਾਰ
2.	ਨਿੰਬੂ ਦਾ ਆਚਾਰ	5.	ਅੰਬ ਦਾ ਜੂਸ
3.	ਸੰਗਤਰੇ ਦਾ ਜੂਸ	6.	ਚਿੱਟੇ ਛੋਲਿਆਂ ਦਾ ਡੱਬਾ

You want to buy carrot pickle.

Write the correct number in this box. ☐ FA-6

7. On a price list in a restaurant you see.

ਪੰਜਾਬ ਰੈਸਟੋਰੈਂਟ	
ਮਾਈ ਹੀਰਾਂ ਗੇਟ, ਜਲੰਧਰ	
ਆਲੂ ਛੋਲਿਆਂ ਦੀ ਪਲੇਟ	6.50 ਰੁਪਏ
ਮੀਟ ਦੀ ਪਲੇਟ	15.00 ਰੁਪਏ
ਚੌਲਾਂ ਦੀ ਪਲੇਟ	5.50 ਰੁਪਏ
ਰਸਮਲਾਈ ਦੀ ਪਲੇਟ	4.25 ਰੁਪਏ
ਚਾਹ ਦਾ ਕੱਪ	2.25 ਰੁਪਏ
ਮਟਰ ਪਨੀਰ ਦੀ ਪਲੇਟ	7.50 ਰੁਪਏ

(a) How much is a cup of tea?

(b) What can you get for Rs. 4.25?

(c) What can you get for Rs. 15.00?

(d) What is the name of the restaurant?

(e) What is its address?   FA-6

8. You read these notices inside a Gurdwara.

1. ਲੰਗਰ ਏਥੇ ਛਕੋ।   2. ਆਪਣੀ ਜੁੱਤੀ ਉਤਾਰ ਕੇ ਅੰਦਰ ਆਓ।

3. ਲੰਗਰ ਛਕਦੇ ਸਮੇਂ ਆਪਣਾ ਸਿਰ ਢੱਕ ਕੇ ਰੱਖੋ।   4. ਜੋੜੇ (ਜੁੱਤੀਆਂ) ਏਥੇ ਉਤਾਰੋ।

5. ਨੰਗੇ ਸਿਰ ਅੰਦਰ ਆਉਣਾ ਮਨ੍ਹਾ ਹੈ।   6. ਇੱਥੇ ਸਿਗਰਟ ਪੀਣਾ ਮਨ੍ਹਾ ਹੈ।

7. ਸ਼ਰਾਬ ਪੀ ਕੇ ਗੁਰਦੁਆਰੇ ਆਉਣਾ ਮਨ੍ਹਾ ਹੈ।

1. You want to take off your shoes. Where will you go?
   Write the correct number in the box. ☐

2. What are you not allowed to do in the Gurdwara?

....FA-6

9. This is a menu of a restaurant. Read it carefully and then answer the following questions in English.

ਦੁਆਬਾ ਰੈਸਟੋਰੈਂਟ

ਸੈਕਟਰ 15, ਚੰਡੀਗੜ੍ਹ

ਰੋਟੀਆਂ		**ਪੀਣ ਵਾਸਤੇ**	
ਪਰੌਂਠਾ	1.00 ਰੁਪਇਆ	ਚਾਹ ਦਾ ਕੱਪ	2.00 ਰੁਪਏ
ਪੂਰੀ	0.80 ਪੈਸੇ	ਕੌਫ਼ੀ ਦਾ ਕੱਪ	3.00 ਰੁਪਏ
ਨਾਹਨ	0.75 ਪੈਸੇ	ਕੋਕ ਦਾ ਗਲਾਸ	4.00 ਰੁਪਏ
ਰੋਟੀ	0.50 ਪੈਸੇ	ਸੰਗਤਰੇ ਦੇ ਜੂਸ ਦਾ ਗਲਾਸ	5.00 ਰੁਪਏ
ਮੀਟ		ਲੈਮਨੇਡ ਦਾ ਗਲਾਸ	4.50 ਰੁਪਏ
ਮੁਰਗੇ ਦੇ ਮੀਟ ਦੀ ਪਲੇਟ	15.00 ਰੁਪਏ	**ਸਬਜ਼ੀਆਂ**	
ਬਕਰੇ ਦੇ ਮੀਟ ਦੀ ਪਲੇਟ	13.00 ਰੁਪਏ	ਆਲੂ ਮਟਰਾਂ ਦੀ ਪਲੇਟ	6.00 ਰੁਪਏ
ਭੇਡ ਦੇ ਮੀਟ ਦੀ ਪਲੇਟ	13.00 ਰੁਪਏ	ਮਟਰ ਪਨੀਰ ਦੀ ਪਲੇਟ	6.50 ਰੁਪਏ
ਦਾਲਾਂ		ਅਰਬੀ ਦੀ ਪਲੇਟ	4.00 ਰੁਪਏ
ਮਸਰਾਂ ਦੀ ਦਾਲ ਦੀ ਪਲੇਟ	3.50 ਰੁਪਏ	ਗੋਭੀ ਦੀ ਪਲੇਟ	4.50 ਰੁਪਏ
ਮਾਹਾਂ ਦੀ ਦਾਲ ਦੀ ਪਲੇਟ	3.00 ਰੁਪਏ	ਬੈਂਗਣਾਂ ਦੇ ਭੜਥੇ ਦੀ ਪਲੇਟ	6.50 ਰੁਪਏ

1. What is the name of the restaurant?
2. What is its address?
3. How much is a roti?
4. How much is a plate of chicken curry?
5. How much is a plate of lentils?
6. How much is a cup of coffee?
7. What vegetable can you buy for Rs. 6.00?
8. What drink can you buy for Rs. 4.00?
9. You have ordered 2 pooris, 1 naan, a plate of lamb curry, a plate of cauliflower and a cup of coffee? What is your total bill?
10. Your friend ordered two roties, one poori, a plate of chicken curry, a plate of lentils and a glass of lemon juice. What is his total bill?
11. Your other friend ordered a plate of lentils, a plate of cauliflower, one prontha, two roties and a cup of tea. What is her bill?
12. Copy this menu in your exercise book. FA-6

10. ਤੁਸੀਂ ਨਾਗਰਾ ਰੈਸਟੋਰੈਂਟ ਬਾਰੇ ਇੱਕ ਨੋਟਿਸ ਪੜ੍ਹਦੇ ਹੋ।

> ਹਰ ਤਰ੍ਹਾਂ ਦੇ ਪੰਜਾਬੀ ਤਾਜ਼ਾ ਖਾਣੇ - ਕੀਮਤ ਵਿੱਚ ਸਸਤੇ - ਵਿਆਹਾਂ ਅਤੇ ਪਾਰਟੀਆਂ ਲਈ ਖ਼ਾਸ ਪ੍ਰਬੰਧ - 300 ਸੀਟਾਂ - ਖੁੱਲ੍ਹੀ ਕਾਰ ਪਾਰਕ - ਹੱਸਮੁਖ ਸਟਾਫ਼ - ਮੰਗਲਵਾਰ ਨੂੰ ਬੰਦ ਅਤੇ ਬਾਕੀ ਸਾਰੇ ਦਿਨ ਖੁੱਲ੍ਹਾ।
>
> **ਨਾਗਰਾ ਰੈਸਟੋਰੈਂਟ** - ਟੈਲੀਫ਼ੂਨ 5189798

ਵਾਕਾਂ ਨੂੰ ਪੜ੍ਹੋ ਅਤੇ ਲਿਖੋ

ਠੀਕ ਠ

ਗ਼ਲਤ ਗ

ਪਤਾ ਨਹੀਂ ?

ਉਦਾਹਰਣ	1.	ਇਸ ਹੋਟਲ ਵਿੱਚ ਤਾਜ਼ਾ ਖਾਣੇ ਮਿਲਦੇ ਹਨ।	ਠ
	2.	ਇਹ ਹੋਟਲ ਬਹੁਤ ਮਹਿੰਗਾ ਹੈ।	
	3.	ਇੱਥੇ ਲੋਕੀਂ ਵਿਆਹ ਕਰ ਸਕਦੇ ਹਨ।	
	4.	ਇੱਥੇ ਪਾਰਟੀਆਂ ਨਹੀਂ ਹੋ ਸਕਦੀਆਂ।	
	5.	ਇੱਥੇ ਪੰਜ ਸੌ ਲੋਕ ਖਾਣਾ ਖਾ ਸਕਦੇ ਹਨ।	
	6.	ਕਾਰਾਂ ਖੜੀਆਂ ਕਰਨ ਲਈ ਕਾਫ਼ੀ ਥਾਂ ਹੈ।	
	7.	ਇਹ ਹੋਟਲ ਐਤਵਾਰ ਨੂੰ ਬੰਦ ਹੁੰਦਾ ਹੈ।	
	8.	ਇਹ ਹੋਟਲ ਹਫ਼ਤੇ ਵਿੱਚ ਛੇ ਦਿਨ ਖੁੱਲ੍ਹਾ ਹੁੰਦਾ ਹੈ।	
	9.	ਇਸ ਦਾ ਸਟਾਫ਼ ਬਹੁਤ ਮਿਲਣਸਾਰ ਹੈ।	
	10.	ਇੱਥੇ ਵੈਸ਼ਨੋ ਖਾਣਾ ਮਿਲਦਾ ਹੈ।	

FA-6

11. ਤੁਸੀਂ ਆਪਣੀ ਮਾਤਾ ਜੀ ਦਾ ਇਹ ਨੋਟ ਪੜ੍ਹਦੇ ਹੋ।

> ਲਖਵੀਰ
>
> ਮੈਂ ਬਜ਼ਾਰ ਕੁਝ ਚੀਜ਼ਾਂ ਖ਼੍ਰੀਦਣ ਜਾ ਰਹੀ ਹਾਂ ਅਤੇ ਘੰਟੇ ਕੁ ਤੱਕ ਵਾਪਸ ਆ ਜਾਵਾਂਗੀ। ਤੇਰੇ ਲਈ ਮੈਂ ਦੋ ਰੋਟੀਆਂ ਬਣਾ ਕੇ ਰਸੋਈ ਵਿੱਚ ਰੱਖੀਆਂ ਹਨ। ਆਲੂ ਗੋਭੀ ਦੀ ਸਬਜ਼ੀ ਅਤੇ ਦਹੀਂ ਫਰਿੱਜ ਵਿੱਚ ਹਨ। ਸਬਜ਼ੀ ਮਾਕਰੋਬੇਵ ਵਿੱਚ ਗਰਮ ਕਰ ਲੈਣੀ ਅਤੇ ਚਾਹ ਤੂੰ ਆਪ ਬਣਾ ਲੈਣੀ।
>
> ਤੇਰੀ ਮੰਮੀ
> ਦਲਜੀਤ

1. ਲਖਵੀਰ ਦੀ ਮੰਮੀ ਨੇ ਇਹ ਨੋਟ ਕਿਉਂ ਲਿਖਿਆ ? ਦੋ ਕਾਰਨ ਲਿਖੋ।

....

2. ਉਸ ਨੇ ਖਾਣੇ ਬਾਰੇ ਕੀ ਜਾਣਕਾਰੀ ਦਿੱਤੀ ਹੈ ? ਤਿੰਨ ਗੱਲਾਂ ਲਿਖੋ।

....FA-6

12. ਰਾਜਵੀਰ ਆਪਣੇ ਖਾਣੇ ਬਾਰੇ ਦੱਸਦਾ ਹੈ।

> ਮੈਂ ਮਸਰਾਂ ਦੀ ਦਾਲ ਅਤੇ ਚੌਲ ਖਾਣੇ ਬਹੁਤ ਪਸੰਦ ਕਰਦਾ ਹਾਂ। ਮੈਂ ਫਲ ਖਾਣੇ ਵੀ ਬਹੁਤ ਪਸੰਦ ਕਰਦਾ ਹਾਂ। ਇਹ ਖਾਣਾ ਹਲਕਾ ਹੁੰਦਾ ਹੈ ਅਤੇ ਮੇਰੀ ਸਿਹਤ ਲਈ ਠੀਕ ਹੈ। ਡਾਕਟਰ ਨੇ ਵੀ ਮੈਨੂੰ ਹਲਕੇ ਖਾਣੇ ਖਾਣ ਬਾਰੇ ਕਿਹਾ ਹੈ ਕਿਉਂਕਿ ਭਾਰਾ ਖਾਣਾ ਮੈਨੂੰ ਹਜ਼ਮ ਨਹੀਂ ਹੁੰਦਾ।

1. ਰਾਜਵੀਰ ਕੀ ਖਾਣਾ ਪਸੰਦ ਕਰਦਾ ਹੈ ? ਦੋ ਗੱਲਾਂ ਦੱਸੋ।

....

2. ਕਿਉਂ ?

....

3. ਡਾਕਟਰ ਨੇ ਰਾਜਬੀਰ ਨੂੰ ਹਲਕਾ ਖਾਣਾ ਖਾਣ ਲਈ ਕਿਉਂ ਕਿਹਾ ਹੈ ?

....F/H A-6

Higher

13. ਤੁਸੀਂ ਇੱਕ ਰੈਸਟੋਰੈਂਟ ਵਿੱਚ ਪਾਰਟੀ ਬਾਰੇ ਪੜ੍ਹਦੇ ਹੋ।

ਮਨਦੀਪ ਆਪਣੇ ਇਮਤਿਹਾਨ ਵਿੱਚ ਪਾਸ ਹੋਣ ਦੀ ਖ਼ੁਸ਼ੀ ਵਿੱਚ ਆਪਣੇ ਕੁਝ ਦੋਸਤਾਂ ਨੂੰ ਖਾਣੇ 'ਤੇ ਲੈ ਜਾ ਰਿਹਾ ਹੈ। ਉਹ ਅੱਜ ਸ਼ਾਮ ਨੂੰ ਰਾਜਾ ਰੈਸਟੋਰੈਂਟ ਜਾਣਗੇ। ਮਨਦੀਪ ਦਾ ਇੱਕ ਦੋਸਤ ਅਸ਼ੀਸ਼ ਉਹਨਾਂ ਨੂੰ ਦੁਆਬਾ ਰੈਸਟੋਰੈਂਟ ਜਾਣ ਦੀ ਸਲਾਹ ਦਿੰਦਾ ਹੈ। ਉਹ ਕਹਿੰਦਾ ਹੈ ਕਿ ਦੁਆਬਾ ਰੈਸਟੋਰੈਂਟ ਬਾਕੀ ਰੈਸਟੋਰੈਂਟਾਂ ਦੇ ਮੁਕਾਬਲੇ ਵਿੱਚ ਬਹੁਤ ਸਸਤਾ ਹੈ। ਪਰ ਮਨਦੀਪ ਦੁਆਬਾ ਰੈਸਟੋਰੈਂਟ ਜਾਣ ਨੂੰ ਨਹੀਂ ਮੰਨਦਾ। ਉਹ ਕਹਿੰਦਾ ਹੈ ਕਿ ਭਾਵੇਂ ਦੁਆਬਾ ਰੈਸਟੋਰੈਂਟ ਸਸਤਾ ਹੈ ਪਰ ਇਸ ਦਾ ਖਾਣਾ ਬਿਲਕੁਲ ਸੁਆਦ ਨਹੀਂ ਹੁੰਦਾ। ਦਾਲਾਂ ਅਤੇ ਸਬਜ਼ੀਆਂ ਵਿੱਚ ਬਹੁਤ ਮਿਰਚਾਂ ਹੁੰਦੀਆਂ ਹਨ ਅਤੇ ਚੰਗੀ ਤਰ੍ਹਾਂ ਪਕਾਈਆਂ ਵੀ ਨਹੀਂ ਹੁੰਦੀਆਂ। ਇਸ ਰੈਸਟੋਰੈਂਟ ਦੀ ਸਰਵਿਸ ਵੀ ਬਹੁਤ ਢਿੱਲੀ ਹੈ ਅਤੇ ਤੁਹਾਨੂੰ ਖਾਣੇ ਲਈ ਕਾਫ਼ੀ ਦੇਰ ਉਡੀਕਣਾ ਪੈਂਦਾ ਹੈ।

---

1. ਮਨਦੀਪ ਆਪਣੇ ਦੋਸਤਾਂ ਨੂੰ ਖਾਣੇ 'ਤੇ ਕਿਉਂ ਲੈ ਜਾ ਰਿਹਾ ਹੈ ?

   ....

2. ਉਹ ਕਦੋਂ ਅਤੇ ਕਿੱਥੇ ਖਾਣਾ ਖਾਣਗੇ ?

   ....

3. ਅਸ਼ੀਸ਼ ਕੀ ਸਲਾਹ ਦੇ ਰਿਹਾ ਹੈ ਅਤੇ ਕਿਉਂ ?

   ....

4. ਮਨਦੀਪ ਨੂੰ ਇਹ ਸਲਾਹ ਕਿਉਂ ਮਨਜ਼ੂਰ ਨਹੀਂ ? ਚਾਰ ਕਾਰਨ ਦੱਸੋ।

   ....HA-6

14. ਤੁਸੀਂ ਜਸਵੀਰ ਦੇ ਰੈਸਟੋਰੈਂਟ ਵਿੱਚ ਖਾਣਾ ਖਾਣ ਬਾਰੇ ਪੜ੍ਹਦੇ ਹੋ। ਹੇਠ ਦਿੱਤੇ ਖ਼ਾਨਿਆਂ ਵਿੱਚ ਠੀਕ ਸ਼ਬਦਾਂ ਦਾ ਨੰਬਰ ਲਿਖੋ।

ਪਿਛਲੇ ਹਫ਼ਤੇ ਮੇਰੀ ਭੈਣ, ਭਰਾ, ਮਾਤਾ ਜੀ, [4] ਜੀ ਅਤੇ ਮੈਂ ਬਰਮਿੰਘਮ ਨਾਗਰਾ ਰੈਸਟੋਰੈਂਟ ਵਿੱਚ [ ] ਖਾਣ ਗਏ ਸੀ। ਅਸੀਂ ਆਪਣੇ ਪੰਜਾਂ ਲਈ ਇੱਕ ਟੇਬਲ ਬੁੱਕ [ ] ਹੋਇਆ ਸੀ। ਜਦੋਂ ਅਸੀਂ ਰੈਸਟੋਰੈਂਟ ਪਹੁੰਚੇ ਤਾਂ [ ] ਨੇ ਸਾਨੂੰ ਸਾਡਾ ਟੇਬਲ ਦੱਸਿਆ ਅਤੇ ਮੀਨੂ ਦਿੱਤਾ। ਅਸੀਂ ਸਾਰੇ ਖਾਣਿਆਂ ਦੀਆਂ [ ] ਦੇਖੀਆਂ। ਅਸੀਂ ਖਾਣ ਲਈ ਪੰਜ ਨਾਨ, ਦੋ ਪਲੇਟਾਂ ਆਲੂ ਗੋਭੀ, ਦੋ ਪਲੇਟਾਂ ਮਟਰ ਪਨੀਰ, ਦੋ ਪਲੇਟਾਂ [ ] ਅਤੇ ਤਿੰਨ ਪਲੇਟਾਂ ਚਿਕਨ ਕੜ੍ਹੀ ਦੀਆਂ ਆਰਡਰ ਕੀਤੀਆਂ। ਪੀਣ ਵਾਸਤੇ ਮਾਤਾ ਪਿਤਾ ਜੀ ਨੇ ਇੱਕ ਇੱਕ ਗਲਾਸ ਲੱਸੀ ਅਤੇ ਅਸੀਂ ਤਿੰਨਾਂ ਨੇ ਕੋਕਾ ਕੋਲਾ ਲਿਆ। ਇਸ ਤੋਂ ਬਾਅਦ ਸਾਰਿਆਂ ਨੇ [ ] ਦੀ ਕੁਲਫ਼ੀ ਖਾਧੀ। ਸਭ ਨੂੰ ਖਾਣਾ ਬਹੁਤ [ ] ਲੱਗਿਆ ਅਤੇ ਅਸੀਂ ਜੀ ਭਰ ਕੇ ਖਾਧਾ। ਖਾਣ ਦਾ ਕੁੱਲ [ ] ਦੋ ਸੌ ਰੁਪਏ ਆਇਆ ਅਤੇ ਸਰਵਿਸ ਚਾਰਜ ਕੋਈ ਨਹੀਂ ਸੀ। ਬਹਿਰੇ ਨੂੰ ਅਸੀਂ ਦਸ ਰੁਪਏ ਟਿਪ ਦਿੱਤੀ ਸੀ ਅਤੇ ਉਸ ਨੇ ਸਾਡਾ [ ] ਕੀਤਾ। ਮੈਨੂੰ ਇਹ ਰੈਸਟੋਰੈਂਟ ਬਹੁਤ ਸੋਹਣਾ ਲੱਗਿਆ ਕਿਉਂਕਿ ਖਾਣਾ ਸੁਆਦ ਅਤੇ [ ] ਸੀ ਅਤੇ ਬੈਠਣ ਲਈ ਥਾਂ ਵੀ ਚੰਗੀ ਮਿਲ ਗਈ ਸੀ।

1. ਧੰਨਵਾਦ
2. ਸੁਆਦ
3. ਦਹੀਂ
4. ਪਿਤਾ
5. ਸਸਤਾ
6. ਖਾਣਾ
7. ਬਹਿਰੇ
8. ਕੀਤਾ
9. ਅੰਬ
10. ਖ਼ਰਚ
11. ਕੀਮਤਾਂ

HA-6

15. ਤੁਸੀਂ ਸਟਾਰ ਰੈਸਟੋਰੈਂਟ ਦੇ ਮੈਨੇਜਰ ਨੂੰ ਸ਼ਿਕਾਇਤ ਦਾ ਇੱਕ ਹਿੱਸਾ ਪੜ੍ਹਦੇ ਹੋ।

> ਕਲ੍ਹ ਅਸੀਂ ਚਾਰ ਜਣਿਆਂ ਨੇ ਤੁਹਾਡੇ ਰੈਸਟੋਰੈਂਟ ਵਿੱਚ ਖਾਣਾ ਖਾਧਾ ਸੀ। ਖਾਣਾ ਐਨ੍ਹਾ ਕੌੜਾ ਸੀ ਕਿ ਜੀਭ 'ਤੇ ਰੱਖਿਆ ਨਹੀਂ ਸੀ ਜਾਂਦਾ। ਨਾਨ੍ਹ ਬਿਲਕੁਲ ਠੰਢੇ ਸਨ। ਜੋ ਸਬਜ਼ੀ ਅਸੀਂ ਖਾਣੀ ਚਾਹੁੰਦੇ ਸੀ ਉਹ ਸਾਨੂੰ ਨਹੀਂ ਮਿਲੀ। ਸਾਗ ਦੀ ਬਜਾਏ ਸਾਨੂੰ ਮਟਰ ਪਨੀਰ ਲਿਆ ਦਿੱਤਾ ਜਿਸ ਵਿੱਚ ਮਿਰਚਾਂ ਬਹੁਤ ਸਨ। ਅਸੀਂ ਪੈਸੇ ਵੀ ਐਨੇ ਖ਼ਰਚੇ ਪਰ ਖਾਣਾ ਖਾਣ ਦਾ ਸੁਆਦ ਵੀ ਨਾ ਆਇਆ।
>
> ਜਦੋਂ ਅਸੀਂ ਇਸ ਬਾਰੇ ਬਹਿਰੇ ਨੂੰ ਦੱਸਿਆ ਤਾਂ ਉਸ ਨੇ ਸਾਡੀ ਗੱਲ ਨੂੰ ਸੁਣਿਆ ਅਣਸੁਣਿਆ ਕਰ ਦਿੱਤਾ। ਪੈਸੇ ਵੀ ਬਾਕੀ ਰੈਸਟੋਰੈਂਟਾਂ ਨਾਲੋਂ ਵੱਧ ਚਾਰਜ ਕੀਤੇ ਸਨ। ਜੇ ਤੁਹਾਡੇ ਰੈਸਟੋਰੈਂਟ ਵਿੱਚ ਅੱਗੋਂ ਵੀ ਇਸੇ ਤਰ੍ਹਾਂ ਹੁੰਦਾ ਰਿਹਾ ਤਾਂ ਤੁਹਾਡੇ ਕੌਣ ਖਾਣਾ ਖਾਣ ਆਵੇਗਾ।
>
> ਆਪ ਜੀ ਦਾ ਦਾਸ
>
> ਜੇ.ਐਸ. ਨਾਗਰਾ

1. ਜੇ.ਐਸ. ਨਾਗਰਾ ਨੇ ਇਸ ਰੈਸਟੋਰੈਂਟ ਦੇ ਮੈਨੇਜਰ ਨੂੰ ਕਿਉਂ ਸ਼ਿਕਾਇਤ ਕੀਤੀ ਹੈ ? ਪੰਜ ਕਾਰਨ ਲਿਖੋ।

....HA-6

16. You see this article in a Panjabi newspaper.

ਪੰਜਾਬੀ ਖਾਣਾ

ਭਾਵੇਂ ਬਹੁਤ ਸਾਰੇ ਪੰਜਾਬੀ ਲੋਕ ਆਪਣਾ ਦੇਸ਼ ਛੱਡ ਕੇ ਕਈ ਹੋਰ ਦੇਸ਼ਾਂ ਵਿੱਚ ਜਾ ਕੇ ਵੱਸ ਗਏ ਹਨ ਪਰ ਫੇਰ ਵੀ ਉਹਨਾਂ ਨੇ ਆਪਣੇ ਧਰਮ, ਬੋਲੀ ਅਤੇ ਰਹਿਣ ਸਹਿਣ ਦੇ ਢੰਗ ਨੂੰ ਕਾਇਮ ਰੱਖਿਆ ਹੈ। ਪੰਜਾਬੀ ਲੋਕ ਜਿੱਥੇ ਮਰਜ਼ੀ ਰਹਿਣ ਉਹ ਇੱਕ ਖ਼ਾਸ ਕਿਸਮ ਦਾ ਖਾਣਾ ਖਾਂਦੇ ਹਨ। ਪੰਜਾਬੀਆਂ ਦੇ ਖਾਣੇ ਨੂੰ ਅੱਜ ਕਲ੍ਹ ਤਾਂ ਬਹੁਤ ਸਾਰੇ ਅੰਗ੍ਰੇਜ਼ ਲੋਕ ਵੀ ਪਸੰਦ ਕਰਨ ਲੱਗ ਪਏ ਹਨ। ਇਸ ਦੇ ਕਈ ਕਾਰਨ ਹਨ ਜਿਵੇਂ ਕਿ ਪੰਜਾਬੀ ਖਾਣੇ ਬਹੁਤ ਸਵਾਦੀ, ਸਾਦੇ ਅਤੇ ਸਿਹਤ ਲਈ ਚੰਗੇ ਹਨ। ਪੰਜਾਬੀ ਖਾਣੇ ਅੰਗ੍ਰੇਜ਼ੀ ਖਾਣਿਆਂ ਦੇ ਮੁਕਾਬਲੇ ਵਿੱਚ ਬਹੁਤ ਸਸਤੇ ਵੀ ਹਨ।

ਇੰਗਲੈਂਡ ਦੇ ਬਹੁਤ ਸਾਰੇ ਸ਼ਹਿਰਾਂ ਵਿੱਚ ਪੰਜਾਬੀ ਰੈਸਟੋਰੈਂਟ ਅਤੇ ਮਿਠਿਆਈ ਦੀਆਂ ਦੁਕਾਨਾਂ ਖੁੱਲ੍ਹ ਗਈਆਂ ਹਨ। ਦੀਵਾਲੀ ਅਤੇ ਵਿਸਾਖੀ ਵਰਗੇ ਤਿਉਹਾਰਾਂ 'ਤੇ ਇਹਨਾਂ ਦੁਕਾਨਾਂ 'ਤੇ ਮਿਠਿਆਈ ਖ਼੍ਰੀਦਣ ਵਾਲਿਆਂ ਦੀ ਬਹੁਤ ਭੀੜ ਹੁੰਦੀ ਹੈ। ਜੇ ਤੁਹਾਨੂੰ ਕਦੇ ਪੰਜਾਬੀ ਰੈਸਟੋਰੈਂਟ ਵਿੱਚ ਜਾਣ ਦਾ ਮੌਕਾ ਮਿਲੇ ਤਾਂ ਤੁਸੀਂ ਦੇਖੋਗੇ ਕਿ ਉੱਥੇ ਪੰਜਾਬੀ ਲੋਕਾਂ ਦੀ ਗਿਣਤੀ ਨਾਲੋਂ ਅੰਗ੍ਰੇਜ਼ ਲੋਕਾਂ ਦੀ ਗਿਣਤੀ ਵਧੇਰੇ ਹੁੰਦੀ ਹੈ। ਇਸ ਤੋਂ ਇਹ ਪਤਾ ਲੱਗਦਾ ਹੈ ਕਿ ਪੰਜਾਬੀ ਖਾਣਿਆਂ ਨੂੰ ਅੰਗ੍ਰੇਜ਼ ਲੋਕ ਕਿੰਨਾ ਪਸੰਦ ਕਰਦੇ ਹਨ। ਪੰਜਾਬੀ ਲੋਕ ਤਾਂ ਸਾਰੀ ਕਿਸਮ ਦੇ ਖਾਣੇ ਆਪਣੇ ਘਰ ਹੀ ਬਣਾ ਲੈਂਦੇ ਹਨ। ਇਸ ਲਈ ਉਹ ਰੈਸਟੋਰੈਂਟਾਂ ਵਿੱਚ ਘੱਟ ਹੀ ਜਾਂਦੇ ਹਨ।

(a) What does this article say about Panjabi people living abroad?

....

.... *(2)*

(b) What aspects of Panjabi food appeal to the British?

....

.... *(2)*

(c) Why do Panjabi restaurants not attract many Panjabi people?

.... *(1)*

(d) Explain the possible advantages and disadvantages of visiting Panjabi sweet shops on Diwali day?

Advantages...

....

Disadvantages... *(2)*

....

NEAB 1992
HA-6 *(2)*

17. Read the following advertisements and write what they mean in English.

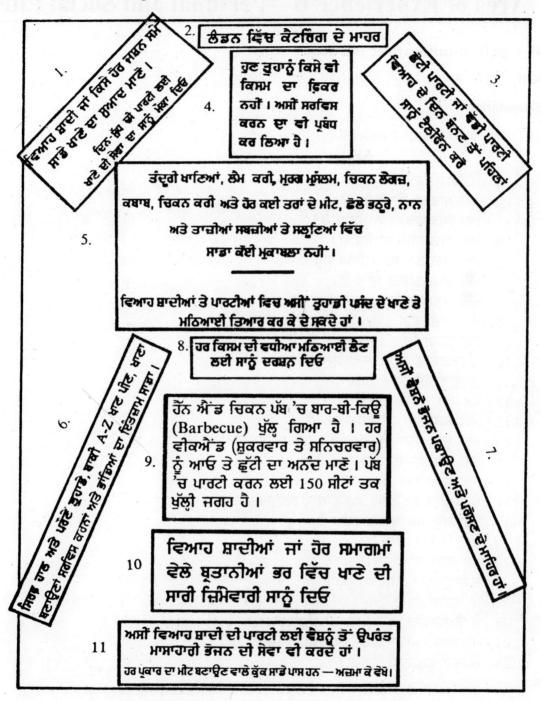

1\. ਵਿਆਹ ਸ਼ਾਦੀ ਜਾਂ ਕਿਸੇ ਹੋਰ ਜਸ਼ਨ ਸਮੇਂ
ਸਾਡੇ ਖਾਣੇ ਦਾ ਸੁਆਦ ਮਾਣੋ ।
ਦਿਨ-[illegible] ਪਾਰਟੀ [illegible]
ਖਾਣੇ ਦੀ ਸੇਵਾ ਦਾ ਸਾਨੂੰ ਮੌਕਾ ਦਿਓ

2\. ਲੰਡਨ ਵਿੱਚ ਕੇਟਰਿੰਗ ਦੇ ਮਾਹਰ

3\. ਛੋਟੀ ਪਾਰਟੀ ਜਾਂ ਵੱਡੀ ਪਾਰਟੀ
ਵਿਆਹ ਦੇ ਦਿਨ ਬੰਨ੍ਹਣ ਤੋਂ ਪਹਿਲਾਂ
ਸਾਨੂੰ ਟੈਲੀਫ਼ੋਨ ਕਰੋ

4\. ਹੁਣ ਤੁਹਾਨੂੰ ਕਿਸੇ ਵੀ
ਕਿਸਮ ਦਾ ਫ਼ਿਕਰ
ਨਹੀਂ । ਅਸੀਂ ਸਰਵਿਸ
ਕਰਨ ਦਾ ਵੀ ਪ੍ਰਬੰਧ
ਕਰ ਲਿਆ ਹੈ ।

5\. ਤੰਦੂਰੀ ਖਾਣਿਆਂ, ਲੇਮ ਕਰੀ, ਮੁਰਗ਼ ਮੁਸੱਲਮ, ਚਿਕਨ ਲੈਗਜ਼,
ਕਬਾਬ, ਚਿਕਨ ਕਰੀ ਅਤੇ ਹੋਰ ਕਈ ਤਰਾਂ ਦੇ ਮੀਟ, ਛੋਲੇ ਭਠੂਰੇ, ਨਾਨ
ਅਤੇ ਤਾਜ਼ੀਆਂ ਸਬਜ਼ੀਆਂ ਤੇ ਸਲੂਣਿਆਂ ਵਿੱਚ
ਸਾਡਾ ਕੋਈ ਮੁਕਾਬਲਾ ਨਹੀਂ ।

ਵਿਆਹ ਸ਼ਾਦੀਆਂ ਤੇ ਪਾਰਟੀਆਂ ਵਿਚ ਅਸੀਂ ਤੁਹਾਡੀ ਪਸੰਦ ਦੇ ਖਾਣੇ ਤੇ
ਮਠਿਆਈ ਤਿਆਰ ਕਰ ਕੇ ਦੇ ਸਕਦੇ ਹਾਂ ।

6\. ਸਿਰਫ਼ ਹਾਲ ਅਤੇ ਪੰਡਾਲ ਤੁਹਾਡੇ, ਬਾਕੀ A-Z ਖਾਣ ਪੀਣ, ਖਾਣਾ
ਵਰਤਾਉਣਾ ਸਰਵਿਸ ਕਰਨਾ ਅਤੇ ਭਾਂਡਿਆਂ ਦਾ ਇੰਤਜ਼ਾਮ ਸਾਡਾ ।

7\. ਅਸੀਂ ਵੈਸ਼ਨੋ ਭੋਜਨ ਪਕਾਉਣ ਅਤੇ ਪਰੋਸਣ ਦੇ ਮਾਹਿਰ ਹਾਂ ।

8\. ਹਰ ਕਿਸਮ ਦੀ ਵਧੀਆ ਮਠਿਆਈ ਲੈਣ
ਲਈ ਸਾਨੂੰ ਦਰਸ਼ਨ ਦਿਓ

9\. ਹੈੱਨ ਐਂਡ ਚਿਕਨ ਪੱਬ 'ਚ ਬਾਰ-ਬੀ-ਕਿਊ
(Barbecue) ਖੁੱਲ੍ਹ ਗਿਆ ਹੈ । ਹਰ
ਵੀਕਐਂਡ (ਸ਼ੁਕਰਵਾਰ ਤੇ ਸਨਿਚਰਵਾਰ)
ਨੂੰ ਆਓ ਤੇ ਛੁੱਟੀ ਦਾ ਅਨੰਦ ਮਾਣੋ । ਪੱਬ
'ਚ ਪਾਰਟੀ ਕਰਨ ਲਈ 150 ਸੀਟਾਂ ਤਕ
ਖੁੱਲ੍ਹੀ ਜਗਹ ਹੈ ।

10 ਵਿਆਹ ਸ਼ਾਦੀਆਂ ਜਾਂ ਹੋਰ ਸਮਾਗਮਾਂ
ਵੇਲੇ ਬ੍ਰਤਾਨੀਆਂ ਭਰ ਵਿੱਚ ਖਾਣੇ ਦੀ
ਸਾਰੀ ਜ਼ਿੰਮੇਵਾਰੀ ਸਾਨੂੰ ਦਿਓ

11 ਅਸੀਂ ਵਿਆਹ ਸ਼ਾਦੀ ਦੀ ਪਾਰਟੀ ਲਈ ਵੈਸ਼ਨੂੰ ਤੋਂ ਉਪਰੰਤ
ਮਾਸਾਹਾਰੀ ਭੋਜਨ ਦੀ ਸੇਵਾ ਵੀ ਕਰਦੇ ਹਾਂ ।
ਹਰ ਪ੍ਰਕਾਰ ਦਾ ਮੀਟ ਬਣਾਉਣ ਵਾਲੇ ਕੁੱਕ ਸਾਡੇ ਪਾਸ ਹਨ — ਅਜ਼ਮਾ ਕੇ ਵੇਖੋ।

HA-6

Area of Experience B—Personal and Social Life

B-1 Self, families and friends

Self

Foundation

1. You read about Sandeesh.

ਸੰਦੀਸ਼

1. ਮੈਂ ਇੱਕ ਮੁੰਡਾ ਹਾਂ।
2. ਮੇਰਾ ਪਹਿਲਾ ਨਾਂ ਸੰਦੀਸ਼ ਹੈ।
3. ਮੇਰਾ ਵਿਚਕਾਰਲਾ ਨਾਂ ਸਿੰਘ ਹੈ।
4. ਮੇਰਾ ਖ਼ਾਨਦਾਨੀ ਨਾਂ ਸੰਧੂ ਹੈ।
5. ਮੇਰਾ ਪੂਰਾ ਨਾਂ ਸੰਦੀਸ਼ ਸਿੰਘ ਸੰਧੂ ਹੈ।
6. ਮੇਰੀ ਉਮਰ ਪੰਦਰਾਂ ਸਾਲ ਹੈ।
7. ਮੇਰੀ ਜਨਮ ਤਰੀਕ 15 ਜਨਵਰੀ 1985 ਹੈ।
8. ਮੈਂ 15 ਜਨਵਰੀ 1985 ਨੂੰ ਪੈਦਾ ਹੋਇਆ ਸੀ।
9. ਮੇਰਾ ਜਨਮ ਦਿਨ 15 ਜਨਵਰੀ ਨੂੰ ਹੈ।
10. ਮੈਂ ਇੰਗਲੈਂਡ ਵਿੱਚ ਪੈਦਾ ਹੋਇਆ ਸੀ।
11. ਮੈਂ ਕਾਵੈਂਟਰੀ ਵਿੱਚ ਰਹਿੰਦਾ ਹਾਂ।
12. ਮੇਰੇ ਘਰ ਦਾ ਨੰਬਰ 25 ਹੈ।
13. ਮੇਰੀ ਸੜਕ ਦਾ ਨਾਂ ਰੋਮਨ ਰੋਡ ਹੈ।
14. ਮੇਰਾ ਪੂਰਾ ਪਤਾ 25 ਰੋਮਨ ਰੋਡ, ਸਟੋਕ, ਕਾਵੈਂਟਰੀ ਸੀ.ਵੀ. 2 3 ਬੀ.ਡੀ. ਹੈ।
15. ਮੇਰਾ ਟੈਲੀਫ਼ੂਨ ਨੰਬਰ 29536 ਹੈ।
16. ਮੇਰਾ ਧਰਮ ਸਿੱਖ ਹੈ।
17. ਮੈਂ ਸਿਡਨੀ ਸਟਰਿੰਗਰ ਸਕੂਲ ਕਾਵੈਂਟਰੀ ਵਿੱਚ ਪੜ੍ਹਦਾ ਹਾਂ।
18. ਮੇਰਾ ਕੱਦ ਪੰਜ ਫ਼ੁੱਟ ਛੇ ਇੰਚ ਹੈ।
19. ਮੇਰਾ ਭਾਰ 9 ਸਟੋਨ ਹੈ।
20. ਮੇਰੇ ਵਾਲ ਕਾਲੇ ਹਨ।
21. ਮੇਰੀਆਂ ਅੱਖਾਂ ਨੀਲੀਆਂ ਹਨ।
22. ਮੈਂ ਪਤਲਾ ਹਾਂ।
23. ਮੈਂ ਮਿਲਣਸਾਰ ਅਤੇ ਮਿਹਨਤੀ ਮੁੰਡਾ ਹਾਂ।
24. ਮੈਂ ਆਪਣੇ ਮਾਤਾ ਪਿਤਾ ਦਾ ਕਹਿਣਾ ਮੰਨਦਾ ਹਾਂ।
25. ਮੈਂ ਕਦੇ ਝੂਠ ਨਹੀਂ ਬੋਲਦਾ।

1. Write all the above sentences about Sandeesh in English.

....FB-1

2. Like Sandeesh write 15 sentences about yourself in Panjabi.

....FB-1

2. You read about Manjit.

> ### ਮਨਜੀਤ
> ਮੇਰਾ ਨਾਂ ਮਨਜੀਤ ਕੌਰ ਸੰਧੂ ਹੈ। ਮੇਰੀ ਉਮਰ ਪੰਦਰਾਂ ਸਾਲ ਹੈ। ਮੇਰਾ ਜਨਮ ਦਿਨ 15 ਦਸੰਬਰ ਨੂੰ ਹੈ। ਮੈਂ ਇੰਗਲੈਂਡ ਵਿੱਚ ਪੈਦਾ ਹੋਈ ਸੀ ਅਤੇ ਮੇਰੀ ਨਾਗਰਿਕਤਾ ਬ੍ਰਿਟਿਸ਼ ਹੈ। ਮੈਂ ਆਪਣੀ ਸਹੇਲੀ ਪੂਨਮ ਨੂੰ ਬਹੁਤ ਪਸੰਦ ਕਰਦੀ ਹਾਂ ਕਿਉਂਕਿ ਉਹ ਮੇਰੇ ਨਾਲ ਬਹੁਤ ਪਿਆਰ ਕਰਦੀ ਹੈ। ਮੈਂ ਰਣਜੀਤ ਨੂੰ ਪਸੰਦ ਨਹੀਂ ਕਰਦੀ, ਕਿਉਂਕਿ ਉਹ ਮੇਰੇ ਨਾਲ ਲੜਦੀ ਰਹਿੰਦੀ ਹੈ।

1. How old is Manjit?

   ....

2. When is her birthday?

   ....

3. Where was she born?

   ....

4. What is her citizenship?

   ....

5. Why does Manjit like Poonam?

   ....

6. Why does she not like Ranjit?

   ....FB-1

3. You read about Charanjit.

> ### ਚਰਨਜੀਤ
> ਚਰਨਜੀਤ ਇੱਕ ਬਹੁਤ ਚੰਗੀ ਕੁੜੀ ਹੈ। ਉਸ ਦਾ ਰੰਗ ਗੋਰਾ, ਕੱਦ ਲੰਮਾ ਅਤੇ ਦੇਖਣ ਨੂੰ ਪਤਲੀ ਲਗਦੀ ਹੈ। ਉਸ ਦੀਆਂ ਅੱਖਾਂ ਭੂਰੀਆਂ ਹਨ ਅਤੇ ਵਾਲ ਲੰਮੇ ਹਨ। ਉਹ ਬਹੁਤ ਮਿਲਣਸਾਰ ਅਤੇ ਮਿਹਨਤੀ ਕੁੜੀ ਹੈ। ਉਹ ਸਭ ਨਾਲ ਪਿਆਰ ਕਰਦੀ ਹੈ।

1. What has been said about Charanjit's appearance? Give five details.

   ....

   ....

   ....

2. Describe her character. Give four details.

   ....

   ....

   ....FB-1

57

4. Complete the following form in English.

Panjabi	English
1. ਤੁਹਾਡਾ ਖ਼ਾਨਦਾਨੀ ਨਾਂ	
2. ਤੁਹਾਡਾ ਪਹਿਲਾ ਨਾਂ	
3. ਤੁਹਾਡਾ ਵਿਚਕਾਰਲਾ ਨਾਂ	
4. ਪੂਰਾ ਪਤਾ	
5. ਟੈਲੀਫ਼ੂਨ ਨੰਬਰ	
6. ਉਮਰ	
7. ਜਨਮ ਤਰੀਕ	
8. ਜਨਮ ਅਸਥਾਨ	
9. ਧਰਮ	
10. ਨਾਗਰਿਕਤਾ	
11. ਸਕੂਲ ਦਾ ਨਾਂ	
12. ਸਕੂਲ ਦਾ ਪੂਰਾ ਪਤਾ	
13. ਕਿਹੜੀ ਕਲਾਸ ਵਿੱਚ ਪੜ੍ਹਦੇ ਹੋ	
14. ਕਿਹੜੇ ਕਿਹੜੇ ਵਿਸ਼ੇ ਪੜ੍ਹਦੇ ਹੋ	
15. ਕਿੰਨੀਆਂ ਜ਼ੁਬਾਨਾਂ ਜਾਣਦੇ ਹੋ	
16. ਜ਼ੁਬਾਨਾਂ ਦੇ ਨਾਂ ਜੋ ਤੁਸੀਂ ਬੋਲ ਸਕਦੇ ਹੋ	
17. ਜ਼ੁਬਾਨਾਂ ਦੇ ਨਾਂ ਜੋ ਤੁਸੀਂ ਪੜ੍ਹ ਸਕਦੇ ਹੋ	
18. ਜ਼ੁਬਾਨਾਂ ਦੇ ਨਾਂ ਜੋ ਤੁਸੀਂ ਪੜ੍ਹ ਤੇ ਲਿਖ ਸਕਦੇ ਹੋ	
19. ਤੁਹਾਡੀਆਂ ਹੋਰ ਦਿਲਚਸਪੀਆਂ	
20. ਕਲੱਬ ਵਿੱਚ ਤੁਸੀਂ ਕਿਉਂ ਸ਼ਾਮਲ ਹੋਣਾ ਚਾਹੁੰਦੇ ਹੋ	
21. ਤੁਹਾਡੇ ਦਸਖ਼ਤ	
22. ਅੱਜ ਦੀ ਤਰੀਕ	

FB-1

5. ਤੁਸੀਂ ਜੀ.ਸੀ.ਐਸ.ਈ. ਦੇ ਇਮਤਿਹਾਨਾਂ ਤੋਂ ਬਾਅਦ ਇੱਕ ਪੰਜਾਬੀ ਸਟੋਰ ਵਿੱਚ ਕੰਮ ਕਰਨਾ ਚਾਹੁੰਦੇ ਹੋ। ਹੇਠ ਦਿੱਤਾ ਫ਼ਾਰਮ ਪੰਜਾਬੀ ਵਿੱਚ ਭਰੋ।

1. ਤੁਹਾਡਾ ਪੂਰਾ ਨਾਂ	
2. ਪੂਰਾ ਪਤਾ	
3. ਜਨਮ ਤਰੀਕ	
4. ਉਮਰ	
5. ਜਨਮ ਅਸਥਾਨ	
6. ਸਕੂਲ ਦਾ ਨਾਂ ਅਤੇ ਪੂਰਾ ਪਤਾ ਜਿੱਥੋਂ ਤੁਸੀਂ ਵਿੱਦਿਆ ਪ੍ਰਾਪਤ ਕੀਤੀ	
7. ਕਿਹੜੇ ਵਿਸ਼ਿਆਂ ਵਿੱਚ ਪੜ੍ਹਾਈ ਕੀਤੀ	
8. ਕਿਹੜੇ ਇਮਤਿਹਾਨ ਪਾਸ ਕੀਤੇ	
9. ਫ਼ਾਲਤੂ ਸਮੇਂ ਵਿੱਚ ਕੀ ਕਰਦੇ ਹੋ	
10. ਕੀ ਪਹਿਲਾਂ ਵੀ ਕੋਈ ਨੌਕਰੀ ਕੀਤੀ, ਜੇ ਕੀਤੀ ਹੈ ਤਾਂ ਕਿੱਥੇ ਕੀਤੀ	
11. ਇਹ ਨੌਕਰੀ ਕਿਉਂ ਕਰਨੀ ਚਾਹੁੰਦੇ ਹੋ	
12. ਜੇ ਤੁਹਾਨੂੰ ਇਹ ਨੌਕਰੀ ਦਿੱਤੀ ਜਾਵੇ ਤਾਂ ਤੁਸੀਂ ਕੰਮ 'ਤੇ ਕਦੋਂ ਆ ਸਕਦੇ ਹੋ	
13. ਆਪਣੇ ਬਾਰੇ ਹੋਰ ਕੋਈ ਜਾਣਕਾਰੀ	
14. ਦਸਖ਼ਤ	
15. ਤਰੀਕ	

FB-1

59

6. ਤੁਸੀਂ ਅਮਰਜੀਤ ਬਾਰੇ ਪੜ੍ਹਦੇ ਹੋ।

ਅਮਰਜੀਤ ਗੁਰਦੁਆਰੇ ਕੋਲ ਰਹਿੰਦਾ ਹੈ। ਹਰ ਐਤਵਾਰ ਉਹ ਹਾਕੀ ਖੇਡਣ ਜਾਂਦਾ ਹੈ। ਸਨਿੱਚਰਵਾਰ ਉਹ ਬਾਜ਼ਾਰ ਜਾਂਦਾ ਹੈ। ਉਹ ਕਪੜੇ ਦੇਖਣਾ ਬਹੁਤ ਪਸੰਦ ਕਰਦਾ ਹੈ। ਬਾਜ਼ਾਰ ਵਿੱਚ ਘੁੰਮਣ ਤੋਂ ਬਾਅਦ ਉਹ ਕੁਝ ਖਾਣਾ ਪਸੰਦ ਕਰਦਾ ਹੈ। ਸਮੋਸੇ ਖ਼ਾਸ ਕਰਕੇ ਉਸਨੂੰ ਬਹੁਤ ਚੰਗੇ ਲਗਦੇ ਹਨ। ਫੇਰ ਉਹ ਬਸ ਫੜ ਕੇ ਘਰ ਨੂੰ ਆ ਜਾਂਦਾ ਹੈ।

ਘਰ ਆ ਕੇ ਉਹ ਆਪਣੇ ਸਕੂਲ ਦਾ ਕੰਮ ਕਰਦਾ ਹੈ। ਉਸ ਨੇ ਇਸ ਸਾਲ ਦਸ ਜੀ.ਸੀ.ਐਸ.ਈ. ਦੇ ਇਮਤਿਹਾਨ ਦੇਣੇ ਹਨ। ਚੰਗੇ ਗਰੇਡ ਲੈਣ ਲਈ ਉਹ ਸਖ਼ਤ ਮਿਹਨਤ ਕਰਦਾ ਹੈ। ਉਸਦੇ ਮਾਤਾ ਪਿਤਾ ਉਸਦੀ ਪੜ੍ਹਾਈ ਵਿੱਚ ਬਹੁਤ ਸਹਾਇਤਾ ਕਰਦੇ ਹਨ।

1. ਅਮਰਜੀਤ ਕਿੱਥੇ ਰਹਿੰਦਾ ਹੈ ?

....

2. ਐਤਵਾਰ ਨੂੰ ਉਹ ਕੀ ਕਰਦਾ ਹੈ ?

....

3. ਉਹ ਬਾਜ਼ਾਰ ਕਦੋਂ ਜਾਂਦਾ ਹੈ ?

....

4. ਬਾਜ਼ਾਰ ਵਿੱਚ ਉਹ ਕੀ ਕਰਦਾ ਹੈ ?

....

5. ਉਹ ਬਾਜ਼ਾਰ ਤੋਂ ਵਾਪਸ ਕਿਸ ਤਰ੍ਹਾਂ ਆਉਂਦਾ ਹੈ ?

....

6. ਘਰ ਵਾਪਸ ਆ ਕੇ ਉਹ ਕੀ ਕਰਦਾ ਹੈ ?

....

7. ਉਸ ਦੀ ਪੜ੍ਹਾਈ ਬਾਰੇ ਤਿੰਨ ਗੱਲਾਂ ਦੱਸੋ।

....FB-1

7. ਤੁਸੀਂ ਇਹ ਚਿੱਠੀ ਪੜ੍ਹਦੇ ਹੋ।

45 ਈਗਲ ਸਟਰੀਟ,
ਲੀਡਜ਼
8 ਜਨਵਰੀ 2000

ਪਿਆਰੀ ਮਨਜਿੰਦਰ,

ਬਹੁਤ ਬਹੁਤ ਪਿਆਰ। ਅਸੀਂ ਇਸ ਸਾਲ ਤੇਰੇ ਜਨਮ ਦਿਨ 'ਤੇ ਨਹੀਂ ਆ ਸਕਾਂਗੇ। ਨਾ ਆਉਣ ਦਾ ਕਾਰਨ ਇਹ ਹੈ ਕਿ ਉਸੇ ਦਿਨ ਮੇਰੇ ਇੱਕ ਗੂੜ੍ਹੇ ਦੋਸਤ ਦੀ ਲੜਕੀ ਦਾ ਵਿਆਹ ਹੈ ਅਤੇ ਮੇਰਾ ਤੇ ਤੇਰੀ ਚਾਚੀ ਦਾ ਇਸ ਵਿਆਹ 'ਤੇ ਜਾਣਾ ਬਹੁਤ ਜ਼ਰੂਰੀ ਹੈ।

ਅਸੀਂ ਤੈਨੂੰ ਇੱਕ ਛੋਟਾ ਰੇਡੀਓ ਆਪਣੇ ਵੱਲੋਂ ਸੁਗਾਤ ਵੱਜੋਂ ਭੇਜ ਰਹੇ ਹਾਂ। ਉਮੀਦ ਹੈ ਕਿ ਤੂੰ ਇਸ ਨੂੰ ਪਸੰਦ ਕਰੇਂਗੀ। ਤੇਰੀ ਜੀ.ਸੀ.ਐਸ.ਈ. ਦੀ ਪ੍ਰੀਖਿਆ ਵੀ ਹੁਣ ਨੇੜੇ ਹੈ। ਇਸ ਲਈ ਪੜ੍ਹਾਈ ਦਿਲ ਲਾ ਕੇ ਕਰਨੀ ਤਾਂ ਕਿ ਚੰਗੇ ਗਰੇਡ ਆ ਜਾਣ।

ਤੇਰੀ ਚਾਚੀ ਜੀ ਵੱਲੋਂ ਤੈਨੂੰ ਪਿਆਰ। ਬਲਜੀਤ ਅਤੇ ਦਲਜੀਤ ਵੱਲੋਂ ਸਤਿ ਸ੍ਰੀ ਅਕਾਲ। ਉੱਤਰ ਜਲਦੀ ਦੇਣਾ।

ਤੇਰਾ ਚਾਚਾ,
ਮਨਮੋਹਨ ਸਿੰਘ

ਹੇਠ ਲਿਖੇ ਪ੍ਰਸ਼ਨਾਂ ਦਾ ਉੱਤਰ ਪੰਜਾਬੀ ਵਿੱਚ ਲਿਖੋ :

1. ਮਨਜਿੰਦਰ ਦੇ ਚਾਚਾ ਜੀ ਦਾ ਕੀ ਨਾਂ ਹੈ ?

....

2. ਉਹ ਕਿੱਥੇ ਰਹਿੰਦੇ ਹਨ ?

....

3. ਮਨਜਿੰਦਰ ਦੇ ਚਾਚਾ ਅਤੇ ਚਾਚੀ ਜੀ ਉਸ ਦੇ ਜਨਮ ਦਿਨ 'ਤੇ ਕਿਉਂ ਨਹੀਂ ਆ ਸਕਦੇ ?

....

4. ਉਹਨਾਂ ਨੇ ਮਨਜਿੰਦਰ ਦੇ ਜਨਮ ਦਿਨ 'ਤੇ ਕੀ ਤੋਹਫ਼ਾ ਭੇਜਿਆ ਹੈ ?

....

5. ਉਹਨਾਂ ਨੇ ਮਨਜਿੰਦਰ ਨੂੰ ਪੜ੍ਹਾਈ ਲਈ ਕੀ ਸਲਾਹ ਦਿੱਤੀ ਹੈ ?

....

6. ਇਹ ਚਿੱਠੀ ਕਦੋਂ ਲਿਖੀ ਗਈ ?

....FB-1

8. ਤੁਸੀਂ ਅਖ਼ਬਾਰ ਵਿੱਚ ਇਹ ਇਸ਼ਤਿਹਾਰ ਪੜ੍ਹਦੇ ਹੋ।

> ਜੱਟ ਸਿੱਖ ਘਰਾਣੇ ਦੀ ਇੰਗਲੈਂਡ ਵਿੱਚ ਜੰਮੀ ਪਲੀ ਲੜਕੀ ਵਾਸਤੇ ਯੋਗ ਵਰ ਦੀ ਲੋੜ ਹੈ। ਲੜਕੀ ਦੀ ਉਮਰ 24 ਸਾਲ, ਕੱਦ 5 ਫ਼ੁੱਟ 3 ਇੰਚ ਅਤੇ ਰੂਪ ਰੰਗ ਦੀ ਸੋਹਣੀ ਹੈ। ਖਾਣਾ ਪਕਾਉਣਾ ਅਤੇ ਬਾਕੀ ਸਾਰੇ ਘਰ ਦੇ ਕੰਮ ਜਾਣਦੀ ਹੈ। ਹਾਈ ਸਕੂਲ ਵਿੱਚ ਅਧਿਆਪਕਾ ਲੱਗੀ ਹੋਈ ਹੈ। ਲੜਕਾ ਅਧਿਆਪਕ ਹੋਵੇ ਤਾਂ ਬਹੁਤ ਹੀ ਚੰਗਾ ਹੈ, ਪਰ ਜੇ ਅਕਾਊਂਟੈਂਟ ਜਾਂ ਵਕੀਲ ਹੋਵੇ ਤਾਂ ਵੀ ਗੱਲਬਾਤ ਕੀਤੀ ਜਾ ਸਕਦੀ ਹੈ। ਹੋਰ ਜਾਣਕਾਰੀ ਲਈ ਲੜਕੀ ਦੇ ਮਾਪਿਆਂ ਨਾਲ ਗੱਲਬਾਤ ਕਰੋ। ਟੈਲੀਫ਼ੋਨ 586325

1. ਲੜਕੀ ਦਾ ਕੀ ਧਰਮ ਹੈ ?

   ....

2. ਉਸ ਦਾ ਜਨਮ ਕਿੱਥੇ ਹੋਇਆ ਸੀ ?

   ....

3. ਉਹ ਕੀ ਕੰਮ ਕਰਦੀ ਹੈ ?

   ....

4. ਲੜਕੀ ਬਾਰੇ ਚਾਰ ਗੱਲਾਂ ਹੋਰ ਲਿਖੋ।

   ....

5. ਲੜਕੀ ਲਈ ਕਿਸ ਤਰ੍ਹਾਂ ਦੇ ਲੜਕੇ ਦੀ ਭਾਲ ਹੈ ?

   ....

6. ਇਸ ਬਾਰੇ ਗੱਲਬਾਤ ਕਰਨ ਲਈ ਕੀ ਕਰਨਾ ਚਾਹੀਦਾ ਹੈ ?

   ....FB-1

Higher

9. ਤੁਸੀਂ ਅਖ਼ਬਾਰ ਵਿੱਚ ਇਹ ਇਸ਼ਤਿਹਾਰ ਪੜ੍ਹਦੇ ਹੋ। ਇਸ ਵਿੱਚ ਕੁੱਝ ਥਾਵਾਂ ਖ਼ਾਲੀ ਛੱਡੀਆਂ ਗਈਆਂ ਹਨ। ਖ਼ਾਨਿਆਂ ਵਿੱਚ ਠੀਕ ਸ਼ਬਦਾਂ ਦੇ ਨੰਬਰ ਲਿਖੋ।

> ਇੱਕ ਰਾਮਗੜ੍ਹੀਆ [4] ਦੇ ਡਾਕਟਰ ਲੱਗੇ ਹੋਏ ਮੁੰਡੇ ਲਈ ਇੱਕ ਚੰਗੀ ਪੜ੍ਹੀ ਲਿਖੀ [ ] ਦੀ ਲੋੜ ਹੈ। ਮੁੰਡੇ ਦੀ [ ] 28 ਸਾਲ, ਕੱਦ 5 ਫ਼ੁੱਟ 8 ਇੰਚ ਅਤੇ ਬੜੇ ਨੇਕ [ ] ਦਾ ਹੈ। ਕੁੜੀ ਜੇ [ ] ਲੱਗੀ ਹੋਵੇ ਤਾਂ ਚੰਗਾ ਹੈ ਪਰ ਜੇ ਫ਼ਾਰਮਿਸਿਸਟ ਜਾਂ [ ] ਲੱਗੀ ਹੋਵੇ ਤਾਂ ਵੀ [ ] ਕੀਤੀ ਜਾ ਸਕਦੀ ਹੈ। ਕੁੜੀ ਦਾ ਕੱਦ 5 ਫ਼ੁੱਟ 4 ਇੰਚ ਤੋਂ [ ] ਨਹੀਂ ਹੋਣਾ ਚਾਹੀਦਾ। ਕੁੜੀ [ ] ਹੋਵੇ ਅਤੇ ਉਸਨੂੰ [ ] ਖਾਣਾ ਬਣਾਉਣਾ ਆਉਣਾ ਜ਼ਰੂਰੀ ਹੈ। ਚਾਹਵਾਨ ਪਰਵਾਰ ਮੁੰਡੇ ਦੇ [ ] ਨਾਲ ਗੱਲ ਬਾਤ ਕਰਨ। ਟੈਲੀਫ਼ੂਨ ਨੰਬਰ 213858.

1. ਪੰਜਾਬੀ	5. ਸੁੰਦਰ	9. ਸੁਭਾ
2. ਕੁੜੀ	6. ਗੱਲਬਾਤ	10. ਘੱਟ
3. ਮਾਪਿਆਂ	7. ਉਮਰ	11. ਡਾਕਟਰ
4. ਘਰਾਣੇ	8. ਨਰਸ	

HB-1

10. ਤੁਸੀਂ ਕੁਲਬੀਰ ਬਾਰੇ ਪੜ੍ਹਦੇ ਹੋ।

> ਮੈਂ ਇੱਕ ਕੁੜੀ ਹਾਂ ਅਤੇ ਮੇਰਾ ਨਾਂ ਕੁਲਬੀਰ ਕੌਰ ਹੈ। ਮੇਰਾ ਖ਼ਾਨਦਾਨੀ ਨਾਂ ਨਾਗਰਾ ਹੈ। ਮੇਰੀ ਉਮਰ ਅਠਾਰਾਂ ਸਾਲ ਹੈ। ਮੇਰਾ ਜਨਮ 15 ਫ਼ਰਵਰੀ 1981 ਨੂੰ ਪਿੰਡ ਮਹਿੰਦਪੁਰ ਜ਼ਿਲ੍ਹਾ ਹੁਸ਼ਿਆਰਪੁਰ ਵਿੱਚ ਹੋਇਆ ਸੀ।
>
> ਮੇਰੇ ਪਿਤਾ ਜੀ ਦਾ ਨਾਂ ਸਰਦਾਰ ਮਹਿੰਦਰ ਸਿੰਘ ਨਾਗਰਾ ਹੈ ਅਤੇ ਮੇਰੀ ਮਾਤਾ ਜੀ ਦਾ ਨਾਂ ਸ੍ਰੀਮਤੀ ਗਿਆਨ ਕੌਰ ਨਾਗਰਾ ਹੈ। ਮੇਰਾ ਇੱਕ ਭਰਾ ਅਤੇ ਇੱਕ ਭੈਣ ਹੈ। ਮੇਰੇ ਭਰਾ ਦਾ ਨਾਂ ਸੰਦੀਸ਼ ਸਿੰਘ ਹੈ। ਮੇਰੀ ਭੈਣ ਦਾ ਨਾਂ ਕੁਲਦੀਪ ਕੌਰ ਹੈ। ਮੇਰੀ ਭੈਣ ਮੇਰੇ ਨਾਲੋਂ ਵੱਡੀ ਹੈ, ਪਰ ਭਰਾ ਛੋਟਾ ਹੈ।
>
> ਖੇਡਾਂ ਵਿੱਚ ਮੈਨੂੰ ਖ਼ਾਸ ਦਿਲਚਸਪੀ ਹੈ। ਹਾਕੀ ਅਤੇ ਨੈਟਬਾਲ ਮੇਰੀਆਂ ਮਨਪਸੰਦ ਖੇਡਾਂ ਹਨ। ਮੈਂ ਕਾਲਜ ਦੀ ਹਾਕੀ ਦੀ ਟੀਮ ਦੀ ਕੈਪਟਨ ਹਾਂ ਅਤੇ ਨੈਟਬਾਲ ਦੀ ਟੀਮ ਦੀ ਮੈਂਬਰ ਹਾਂ। ਅਸੀਂ ਹਰ ਰੋਜ਼ ਕਾਲਜ ਵਿੱਚ ਕੋਈ ਨਾ ਕੋਈ ਖੇਡ ਜ਼ਰੂਰ ਖੇਡਦੇ ਹਾਂ।
>
> ਮੇਰੀ ਵੱਡੀ ਭੈਣ ਕੁਲਦੀਪ ਵੀ ਮੇਰੇ ਨਾਲ ਕਾਲਜ ਵਿੱਚ ਪੜ੍ਹਦੀ ਹੈ। ਅਸੀਂ ਦੋਨੋਂ ਇਕੱਠੀਆਂ ਹੀ ਬੱਸ ਵਿੱਚ ਕਾਲਜ ਨੂੰ ਜਾਂਦੀਆਂ ਹਾਂ ਅਤੇ ਇਕੱਠੀਆਂ ਹੀ ਵਾਪਸ ਆਉਂਦੀਆਂ ਹਾਂ।
>
> ਘਰ ਵਿੱਚ ਮੈਂ ਆਪਣੇ ਮਾਤਾ ਜੀ ਦੀ ਕੰਮ ਵਿੱਚ ਬਹੁਤ ਸਹਾਇਤਾ ਕਰਦੀ ਹਾਂ। ਘਰ ਦੀ ਸਫ਼ਾਈ, ਖਾਣਾ ਬਣਾਉਣ ਅਤੇ ਕਪੜੇ ਧੋਣ ਦਾ ਕੰਮ ਮੈਂ ਅਤੇ ਕੁਲਦੀਪ ਹੀ ਕਰਦੀਆਂ ਹਾਂ।

> ਮੈਂ ਵੱਡੀ ਹੋ ਕੇ ਅਧਿਆਪਕਾ ਬਣਨਾ ਚਾਹੁੰਦੀ ਹਾਂ। ਇਸ ਲਈ ਮੈਂ ਪੜ੍ਹਾਈ ਵਿੱਚ ਬਹੁਤ ਮਿਹਨਤ ਕਰ ਰਹੀ ਹਾਂ। ਕਾਲਜ ਤੋਂ ਵਾਪਸ ਆ ਕੇ ਦੋ ਤਿੰਨ ਘੰਟੇ ਮੈਂ ਹਰ ਰੋਜ਼ ਪੜ੍ਹਾਈ ਕਰਦੀ ਹਾਂ।

ਹੇਠ ਲਿਖੇ ਪ੍ਰਸ਼ਨਾਂ ਦਾ ਉੱਤਰ ਪੰਜਾਬੀ ਵਿੱਚ ਲਿਖੋ।

1. ਕੁਲਬੀਰ ਕਦੋਂ ਅਤੇ ਕਿੱਥੇ ਪੈਦਾ ਹੋਈ ?

   ....

2. ਭੈਣਾਂ ਭਰਾਵਾਂ ਵਿੱਚੋਂ ਸਭ ਤੋਂ ਵੱਡਾ ਕੌਣ ਹੈ ?

   ....

3. ਕੁਲਬੀਰ ਹੁਣ ਕੀ ਕਰਦੀ ਹੈ ?

   ....

4. ਕੁਲਬੀਰ ਕੀ ਪੜ੍ਹਨਾ ਪਸੰਦ ਨਹੀਂ ਕਰਦੀ ?

   ....

5. ਕੁਲਬੀਰ ਕਿਸ ਚੀਜ਼ ਵਿੱਚ ਵੱਧ ਦਿਲਚਸਪੀ ਰਖਦੀ ਹੈ ? ਦੋ ਗੱਲਾਂ ਲਿਖੋ।

   ....

6. ਕੁਲਬੀਰ ਅਤੇ ਕੁਲਦੀਪ ਕੀ ਕੀ ਕੰਮ ਇਕੱਠੀਆਂ ਕਰਦੀਆਂ ਹਨ ?

   ....

7. ਕੁਲਬੀਰ ਕਿਸ ਤਰ੍ਹਾਂ ਦੀ ਨੌਕਰੀ ਕਰਨਾ ਪਸੰਦ ਕਰਦੀ ਹੈ ਅਤੇ ਉਹ ਇਹ ਨੌਕਰੀ ਲੈਣ ਲਈ ਕੀ ਕੋਸ਼ਿਸ਼ ਕਰ ਰਹੀ ਹੈ ?

   ....HB-1

11. You read an article on parents.

> ਮਾਂ-ਬਾਪ ਇੱਕ ਅਣਮੁੱਲੀ ਦਾਤ ਹੈ। ਉਹ ਆਪਣੇ ਬੱਚੇ ਦੇ ਜਨਮ 'ਤੇ ਬਹੁਤ ਖ਼ੁਸ਼ੀ ਮਨਾਉਂਦੇ ਹਨ। ਉਸ ਦੇ ਪਾਲਣ ਲਈ ਲਹੂ ਪਸੀਨਾ ਇੱਕ ਕਰ ਦਿੰਦੇ ਹਨ। ਉਸ ਦੇ ਸੁਖ ਲਈ ਹਰ ਤਰ੍ਹਾਂ ਦਾ ਕੰਮ ਕਰਨ ਨੂੰ ਤਿਆਰ ਹੁੰਦੇ ਹਨ। ਉਸ ਦੀ ਪੜ੍ਹਾਈ ਦਾ ਚੰਗੇ ਤੋਂ ਚੰਗਾ ਪ੍ਰਬੰਧ ਕਰਦੇ ਹਨ। ਕਈ ਬੱਚੇ ਤਾਂ ਆਪਣੇ ਮਾਤਾ ਪਿਤਾ ਦੇ ਕੀਤੇ ਨੂੰ ਕਦੇ ਨਹੀਂ ਭੁੱਲਦੇ ਅਤੇ ਉਹਨਾਂ ਦੇ ਕਹਿਣੇ ਨੂੰ ਬੜੇ ਆਦਰ ਨਾਲ ਮੰਨਦੇ ਹਨ। ਪਰ ਕੁਝ ਅਜਿਹੇ ਬੱਚੇ ਵੀ ਹਨ, ਜਿਹੜੇ ਆਪਣੇ ਮਾਤਾ ਪਿਤਾ ਦੀ ਕੋਈ ਇੱਜ਼ਤ ਨਹੀਂ ਕਰਦੇ ਅਤੇ ਉਹਨਾਂ ਦੀ ਕੀਤੀ ਹੋਈ ਨੇਕੀ ਨੂੰ ਭੁੱਲਣ ਵਿੱਚ ਬਹੁਤੀ ਦੇਰ ਨਹੀਂ ਲਾਉਂਦੇ। ਬੱਚਿਆਂ ਦਾ ਵੀ ਫ਼ਰਜ਼ ਬਣਦਾ ਹੈ ਕਿ ਉਹ ਆਪਣੇ ਮਾਤਾ ਪਿਤਾ ਜਿਹਨਾਂ ਨੇ ਉਨ੍ਹਾਂ ਨੂੰ ਐਨੀਆਂ ਮੁਸ਼ਕਲਾਂ ਝੱਲ ਕੇ ਪਾਲਿਆ ਹੈ, ਦੀ ਖ਼ੁਸ਼ੀ ਲਈ ਪੂਰਾ ਯਤਨ ਕਰਨ।

1. According to this article what do parents do for their children ? Give three details.

   ....

2. Describe the two types of children mentioned in this article. Give two details.

   ....HB-1

Family

Foundation

12. Read the following male and female relationship.

Family Relationship ਪਰਵਾਰਿਕ ਰਿਸ਼ਤੇ

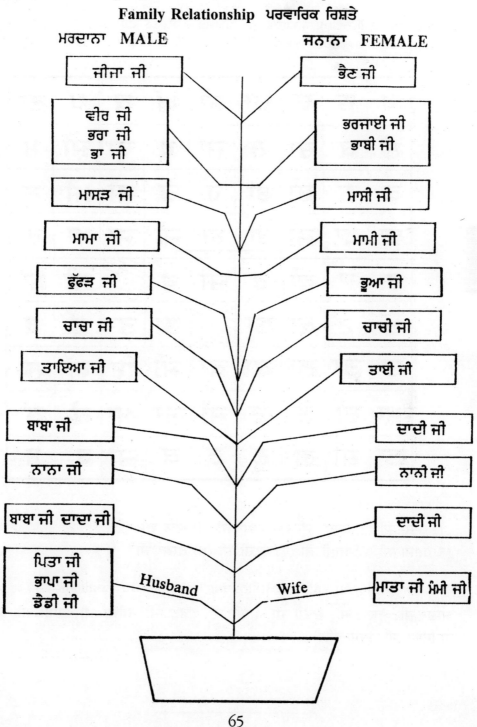

ਮਰਦਾਨਾ MALE ਜਨਾਨਾ FEMALE

ਜੀਜਾ ਜੀ
ਭੈਣ ਜੀ
ਵੀਰ ਜੀ
ਭਰਾ ਜੀ
ਭਾ ਜੀ
ਭਰਜਾਈ ਜੀ
ਭਾਬੀ ਜੀ
ਮਾਸੜ ਜੀ
ਮਾਸੀ ਜੀ
ਮਾਮਾ ਜੀ
ਮਾਮੀ ਜੀ
ਫੁੱਫੜ ਜੀ
ਭੂਆ ਜੀ
ਚਾਚਾ ਜੀ
ਚਾਚੀ ਜੀ
ਤਾਇਆ ਜੀ
ਤਾਈ ਜੀ
ਬਾਬਾ ਜੀ
ਦਾਦੀ ਜੀ
ਨਾਨਾ ਜੀ
ਨਾਨੀ ਜੀ
ਬਾਬਾ ਜੀ ਦਾਦਾ ਜੀ
ਦਾਦੀ ਜੀ
ਪਿਤਾ ਜੀ
ਭਾਪਾ ਜੀ
ਡੈਡੀ ਜੀ
Husband
Wife
ਮਾਤਾ ਜੀ ਮੰਮੀ ਜੀ

1. Write the opposite gender of the following in English and Panjabi.

ਮੰਮੀ ਜੀ, ਬਾਬਾ ਜੀ, ਚਾਚੀ ਜੀ, ਮਾਮਾ ਜੀ, ਭੂਆ ਜੀ, ਭੈਣ ਜੀ, ਮਾਸੜ ਜੀ, ਨਾਨਾ ਜੀ, ਤਾਇਆ ਜੀ, ਤਾਈ ਜੀ, ਭਾਬੀ ਜੀ। FB-1

2. Name the following words by using arrows either side and give their relationship to your mother or father. The first one is done for you.

ਪ	ਨੱ	ਚਾ	ਚਾ	ਜੀ	ਅੱ	ਕ	ਪ	ਲਾ
ਲੱ	ਕ	ਚਾ	ਲ	ਜਾ	ਖ	ਚਾ	ਜੀ	ਮ
ਕੰ	ਨ	ਚੀ	ਬਾਂ	ਹ	ਤ	ਜੀ	ਮੀ	ਲ
ਭਾ	ਪਾ	ਜੀ	ਬਾ	ਬਾ	ਜੀ	ਜਾ	ਮਾ	ਰ
ਗ	ਜ	ਵੀ	ਰ	ਜੀ	ਭ		ਸੀ	ਮਾ
ਪੱ	ਟ	ਕਾ	ਲਾ		ਲਾ	ਤਾ	ਹੱ	ਥ
ਤ	ਤਾ	ਲਾ	ਕਾ	ਕਾ	ਜੀ	ਇ	ਗੱ	ਲ
ਮਾ	ਈ	ਲੱ	ਤ	ਜੀ	ਤਾ	ਆ	ਕ	ਲੱ
ਲਾ	ਜੀ	ਗ	ਲੂ	ਟ	ਕ	ਜੀ	ਬ	ਸ

(1) ਬਾਬਾ ਜੀ (2) ਚਾਚਾ ਜੀ (3) ਭਾਪਾ ਜੀ (4) ਵੀਰ ਜੀ

(5) ਮਾਮਾ ਜੀ (6) ਮਾਮੀ ਜੀ (7) ਚਾਚੀ ਜੀ (8) ਕਾਕਾ ਜੀ FB-1

3. What would you call the following relations in English?

ਮਾਤਾ ਜੀ, ਨਾਨਾ ਜੀ, ਦਾਦੀ ਜੀ, ਮਾਮੀ ਜੀ, ਫੁੱਫੜ ਜੀ, ਜੀਜਾ ਜੀ, ਭਾਬੀ ਜੀ, ਵੀਰ ਜੀ, ਤਾਇਆ ਜੀ, ਮਾਸੀ ਜੀ। FB-1

Higher

13. ਤੁਸੀਂ ਅਮਨਦੀਪ ਦੇ ਪਰਿਵਾਰ ਬਾਰੇ ਪੜ੍ਹਦੇ ਹੋ। ਹੇਠ ਦਿੱਤੇ ਖ਼ਾਨਿਆਂ ਵਿੱਚ ਠੀਕ ਸ਼ਬਦਾਂ ਦੇ ਨੰਬਰ ਲਿਖੋ।

ਮੇਰਾ ਪਰਿਵਾਰ

ਮੇਰਾ ਨਾਂ ਅਮਨਦੀਪ ਸਿੰਘ ਹੈ। ਮੇਰੀਆਂ ਦੋ ☐ ਅਤੇ ਇੱਕ ਭਰਾ ਹੈ। ਮੇਰਾ ☐ ਮੇਰੇ ਨਾਲੋਂ ਵੱਡਾ ਹੈ ਅਤੇ ਭੈਣਾਂ ☐ ਹਨ। ਮੇਰਾ ਭਰਾ ਵਿਆਹਿਆ ਹੋਇਆ ਹੈ। ਮੇਰੀਆਂ ਭੈਣਾਂ ਅਜੇ ☐ ਵਿੱਚ ਪੜ੍ਹਦੀਆਂ ਹਨ। ਮੇਰਾ ਭਰਾ ☐ ਹੈ ਅਤੇ ਮੇਰੀ ਭਾਬੀ ਇੱਕ ਸੈਕੰਡਰੀ ਸਕੂਲ ਵਿੱਚ ☐ ਹੈ। ਮੇਰੇ ਪਿਤਾ ਜੀ ਇੱਕ ਡਾਕਖ਼ਾਨੇ ਵਿੱਚ ਕੰਮ ਕਰਦੇ ਹਨ ਪਰ ਮੇਰੇ ਮਾਤਾ ਜੀ ਅੱਜ ਕੱਲ੍ਹ ☐ ਨਹੀਂ ਕਰਦੇ, ਕਿਉਂਕਿ ਉਹਨਾਂ ਦੀ ☐ ਕੁੱਝ ਖ਼ਰਾਬ ਰਹਿੰਦੀ ਹੈ।

ਮੇਰੇ ਭਰਾ ਦਾ ਨਾਂ ਚਰਨਜੀਤ ਸਿੰਘ ਹੈ ਅਤੇ ਭੈਣਾਂ ਦੇ ਨਾਂ ਲਖਬੀਰ ਅਤੇ ਜਸਵੀਰ ਹਨ। ਮੇਰੇ ਦਾਦਾ ਦਾਦੀ ਜੀ ☐ ਵਿੱਚ ਰਹਿੰਦੇ ਹਨ। ਉੱਥੇ ਉਹਨਾਂ ਦਾ ਬਹੁਤ ਵੱਡਾ ☐ ਹੈ। ਅਸੀਂ ਕਈ ਵਾਰ ☐ ਵਿੱਚ ਆਪਣੇ ਦਾਦਾ ਦਾਦੀ ਜੀ ਨੂੰ ਮਿਲਣ ਲਈ ਪੰਜਾਬ ਜਾਂਦੇ ਹਾਂ। ਉਹ ਸਾਡੇ ਨਾਲ ਬਹੁਤ ☐ ਕਰਦੇ ਹਨ।

1. ਪਿਆਰ	4. ਛੁੱਟੀਆਂ	7. ਕੰਮ	10. ਅਧਿਆਪਕਾ
2. ਪੰਜਾਬ	5. ਸਿਹਤ	8. ਡਾਕਟਰ	11. ਭੈਣਾਂ
3. ਛੋਟੀਆਂ	6. ਮਕਾਨ	9. ਭਰਾ	12. ਸਕੂਲ

HB-1

Friends

Foundation

14. ਤੁਸੀਂ ਆਪਣੇ ਇੱਕ ਪੈੱਨ ਫ਼ਰੈਂਡ (ਕਲਮੀ ਮਿੱਤਰ) ਦੀ ਚਿੱਠੀ ਪੜ੍ਹਦੇ ਹੋ।

> ਸੰਸਾਰ ਪੁਰ,
> 16 ਜਨਵਰੀ 2000
>
> ਪਿਆਰੀ ਮਨਜੀਤ,
>
> ਮੈਂ ਤੁਹਾਡੀ ਨਵੀਂ ਪੈੱਨ ਫ਼ਰੈਂਡ (ਕਲਮੀ ਮਿੱਤਰ) ਹਾਂ। ਮੈਂ ਆਪਣੇ ਬਾਰੇ ਤੁਹਾਨੂੰ ਕੁੱਝ ਦੱਸਦੀ ਹਾਂ। ਮੇਰਾ ਨਾਂ ਸਰਬਦੀਪ ਹੈ ਅਤੇ ਮੇਰੀ ਉਮਰ ਪੰਦਰਾਂ ਸਾਲ ਹੈ। ਮੇਰੀ ਇੱਕ ਭੈਣ ਹੈ ਅਤੇ ਦੋ ਭਰਾ ਹਨ। ਮੇਰੀ ਭੈਣ ਦਾ ਨਾਂ ਸ਼ਰਨਜੀਤ ਹੈ ਅਤੇ ਭਰਾਵਾਂ ਦੇ ਨਾਂ ਸੁਖਬੀਰ ਅਤੇ ਸੰਦੀਪ ਹਨ। ਮੇਰੇ ਦੋਨੋਂ ਭਰਾ ਮੇਰੇ ਨਾਲੋਂ ਵੱਡੇ ਹਨ ਪਰ ਮੇਰੀ ਭੈਣ ਛੋਟੀ ਹੈ। ਸੁਖਬੀਰ 19 ਸਾਲਾਂ ਦਾ ਹੈ ਅਤੇ ਉਹ ਯੂਨੀਵਰਸਿਟੀ ਵਿੱਚ ਪੜ੍ਹਦਾ ਹੈ। ਸੰਦੀਪ 17 ਸਾਲਾਂ ਦਾ ਹੈ ਅਤੇ ਉਹ ਅਜੇ ਸਕੂਲ ਵਿੱਚ ਹੀ ਹੈ। ਸ਼ਰਨਜੀਤ 13 ਸਾਲ ਦੀ ਹੈ ਅਤੇ ਉਹ ਵੀ ਮੇਰੇ ਸਕੂਲ ਵਿੱਚ ਪੜ੍ਹਦੀ ਹੈ।
>
> ਮੈਂ ਸੰਸਾਰ ਪੁਰ ਵਿੱਚ ਰਹਿੰਦੀ ਹਾਂ। ਇਹ ਇੱਕ ਪਿੰਡ ਹੈ। ਇਹ ਪਿੰਡ ਜਲੰਧਰ ਸ਼ਹਿਰ ਤੋਂ ਕੋਈ ਪੰਜ ਕਿਲੋਮੀਟਰ ਦੂਰ ਹੈ। ਮੈਂ ਆਪਣੇ ਮਾਤਾ ਪਿਤਾ ਅਤੇ ਦਾਦੀ ਜੀ ਨਾਲ ਇੱਕ ਮਕਾਨ ਵਿੱਚ ਰਹਿੰਦੀ ਹਾਂ। ਮੈਨੂੰ ਪੰਜਾਬੀ ਜ਼ਿੰਦਗੀ ਬਹੁਤ ਚੰਗੀ ਲਗਦੀ ਹੈ।
>
> ਤੁਸੀਂ ਮੈਨੂੰ ਆਪਣੇ ਪਰਿਵਾਰ ਬਾਰੇ ਲਿਖਣਾ। ਮੇਰੇ ਵੱਲੋਂ ਤੁਹਾਡੇ ਸਾਰੇ ਪਰਿਵਾਰ ਨੂੰ ਸਤਿ ਸ੍ਰੀ ਅਕਾਲ। ਉੱਤਰ ਜਲਦੀ ਦੇਣਾ।
>
> ਤੁਹਾਡੀ ਸਹੇਲੀ
> ਸਰਬਦੀਪ

ਉਦਾਹਰਣ :

1. ਇਹ ਚਿੱਠੀ ਕਿਸ ਨੇ ਲਿਖੀ ਹੈ ?

1.	ਮਨਜੀਤ
2.	ਸਰਬਦੀਪ
3.	ਸ਼ਰਨਜੀਤ
4.	ਸੁਖਬੀਰ

ਖ਼ਾਨੇ ਵਿੱਚ ਠੀਕ ਉੱਤਰ ਦਾ ਨੰਬਰ ਲਿਖੋ। [2]

2. ਸੰਦੀਪ ਦੀ ਕਿੰਨੀ ਉਮਰ ਹੈ ?

1.	15 ਸਾਲ
2.	13 ਸਾਲ
3.	17 ਸਾਲ
4.	19 ਸਾਲ

ਖ਼ਾਨੇ ਵਿੱਚ ਠੀਕ ਉੱਤਰ ਦਾ ਨੰਬਰ ਲਿਖੋ।

3. ਸਰਬਦੀਪ ਕਿੱਥੇ ਰਹਿੰਦੀ ਹੈ ?

1.	ਦਿੱਲੀ
2.	ਜਲੰਧਰ
3.	ਸੰਸਾਰ ਪੁਰ
4.	ਚੰਡੀਗੜ੍ਹ

ਖ਼ਾਨੇ ਵਿੱਚ ਠੀਕ ਉੱਤਰ ਦਾ ਨੰਬਰ ਲਿਖੋ।

FB-1

4. ਵਾਕਾਂ ਨੂੰ ਪੜ੍ਹੋ ਅਤੇ ਲਿਖੋ

ਠੀਕ   ਠ
ਗ਼ਲਤ   ਗ
ਪਤਾ ਨਹੀਂ   ?

ਉਦਾਹਰਣ	1.	ਸਰਬਦੀਪ ਦੀ ਸਹੇਲੀ ਦਾ ਨਾਂ ਮਨਜੀਤ ਹੈ।	ਠ
	2.	ਮਨਜੀਤ ਦੀ ਉਮਰ 25 ਸਾਲ ਹੈ।	
	3.	ਸਰਬਦੀਪ 15 ਸਾਲ ਦੀ ਹੈ।	
	4.	ਸਰਬਦੀਪ ਦੀਆਂ ਤਿੰਨ ਭੈਣਾਂ ਹਨ।	
	5.	ਸਰਬਦੀਪ ਦੇ 2 ਭਰਾ ਹਨ।	
	6.	ਸਰਬਦੀਪ ਦੇ ਭਰਾ ਉਸ ਨਾਲੋਂ ਛੋਟੇ ਹਨ।	
	7.	ਸਰਬਦੀਪ ਦੇ ਦੋਨੋਂ ਭਰਾ ਯੂਨੀਵਰਸਿਟੀ ਵਿੱਚ ਪੜ੍ਹਦੇ ਹਨ।	
	8.	ਸਰਬਦੀਪ ਪੰਜਾਬੀ ਜ਼ਿੰਦਗੀ ਪਸੰਦ ਕਰਦੀ ਹੈ।	

F/H B-1

69

Higher

15. ਤੁਸੀਂ ਅਮਨਦੀਪ ਦੀ ਸਹੇਲੀ ਮਨਪ੍ਰੀਤ ਬਾਰੇ ਪੜ੍ਹਦੇ ਹੋ।

ਮੇਰੀ ਸਹੇਲੀ ਮਨਪ੍ਰੀਤ

ਮੇਰੀ ਸਹੇਲੀ ਦਾ ਨਾਂ ਮਨਪ੍ਰੀਤ ਕੌਰ ਨਾਗਰਾ ਹੈ। ਉਸ ਦੀ ਉਮਰ 17 ਸਾਲ ਹੈ। ਉਹ ਸਟੋਕ ਪਾਰਕ ਸਕੂਲ ਕਾਵੈਂਟਰੀ ਵਿੱਚ ਛੇਵੇਂ ਸਾਲ ਵਿੱਚ ਪੜ੍ਹਦੀ ਹੈ। ਉਹ ਇਸ ਸਾਲ ਏ ਲੈਵਲ ਕਰ ਰਹੀ ਹੈ ਅਤੇ ਅਗਲੇ ਸਾਲ ਉਸ ਨੇ ਯੂਨੀਵਰਸਿਟੀ ਜਾਣਾ ਹੈ। ਉਹ ਪੜ੍ਹਾਈ ਵਿੱਚ ਬਹੁਤ ਹੁਸ਼ਿਆਰ ਹੈ।

ਉਸ ਦਾ ਪਤਾ 435 ਰੋਮਨ ਰੋਡ ਕਾਵੈਂਟਰੀ ਹੈ। ਸਾਡਾ ਘਰ ਮਨਪ੍ਰੀਤ ਦੇ ਘਰ ਦੇ ਲਾਗੇ ਹੈ ਅਤੇ ਅਸੀਂ ਇਕੱਠੀਆਂ ਹੀ ਸਕੂਲ ਨੂੰ ਜਾਂਦੀਆਂ ਹਾਂ। ਉਸ ਦਾ ਇੱਕ ਭਰਾ ਅਤੇ ਇੱਕ ਭੈਣ ਹੈ। ਉਸ ਦੇ ਮਾਤਾ ਪਿਤਾ ਜੀ ਅਤੇ ਭੈਣ ਭਰਾ ਮੇਰੇ ਨਾਲ ਬਹੁਤ ਪਿਆਰ ਕਰਦੇ ਹਨ। ਮਨਪ੍ਰੀਤ ਦਾ ਭਰਾ ਵਕੀਲ ਹੈ ਅਤੇ ਉਸ ਦੀ ਭੈਣ ਯੂਨੀਵਰਸਿਟੀ ਵਿੱਚ ਪੜ੍ਹਦੀ ਹੈ। ਉਸਦੇ ਭਰਾ ਦਾ ਨਾਂ ਅਰਬਿੰਦਰ ਅਤੇ ਭੈਣ ਦਾ ਨਾਂ ਹਰਦੀਪ ਹੈ। ਮਨਪ੍ਰੀਤ ਸਭ ਤੋਂ ਛੋਟੀ ਹੈ।

ਮਨਪ੍ਰੀਤ ਖੇਡਾਂ ਵਿੱਚ ਬਹੁਤ ਦਿਲਚਸਪੀ ਰਖਦੀ ਹੈ ਅਤੇ ਉਹ ਸਕੂਲ ਦੀ ਨੈਟਬਾਲ ਦੀ ਟੀਮ ਦੀ ਕੈਪਟਨ ਹੈ। ਆਪਣੇ ਵਿਹਲੇ ਸਮੇਂ ਵਿੱਚ ਉਹ ਪੰਜਾਬੀ ਅਤੇ ਹਿੰਦੀ ਗਾਣੇ ਸੁਣਨਾ ਪਸੰਦ ਕਰਦੀ ਹੈ। ਉਹ ਜ਼ੀ-ਟੀ.ਵੀ. 'ਤੇ ਹਿੰਦੀ ਡਰਾਮੇ ਦੇਖਣਾ ਬਿਲਕੁਲ ਮਿਸ ਨਹੀਂ ਕਰਦੀ। 'ਅਮਾਨਤ' ਉਸ ਨੂੰ ਸਭ ਤੋਂ ਵੱਧ ਪਸੰਦ ਹੈ।

ਵਾਕਾਂ ਨੂੰ ਪੜ੍ਹੋ ਅਤੇ ਲਿਖੋ

ਠੀਕ ਠ

ਗ਼ਲਤ ਗ

ਪਤਾ ਨਹੀਂ ?

ਉਦਾਹਰਣ	1.	ਮਨਪ੍ਰੀਤ ਦੀ ਉਮਰ 15 ਸਾਲ ਤੋਂ ਉਪਰ ਹੈ।	ਠ
	2.	ਮਨਪ੍ਰੀਤ ਯੂਨੀਵਰਸਿਟੀ ਵਿੱਚ ਪੜ੍ਹਦੀ ਹੈ।	
	3.	ਮਨਪ੍ਰੀਤ ਪੜ੍ਹਾਈ ਵਿੱਚ ਬਹੁਤ ਕਮਜ਼ੋਰ ਹੈ।	
	4.	ਉਸਦੇ ਦੋ ਭਰਾ ਅਤੇ ਇੱਕ ਭੈਣ ਹੈ।	
	5.	ਮਨਪ੍ਰੀਤ ਸਭ ਤੋਂ ਛੋਟੀ ਹੈ।	
	6.	ਮਨਪ੍ਰੀਤ ਦੀ ਖੇਡਾਂ ਵਿੱਚ ਕੋਈ ਦਿਲਚਸਪੀ ਨਹੀਂ।	
	7.	ਮਨਪ੍ਰੀਤ ਆਪਣੇ ਵਿਹਲੇ ਸਮੇਂ ਵਿੱਚ ਪੰਜਾਬੀ ਅਤੇ ਹਿੰਦੀ ਫ਼ਿਲਮਾਂ ਦੇਖਣਾ ਪਸੰਦ ਕਰਦੀ ਹੈ।	
	8.	ਉਸ ਨੂੰ ਹਿੰਦੀ ਡਰਾਮੇ ਦੇਖਣ ਵਿੱਚ ਕੋਈ ਦਿਲਚਸਪੀ ਨਹੀਂ।	
	9.	ਉਹ ਹਿੰਦੀ ਫ਼ਿਲਮਾਂ ਦੇਖਣੀਆਂ ਪਸੰਦ ਕਰਦੀ ਹੈ।	

F/H B-1

16. You read this letter which Kuldip had written in 1994 to his mother who was on holiday in the Panjab.

ਬਰਮਿੰਘਮ

2 ਮਈ 1994

ਪਿਆਰੇ ਮਾਤਾ ਜੀ,

ਸਤਿ ਸ੍ਰੀ ਅਕਾਲ। ਤੁਸੀਂ ਇੱਥੋਂ 6 ਅਪ੍ਰੈਲ ਦੇ ਪੰਜਾਬ ਨੂੰ ਗਏ ਹੋਏ ਹੋ ਪਰ ਸਾਨੂੰ ਅਜੇ ਤੱਕ ਨਾ ਤਾਂ ਤੁਹਾਡੀ ਕੋਈ ਚਿੱਠੀ ਆਈ ਹੈ ਅਤੇ ਨਾ ਹੀ ਤੁਸੀਂ ਕੋਈ ਟੈਲੀਫ਼ੂਨ ਕੀਤਾ ਹੈ। ਸਾਨੂੰ ਸਾਰੇ ਪਰਿਵਾਰ ਨੂੰ ਤੁਹਾਡਾ ਬਹੁਤ ਫ਼ਿਕਰ ਹੋ ਰਿਹਾ ਹੈ। ਤੁਸੀਂ ਜਲਦੀ ਤੋਂ ਜਲਦੀ ਆਪਣੀ ਰਾਜ਼ੀ ਖ਼ੁਸ਼ੀ ਬਾਰੇ ਜਾਂ ਤਾਂ ਟੈਲੀਫ਼ੂਨ ਕਰ ਦੇਣਾ ਜਾਂ ਚਿੱਠੀ ਪਾ ਦੇਣੀ।

ਜਦੋਂ ਦੇ ਤੁਸੀਂ ਗਏ ਹੋ, ਘਰ ਸੁੰਨਾ ਸੁੰਨਾ ਲਗਦਾ ਹੈ। ਤੁਹਾਥੋਂ ਬਗ਼ੈਰ ਘਰ ਵਿੱਚ ਕੋਈ ਰੌਣਕ ਨਹੀਂ। ਪਰਿਵਾਰ ਦਾ ਹਰ ਜੀ ਤੁਹਾਡੀ ਘਾਟ ਮਹਿਸੂਸ ਕਰ ਰਿਹਾ ਹੈ। ਘਰ ਵਿੱਚ ਦਾਲ ਸਬਜ਼ੀ ਵੀ ਕੋਈ ਚੰਗੀ ਤਰ੍ਹਾਂ ਨਹੀਂ ਬਣਾਉਂਦਾ ਅਤੇ ਕਪੜੇ ਵੀ ਸਾਨੂੰ ਆਪ ਪ੍ਰੈਸ ਕਰਨੇ ਪੈਂਦੇ ਹਨ। ਸਾਨੂੰ ਸਭ ਨੂੰ ਹੁਣ ਪਤਾ ਲੱਗਿਆ ਕਿ ਘਰ ਵਿੱਚ ਤੁਹਾਡੀ ਕਿੰਨੀ ਲੋੜ ਹੈ।

ਹਰਦੀਪ ਅੱਜ ਕੱਲ੍ਹ ਬਹੁਤ ਪੜ੍ਹਾਈ ਕਰਦੀ ਹੈ ਕਿਉਂਕਿ ਉਸਦੇ ਇਮਤਿਹਾਨ ਅਗਲੇ ਹਫ਼ਤੇ ਸ਼ੁਰੂ ਹੋਣ ਵਾਲੇ ਹਨ। ਸਾਰੀ ਸਾਰੀ ਰਾਤ ਨਹੀਂ ਸੌਂਦੀ ਅਤੇ ਪੜ੍ਹਾਈ ਵਿੱਚ ਲੱਗੀ ਰਹਿੰਦੀ ਹੈ। ਉਹ ਕਹਿੰਦੀ ਹੈ ਕਿ ਮੈਂ ਇਸ ਸਾਲ ਜ਼ਰੂਰ ਏ ਗ੍ਰੇਡਾਂ ਵਿੱਚ ਪਾਸ ਹੋਣਾ ਹੈ।

ਪਿਛਲੇ ਐਤਵਾਰ ਅਸੀਂ ਚਾਚਾ ਜੀ ਦੇ ਘਰ ਗਏ ਸੀ ਅਤੇ ਦੁਪਹਿਰ ਦਾ ਖਾਣਾ ਵੀ ਉਹਨਾਂ ਦੇ ਘਰ ਹੀ ਖਾਧਾ ਸੀ। ਮੈਂ ਤੇ ਹਰਦੀਪ ਨੇ ਕੰਪਿਊਟਰ 'ਤੇ ਖੇਡਾਂ ਖੇਡੀਆਂ ਅਤੇ ਪਿਤਾ ਜੀ, ਚਾਚਾ ਜੀ ਤੇ ਚਾਚੀ ਜੀ ਨਾਲ ਗੱਪਾਂ ਮਾਰਦੇ ਰਹੇ। ਅਸੀਂ ਸ਼ਾਮ ਨੂੰ ਘਰ ਆ ਗਏ ਸੀ।

ਚਿੱਠੀ ਦਾ ਉੱਤਰ ਜਲਦੀ ਤੋਂ ਜਲਦੀ ਦੇਣਾ ਅਤੇ ਲਿਖਣਾ ਕਿ ਤੁਸੀਂ ਛੁੱਟੀਆਂ ਕਿਸ ਤਰ੍ਹਾਂ ਗੁਜ਼ਾਰਦੇ ਹੋ। ਸਾਡੇ ਸਾਰਿਆਂ ਵੱਲੋਂ ਤੁਹਾਨੂੰ ਸਤਿ ਸ੍ਰੀ ਅਕਾਲ। ਮਾਮਾ ਜੀ, ਮਾਮੀ ਜੀ ਅਤੇ ਉਹਨਾਂ ਦੇ ਸਾਰੇ ਪਰਿਵਾਰ ਨੂੰ ਸਤਿ ਸ੍ਰੀ ਅਕਾਲ।

ਤੁਹਾਡਾ ਪਿਆਰਾ ਪੁੱਤਰ,

ਕੁਲਦੀਪ

NEAB 1994

(a) Why are Kuldeep and his family worried?

....

.... *(2)*

(b) How does the family feel without Kuldeep's mother? Give **two** details.

(i) ....

(ii) .... *(2)*

(c) (i) How do you think they are getting on without her?

.... *(1)*

(ii) Give **two** reasons for your answer.

1. ....

2. .... *(2)*

(d) Why is Hardeep working hard? Give **two** reasons.

(i) ....

(ii) .... *(2)*

(e) How did Kuldeep's family spend last Sunday? Give **four** details.

(i) ....

(ii) ....

(iii) ....

(iv) .... *(4)*

NEAB 1994

17. ਤੁਸੀਂ ਜਸਵਿੰਦਰ ਬਾਰੇ ਇੱਕ ਆਰਟੀਕਲ ਪੜ੍ਹਦੇ ਹੋ, ਜੋ ਉਸ ਦੇ ਮਿੱਤਰ ਰਨਜੀਤ ਨੇ ਲਿਖਿਆ ਹੈ।

> ਜਸਵਿੰਦਰ ਦੀ ਉਮਰ 25 ਸਾਲ ਹੈ। ਉਹ 1975 ਵਿੱਚ ਪੈਦਾ ਹੋਇਆ ਸੀ। ਉਹ ਵਿਆਹਿਆ ਹੋਇਆ ਹੈ। ਉਸ ਦੀ ਸ਼ਾਦੀ ਪਿਛਲੇ ਸਾਲ ਹੋਈ ਸੀ। ਉਸ ਦੀ ਪਤਨੀ ਦਾ ਨਾਂ ਕਿਰਨਦੀਪ ਹੈ। ਉਹ ਕਿਰਨਦੀਪ ਨਾਲ ਬਹੁਤ ਪਿਆਰ ਕਰਦਾ ਹੈ। ਉਹ ਇੱਕ ਬਹੁਤ ਹੁਸ਼ਿਆਰ, ਮਿਹਨਤੀ ਅਤੇ ਦਿਆਨਤਦਾਰ ਵਿਅਕਤੀ ਹੈ। ਉਹ ਸਦਾ ਸੱਚ ਬੋਲਦਾ ਹੈ ਅਤੇ ਸਭ ਨਾਲ ਚੰਗਾ ਸਲੂਕ ਰਖਦਾ ਹੈ। ਉਹ ਲੋਕਾਂ ਦੀ ਸਹਾਇਤਾ ਕਰਕੇ ਖ਼ੁਸ਼ੀ ਮਹਿਸੂਸ ਕਰਦਾ ਹੈ। ਉਹ ਹਰ ਵੇਲੇ ਲੋਕ ਭਲਾਈ ਦੇ ਕੰਮਾਂ ਵਿੱਚ ਰੁੱਝਿਆ ਰਹਿੰਦਾ ਹੈ। ਇਸੇ ਕਰਕੇ ਸਭ ਉਸ ਦਾ ਆਦਰ ਕਰਦੇ ਹਨ। ਭਾਵੇਂ ਉਮਰ ਵਿੱਚ ਉਹ ਮੇਰੇ ਨਾਲੋਂ ਕਾਫ਼ੀ ਵੱਡਾ ਹੈ ਪਰ ਉਹ ਮੇਰਾ ਪੱਕਾ ਮਿੱਤਰ ਹੈ ਅਤੇ ਉਹ ਮੇਰੀ ਪੜ੍ਹਾਈ ਵਿੱਚ ਬਹੁਤ ਸਹਾਇਤਾ ਕਰਦਾ ਹੈ। ਇਸ ਕਰਕੇ ਮੈਂ ਜਸਵਿੰਦਰ ਨੂੰ ਬਹੁਤ ਪਸੰਦ ਕਰਦਾ ਹਾਂ।

ਹੇਠ ਲਿਖੇ ਪ੍ਰਸ਼ਨਾਂ ਦੇ ਉੱਤਰ ਪੰਜਾਬੀ ਵਿੱਚ ਲਿਖੋ।

1. ਜਸਵਿੰਦਰ ਦੀ ਸ਼ਾਦੀ ਬਾਰੇ ਲਿਖੋ, ਕਦੋਂ ਅਤੇ ਕਿਸ ਨਾਲ ਹੋਈ ?

    ....

2. ਜਸਵਿੰਦਰ ਦਾ ਜਨਮ ਕਦੋਂ ਹੋਇਆ ਅਤੇ ਉਹ ਕਿੰਨੇ ਸਾਲਾਂ ਦਾ ਹੈ ?

    ....

3. ਲੋਕੀਂ ਜਸਵਿੰਦਰ ਨੂੰ ਕਿਉਂ ਚੰਗਾ ਸਮਝਦੇ ਹਨ ? ਛੇ ਗੱਲਾਂ ਲਿਖੋ।

    ....

4. ਰਨਜੀਤ ਜਸਵਿੰਦਰ ਨੂੰ ਕਿਉਂ ਪਸੰਦ ਕਰਦਾ ਹੈ ?

    ....HB-1

B-2 Free time, holidays and special occasions.

Foundation

1. You read about hobbies of some people.

1. ਰਨਦੀਪ	: ਮੈਂ ਆਪਣੇ ਵਿਹਲੇ ਸਮੇਂ ਵਿੱਚ ਤਬਲਾ ਬਜਾਉਣਾ ਸਿਖਦਾ ਹਾਂ।
2. ਕਮਲਜੀਤ	: ਮੈਂ ਆਪਣੇ ਵਿਹਲੇ ਸਮੇਂ ਵਿੱਚ ਆਪਣੀਆਂ ਸਹੇਲੀਆਂ ਨਾਲ ਗੱਲਾਂ ਕਰਨੀਆਂ ਪਸੰਦ ਕਰਦੀ ਹਾਂ।
3. ਅਮੀਸ਼	: ਮੈਂ ਆਪਣੇ ਵਿਹਲੇ ਸਮੇਂ ਵਿੱਚ ਫੁੱਟਬਾਲ ਖੇਡਣਾ ਪਸੰਦ ਕਰਦਾ ਹਾਂ।
4. ਮਨਜਿੰਦਰ	: ਮੈਂ ਆਪਣੇ ਵਿਹਲੇ ਸਮੇਂ ਵਿੱਚ ਫ਼ਿਲਮਾਂ ਦੇਖਣਾ ਪਸੰਦ ਕਰਦੀ ਹਾਂ।
5. ਕੁਲਦੀਪ	: ਮੈਂ ਆਪਣੇ ਵਿਹਲੇ ਸਮੇਂ ਵਿੱਚ ਨਾਵਲ ਪੜ੍ਹਨੇ ਪਸੰਦ ਕਰਦੀ ਹਾਂ।
6. ਸੰਦੀਪ	: ਮੈਂ ਆਪਣੇ ਵਿਹਲੇ ਸਮੇਂ ਵਿੱਚ ਤਾਸ਼ ਖੇਡਣੀ ਪਸੰਦ ਕਰਦਾ ਹਾਂ।
7. ਮਨਪ੍ਰੀਤ	: ਮੈਂ ਆਪਣੇ ਵਿਹਲੇ ਸਮੇਂ ਵਿੱਚ ਡਾਂਸ ਕਰਨਾ ਸਿਖਦੀ ਹਾਂ।
8. ਮਨਦੀਪ	: ਮੈਂ ਆਪਣੇ ਵਿਹਲੇ ਸਮੇਂ ਵਿੱਚ ਬੋਟਿੰਗ ਕਰਨਾ ਪਸੰਦ ਕਰਦਾ ਹਾਂ।
9. ਅਮਨਦੀਪ	: ਮੈਂ ਆਪਣੇ ਵਿਹਲੇ ਸਮੇਂ ਵਿੱਚ ਤਸਵੀਰਾਂ ਬਣਾਉਣਾ ਸਿਖਦੀ ਹਾਂ।

Draw arrows to show hobbies of people. The first one is done for you.

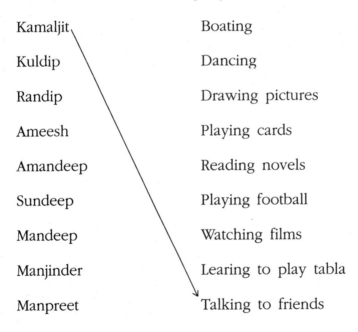

Kamaljit	Boating
Kuldip	Dancing
Randip	Drawing pictures
Ameesh	Playing cards
Amandeep	Reading novels
Sundeep	Playing football
Mandeep	Watching films
Manjinder	Learing to play tabla
Manpreet	Talking to friends

FB-2

74

2. You are in a park and see the following notices. What do these notices mean in English?

(a) ਪਾਰਕ ਵਿੱਚ ਕਾਰ ਚਲਾਉਣਾ ਮਨ੍ਹਾ ਹੈ।
(b) ਘਾਹ 'ਤੇ ਨਾ ਖੇਲ੍ਹੋ।
(c) ਘਾਹ 'ਤੇ ਚਲਣਾ ਮਨ੍ਹਾ ਹੈ।
(d) ਇੱਥੇ ਫੁੱਲ ਤੋੜਨ ਦੀ ਆਗਿਆ ਨਹੀਂ।
(e) ਪਿਸ਼ਾਬ ਘਰ ਇੱਧਰ ਹੈ।
(f) ਇੱਥੋਂ ਫੁੱਲ ਤੋੜਨਾ ਮਨ੍ਹਾ ਹੈ।
(g) ਘਾਹ 'ਤੇ ਸਾਈਕਲ ਚਲਾਉਣਾ ਮਨ੍ਹਾ ਹੈ।
(h) ਇੱਥੇ ਥੁੱਕਣਾ ਮਨ੍ਹਾ ਹੈ।
(i) ਇਹ ਟੌਇਲਟ ਮਰਦਾਂ ਲਈ ਹੈ।
(j) ਇਹ ਟੌਇਲਟ ਜ਼ਨਾਨੀਆਂ (ਔਰਤਾਂ) ਲਈ ਹੈ।
(k) ਪਾਰਕ ਵਿੱਚ ਗੰਦ ਸੁੱਟਣ ਵਾਲੇ ਨੂੰ ਜੁਰਮਾਨਾ ਹੋ ਸਕਦਾ ਹੈ। FB-2

3. You see these signs at a lake. What are you not allowed to do?

(a) ਬੱਤਖਾਂ ਨੂੰ ਖ਼ੁਰਾਕ ਨਾ ਪਾਓ।
(b) ਇਸ ਝੀਲ ਵਿੱਚ ਮੱਛੀਆਂ ਫੜਨ ਦੀ ਮਨਾਹੀ ਹੈ।
(c) ਇੱਥੇ ਤੈਰਨਾ ਮਨ੍ਹਾ ਹੈ।
(d) ਖ਼ਬਰਦਾਰ, ਇੱਥੇ ਪਾਣੀ ਡੂੰਘਾ ਹੈ।
(e) ਇਹ ਖ਼ਤਰਨਾਕ ਥਾਂ ਹੈ, ਇੱਥੋਂ ਦੂਰ ਰਹੋ। FB-2

4. Read the following newspaper headlines and answer the questions in English.

(a) ਲੀਡਜ਼ ਵਿੱਚ ਬਜ਼ੁਰਗਾਂ ਲਈ ਇੱਕ ਨਵਾਂ ਕਮਿਊਨਿਟੀ ਸੈਂਟਰ ਖੁੱਲ੍ਹ ਗਿਆ ਹੈ।

(i) Where has the community centre been opened?
(ii) Who is the community centre for?

(b) ਸਨਿੱਚਰਵਾਰ ਨੂੰ ਕਾਵੈਂਟਰੀ ਵਿੱਚ ਪੰਜਾਬੀ ਗਾਣਿਆਂ ਦਾ ਪ੍ਰੋਗਰਾਮ।

(i) What type of programme has been mentioned in this headline?
(ii) Where will the programme be?
(iii) Which day of the week is the programme on?

(c) ਝੀਲ ਵਿੱਚ ਇੱਕ ਆਦਮੀ ਤਰਨ ਗਿਆ ਡੁੱਬ ਗਿਆ।

(i) What was the man doing?

(ii) What happened to him?

(d) ਇੱਕ ਸੋਲਾਂ ਸਾਲਾਂ ਦੇ ਮੁੰਡੇ ਨੂੰ ਪਾਰਕ ਵਿੱਚੋਂ ਫੁੱਲ ਤੋੜਨ ਕਾਰਨ ਜੁਰਮਾਨਾ।

(i) How old is the boy?

(ii) Why is he fined? FB-2

5. Read the following advertisement and answer the questions in English.

ਦੀਵਾਨਾ ਸੋਸ਼ਲ ਕਲੱਬ ਵਿਖੇ

ਠੰਢੀ ਬੀਅਰ

ਦਿਨ ਭਰ ਦਾ ਥਕੇਵਾਂ

ਲਾਹੁਣ ਲਈ

ਹਾਜ਼ਰ ਹੈ

- ਵੱਡੀ ਸਕਰੀਨ 'ਤੇ ਫ਼ਿਲਮ
- ਗੀਤ-ਸੰਗੀਤ ਦਾ ਪ੍ਰੋਗਰਾਮ
- ਪੂਲ-ਟੇਬਲਜ਼

ਦਾਖ਼ਲਾ ਮੁਫ਼ਤ

(a) What is the name of the club?

....

(b) This club provides four facilities to its customers. What are these facilities?

....

(c) What does it charge for entry?

....FB-2

6. ਤੁਸੀਂ ਇੱਕ ਖੇਡ ਮੁਕਾਬਲੇ ਬਾਰੇ ਇੱਕ ਇਸ਼ਤਿਹਾਰ ਅਖ਼ਬਾਰ ਵਿੱਚ ਪੜ੍ਹਦੇ ਹੋ।

ਖੇਡ ਮੁਕਾਬਲਾ

ਵੈਸਾਖੀ ਦੇ ਮਹਾਨ ਪੁਰਬ ਦੇ ਸ਼ੁਭ ਮੌਕੇ 'ਤੇ ਬੱਚਿਆਂ ਲਈ ਖੇਡ ਮੁਕਾਬਲਾ ਦਿਨ ਸਨਿੱਚਰਵਾਰ ਮਿਤੀ 16-4-2000 ਨੂੰ ਐਜਵਿਕ ਪਾਰਕ, ਫੋਲਜ਼ਹਿਲ ਰੋਡ ਵਿਖੇ ਬਾਅਦ ਦੁਪਹਿਰ 1 ਵਜੇ ਤੋਂ 5 ਵਜੇ ਤੱਕ ਕਰਨ ਦਾ ਉਪਰਾਲਾ ਕੀਤਾ ਗਿਆ ਹੈ। ਜੇਤੂ ਬੱਚਿਆਂ ਨੂੰ ਉੱਥੇ ਹੀ ਇਨਾਮ ਵੰਡੇ ਜਾਣਗੇ। ਬੱਚਿਆਂ ਦੇ ਪ੍ਰੋਗਰਾਮ ਦੇ ਨਾਲ ਨਾਲ ਹੀ ਬਜ਼ੁਰਗਾਂ ਲਈ ਵੀ ਮਨੋਰੰਜਨ ਭਰੀਆਂ ਖੇਡਾਂ ਹੋਣਗੀਆਂ।

ਆਪਣੇ ਬੱਚਿਆਂ ਨੂੰ ਖੇਡਾਂ ਦੇ ਮੁਕਾਬਲਿਆਂ ਵਿੱਚ ਹਿੱਸਾ ਲੈਣ ਲਈ ਪ੍ਰੇਰਨਾ ਦਿਓ ਅਤੇ ਆਪ ਵੀ ਹੁੰਮ ਹੁਮਾ ਕੇ ਉੱਥੇ ਪਹੁੰਚ ਕੇ ਬੱਚਿਆਂ ਦੇ ਹੌਸਲੇ ਬੁਲੰਦ ਕਰੋ। ਹੋਰ ਜਾਣਕਾਰੀ ਅਤੇ ਦਾਖ਼ਲਾ ਫਾਰਮਾਂ ਲਈ ਪ੍ਰਬੰਧਕ ਕਮੇਟੀ ਜਾਂ ਗੁਰਦੁਆਰਾ ਸਾਹਿਬ ਦੀ ਸਪੋਰਟਸ ਕਮੇਟੀ ਨੂੰ ਮਿਲੋ। ਧੰਨਵਾਦੀ ਹੋਵਾਂਗੇ। ਟੈਲੀਫ਼ੂਨ 617314.

1. ਖੇਡ ਮੁਕਾਬਲਾ ਕਿਹੜੇ ਦਿਨ ਅਤੇ ਕਿਹੜੀ ਤਰੀਕ ਨੂੰ ਹੋਵੇਗਾ ?

....

2. ਖੇਡ ਮੁਕਾਬਲਾ ਕਿੱਥੇ ਹੋਵੇਗਾ ?

....

3. ਬਜ਼ੁਰਗਾਂ ਲਈ ਕਿਸ ਤਰ੍ਹਾਂ ਦੇ ਪ੍ਰੋਗਰਾਮ ਹੋਣਗੇ ?

....

4. ਤੁਹਾਨੂੰ ਕੀ ਕਰਨ ਲਈ ਕਿਹਾ ਗਿਆ ਹੈ ? ਦੋ ਗੱਲਾਂ ਲਿਖੋ।

....

5. ਹੋਰ ਜਾਣਕਾਰੀ ਕਿਸ ਤੋਂ ਅਤੇ ਕਿਸ ਤਰ੍ਹਾਂ ਲਈ ਜਾ ਸਕਦੀ ਹੈ ?

....FB-2

Higher

7. ਤੁਸੀਂ ਮਨਦੀਪ ਦਾ ਇੰਡੀਆ ਵਿੱਚ ਛੁੱਟੀਆਂ ਕਟਣ ਬਾਰੇ ਇੱਕ ਲੇਖ ਪੜ੍ਹਦੇ ਹੋ, ਜੋ ਉਸ ਨੇ ਆਪਣੇ ਸਕੂਲ ਦੇ ਰਸਾਲੇ ਲਈ ਲਿਖਿਆ ਹੈ।

> ਮੈਂ ਆਪਣੇ ਪਰਿਵਾਰ ਨਾਲ ਗਰਮੀਆਂ ਦੀਆਂ ਛੁੱਟੀਆਂ ਵਿੱਚ ਇੰਡੀਆ ਗਿਆ ਸੀ। ਜਾਣ ਤੋਂ ਪਹਿਲਾਂ ਅਸੀਂ ਆਪਣੇ ਪਾਸਪੋਰਟ ਚੈੱਕ ਕੀਤੇ ਅਤੇ ਇੰਡੀਆ ਦਾ ਵੀਜ਼ਾ ਲਿਆ। ਮੈਂ ਪਹਿਲੀ ਵਾਰੀ ਇੰਡੀਆ ਜਾਣਾ ਸੀ। ਇਸ ਲਈ ਮੈਨੂੰ ਬਹੁਤ ਚਾਅ ਸੀ।
>
> ਅਸੀਂ 20 ਜੁਲਾਈ ਨੂੰ ਹੀਥਰੋ ਹਵਾਈ ਅੱਡੇ ਤੋਂ ਦਸ ਵਜੇ ਦੀ ਇੰਡੀਆ ਲਈ ਫ਼ਲਾਈਟ ਫੜੀ ਸੀ। ਅਸੀਂ 21 ਜੁਲਾਈ ਨੂੰ ਸਵੇਰੇ ਸੱਤ ਵਜੇ ਦਿੱਲੀ ਇੰਦਰਾ ਗਾਂਧੀ ਏਅਰਪੋਰਟ 'ਤੇ ਪਹੁੰਚ ਗਏ ਸੀ। ਦਿੱਲੀ ਮੇਰੇ ਮਾਮਾ ਜੀ ਸਾਨੂੰ ਲੈਣ ਵਾਸਤੇ ਆਏ ਹੋਏ ਸਨ। ਅਸੀਂ ਸਲਾਹ ਕੀਤੀ ਕਿ ਕੁਝ ਦਿਨ ਦਿੱਲੀ ਠਹਿਰਿਆ ਜਾਵੇ ਅਤੇ ਇੱਥੇ ਦੀਆਂ ਪ੍ਰਸਿੱਧ ਥਾਵਾਂ ਅਤੇ ਆਗਰੇ ਦਾ ਤਾਜ ਮਹੱਲ ਦੇਖਿਆ ਜਾਵੇ। ਅਸੀਂ ਦਿੱਲੀ ਦਾ ਲਾਲ ਕਿਲ੍ਹਾ, ਕੁਤਬ ਮਿਨਾਰ, ਰਾਸ਼ਟਰਪਤੀ ਭਵਨ, ਪਾਲਕਾ ਬਜ਼ਾਰ ਆਦਿ ਦੇਖੇ ਅਤੇ ਕੁਝ ਇਤਿਹਾਸਕ ਗੁਰਦੁਆਰਿਆਂ ਜਿਵੇਂ ਸੀਸ ਗੰਜ ਤੇ ਬੰਗਲਾ ਸਾਹਿਬ ਜੀ ਦੇ ਦਰਸ਼ਨ ਵੀ ਕੀਤੇ। ਇਹ ਥਾਵਾਂ ਦੇਖਣ ਨੂੰ ਸਾਨੂੰ ਦੋ ਦਿਨ ਲੱਗ ਗਏ। ਤੀਜੇ ਦਿਨ ਅਸੀਂ ਆਗਰੇ ਨੂੰ ਤਾਜ ਮਹੱਲ ਦੇਖਣ ਲਈ ਤਾਜ ਐਕਸਪ੍ਰੈਸ ਗੱਡੀ ਵਿੱਚ ਗਏ ਸੀ ਅਤੇ ਸ਼ਾਮ ਨੂੰ ਦਿੱਲੀ ਵਾਪਸ ਆ ਗਏ ਸੀ। ਦਿੱਲੀ ਵਿੱਚ ਅਸੀਂ ਅਸ਼ੋਕਾ ਹੋਟਲ ਵਿੱਚ ਠਹਿਰੇ ਸੀ। ਇਹ ਹੋਟਲ ਮਹਿੰਗਾ ਤਾਂ ਜ਼ਰੂਰ ਹੈ ਪਰ ਇਸ ਵਿੱਚ ਬਹੁਤ ਸਹੂਲਤਾਂ ਹਨ। ਇਸ ਦਾ ਸਟੈਂਡਰਡ ਤਾਂ ਇੰਗਲੈਂਡ ਦੇ ਹੋਟਲਾਂ ਨਾਲੋਂ ਵੀ ਉੱਚਾ ਹੈ।
>
> ਚੌਥੇ ਦਿਨ ਅਸੀਂ ਸ਼ਤਾਬਦੀ ਗੱਡੀ ਵਿੱਚ ਦਿੱਲੀ ਤੋਂ ਜਲੰਧਰ ਪਹੁੰਚੇ। ਜਲੰਧਰ ਤੋਂ ਟੈਕਸੀ ਲੈ ਕੇ ਅਸੀਂ ਆਪਣੇ ਪਿੰਡ ਪਹੁੰਚੇ ਸੀ। ਸ਼ਤਾਬਦੀ ਗੱਡੀ ਵਿੱਚ ਸਫ਼ਰ ਕਰਕੇ ਬਹੁਤ ਖ਼ੁਸ਼ੀ ਹੋਈ। ਇਹ ਗੱਡੀ ਏਅਰ ਕੰਡੀਸ਼ੰਨਡ ਸੀ ਅਤੇ ਸੀਟਾਂ ਵੀ ਹਵਾਈ ਜਹਾਜ਼ ਦੀਆਂ ਸੀਟਾਂ ਵਰਗੀਆਂ ਸਨ। ਖਾਣ ਪੀਣ ਦਾ ਸਾਰਾ ਪ੍ਰਬੰਧ ਗੱਡੀ ਵਿੱਚ ਹੀ ਸੀ। ਪੰਜਾਬ ਸਾਡਾ ਦੋ ਹਫ਼ਤੇ ਰਹਿਣ ਦਾ ਪ੍ਰੋਗਰਾਮ ਸੀ। ਪਿੰਡ ਦੀ ਜ਼ਿੰਦਗੀ ਦੇਖ ਕੇ ਬਹੁਤ ਖ਼ੁਸ਼ੀ ਹੋਈ। ਪਿੰਡ ਦੇ ਲੋਕ ਸਾਡੇ ਨਾਲ ਬਹੁਤ ਪਿਆਰ ਕਰਦੇ ਸਨ। ਪੰਜਾਬ ਵਿੱਚ ਆਪਣੇ ਕਈ ਰਿਸ਼ਤੇਦਾਰਾਂ ਨੂੰ ਪਹਿਲੀ ਵਾਰ ਹੀ ਮਿਲਿਆ ਸੀ। ਜੋ ਸਾਡੇ ਰਿਸ਼ਤੇਦਾਰਾਂ ਅਤੇ ਮਾਤਾ-ਪਿਤਾ ਦੇ ਪੁਰਾਣੇ ਮਿਤਰਾਂ ਦੋਸਤਾਂ ਨੇ ਸਾਡੀ ਆਓ ਭਗਤ ਕੀਤੀ, ਮੈਂ ਕਦੇ ਨਹੀਂ ਭੁੱਲ ਸਕਦਾ। ਅਸੀਂ ਹਰਿਮੰਦਰ ਸਾਹਿਬ ਅਤੇ ਭਾਖੜਾ ਡੈਮ ਦੇਖਣ ਵੀ ਗਏ। ਹਰਿਮੰਦਰ ਸਾਹਿਬ ਅਸੀਂ ਦੋ ਘੰਟੇ ਠਹਿਰੇ ਸੀ। ਹਰਿਮੰਦਰ ਸਾਹਿਬ ਦੇ ਦਰਸ਼ਨ ਕਰਕੇ ਅਤੇ ਕੀਰਤਨ ਸੁਣ ਕੇ ਦਿਲ ਨੂੰ ਬਹੁਤ ਸ਼ਾਂਤੀ ਆਈ। ਅਸੀਂ ਤਿੰਨ ਹਫ਼ਤਿਆਂ ਬਾਅਦ ਵਾਪਸ ਇੰਗਲੈਂਡ ਆਏ ਸੀ। ਇਹ ਛੁੱਟੀਆਂ ਦਾ ਜੋ ਤਜਰਬਾ ਮੈਨੂੰ ਹੋਇਆ ਹੈ, ਕਦੇ ਭੁੱਲ ਨਹੀਂ ਸਕਦਾ।

8. ਵਾਕਾਂ ਨੂੰ ਪੜ੍ਹੋ ਅਤੇ ਲਿਖੋ

ਠੀਕ ਠ

ਗ਼ਲਤ ਗ

ਪਤਾ ਨਹੀਂ ?

ਉਦਾਹਰਣ	1.	ਮਨਦੀਪ ਗਰਮੀ ਦੀਆਂ ਛੁੱਟੀਆਂ ਵਿੱਚ ਇੰਡੀਆ ਗਿਆ ਸੀ।	ਠ
	2.	ਮਨਦੀਪ ਇਕੱਲਾ ਹੀ ਗਿਆ ਸੀ।	
	3.	ਮਨਦੀਪ ਇੰਡੀਆ ਦੂਜੀ ਵਾਰ ਗਿਆ ਸੀ।	
	4.	ਉਹ ਇੰਡੀਆ ਜਾਣ ਲਈ ਬਹੁਤ ਖ਼ੁਸ਼ ਸੀ।	
	5.	ਮਨਦੀਪ ਦਾ ਪਾਸਪੋਰਟ ਇੰਡੀਅਨ ਸੀ।	
	6.	ਉਹ 20 ਜੁਲਾਈ ਨੂੰ ਦਿੱਲੀ ਪਹੁੰਚੇ।	
	7.	ਦਿੱਲੀ ਮਨਦੀਪ ਦੇ ਮਾਮਾ ਜੀ ਲੈਣ ਵਾਸਤੇ ਆਏ ਹੋਏ ਸਨ।	
	8.	ਦਿੱਲੀ ਪਹੁੰਚ ਕੇ ਉਹ ਸਿੱਧੇ ਪੰਜਾਬ ਚਲੇ ਗਏ ਸੀ।	

HB-2

ਹੇਠ ਲਿਖੇ ਪ੍ਰਸ਼ਨਾਂ ਦਾ ਉੱਤਰ ਪੰਜਾਬੀ ਵਿੱਚ ਲਿਖੋ।

1. ਦਿੱਲੀ ਪਹੁੰਚ ਕੇ ਉਹਨਾਂ ਨੇ ਕੀ ਸਲਾਹ ਕੀਤੀ ਅਤੇ ਪਹਿਲੇ ਦੋ ਦਿਨਾਂ ਵਿੱਚ ਉਹਨਾਂ ਨੇ ਕੀ ਕੀਤਾ ?
2. ਤੀਜੇ ਦਿਨ ਉਹ ਕਿੱਥੇ ਅਤੇ ਕਿਸ ਤਰ੍ਹਾਂ ਗਏ ?
3. ਅਸ਼ੋਕਾ ਹੋਟਲ ਬਾਰੇ ਮਨਦੀਪ ਦੇ ਕੀ ਵਿਚਾਰ ਹਨ ? ਦੋ ਗੱਲਾਂ ਲਿਖੋ।
4. ਉਹ ਜਲੰਧਰ ਕਿਸ ਤਰ੍ਹਾਂ ਗਏ ?
5. ਉਹ ਆਪਣੇ ਪਿੰਡ ਕਿਸ ਤਰ੍ਹਾਂ ਗਏ ?
6. ਸ਼ਤਾਬਦੀ ਗੱਡੀ ਬਾਰੇ ਮਨਦੀਪ ਦੀ ਕੀ ਰਾਏ ਹੈ ? ਤਿੰਨ ਗੱਲਾਂ ਲਿਖੋ।
7. ਪੰਜਾਬ ਵਿੱਚ ਪਿੰਡਾਂ ਦੀ ਜ਼ਿੰਦਗੀ ਦੇਖ ਕੇ ਉਸ ਨੇ ਕਿਸ ਤਰ੍ਹਾਂ ਮਹਿਸੂਸ ਕੀਤਾ। ਤਿੰਨ ਗੱਲਾਂ ਲਿਖੋ।
8. ਉਹ ਹਰਿਮੰਦਰ ਸਾਹਿਬ ਕਿੰਨਾ ਚਿਰ ਰਹੇ ਅਤੇ ਮਨਦੀਪ ਨੇ ਉੱਥੇ ਕਿਸ ਤਰ੍ਹਾਂ ਮਹਿਸੂਸ ਕੀਤਾ ?
9. ਉਹ ਹੋਰ ਕਿੱਥੇ ਗਏ ਸੀ ?
10. ਉਹ ਇੰਡੀਆ ਵਿੱਚ ਕਿੰਨਾ ਚਿਰ ਠਹਿਰੇ ਸੀ ?

HB-2

9. ਅਮਰਜੀਤ ਸਪੋਰਟਸ ਸੈਂਟਰ ਬਾਰੇ ਦੱਸ ਰਿਹਾ ਹੈ।

> ਮੈਂ ਨਾਗਰਾ ਸਪੋਰਟਸ ਸੈਂਟਰ ਦਾ ਮੈਂਬਰ ਹਾਂ। ਇਹ ਸਪੋਰਟਸ ਸੈਂਟਰ ਸਵੇਰ ਨੂੰ ਅੱਠ ਵਜੇ ਖੁਲ੍ਹਦਾ ਹੈ ਅਤੇ ਰਾਤ ਦੇ ਦਸ ਵਜੇ ਬੰਦ ਹੁੰਦਾ ਹੈ। ਸਪੋਰਟਸ ਸੈਂਟਰ ਵਿੱਚ ਕਈ ਕਿਸਮ ਦੀਆਂ ਖੇਡਾਂ ਖੇਡੀਆਂ ਜਾ ਸਕਦੀਆਂ ਹਨ। ਜਿਵੇਂ ਬੈਡਮਿਟਨ, ਟੇਬਲ ਟੈਨਿਸ, ਕ੍ਰਿਕਟ, ਟੈਨਿਸ ਆਦਿ। ਇੱਥੇ ਇੱਕ ਸਵਿਮਿੰਗ ਪੂਲ ਵੀ ਹੈ, ਜਿੱਥੇ ਲੋਕੀਂ ਤਰਨਾ ਸਿਖਦੇ ਹਨ। ਕਸਰਤ ਕਰਨ ਲਈ ਕਈ ਮਸ਼ੀਨਾਂ ਹਨ। ਲੋਕਾਂ ਦੀ ਸਹੂਲਤ ਲਈ ਇੱਕ ਵੱਡੀ ਕਾਰ ਪਾਰਕ, ਕਪੜੇ ਬਦਲਣ ਲਈ ਲੌਕਰ ਅਤੇ ਸ਼ਾਵਰ ਹਨ। ਇੱਕ ਮਹੀਨੇ ਦੀ ਫ਼ੀਸ ਪੱਚੀ ਪੌਂਡ ਹੈ। ਪਰ ਜੇ ਕਿਸੇ ਨੇ ਸਾਲ ਲਈ ਮੈਂਬਰ ਬਣਨਾ ਹੋਵੇ ਤਾਂ ਫ਼ੀਸ ਢਾਈ ਸੌ ਪੌਂਡ ਹੈ। ਮੈਂ ਹਫ਼ਤੇ ਵਿੱਚ ਮੰਗਲਵਾਰ ਅਤੇ ਸਨਿੱਚਰਵਾਰ 6 ਵਜੇ ਤੋਂ 8 ਵਜੇ ਤੱਕ ਸਪੋਰਟਸ ਸੈਂਟਰ ਜਾਂਦਾ ਹਾਂ ਅਤੇ ਆਪਣੇ ਮਿੱਤਰਾਂ ਨਾਲ ਬੈਡਮਿੰਟਨ ਖੇਡਦਾ ਹਾਂ।

ਵਾਕਾਂ ਨੂੰ ਪੜ੍ਹੋ ਅਤੇ ਲਿਖੋ

ਠੀਕ ਠ

ਗ਼ਲਤ ਗ

ਪਤਾ ਨਹੀਂ ?

ਉਦਾਹਰਣ	1.	ਅਮਰਜੀਤ ਨਾਗਰਾ ਸਪੋਰਟਸ ਸੈਂਟਰ ਖੇਡਣ ਜਾਂਦਾ ਹੈ।	ਠ
	2.	ਲੋਕੀਂ ਸਵੇਰ ਨੂੰ ਅੱਠ ਵਜੇ ਸਪੋਰਟਸ ਸੈਂਟਰ ਜਾ ਸਕਦੇ ਹਨ।	
	3.	ਸਪੋਰਟਸ ਸੈਂਟਰ ਰਾਤ ਦੇ 12 ਵਜੇ ਬੰਦ ਹੁੰਦਾ ਹੈ।	
	4.	ਸਪੋਰਟਸ ਸੈਂਟਰ ਵਿੱਚ ਲੋਕੀਂ ਫੁੱਟਬਾਲ ਖੇਡ ਸਕਦੇ ਹਨ।	
	5.	ਇੱਥੇ ਲੋਕੀਂ ਤਰਨਾ ਸਿੱਖ ਸਕਦੇ ਹਨ।	
	6.	ਇੱਥੇ ਲੋਕਾਂ ਨੂੰ ਕਾਰਾਂ ਪਾਰਕ ਕਰਨ ਦੀ ਮੁਸ਼ਕਲ ਆਉਂਦੀ ਹੈ।	
	7.	ਇੱਥੇ ਲੋਕਾਂ ਦੇ ਨਹਾਉਣ ਲਈ ਸ਼ਾਵਰ ਹਨ।	
	8.	ਇੱਕ ਮਹੀਨੇ ਦੀ ਫ਼ੀਸ 25 ਪੌਂਡ ਹੈ।	
	9.	ਇੱਕ ਸਾਲ ਦੀ ਫ਼ੀਸ 300 ਪੌਂਡ ਹੈ।	
	10.	ਅਮਰਜੀਤ ਹਫ਼ਤੇ ਵਿੱਚ ਦੋ ਵਾਰ ਸਪੋਰਟਸ ਸੈਂਟਰ ਜਾਂਦਾ ਹੈ।	
	11.	ਅਮਰਜੀਤ ਹਫ਼ਤੇ ਵਿੱਚ ਸੋਮਵਾਰ ਅਤੇ ਐਤਵਾਰ ਨੂੰ ਸਪੋਰਟਸ ਸੈਂਟਰ ਜਾਂਦਾ ਹੈ।	
	12.	ਅਮਰਜੀਤ ਸਪੋਰਟਸ ਸੈਂਟਰ ਵਿੱਚ ਹਾਕੀ ਖੇਡਦਾ ਹੈ।	

HB-2

10. ਤੁਸੀਂ ਬਲਜੀਤ ਅਤੇ ਅਮਨਦੀਪ ਬਾਰੇ ਪੜ੍ਹਦੇ ਹੋ ਕਿ ਉਹ ਆਪਣਾ ਜੇਬ ਖ਼ਰਚ ਕਿਸ ਤਰ੍ਹਾਂ ਖ਼ਰਚਦੀਆਂ ਹਨ।

ਬਲਜੀਤ : ਮੇਰੇ ਮਾਤਾ ਪਿਤਾ ਜੀ ਮੈਨੂੰ ਹਰ ਹਫ਼ਤੇ ਦਸ ਪੌਂਡ ਜੇਬ ਖ਼ਰਚ ਲਈ ਦਿੰਦੇ ਹਨ। ਮੈਂ ਇਹ ਸਾਰੇ ਦੇ ਸਾਰੇ ਪੈਸੇ ਹਫ਼ਤੇ ਵਿੱਚ ਖ਼ਰਚ ਕਰ ਦਿੰਦੀ ਹਾਂ। ਇੱਕ ਵਾਰ ਹਫ਼ਤੇ ਵਿੱਚ ਸਿਨਮਾ ਦੇਖਦੀ ਹਾਂ ਅਤੇ ਬਾਕੀ ਪੈਸਿਆਂ ਦੀਆਂ ਸਵੀਟਾਂ ਖਾ ਲੈਂਦੀ ਹਾਂ।

ਅਮਨਦੀਪ : ਮੇਰੇ ਮਾਤਾ ਪਿਤਾ ਜੀ ਮੈਨੂੰ ਬਹੁਤ ਜੇਬ ਖ਼ਰਚ ਨਹੀਂ ਦਿੰਦੇ। ਮੈਨੂੰ ਸਿਰਫ਼ ਚਾਰ ਪੌਂਡ ਹਫ਼ਤੇ ਦਾ ਜੇਬ ਖ਼ਰਚ ਮਿਲਦਾ ਹੈ। ਇਸ ਵਿੱਚੋਂ ਦੋ ਪੌਂਡ ਹਰ ਹਫ਼ਤੇ ਬੈਂਕ ਵਿੱਚ ਆਪਣੇ ਅਕਾਊਂਟ ਵਿੱਚ ਜਮ੍ਹਾਂ ਕਰਾ ਦਿੰਦੀ ਹਾਂ। ਬੈਂਕ ਵਿੱਚ ਮੈਂ ਆਪਣਾ ਅਕਾਊਂਟ ਖੁਲ੍ਹਾਇਆ ਹੋਇਆ ਹੈ। ਹੁਣ ਤੱਕ ਮੇਰੇ ਅਕਾਊਂਟ ਵਿੱਚ 150 ਪੌਂਡ ਜਮ੍ਹਾਂ ਹੋ ਗਏ ਹਨ। ਬਾਕੀ ਦੋ ਪੌਂਡ ਮੈਂ ਆਪਣੀ ਪੜ੍ਹਾਈ ਦੀਆਂ ਚੀਜ਼ਾਂ ਖ਼ਰੀਦਣ ਵਿੱਚ ਖ਼ਰਚਦੀ ਹਾਂ। ਮੈਂ ਐਵੇਂ ਸਵੀਟਾਂ ਆਦਿ ਖਾਣ ਵਿੱਚ ਪੈਸੇ ਬਰਬਾਦ ਨਹੀਂ ਕਰਦੀ।

ਹੇਠ ਲਿਖੇ ਪ੍ਰਸ਼ਨਾਂ ਦਾ ਉੱਤਰ ਪੰਜਾਬੀ ਵਿੱਚ ਲਿਖੋ।

1. ਬਲਜੀਤ ਨੂੰ ਹਫ਼ਤੇ ਵਿੱਚ ਕਿੰਨਾ ਜੇਬ ਖ਼ਰਚ ਮਿਲਦਾ ਹੈ ?

....

2. ਬਲਜੀਤ ਆਪਣਾ ਜੇਬ ਖ਼ਰਚ ਕਿਸ ਤਰ੍ਹਾਂ ਖ਼ਰਚਦੀ ਹੈ ? ਦੋ ਗੱਲਾਂ ਲਿਖੋ।

....

3. ਅਮਨਦੀਪ ਨੂੰ ਕਿੰਨਾ ਜੇਬ ਖ਼ਰਚ ਮਿਲਦਾ ਹੈ ?

....

4. ਅਮਨਦੀਪ ਆਪਣਾ ਜੇਬ ਖ਼ਰਚ ਕਿਸ ਤਰ੍ਹਾਂ ਖ਼ਰਚਦੀ ਹੈ ? ਦੋ ਗੱਲਾਂ ਲਿਖੋ।

....

5. ਤੁਹਾਡੇ ਖ਼ਿਆਲ ਵਿੱਚ ਬਲਜੀਤ ਅਤੇ ਅਮਨਦੀਪ ਵਿੱਚੋਂ ਕੌਣ ਅਕਲਮੰਦ ਹੈ ?

....

6. ਕਿਉਂ ? ਤਿੰਨ ਗੱਲਾਂ ਲਿਖੋ।

....HB-2

81

11. ਤੁਸੀਂ ਹੈਰੀ ਐਂਟਰਟੇਨਮੈਂਟ ਕੰਪਲੈਕਸ ਬਾਰੇ ਇੱਕ ਇਸ਼ਤਿਹਾਰ ਪੜ੍ਹਦੇ ਹੋ।

ਬਿਲਸਟਨ ਵਿੱਚ ਆਕਸਫ਼ੋਰਡ ਸਟਰੀਟ 'ਤੇ ਵਿਆਹਾਂ ਸ਼ਾਦੀਆਂ ਅਤੇ ਹੋਰਨਾਂ ਫ਼ੰਕਸ਼ਨਾਂ ਵਾਸਤੇ ਮਿੱਡਲੈਂਡ ਦਾ ਵਧੀਆ ਸਜਾਇਆ ਹੋਇਆ ਹਾਲ। ਆਰਾਮਦਾਇਕ ਸੀਟਾਂ, ਕਾਰ ਪਾਰਕਿੰਗ ਦੀ ਚੰਗੀ ਸਹੂਲਤ ਹੈ।

ਹੈਰੀ
ਐਂਟਰਟੇਨਮੈਂਟ ਕੰਪਲੈਕਸ

ਹੁਣ ਹੋਰ ਕਿਤੇ ਹਾਲ ਲੱਭਣ ਦੀ ਲੋੜ ਨਹੀਂ। ਸਾਡੇ ਪਾਸ ਬਹੁਤ ਖੁੱਲ੍ਹਾ ਅਤੇ ਵਧੀਆ ਪ੍ਰਬੰਧ ਹੈ। ਇਹ ਹਾਲ ਬਿਲਸਟਨ, ਵੁਲਵਰਹੈਂਪਟਨ, ਵਾਲਸਾਲ, ਸੈਂਡਵੈਲ, ਡੱਡਲੀ ਅਤੇ ਬ੍ਰਮਿੰਘਮ ਦੇ ਵਿਚਾਲੇ ਪੈਂਦਾ ਹੈ ਅਤੇ ਮੋਟਰਵੇਅ ਐਮ 6 ਦੇ ਨੇੜੇ ਹੈ।

- 900 ਬੰਦਿਆਂ ਤੱਕ ਬੈਠਣ ਦਾ ਪ੍ਰਬੰਧ ਹੈ।
- ਦੇਸੀ ਜਾਂ ਅੰਗਰੇਜ਼ੀ ਖਾਣਾ ਤਿਆਰ ਕਰ ਸਕਦੇ ਹਾਂ। ਜੇ ਖਾਣਾ ਤੁਸੀਂ ਆਪਣਾ ਤਿਆਰ ਕਰਨਾ ਚਾਹੋ ਤਾਂ ਕਿਚਨ ਦੀਆਂ ਸਹੂਲਤਾਂ ਮਿਲ ਸਕਦੀਆਂ ਹਨ।
- ਦੇਰ ਰਾਤ ਤੱਕ ਆਫ਼ ਲਾਇਸੈਂਸ ਦੀ ਸਹੂਲਤ ਹੈ।
- ਕਮਰੇ ਸੈਂਟ੍ਰਲੀ-ਹੀਟਡ ਹਨ। ਵੱਡੇ ਹਾਲ ਦੀ ਬੁੱਕਿੰਗ ਨਾਲ ਛੋਟੇ ਕਮਰੇ ਮੁਫ਼ਤ ਦਿੱਤੇ ਜਾਣਗੇ।
- ਡਿਸਕੋ, ਨਾਈਟ ਕਲੱਬ ਅਤੇ ਰੈਸਟੋਰੈਂਟ ਦੀਆਂ ਸਹੂਲਤਾਂ ਵੀ ਹਨ।

1. ਹੈਰੀ ਐਂਟਰਟੇਨਮੈਂਟ ਕੰਪਲੈਕਸ ਕਿੱਥੇ ਹੈ ? ਦੋ ਗੱਲਾਂ ਲਿਖੋ।

....

2. ਤੁਹਾਡੇ ਖ਼ਿਆਲ ਵਿੱਚ ਇਹ ਥਾਂ ਪੰਜਾਬੀ ਵਿਆਹ ਸ਼ਾਦੀਆਂ ਜਾਂ ਹੋਰ ਫ਼ੰਕਸ਼ਨਾਂ ਲਈ ਕਿਉਂ ਯੋਗ ਹੈ ? ਚਾਰ ਗੱਲਾਂ ਲਿਖੋ।

....HB-2

12. You see this item in a Panjabi magazine for young people.

ਮਨਜੀਤ ਦੀ ਮੁਸ਼ਕਲ

ਮੈਨੂੰ ਸਕੂਲ ਵਿੱਚ ਛੇ ਹਫ਼ਤਿਆਂ ਦੀਆਂ ਛੁੱਟੀਆਂ ਹਨ। ਮੇਰੀ ਵੱਡੀ ਭੈਣ ਦੋ ਮਹੀਨਿਆਂ ਤੋਂ ਚਾਚਾ ਜੀ ਕੋਲ ਪੰਜਾਬ ਗਈ ਹੋਈ ਹੈ ਤੇ ਮੇਰਾ ਵੱਡਾ ਭਰਾ ਕੰਮ 'ਤੇ ਜਾਂਦਾ ਹੈ। ਮੇਰੀਆਂ ਬਾਕੀ ਸਹੇਲੀਆਂ ਵੀ ਛੁੱਟੀਆਂ ਵਿੱਚ ਬਾਹਰ ਗਈਆਂ ਹੋਈਆਂ ਹਨ। ਮੈਂ ਸਾਰਾ ਦਿਨ ਘਰ ਇਕੱਲੀ ਹੁੰਦੀ ਹਾਂ। ਮੇਰਾ ਘਰ ਵਿੱਚ ਦਿਲ ਬਿਲਕੁਲ ਨਹੀਂ ਲਗਦਾ, ਕਿਉਂਕਿ ਮੈਂ ਇਕੱਲੀ ਹੁੰਦੀ ਹਾਂ। ਮੈਂ ਹਰ ਵੇਲੇ ਬੜੀ ਉਦਾਸ ਰਹਿੰਦੀ ਹਾਂ। ਸਾਰਾ ਦਿਨ ਟੈਲੀਵਿਯਨ ਦੇਖ ਦੇਖ ਅੱਕ ਗਈ ਹਾਂ। ਕੋਈ ਕੰਮ ਕਰਨ ਨੂੰ ਜੀ ਨਹੀਂ ਕਰਦਾ। ਭੁੱਖ ਵੀ ਘਟ ਗਈ ਹੈ। ਕੀ ਤੁਸੀਂ ਮੈਨੂੰ ਕੋਈ ਸਲਾਹ ਦੇ ਸਕਦੇ ਹੋ ਕਿ ਮੈਂ ਛੁੱਟੀਆਂ ਕਿਸ ਤਰ੍ਹਾਂ ਗੁਜ਼ਾਰਾਂ ? ਮੇਰੀ ਉਮਰ ਪੰਦਰਾਂ ਸਾਲ ਹੈ।

ਤੁਹਾਡੀ ਮੁਸ਼ਕਲ ਦੂਰ ਕਰਨ ਲਈ ਸੁਝਾਅ ਅਗਲੇ ਮਹੀਨੇ ਦੇ ਮੈਗਜ਼ੀਨ ਵਿੱਚ ਦਿੱਤਾ ਜਾਵੇਗਾ।

Answer the following questions in English.

1. Why is it not possible for Manjit to spend her holidays with her

   (i)   sister...

   (ii) brother...

   (iii) friends...

2. How does she feel staying at home? Give four details.

   ....HB-2

83

13. You read a description of a picnic party organised to celebrate Kulbir's birthday.

ਕੁਲਬੀਰ ਨੇ ਆਪਣੇ ਜਨਮ ਦਿਨ ਦੀ ਖ਼ੁਸ਼ੀ ਵਿੱਚ ਇੱਕ ਪਿਕਨਿਕ ਪਾਰਟੀ ਦਾ ਪ੍ਰਬੰਧ ਕੀਤਾ। ਉਸ ਨੇ ਆਪਣੇ ਕੁਝ ਗੂੜ੍ਹੇ ਮਿੱਤਰਾਂ ਨੂੰ ਬੁਲਾਇਆ। ਉਹਨਾਂ ਨੇ ਕੂੰਬ ਐਬੀ ਪਾਰਕ ਜਾਣ ਦੀ ਸਕੀਮ ਬਣਾਈ। ਕੁਲਬੀਰ ਦੇ ਬਚਪਨ ਦੇ ਸਾਥੀ ਮਨਦੀਸ਼ ਨੇ ਆਪਣੇ ਪਿਤਾ ਜੀ ਵਾਲੀ ਕਾਰ ਲੈ ਆਂਦੀ। ਮੇਰੇ ਮਾਤਾ ਅਤੇ ਪਿਤਾ ਜੀ ਨੇ ਮੈਨੂੰ ਪਹਿਲਾਂ ਹੀ ਆਗਿਆ ਦੇ ਦਿੱਤੀ ਸੀ ਕਿ ਮੈਂ ਆਪਣੇ ਮਿੱਤਰਾਂ ਦੇ ਨਾਲ ਕੂੰਬ ਪਾਰਕ ਪਿਕਨਿਕ 'ਤੇ ਜਾ ਸਕਦਾ ਹਾਂ। ਇਸ ਲਈ ਖਾਣ ਪੀਣ ਦਾ ਸਾਰਾ ਸਾਮਾਨ ਅਸੀਂ ਪਹਿਲਾਂ ਹੀ ਖ਼ਰੀਦ ਕੇ ਰੱਖ ਲਿਆ ਸੀ। ਖਾਣ ਲਈ ਮੇਰੇ ਮਾਤਾ ਜੀ ਨੇ ਸਾਡੇ ਲਈ ਸੈਂਡਵਿਚ ਅਤੇ ਕੁਝ ਪਕੌੜੇ ਬਣਾ ਦਿੱਤੇ ਸਨ ਅਤੇ ਬਾਕੀ ਚੀਜ਼ਾਂ— ਕੋਕਾ ਕੋਲਾ, ਲੈਮਨੇਡ, ਬਿਸਕੁਟ ਅਤੇ ਕੇਕ ਆਦਿ ਅਸੀਂ ਦੁਕਾਨ ਤੋਂ ਖ਼ਰੀਦ ਲਈਆਂ ਸਨ। ਇਹ ਸਭ ਕੁਝ ਕਾਰ ਵਿੱਚ ਰੱਖ ਕੇ ਅਸੀਂ ਕੂੰਬ ਐਬੀ ਪਾਰਕ ਨੂੰ ਚੱਲ ਪਏ।

ਅੱਧੇ ਘੰਟੇ ਵਿੱਚ ਹੀ ਅਸੀਂ ਕੂੰਬ ਪਾਰਕ ਪਹੁੰਚ ਗਏ ਕਿਉਂਕਿ ਇਹ ਪਾਰਕ ਕੋਈ ਬਹੁਤੀ ਦੂਰ ਨਹੀਂ ਸੀ। ਕਾਰ ਵਿੱਚੋਂ ਇੱਕ ਚਿੱਟੀ ਚਾਦਰ ਕੱਢ ਕੇ ਘਾਹ 'ਤੇ ਵਿਛਾਈ ਅਤੇ ਇਸ ਦੇ ਉੱਤੇ ਖਾਣ ਪੀਣ ਦਾ ਸਾਰਾ ਸਾਮਾਨ ਰੱਖਿਆ। ਸਾਰਿਆਂ ਨੂੰ ਭੁੱਖ ਲੱਗੀ ਹੋਈ ਸੀ। ਇਸ ਲਈ ਸਭ ਤੋਂ ਪਹਿਲਾਂ ਖਾਣ ਬਾਰੇ ਹੀ ਪੁੱਛਿਆ। ਖਾਣ ਵੇਲੇ ਸਭ ਇੱਕ ਦੂਜੇ ਨੂੰ ਮਖ਼ੌਲ ਕਰ ਰਹੇ ਸੀ ਅਤੇ ਜ਼ੋਰ ਜ਼ੋਰ ਦੀ ਹੱਸ ਰਹੇ ਸੀ। ਖਾਣ ਪੀਣ ਤੋਂ ਬਾਅਦ ਅਸੀਂ ਕੁਝ ਦੇਰ ਫੁਟਬਾਲ ਖੇਡਿਆ ਅਤੇ ਫੇਰ ਬੋਟਿੰਗ ਕੀਤੀ। ਬੋਟਿੰਗ ਕਰਕੇ ਬੜਾ ਹੀ ਆਨੰਦ ਆਇਆ। ਪਰ ਮਨਦੀਸ਼ ਬੋਟਿੰਗ ਵੇਲੇ ਬੜਾ ਡਰਦਾ ਸੀ, ਕਿਉਂਕਿ ਉਸ ਨੇ ਪਹਿਲਾਂ ਕਦੇ ਬੋਟਿੰਗ ਨਹੀਂ ਸੀ ਕੀਤੀ।

ਸੰਤੋਸ਼ ਨੇ ਘੜੀ ਵੱਲ ਦੇਖਿਆ ਅਤੇ ਕਿਹਾ, "ਓਏ! ਪੰਜ ਵੱਜ ਗਏ। ਆਓ, ਹੁਣ ਵਾਪਸ ਚੱਲੀਏ।" ਸਾਰੇ ਦੌੜ ਕੇ ਕਾਰ ਵਿੱਚ ਬੈਠ ਗਏ। ਮਨਦੀਸ਼ ਨੇ ਕਾਰ ਸਟਾਰਟ ਕਰਨ ਦੀ ਕੋਸ਼ਿਸ਼ ਕੀਤੀ ਪਰ ਕਾਰ ਸਟਾਰਟ ਹੀ ਨਾ ਹੋਵੇ। ਕਾਫ਼ੀ ਦੇਰ ਤੋਂ ਬਾਅਦ ਦੇਖਿਆ ਕਿ ਕਾਰ ਵਿੱਚ ਪਾਣੀ ਨਹੀਂ ਸੀ। ਬਲਦੇਵ ਨੇ ਪਾਣੀ ਦੀ ਇੱਕ ਬੋਤਲ ਲਿਆਂਦੀ ਅਤੇ ਕਾਰ ਵਿੱਚ ਪਾਣੀ ਪਾਉਂਦਿਆਂ ਹੀ ਕਾਰ ਚੱਲ ਪਈ। ਸਾਰੇ ਬੜੇ ਖ਼ੁਸ਼ ਹੋਏ। ਕੋਈ ਸੱਤ ਕੁ ਵਜੇ ਅਸੀਂ ਘਰ ਵਾਪਸ ਆਏ।

1. Who were invited to this party?

   ....

2. How did they go to Coombe Park?

   ....

3. What arrangement was made for food and drink?

   ....

4. How did they spend their time in the Park? Give four details.

   ....

5. How did Mandeesh feel while boating and why?

   ....

6. What problem did they encounter before coming back and how did they solve it?

   ....

7. When did they come back?

   ....HB-2

14. ਤੁਸੀਂ ਚਾਰ ਵਿਅਕਤੀਆਂ ਬਾਰੇ ਪੜ੍ਹਦੇ ਹੋ ਕਿ ਉਹ ਆਪਣੇ ਵਿਹਲੇ ਸਮੇਂ ਵਿੱਚ ਕੀ ਕਰਦੇ ਹਨ।

ਮਨਮਿੰਦਰ	:	ਮੈਂ ਆਪਣੇ ਵਿਹਲੇ ਸਮੇਂ ਵਿੱਚ ਪੰਜਾਬੀ ਅਤੇ ਹਿੰਦੀ ਫ਼ਿਲਮਾਂ ਦੇਖਣਾ ਪਸੰਦ ਕਰਦੀ ਹਾਂ। ਜਿਹੜੀ ਫ਼ਿਲਮ ਨਵੀਂ ਆਉਂਦੀ ਹੈ, ਮੈਂ ਝੱਟ ਜਾਂ ਤਾਂ ਸਿਨਮੇ ਵਿੱਚ ਦੇਖਣ ਚਲੇ ਜਾਂਦੀ ਹਾਂ ਜਾਂ ਫੇਰ ਵੀਡੀਓ ਫ਼ਿਲਮ ਲਿਆ ਕੇ ਘਰ ਦੇਖ ਲੈਂਦੀ ਹਾਂ।
ਮਨਜਿੰਦਰ	:	ਮੈਂ ਆਪਣੇ ਵਿਹਲੇ ਸਮੇਂ ਵਿੱਚ ਆਪਣੇ ਘਰ ਦੇ ਬਗ਼ੀਚਿਆਂ ਵਿੱਚ ਕੰਮ ਕਰਦਾ ਹਾਂ। ਮੈਂ ਆਪਣੇ ਮੋਹਰਲੇ ਅਤੇ ਪਿਛਲੇ ਬਗ਼ੀਚੇ ਵਿੱਚ ਕਈ ਤਰ੍ਹਾਂ ਦੇ ਫੁੱਲਾਂ ਦੇ ਬੂਟੇ ਲਾਏ ਹੋਏ ਹਨ। ਪਿਛਲੇ ਬਗ਼ੀਚੇ ਵਿੱਚ ਫੁੱਲਾਂ ਦੇ ਬੂਟੇ ਵੀ ਹਨ ਅਤੇ ਕਈ ਕਿਸਮਾਂ ਦੀਆਂ ਸਬਜ਼ੀਆਂ ਵੀ ਬੀਜੀਆਂ ਹਨ। ਗਰਮੀਆਂ ਨੂੰ ਹਰ ਦੋ ਹਫ਼ਤੇ ਬਾਅਦ ਘਾਹ ਕੱਟਦਾ ਹਾਂ। ਮੈਂ ਇਹ ਕੰਮ ਕਰਨਾ ਬਹੁਤ ਪਸੰਦ ਕਰਦਾ ਹਾਂ।
ਜਸਦੀਪ	:	ਮੈਨੂੰ ਆਪਣੇ ਵਿਹਲੇ ਸਮੇਂ ਵਿੱਚ ਟਿਕਟਾਂ ਇਕੱਠੀਆਂ ਕਰਨ ਦਾ ਸ਼ੌਕ ਹੈ। ਮੈਂ ਪਿਛਲੇ ਪੰਜਾਂ ਸਾਲਾਂ ਤੋਂ ਟਿਕਟਾਂ ਇਕੱਠੀਆਂ ਕਰ ਰਹੀ ਹਾਂ। ਹੁਣ ਮੇਰੇ ਪਾਸ 15 ਦੇਸ਼ਾਂ ਦੀਆਂ ਕਾਫ਼ੀ ਪੁਰਾਣੀਆਂ ਅਤੇ ਨਵੀਆਂ ਟਿਕਟਾਂ ਹਨ। ਮੈਂ ਹਰ ਦੇਸ਼ ਦੀਆਂ ਟਿਕਟਾਂ ਦੀ ਇੱਕ ਐਲਬਮ ਬਣਾਈ ਹੋਈ ਹੈ।
ਕੁਲਦੀਪ	:	ਮੈਨੂੰ ਕਿਤਾਬਾਂ ਪੜ੍ਹਨ ਦਾ ਬਹੁਤ ਸ਼ੌਕ ਹੈ। ਪੰਜਾਬੀ ਨਾਵਲ ਮੈਂ ਜ਼ਿਆਦਾ ਪੜ੍ਹਦੀ ਹਾਂ। ਮੈਨੂੰ ਨਾਨਕ ਸਿੰਘ ਦੇ ਲਿਖੇ ਹੋਏ ਨਾਵਲ ਬਹੁਤ ਚੰਗੇ ਲਗਦੇ ਹਨ। ਇੱਕ ਵਾਰੀ ਨਾਵਲ ਪੜ੍ਹਨਾ ਸ਼ੁਰੂ ਕਰਾਂ ਸਹੀ, ਜਦੋਂ ਤਕ ਖ਼ਤਮ ਨਹੀਂ ਹੁੰਦਾ, ਮਨ ਨੂੰ ਚੈਨ ਨਹੀਂ ਆਉਂਦੀ।

ਵਾਕਾਂ ਨੂੰ ਪੜ੍ਹੋ ਤੇ ਲਿਖੋ

ਠੀਕ ਠ

ਗ਼ਲਤ ਗ

ਪਤਾ ਨਹੀਂ ?

ਉਦਾਹਰਣ	1.	ਮਨਜਿੰਦਰ ਦਾ ਸ਼ੌਕ ਫ਼ਿਲਮਾਂ ਦੇਖਣਾ ਹੈ ?	ਗ
	2.	ਕੁਲਦੀਪ ਦੀ ਹੌਬੀ ਟਿਕਟਾਂ ਇਕੱਠੀਆਂ ਕਰਨਾ ਹੈ।	
	3.	ਮਨਜਿੰਦਰ ਨੂੰ ਆਪਣੇ ਬਗ਼ੀਚਿਆਂ ਵਿੱਚ ਫੁੱਲ ਲਾਉਣ ਦਾ ਬਹੁਤ ਸ਼ੌਕ ਹੈ।	
	4.	ਮਨਜਿੰਦਰ ਆਪਣੇ ਘਰ ਦਾ ਘਾਹ ਕੱਟਣਾ ਬਿਲਕੁਲ ਪਸੰਦ ਨਹੀਂ ਕਰਦੀ।	
	5.	ਜਸਦੀਪ ਪਿਛਲੇ 5 ਸਾਲ ਤੋਂ ਟਿਕਟਾਂ ਇਕੱਠੀਆਂ ਕਰ ਰਹੀ ਹੈ।	
	6.	ਮਨਮਿੰਦਰ ਕੋਲ 15 ਦੇਸ਼ਾਂ ਦੀਆਂ ਪੁਰਾਣੀਆਂ ਅਤੇ ਨਵੀਆਂ ਟਿਕਟਾਂ ਹਨ।	
	7.	ਜਸਦੀਪ ਨੂੰ ਕਿਤਾਬਾਂ ਪੜ੍ਹਨ ਦਾ ਬਹੁਤ ਸ਼ੌਕ ਹੈ।	
	8.	ਕੁਲਦੀਪ ਨੂੰ ਨਾਵਲ ਪੜ੍ਹਨ ਦਾ ਬਹੁਤ ਸ਼ੌਕ ਹੈ।	

Answer the following questions in English.

A (i) Who likes reading books?

....

(ii) What types of books does he/she read?

....

(iii) What views have been expressed about reading books?

....

B (i) Who likes gardening?

....

(ii) What types of jobs does he/she do in the garden? Give two details.

....

C (i) Who likes collecting stamps?

....

(ii) What has he/she said about collecting stamps?

....

D (i) Who likes watching films?

....

(ii) What has he/she said about watching films?

....HB-2

B-3 Personal relationships and social activities.

Foundation

1. You read a transcript of a dialogue between Manpreet and Mandeep.

ਮਨਪ੍ਰੀਤ	:	ਸਤਿ ਸ੍ਰੀ ਅਕਾਲ। ਤੁਹਾਡਾ ਕੀ ਹਾਲ ਹੈ ?
ਮਨਦੀਪ	:	ਸਤਿ ਸ੍ਰੀ ਅਕਾਲ। ਮੈਂ ਬਿਲਕੁਲ ਠੀਕ ਹਾਂ। ਧੰਨਵਾਦ। ਤੁਹਾਡਾ ਕੀ ਹਾਲ ਹੈ ?
ਮਨਪ੍ਰੀਤ	:	ਮੈਂ ਵੀ ਠੀਕ ਹਾਂ। ਤੁਸੀਂ ਅੰਦਰ ਆਓ ਅਤੇ ਕ੍ਰਿਪਾ ਕਰਕੇ ਬੈਠ ਜਾਓ। ਕੀ ਤੁਸੀਂ ਚਾਹ ਪੀਓਗੇ ?
ਮਨਦੀਪ	:	ਤੁਹਾਡਾ ਬਹੁਤ ਧੰਨਵਾਦ। ਚਾਹ ਮੈਂ ਪੀ ਕੇ ਆਇਆ ਹਾਂ।
ਮਨਪ੍ਰੀਤ	:	ਅੱਜ ਕੱਲ ਤੁਸੀਂ ਕਿੱਥੇ ਰਹਿੰਦੇ ਹੋ ?
ਮਨਦੀਪ	:	ਅੱਜ ਕੱਲ ਮੈਂ ਲੰਡਨ ਰਹਿੰਦਾ ਹਾਂ।
ਮਨਪ੍ਰੀਤ	:	ਅੱਜ ਤੁਸੀਂ ਕਿਵੇਂ ਆਏ ?
ਮਨਦੀਪ	:	ਮੇਰੇ ਵੱਡੇ ਭਰਾ ਦੇ ਮੁੰਡਾ ਹੋਇਆ ਹੈ। ਮਾਤਾ ਪਿਤਾ ਜੀ ਨੇ ਤੁਹਾਡੇ ਲਈ ਮਿਠਿਆਈ ਦੇ ਕੇ ਭੇਜਿਆ ਹੈ ਕਿਉਂਕਿ ਮੈਨੂੰ ਛੁੱਟੀ ਸੀ।
ਮਨਪ੍ਰੀਤ	:	ਇਹ ਤਾਂ ਬਹੁਤ ਖ਼ੁਸ਼ੀ ਦੀ ਗੱਲ ਹੈ।

1. What is Mandeep's reply to Manpreet's greetings?

   ....

2. What three things did Manpreet say to Mandeep?

   ....

3. Where does Mandeep live these days?

   ....

4. Why did Mandeep come to see Manpreet and her family?

   ....FB-3

2. ਤੁਸੀਂ ਇੱਕ ਪੋਸਟ ਕਾਰਡ ਪੜ੍ਹਦੇ ਹੋ।

> ਮੇਰਾ ਨਾਂ ਸਤਿਪਾਲ ਸਿੰਘ ਸਿੱਧੂ ਹੈ। ਮੈਂ ਇੰਡੀਆ ਤੋਂ ਪਿਛਲੇ ਹਫ਼ਤੇ ਆਇਆ ਸੀ ਅਤੇ ਅੱਜ ਕੱਲ੍ਹ ਮੈਂ ਆਪਣੇ ਇੱਕ ਮਿੱਤਰ ਪਾਸ ਲੈਸਟਰ ਠਹਿਰਿਆ ਹਾਂ। ਮੇਰੇ ਪਾਸ ਤੁਹਾਡੇ ਚਾਚਾ ਜੀ ਨੇ ਤੁਹਾਡੇ ਲਈ ਕੁਝ ਚੀਜ਼ਾਂ ਭੇਜੀਆਂ ਹਨ। ਇਹ ਚੀਜ਼ਾਂ ਤੁਹਾਨੂੰ ਦੇਣ ਲਈ ਮੈਂ ਅਗਲੇ ਐਤਵਾਰ ਤੁਹਾਡੇ ਪਾਸ ਆਵਾਂਗਾ। ਤੁਸੀਂ ਮੇਰੀ ਉਡੀਕ ਰਖਣੀ।

1. ਸਤਿਪਾਲ ਸਿੰਘ ਇੰਡੀਆ ਤੋਂ ਕਦੋਂ ਆਇਆ ?

   ....

2. ਅੱਜ ਕੱਲ੍ਹ ਉਹ ਕਿੱਥੇ ਅਤੇ ਕਿਸ ਪਾਸ ਰਹਿ ਰਿਹਾ ਹੈ ?

   ....

3. ਉਹ ਤੁਹਾਨੂੰ ਕਿਉਂ ਮਿਲਣਾ ਚਾਹੁੰਦਾ ਹੈ ?

   ....

4. ਉਹ ਤੁਹਾਨੂੰ ਕਦੋਂ ਮਿਲਣਾ ਚਾਹੁੰਦਾ ਹੈ ?

   ....FB-3

3. ਤੁਸੀਂ ਇੱਕ ਚਿੱਠੀ ਪੜ੍ਹਦੇ ਹੋ, ਜੋ ਚਰਨਜੀਤ ਨੇ ਆਪਣੇ ਚਾਚੀ ਜੀ ਨੂੰ ਲਿਖੀ ਹੈ।

15 ਜਨਵਰੀ 2000

ਪਿਆਰੇ ਚਾਚੀ ਜੀ,

ਸਤਿ ਸ੍ਰੀ ਅਕਾਲ। ਜਿਸ ਤਰ੍ਹਾਂ ਤੁਹਾਨੂੰ ਪਤਾ ਹੀ ਹੈ ਕਿ ਇਸ ਸਾਲ ਮੈਂ ਜੀ.ਸੀ.ਐਸ.ਈ. ਦੇ ਇਮਤਿਹਾਨ ਦੇਣੇ ਹਨ। ਜੀ.ਸੀ.ਐਸ.ਈ. ਵਿੱਚ ਕਈ ਵਿਸ਼ਿਆਂ ਵਿੱਚ ਕੋਰਸਵਰਕ ਕਰਨਾ ਪੈਂਦਾ ਹੈ। ਕੋਰਸਵਰਕ ਪੂਰਾ ਕੀਤੇ ਬਗ਼ੈਰ ਤੁਸੀਂ ਇਮਤਿਹਾਨ ਪਾਸ ਨਹੀਂ ਕਰ ਸਕਦੇ। ਇਸ ਲਈ ਕੋਰਸਵਰਕ ਕਰਨਾ ਬਹੁਤ ਜ਼ਰੂਰੀ ਹੈ, ਪਰ ਮੈਂ ਇਸ ਵਲ ਹੁਣ ਤੱਕ ਕੋਈ ਧਿਆਨ ਨਹੀਂ ਦਿੱਤਾ ਅਤੇ ਸਾਰੇ ਵਿਸ਼ਿਆਂ ਵਿੱਚ ਕੋਰਸਵਰਕ ਕਰਨ ਨੂੰ ਰਹਿੰਦਾ ਹੈ। ਇਮਤਿਹਾਨ ਵਿੱਚ ਸਿਰਫ਼ ਦੋ ਮਹੀਨੇ ਰਹਿ ਗਏ ਹਨ ਅਤੇ ਮੇਰਾ ਫ਼ਿਕਰ ਦਿਨੋ ਦਿਨ ਵਧਦਾ ਜਾ ਰਿਹਾ ਹੈ। ਮੈਨੂੰ ਸਮਝ ਨਹੀਂ ਆਉਂਦੀ ਕਿ ਮੈਂ ਕੀ ਕਰਾਂ। ਇਸੇ ਫ਼ਿਕਰ ਵਿੱਚ ਰਾਤ ਨੂੰ ਨੀਂਦ ਨਹੀਂ ਆਉਂਦੀ। ਮੈਂ ਏ ਲੈਵਲ ਕਰਕੇ ਯੂਨੀਵਰਸਿਟੀ ਪੜ੍ਹਨਾ ਚਾਹੁੰਦੀ ਹਾਂ। ਏ ਲੈਵਲ ਤੁਸੀਂ ਤਦ ਹੀ ਕਰ ਸਕਦੇ ਹੋ ਜੇ ਤੁਹਾਡੇ ਜੀ.ਸੀ.ਐਸ.ਈ. ਦੇ ਗਰੇਡ ਚੰਗੇ ਹੋਣ। ਮੈਂ ਕੁਝ ਭੈੜੀ ਸੰਗਤ ਕਰਕੇ ਆਪਣਾ ਕਾਫ਼ੀ ਸਮਾਂ ਖ਼ਰਾਬ ਕੀਤਾ। ਹੁਣ ਮੈਂ ਬਹੁਤ ਪਛਤਾਉਂਦੀ ਹਾਂ ਕਿ ਕਿਉਂ ਮੈਂ ਆਪਣਾ ਕੰਮ ਸਮੇਂ ਸਿਰ ਨਹੀਂ ਕੀਤਾ। ਮੇਰਾ ਫ਼ਿਕਰ ਮੈਨੂੰ ਖਾਈ ਜਾਂਦਾ ਹੈ ਅਤੇ ਮੈਨੂੰ ਸਮਝ ਨਹੀਂ ਆਉਂਦੀ ਕਿ ਮੈਂ ਕੀ ਕਰਾਂ। ਮੈਂ ਤੁਹਾਡੀ ਬਹੁਤ ਧੰਨਵਾਦੀ ਹੋਵਾਂਗੀ, ਜੇ ਤੁਸੀਂ ਇਸ ਬਾਰੇ ਕੋਈ ਸਲਾਹ ਦੇ ਸਕੋ।

ਤੁਹਾਡੀ ਭਤੀਜੀ
ਸਤਿੰਦਰ ਕੌਰ

ਹੇਠ ਲਿਖੇ ਪ੍ਰਸ਼ਨਾਂ ਦੇ ਉੱਤਰ ਪੰਜਾਬੀ ਵਿੱਚ ਲਿਖੋ।

1. ਸਤਿੰਦਰ ਇਸ ਸਾਲ ਕੀ ਪੜ੍ਹਾਈ ਕਰ ਰਹੀ ਹੈ ?

....

2. ਉਹ ਏ ਲੈਵਲ ਕਰਨ ਤੋਂ ਬਾਅਦ ਕੀ ਕਰਨਾ ਚਾਹੁੰਦੀ ਹੈ ?

....

3. ਸਤਿੰਦਰ ਕਿਉਂ ਐਨਾ ਫ਼ਿਕਰ ਕਰਦੀ ਹੈ ? ਤਿੰਨ ਗੱਲਾਂ ਲਿਖੋ ?

....

4. ਸਤਿੰਦਰ ਦਾ ਇਸ ਮੁਸ਼ਕਲ ਵਿੱਚ ਫਸਣ ਦਾ ਕੀ ਕਾਰਨ ਸੀ ?

....

5. ਸਤਿੰਦਰ ਆਪਣੀ ਚਾਚੀ ਜੀ ਤੋਂ ਕੀ ਚਾਹੁੰਦੀ ਹੈ ਅਤੇ ਕਿਉਂ ?

....FB-3

Higher

4. You read aunt's reply to Satinder's letter.

20 ਜਨਵਰੀ 2000

ਪਿਆਰੀ ਸਤਿੰਦਰ,

ਬਹੁਤ ਬਹੁਤ ਪਿਆਰ। ਮੈਨੂੰ ਤੇਰੀ ਚਿੱਠੀ ਪੜ੍ਹ ਕੇ ਬੜੀ ਹੈਰਾਨੀ ਹੋਈ ਅਤੇ ਥੋੜ੍ਹਾ ਗ਼ੁੱਸਾ ਵੀ ਆਇਆ ਕਿ ਤੂੰ ਐਨੀ ਸਮਝਦਾਰ ਕੁੜੀ ਹੋ ਕੇ ਆਪਣਾ ਕੀਮਤੀ ਸਮਾਂ ਭੈੜੀ ਸੰਗਤ ਵਿੱਚ ਬਰਬਾਦ ਕੀਤਾ। ਜਦੋਂ ਤੈਨੂੰ ਪਤਾ ਸੀ ਕਿ ਯੂਨੀਵਰਸਿਟੀ ਜਾਣ ਲਈ ਜੀ.ਸੀ.ਐਸ.ਈ. ਅਤੇ ਏ ਲੈਵਲ ਵਿੱਚ ਚੰਗੇ ਗ੍ਰੇਡ ਹੋਣੇ ਚਾਹੀਦੇ ਹਨ ਤਾਂ ਤੂੰ ਐਵੇਂ ਆਪਣਾ ਸਮਾਂ ਕਿਉਂ ਖ਼ਰਾਬ ਕੀਤਾ।

ਪਰ ਹੁਣ ਬਹੁਤਾ ਫ਼ਿਕਰ ਕੀਤਿਆਂ ਕੁਝ ਨਹੀਂ ਬਣਨਾ। ਜੋ ਸਮਾਂ ਖ਼ਰਾਬ ਹੋ ਗਿਆ, ਉਸ ਬਾਰੇ ਭੁੱਲ ਜਾ। ਇਹ ਵੀ ਚੰਗਾ ਹੋਇਆ ਕਿ ਤੈਨੂੰ ਛੇਤੀ ਪਤਾ ਲੱਗ ਗਿਆ ਕਿ ਤੂੰ ਭੈੜੀ ਸੰਗਤ ਕਰਕੇ ਆਪਣਾ ਕੋਰਸਵਰਕ ਸਮੇਂ ਸਿਰ ਨਹੀਂ ਕਰ ਸਕੀ। ਸਭ ਤੋਂ ਪਹਿਲਾਂ ਤਾਂ ਤੂੰ ਆਪਣੀ ਭੈੜੀ ਸੰਗਤ ਬਿਲਕੁਲ ਛੱਡ ਦੇ। ਉਹਨਾਂ ਕੁੜੀਆਂ ਨਾਲ ਮਿਲਣਾ ਜੁਲਣਾ ਛੱਡ ਦੇ ਜੋ ਤੇਰਾ ਸਮਾਂ ਖ਼ਰਾਬ ਕਰਦੀਆਂ ਹਨ। ਬਾਕੀ ਤੂੰ ਹਰ ਰੋਜ਼ ਦਾ ਟਾਈਮਟੇਬਲ ਬਣਾ ਲੈ ਕਿ ਕਿਸ ਟਾਈਮ ਕੀ ਕੰਮ ਕਰਨਾ ਹੈ। ਹਰ ਰੋਜ਼ ਟਾਈਮ ਟੇਬਲ ਦੇ ਮੁਤਾਬਕ ਕੰਮ ਕਰਨਾ ਜਾਰੀ ਰੱਖਣਾ, ਜਦੋਂ ਤੱਕ ਤੇਰਾ ਕੰਮ ਖ਼ਤਮ ਨਹੀਂ ਹੋ ਜਾਂਦਾ। ਬਾਕੀ ਆਪਣੇ ਅਧਿਆਪਕ ਨੂੰ ਵੀ ਆਪਣੀ ਮੁਸ਼ਕਲ ਬਾਰੇ ਦੱਸ ਦੇਣਾ। ਸ਼ਾਇਦ ਉਹ ਤੇਰੇ ਕੋਰਸਵਰਕ ਦੇਣ ਦੀ ਤਰੀਕ ਵਿੱਚ ਕੁਝ ਵਾਧਾ ਕਰ ਦੇਵੇ। ਤੂੰ ਹੌਂਸਲਾ ਰੱਖ ਅਤੇ ਫ਼ਿਕਰ ਘੱਟ ਕਰ। ਜ਼ਿਆਦਾ ਫ਼ਿਕਰ ਕਰਕੇ ਤੇਰਾ ਕੋਰਸਵਰਕ ਨਹੀਂ ਹੋਣਾ। ਤੂੰ ਇੱਕ ਹੁਸ਼ਿਆਰ ਕੁੜੀ ਹੈਂ ਅਤੇ ਮੈਨੂੰ ਪੂਰੀ ਆਸ ਹੈ ਕਿ ਤੂੰ ਜੀ.ਸੀ.ਐਸ.ਈ. ਦੇ ਇਮਤਿਹਾਨ ਚੰਗੇ ਗ੍ਰੇਡਾਂ ਵਿੱਚ ਪਾਸ ਕਰੇਂਗੀ।

ਤੇਰੀ ਚਾਚੀ
ਬਲਜੀਤ

Answer the following questions in English.

1. Why is the aunt surprised and angry with Satinder? Give two details.

....

2. What suggestions does the aunt give to solve Satinder's problem? Give five details.

....

3. Why is the aunt sure that Satinder will pass GCSE examinations with good grades?

....HB-3

5. ਤੁਸੀਂ ਸਤਿਨਾਮ ਦੀ ਇੱਕ ਚਿੱਠੀ ਪੜ੍ਹਦੇ ਹੋ, ਜੋ ਉਸ ਨੇ ਆਪਣੀ ਮੁਸ਼ਕਿਲ ਬਾਰੇ ਆਪਣੇ ਚਾਚਾ ਜੀ ਨੂੰ ਲਿਖੀ ਹੈ।

ਡਰਬੀ
20 ਜਨਵਰੀ 2000

ਪਿਆਰੇ ਚਾਚਾ ਜੀ,

ਸਤਿ ਸ੍ਰੀ ਅਕਾਲ। ਮੈਂ ਤੁਹਾਨੂੰ ਕਾਫ਼ੀ ਚਿਰ ਤੋਂ ਚਿੱਠੀ ਲਿਖਣ ਬਾਰੇ ਸੋਚ ਰਿਹਾ ਸੀ ਪਰ ਲਿਖ ਨਹੀਂ ਸਕਿਆ। ਆਖ਼ਰ ਅੱਜ ਲਿਖਣ ਦਾ ਫ਼ੈਸਲਾ ਕਰ ਹੀ ਲਿਆ। ਚਾਚਾ ਜੀ ਮੈਂ ਇੱਕ ਮੁਸ਼ਕਿਲ ਵਿੱਚ ਹਾਂ। ਮੈਂ ਇਸ ਮੁਸ਼ਕਿਲ ਬਾਰੇ ਅੱਜ ਤੱਕ ਕਿਸੇ ਨੂੰ ਨਹੀਂ ਦੱਸਿਆ। ਹੁਣ ਜਦੋਂ ਮੈਂ ਬਹੁਤ ਤੰਗ ਹੋ ਗਿਆ ਹਾਂ ਤਾਂ ਹਾਰ ਕੇ ਤੁਹਾਨੂੰ ਇਸ ਲਈ ਲਿਖਣ ਲੱਗਾ ਹਾਂ ਕਿ ਤੁਸੀਂ ਮੈਨੂੰ ਚੰਗੀ ਤਰ੍ਹਾਂ ਜਾਣਦੇ ਹੋ ਅਤੇ ਮੈਨੂੰ ਵੀ ਤੁਹਾਡੇ 'ਤੇ ਪੂਰਾ ਭਰੋਸਾ ਹੈ।

ਚਾਚਾ ਜੀ ਮੈਂ ਅੱਜ ਕਲ੍ਹ ਸਕੂਲ ਵਿੱਚ ਬਹੁਤ ਔਖੀ ਜ਼ਿੰਦਗੀ ਬਤੀਤ ਕਰ ਰਿਹਾ ਹਾਂ ਅਤੇ ਬਹੁਤ ਤੰਗ ਹਾਂ। ਇਹ ਤਾਂ ਤੁਹਾਨੂੰ ਪਤਾ ਹੀ ਹੈ ਕਿ ਮੇਰਾ ਸਰੀਰ ਕੁਝ ਮੋਟਾ ਹੈ। ਦੋ ਤਿੰਨ ਮਹੀਨਿਆਂ ਤੋਂ ਸਕੂਲ ਦੇ ਕੁਝ ਵਿਦਿਆਰਥੀ ਮੈਨੂੰ ਬਹੁਤ ਤੰਗ ਕਰਦੇ ਹਨ ਅਤੇ ਛੇੜਦੇ ਰਹਿੰਦੇ ਹਨ। ਉਹਨਾਂ ਨੇ ਮੇਰੇ ਕਈ ਪੁੱਠੇ ਪੁੱਠੇ ਨਾਂ ਰੱਖੇ ਹੋਏ ਹਨ, ਜਿਵੇਂ ਮੋਟੂ, ਪੇਟੂ, ਗੋਲ ਮਟੋਲ ਆਦਿ। ਮੇਰੇ ਅਸਲੀ ਨਾਂ ਤੋਂ ਮੈਨੂੰ ਕੋਈ ਨਹੀਂ ਬੁਲਾਉਂਦਾ। ਜਦੋਂ ਮੈਨੂੰ ਕੋਈ ਇਹਨਾਂ ਨਾਮਾਂ ਨਾਲ ਬੁਲਾਉਂਦਾ ਹੈ ਤਾਂ ਮੈਨੂੰ ਬਹੁਤ ਗ਼ੁੱਸਾ ਚੜ੍ਹਦਾ ਹੈ। ਮੈਨੂੰ ਆਪਣੇ ਆਪ ਤੋਂ ਨਫ਼ਰਤ ਹੋਣੀ ਸ਼ੁਰੂ ਹੋ ਗਈ ਹੈ। ਪੜ੍ਹਾਈ ਵਿੱਚ ਦਿਲ ਨਹੀਂ ਲਗਦਾ। ਇਸੇ ਕਰਕੇ ਪ੍ਰੀਖਿਆ ਵਿੱਚ ਚੰਗੇ ਗ੍ਰੇਡ ਆਉਣ ਦੀ ਵੀ ਕੋਈ ਆਸ ਨਹੀਂ ਹੈ।

ਇਸ ਬਾਰੇ ਮੈਂ ਆਪਣੇ ਮਾਤਾ ਪਿਤਾ ਜੀ ਨੂੰ ਦੱਸਿਆ ਸੀ। ਕਿਉਂਕਿ ਉਹ ਅੰਗਰੇਜ਼ੀ ਵਿੱਚ ਚੰਗੀ ਤਰ੍ਹਾਂ ਗੱਲ ਬਾਤ ਨਹੀਂ ਕਰ ਸਕਦੇ, ਇਸ ਲਈ ਉਹ ਮੇਰੀ ਇਸ ਮੁਸ਼ਕਲ ਨੂੰ ਹੱਲ ਕਰਨ ਵਿੱਚ ਬਹੁਤੀ ਸਹਾਇਤਾ ਨਹੀਂ ਕਰ ਸਕਦੇ। ਮੈਂ ਆਪਣੇ ਕਲਾਸ ਟੀਚਰ ਨੂੰ ਵੀ ਦੱਸਿਆ ਸੀ, ਉਸ ਨੇ ਵੀ ਕੁਝ ਨਹੀਂ ਕੀਤਾ।

ਮੇਰਾ ਸਕੂਲ ਜਾਣ ਨੂੰ ਬਿਲਕੁਲ ਜੀ ਨਹੀਂ ਕਰਦਾ ਅਤੇ ਹਰ ਵੇਲੇ ਸ਼ਰਾਰਤੀ ਮੁੰਡਿਆਂ ਦੇ ਗਰੁੱਪ ਤੋਂ ਡਰ ਲਗਦਾ ਰਹਿੰਦਾ ਹੈ। ਮੈਨੂੰ ਸਮਝ ਨਹੀਂ ਆਉਂਦੀ ਕਿ ਕੀ ਕਰਨਾ ਚਾਹੀਦਾ ਹੈ। ਮੈਂ ਤੁਹਾਡਾ ਬਹੁਤ ਧੰਨਵਾਦੀ ਹੋਵਾਂਗਾ ਜੇ ਤੁਸੀਂ ਮੈਨੂੰ ਇਸ ਮੁਸ਼ਕਲ ਦਾ ਕੋਈ ਇਲਾਜ ਦੱਸ ਸਕੋ।

ਆਪ ਜੀ ਦਾ ਭਤੀਜਾ
ਸਤਿਨਾਮ

ਹੇਠ ਲਿਖੇ ਪ੍ਰਸ਼ਨਾਂ ਦਾ ਉੱਤਰ ਪੰਜਾਬੀ ਵਿੱਚ ਲਿਖੋ।

1. ਸਤਿਨਾਮ ਆਪਣੇ ਸਕੂਲ ਵਿੱਚ ਕਿਉਂ ਖ਼ੁਸ਼ ਨਹੀਂ ਹੈ ? ਤਿੰਨ ਕਾਰਨ ਲਿਖੋ।

   ....

2. ਸਤਿਨਾਮ ਕਦੋਂ ਤੋਂ ਖ਼ੁਸ਼ ਨਹੀਂ ਹੈ ?

   ....

3. ਇਸ ਹਾਲਤ ਵਿੱਚ ਰਹਿਣ ਦਾ ਸਤਿਨਾਮ 'ਤੇ ਕੀ ਅਸਰ ਪੈ ਰਿਹਾ ਹੈ ? ਤਿੰਨ ਗੱਲਾਂ ਲਿਖੋ।

   ....

4. ਇਸ ਸਮੱਸਿਆ ਨੂੰ ਹੱਲ ਕਰਨ ਲਈ ਸਤਿਨਾਮ ਨੇ ਕੀ ਕੀਤਾ ? ਦੋ ਗੱਲਾਂ ਲਿਖੋ।

   ....

5. ਉਹ ਆਪਣੀ ਸਮੱਸਿਆ ਨੂੰ ਹੱਲ ਕਰਨ ਵਿੱਚ ਕਿਉਂ ਅਸਫਲ ਰਿਹਾ ਹੈ ?

   ....

6. ਸਤਿਨਾਮ ਨੇ ਆਪਣੇ ਚਾਚਾ ਜੀ ਨੂੰ ਕਿਉਂ ਚਿੱਠੀ ਲਿਖੀ ਹੈ ?

   ....HB-3

6. ਤੁਸੀਂ ਸਤਿਨਾਮ ਦੀ ਚਿੱਠੀ ਦਾ ਉੱਤਰ ਪੜ੍ਹਦੇ ਹੋ, ਜੋ ਸਤਿਨਾਮ ਦੇ ਚਾਚਾ ਜੀ ਨੇ ਉਸ ਨੂੰ ਭੇਜਿਆ ਹੈ।

ਕਾਵੈਂਟਰੀ
25 ਜਨਵਰੀ 2000

ਪਿਆਰੇ ਸਤਿਨਾਮ,

ਬਹੁਤ ਪਿਆਰ। ਤੇਰੀ ਚਿੱਠੀ ਪੜ੍ਹ ਕੇ ਮੈਨੂੰ ਬਹੁਤ ਅਫ਼ਸੋਸ ਹੋਇਆ ਕਿ ਸਕੂਲ ਵਿੱਚ ਕੁਝ ਸ਼ਰਾਰਤੀ ਮੁੰਡਿਆਂ ਨੇ ਤੇਰੀ ਜ਼ਿੰਦਗੀ ਨਰਕ ਬਣਾ ਦਿੱਤੀ ਹੈ। ਤੂੰ ਕੋਈ ਫ਼ਿਕਰ ਨਾ ਕਰ। ਮੈਂ ਤੇਰੀ ਇਸ ਮੁਸ਼ਕਿਲ ਨੂੰ ਹੱਲ ਕਰਨ ਵਿੱਚ ਪੂਰੀ ਪੂਰੀ ਕੋਸ਼ਿਸ਼ ਕਰਾਂਗਾ। ਮੈਨੂੰ ਇਹ ਜਾਣ ਕੇ ਬੜੀ ਹੈਰਾਨੀ ਹੋਈ ਕਿ ਤੇਰੇ ਕਲਾਸ ਟੀਚਰ ਨੇ ਤੇਰੀ ਸਮੱਸਿਆ ਵਲ ਕੋਈ ਖ਼ਾਸ ਧਿਆਨ ਨਹੀਂ ਦਿੱਤਾ।

ਇਹ ਚੰਗਾ ਕੀਤਾ ਕਿ ਤੂੰ ਇਸ ਬਾਰੇ ਆਪਣੇ ਮਾਤਾ ਪਿਤਾ ਜੀ ਨੂੰ ਦੱਸ ਦਿੱਤਾ ਹੈ। ਮੈਂ ਤੈਨੂੰ ਇਹ ਸਲਾਹ ਦਿੰਦਾ ਹਾਂ ਕਿ ਤੂੰ ਆਪਣੇ ਮਾਤਾ ਪਿਤਾ ਜੀ ਨੂੰ ਕਹਿਣਾ ਕਿ ਜੇ ਕੋਈ ਉਹਨਾਂ ਨੂੰ ਜਾਣਦਾ ਹੈ ਅਤੇ ਅੰਗਰੇਜ਼ੀ ਵਿੱਚ ਗੱਲ ਬਾਤ ਕਰ ਸਕਦਾ ਹੈ ਤਾਂ ਉਸ ਨੂੰ ਨਾਲ ਲੈ ਕੇ ਸਕੂਲ ਦੇ ਮੁੱਖ ਅਧਿਆਪਕ ਨੂੰ ਮਿਲਣ ਅਤੇ ਤੇਰੀ ਮੁਸ਼ਕਲ ਬਾਰੇ ਦੱਸਣ। ਮੈਨੂੰ ਪੂਰਾ ਯਕੀਨ ਹੈ ਕਿ ਮੁੱਖ ਅਧਿਆਪਕ ਉਹਨਾਂ ਦੀ ਜ਼ਰੂਰ ਗੱਲ ਸੁਣੇਗਾ ਅਤੇ ਉਹਨਾਂ ਸ਼ਰਾਰਤੀ ਮੁੰਡਿਆਂ ਨੂੰ ਤੁਹਾਨੂੰ ਛੇੜਨ ਤੋਂ ਰੋਕੇਗਾ।

ਜੇ ਤੁਹਾਨੂੰ ਐਸਾ ਬੰਦਾ ਜੋ ਮੁੱਖ ਅਧਿਆਪਕ ਨਾਲ ਅੰਗਰੇਜ਼ੀ ਵਿੱਚ ਗੱਲਬਾਤ ਕਰਨ ਵਾਲਾ ਨਾ ਮਿਲਿਆ ਤਾਂ ਤੂੰ ਮੈਨੂੰ ਫੇਰ ਟੈਲੀਫ਼ੋਨ ਕਰ ਦੇਣਾ। ਮੈਂ ਤੇਰੇ ਨਾਲ ਜਾ ਕੇ ਤੇਰੀ ਮੁਸ਼ਕਲ ਬਾਰੇ ਗੱਲਬਾਤ ਕਰਾਂਗਾ।

ਮੈਂ ਤੈਨੂੰ ਇਹ ਵੀ ਸਲਾਹ ਦਿੰਦਾ ਹਾਂ ਕਿ ਤੂੰ ਆਪਣੀ ਸਿਹਤ ਵੱਲ ਵੀ ਧਿਆਨ ਦੇ। ਆਪਣੇ ਖਾਣ ਪੀਣ ਦਾ ਖ਼ਿਆਲ ਰੱਖ ਅਤੇ ਹਰ ਰੋਜ਼ ਥੋੜ੍ਹੀ ਕਸਰਤ ਕਰਿਆ ਕਰ।

ਤੇਰਾ ਚਾਚਾ
ਮਨਮੋਹਨ ਸਿੰਘ

Answer the following questions in English.

1. Why was Satnam's uncle surprised to read this letter?
   ....

2. What does Satnam's uncle suggest his parents should do?
   ....

3. What does he suggest Satnam to do about his health?
   Give two details.
   ....

4. How can the uncle help Satnam if all other methods fail?
   ....HB-3

B-4 Arranging a meeting or activity.

Foundation

1. You read this note from Arbinder's friend.

15 ਜਨਵਰੀ 2000

ਪਿਆਰੇ ਅਰਬਿੰਦਰ,

ਸਤਿ ਸ੍ਰੀ ਅਕਾਲ। ਅਸੀਂ ਅਗਲੇ ਸਨਿੱਚਰਵਾਰ ਸ਼ਾਮ ਦੇ ਚਾਰ ਵਜੇ ਫੁੱਟਬਾਲ ਖੇਡਣ ਦਾ ਪ੍ਰੋਗਰਾਮ ਬਣਾਇਆ ਹੈ। ਕੀ ਤੁਸੀਂ ਵੀ ਸਾਡੇ ਨਾਲ ਸ਼ਾਮਲ ਹੋ ਸਕਦੇ ਹੋ ? ਇਸ ਤੋਂ ਬਾਅਦ ਅਸੀਂ ਪੀਜ਼ਾ ਹੱਟ ਜਾਵਾਂਗੇ ਅਤੇ ਉੱਥੇ ਪੀਜ਼ਾ ਖਾਵਾਂਗੇ। ਤੁਸੀਂ ਸਾਢੇ ਤਿੰਨ ਵਜੇ ਸਾਡੇ ਘਰ ਆ ਜਾਣਾ।

ਤੁਹਾਡਾ ਮਿੱਤਰ
ਮਨਦੀਪ

1. Who wrote this note ?

   ....

2. When are they going to play football ?

   Day........................ Time........................

3. What will they do after playing football ?

   ....

4. Where has Arbinder been asked to meet and when ?

   Where........................ When........................ FB-4

2. You read Arbinder's reply to his friend's note.

16 ਜਨਵਰੀ 2000

ਪਿਆਰੇ ਮਨਦੀਪ,

ਸਤਿ ਸ੍ਰੀ ਅਕਾਲ। ਤੁਹਾਡੇ ਨੋਟ ਲਈ ਬਹੁਤ ਧੰਨਵਾਦ। ਮੈਨੂੰ ਬਹੁਤ ਖ਼ੁਸ਼ੀ ਹੈ ਕਿ ਤੁਸੀਂ ਅਗਲੇ ਸਨਿੱਚਰਵਾਰ ਫੁਟਬਾਲ ਖੇਡਣ ਦਾ ਪ੍ਰੋਗਰਾਮ ਬਣਾਇਆ ਹੈ ਅਤੇ ਇਸ ਤੋਂ ਬਾਅਦ ਸਾਰਿਆਂ ਨੇ ਪੀਜ਼ਾ ਖਾਣ ਜਾਣਾ ਹੈ। ਮੈਂ ਤੁਹਾਡੇ ਨਾਲ ਫੁੱਟਬਾਲ ਖੇਡਣ ਲਈ ਜ਼ਰੂਰ ਸ਼ਾਮਲ ਹੋ ਜਾਵਾਂਗਾ ਪਰ ਮੈਂ ਤੁਹਾਡੇ ਨਾਲ ਪੀਜ਼ਾ ਖਾਣ ਨਹੀਂ ਜਾ ਸਕਾਂਗਾ। ਇਸ ਦਾ ਕਾਰਨ ਇਹ ਹੈ ਕਿ ਸਨਿੱਚਰਵਾਰ ਨੂੰ ਹੀ ਮੇਰੇ ਮਾਤਾ ਪਿਤਾ ਜੀ ਨੇ ਮੇਰੇ ਮਾਮਾ ਮਾਮੀ ਅਤੇ ਉਹਨਾਂ ਦੇ ਪਰਿਵਾਰ ਨੂੰ ਸ਼ਾਮ ਦੇ ਖਾਣੇ 'ਤੇ ਸੱਦਿਆ ਹੈ ਅਤੇ ਇਸ ਵਿੱਚ ਮੇਰਾ ਸ਼ਾਮਲ ਹੋਣਾ ਜ਼ਰੂਰੀ ਹੈ। ਫੁੱਟਬਾਲ ਖੇਡਣ ਲਈ ਮੈਂ ਤੁਹਾਡੇ ਘਰ ਪੂਰੇ ਸਾਢੇ ਤਿੰਨ ਵਜੇ ਪਹੁੰਚ ਜਾਵਾਂਗਾ।

ਤੁਹਾਡਾ ਮਿੱਤਰ
ਅਰਬਿੰਦਰ

1. What is Arbinder's reply for playing football? Give two details.

    ....

2. Why is Arbinder not able to go to Pizza Hut with his friends? Give two details.

    ....FB-4

3. ਤੁਸੀਂ ਇੱਕ ਮੀਟਿੰਗ ਬਾਰੇ ਇਹ ਨੋਟਿਸ ਪੜ੍ਹਦੇ ਹੋ।

    ┌──┐
    │ ਅਗਲੇ ਬੁੱਧਵਾਰ ਨੂੰ ਸਕੂਲ ਖ਼ਤਮ ਹੋਣ ਤੋਂ ਬਾਅਦ ਕਲਾਸਾਂ ਦੇ ਪ੍ਰਤਿਨਿਧਾਂ ਦੀ ਇੱਕ ਮੀਟਿੰਗ ਹੋਵੇਗੀ। │
    │ ਮੀਟਿੰਗ ਸਕੂਲ ਹਾਲ ਵਿੱਚ ਸਾਢੇ ਤਿੰਨ ਵਜੇ ਸ਼ੁਰੂ ਹੋਵੇਗੀ ਅਤੇ ਸਾਢੇ ਚਾਰ ਵਜੇ ਖ਼ਤਮ ਹੋਵੇਗੀ। ਇਸ │
    │ ਮੀਟਿੰਗ ਵਿੱਚ ਸਕੂਲ ਦੀ ਵਰਦੀ ਬਾਰੇ ਵਿਚਾਰ-ਵਿਟਾਂਦਰਾ ਕੀਤਾ ਜਾਵੇਗਾ। ਸੋ ਕਲਾਸਾਂ ਦੇ ਸਾਰੇ │
    │ ਪ੍ਰਤਿਨਿਧਾਂ ਨੂੰ ਬੇਨਤੀ ਕੀਤੀ ਜਾਂਦੀ ਹੈ ਕਿ ਉਹ ਹਾਲ ਵਿੱਚ ਠੀਕ ਸਮੇਂ ਸਿਰ ਪਹੁੰਚ ਜਾਣ। │
    └──┘

    ਹੇਠ ਲਿਖੇ ਪ੍ਰਸ਼ਨਾਂ ਦਾ ਉੱਤਰ ਪੰਜਾਬੀ ਵਿੱਚ ਲਿਖੋ।

    1. ਮੀਟਿੰਗ ਕਿਸ ਦਿਨ ਹੋਵੇਗੀ?

        ....

    2. ਮੀਟਿੰਗ ਕਦੋਂ ਸ਼ੁਰੂ ਅਤੇ ਕਦੋਂ ਖ਼ਤਮ ਹੋਵੇਗੀ?

        ....

    3. ਇਸ ਮੀਟਿੰਗ ਵਿੱਚ ਕੌਣ ਜਾ ਸਕਦਾ ਹੈ?

        ....

    4. ਇਹ ਮੀਟਿੰਗ ਕਿਉਂ ਬੁਲਾਈ ਗਈ ਹੈ?

        ....FB-4

4. ਤੁਸੀਂ ਇੱਕ ਪੋਸਟ ਕਾਰਡ ਪੜ੍ਹਦੇ ਹੋ।

    ┌──┐
    │ ਪਿਆਰੀ ਮਨਜਿੰਦਰ, │
    │ │
    │ ਸਤਿ ਸ੍ਰੀ ਅਕਾਲ। ਤੁਹਾਡਾ ਕਾਰਡ ਪੜ੍ਹ ਕੇ ਮੈਨੂੰ ਬਹੁਤ ਖ਼ੁਸ਼ੀ ਹੋਈ ਕਿ ਤੁਸੀਂ ਆਪਣੇ ਜਨਮ ਦਿਨ │
    │ 'ਤੇ ਆਪਣੀਆਂ ਸਹੇਲੀਆਂ ਨੂੰ ਪੰਜਾਬੀ ਫ਼ਿਲਮ ਦਿਖਾਉਣ ਦਾ ਪ੍ਰੋਗਰਾਮ ਬਣਾਇਆ ਹੈ। ਜਿਸ ਤਰ੍ਹਾਂ │
    │ ਤੁਸੀਂ ਲਿਖਿਆ ਹੈ, ਮੈਂ ਜ਼ਰੂਰ ਸੱਤ ਵਜੇ ਓਡੀਅਨ ਸਿਨਮੇ ਦੇ ਸਾਹਮਣੇ ਪਹੁੰਚ ਜਾਵਾਂਗੀ। ਸਾਰੀਆਂ │
    │ ਸਹੇਲੀਆਂ ਨੂੰ ਮਿਲ ਕੇ ਅਤੇ ਫ਼ਿਲਮ ਦੇਖ ਕੇ ਬਹੁਤ ਖ਼ੁਸ਼ੀ ਹੋਵੇਗੀ। ਇਸ ਲਈ ਮੈਂ ਬਹੁਤ ਖ਼ੁਸ਼ ਹਾਂ। │
    │   ਤੁਹਾਡੀ ਸਹੇਲੀ │
    │   ਜਸਦੀਪ │
    └──┘

    1. ਮਨਜਿੰਦਰ ਆਪਣੀਆਂ ਸਹੇਲੀਆਂ ਨੂੰ ਕਿਉਂ ਫ਼ਿਲਮ ਦਿਖਾ ਰਹੀ ਹੈ?

        ....

    2. ਜਸਦੀਪ ਆਪਣੀਆਂ ਸਹੇਲੀਆਂ ਨੂੰ ਕਿੱਥੇ ਅਤੇ ਕਦੋਂ ਮਿਲੇਗੀ?

        ....

    3. ਜਸਦੀਪ ਕਿਉਂ ਖ਼ੁਸ਼ ਹੈ?

        ....F/H B-4

5. ਤੁਸੀਂ ਇੱਕ ਚਿੱਠੀ ਪੜ੍ਹਦੇ ਹੋ, ਜੋ ਜਸਵੰਤ ਨੇ ਆਪਣੀ ਸਹੇਲੀ ਸੁਰਿੰਦਰ ਨੂੰ ਲਿਖੀ ਹੈ।

50 ਲੀਡਜ਼ ਰੋਡ,
ਬਰੈਡਫੋਰਡ, ਵੈਸਟ ਯੌਰਕਸ਼ਾਇਰ
10 ਜਨਵਰੀ 2000

ਪਿਆਰੀ ਸੁਰਿੰਦਰ,

ਸਤਿ ਸ੍ਰੀ ਅਕਾਲ। ਤੁਹਾਨੂੰ ਇਹ ਜਾਣ ਕੇ ਖ਼ੁਸ਼ੀ ਹੋਵੇਗੀ ਕਿ ਮੇਰੇ ਵੱਡੇ ਭਰਾ ਮਨਜੀਤ ਦਾ ਵਿਆਹ 16 ਫ਼ਰਵਰੀ ਨੂੰ ਹੋਣਾ ਹੈ। ਤੁਸੀਂ ਇਸ ਵਿਆਹ 'ਤੇ ਜ਼ਰੂਰ ਆਉਣਾ। ਮੇਰੇ ਮਾਤਾ ਪਿਤਾ ਜੀ ਨੇ ਮੈਨੂੰ ਕਿਹਾ ਹੈ ਕਿ ਸੁਰਿੰਦਰ ਨੂੰ ਇਸ ਵਿਆਹ 'ਤੇ ਜ਼ਰੂਰ ਸੱਦਣਾ ਹੈ। ਇਸ ਲਈ ਮੈਂ ਤੁਹਾਨੂੰ ਇਸ ਚਿੱਠੀ ਦੇ ਨਾਲ ਵਿਆਹ ਦਾ ਕਾਰਡ ਵੀ ਭੇਜ ਰਹੀ ਹਾਂ।

ਬਰਾਤ 16 ਫ਼ਰਵਰੀ ਸਵੇਰ ਦੇ ਸੱਤ ਵਜੇ ਸਾਡੇ ਘਰੋਂ ਚੱਲੇਗੀ। ਇਸ ਕਰਕੇ ਤੁਸੀਂ 15 ਫ਼ਰਵਰੀ ਮੰਗਲਵਾਰ ਵਾਲੇ ਦਿਨ ਜ਼ਰੂਰ ਪਹੁੰਚ ਜਾਣਾ। ਇਹ ਬਰਾਤ ਕਾਵੈਂਟਰੀ ਜਾ ਰਹੀ ਹੈ। ਅਸੀਂ ਦੋ ਕੋਚਾਂ ਬੁੱਕ ਕੀਤੀਆਂ ਹਨ। ਸਾਨੂੰ ਰੱਸਤੇ ਵਿੱਚ ਗੱਲਾਂ ਕਰਨ ਦਾ ਚੰਗਾ ਮੌਕਾ ਮਿਲ ਜਾਵੇਗਾ।

ਮੈਂ, ਕੁਲਬੀਰ ਅਤੇ ਉਸ ਦੇ ਭਰਾ ਸੰਦੀਸ਼ ਨੂੰ ਵੀ ਇਸ ਵਿਆਹ 'ਤੇ ਸੱਦਿਆ ਹੈ। ਉਹਨਾ ਦਾ ਘਰ ਤੁਹਾਡੇ ਘਰ ਤੋਂ ਕੋਈ ਬਹੁਤੀ ਦੂਰ ਨਹੀਂ ਹੈ। ਜੇ ਤੁਸੀਂ ਕੁਲਬੀਰ ਨੂੰ ਟੈਲੀਫ਼ੂਨ ਕਰਕੇ ਪੁੱਛ ਲਵੋ ਤਾਂ ਤੁਸੀਂ ਵੀ ਕੁਲਬੀਰ ਦੇ ਭਰਾ ਦੀ ਕਾਰ ਵਿੱਚ ਆ ਸਕਦੇ ਹੋ।

ਮੈਨੂੰ ਪੱਕੀ ਉਮੀਦ ਹੈ ਕਿ ਤੁਸੀਂ ਇਸ ਵਿਆਹ ਵਿੱਚ ਸ਼ਾਮਲ ਹੋ ਕੇ ਮੌਕੇ ਦੀ ਰੌਣਕ ਵਧਾਓਗੇ। ਬਾਕੀ ਗੱਲਾਂ ਮਿਲ ਕੇ ਕਰਾਂਗੀਆਂ।

ਤੁਹਾਡੀ ਸਹੇਲੀ
ਜਸਵੰਤ

ਹੇਠ ਲਿਖੇ ਪ੍ਰਸ਼ਨਾਂ ਦਾ ਉੱਤਰ ਪੰਜਾਬੀ ਵਿੱਚ ਲਿਖੋ।

1. ਜਸਵੰਤ ਨੇ ਇਹ ਚਿੱਠੀ ਕਦੋਂ ਲਿਖੀ ?

....

2. ਜਸਵੰਤ ਕਿੱਥੇ ਰਹਿੰਦੀ ਹੈ ? ਉਸਦਾ ਪੂਰਾ ਪਤਾ ਲਿਖੋ।

....

3. ਵਿਆਹ ਕਿਸ ਦਾ ਹੈ ਅਤੇ ਕਦੋਂ ਹੋਵੇਗਾ ?

....

4. ਵਿਆਹ ਕਿੱਥੇ ਹੋਵੇਗਾ ?

....

5. ਬਰਾਤ ਕਦੋਂ ਅਤੇ ਕਿਸ ਤਰ੍ਹਾਂ ਜਾਵੇਗੀ ?

....

6. ਜਸਵੰਤ ਨੇ ਹੋਰ ਕਿਸ ਨੂੰ ਵਿਆਹ 'ਤੇ ਬੁਲਾਇਆ ਹੈ ?

....

7. ਜਸਵੰਤ ਨੇ ਸੁਰਿੰਦਰ ਨੂੰ ਕਿਸ ਤਰ੍ਹਾਂ ਆਉਣ ਦੀ ਸਲਾਹ ਦਿੱਤੀ ਹੈ ?

....F/H B-4

Higher

6. ਤੁਸੀਂ ਇੱਕ ਸੱਦਾ ਪੱਤਰ ਪੜ੍ਹਦੇ ਹੋ। ਹੇਠ ਦਿੱਤੇ ਖ਼ਾਨਿਆਂ ਵਿੱਚ ਠੀਕ ਸ਼ਬਦਾਂ ਦਾ ਨੰਬਰ ਲਿਖੋ।

220 ਕਲੇ ਲੇਨ
ਮਾਨਚੈਸਟਰ
15 ਜਨਵਰੀ 2000

ਪਿਆਰੇ ਦਲਜੀਤ,

ਸਤਿ ਸ੍ਰੀ ਅਕਾਲ। ਤੁਹਾਨੂੰ ਇਹ ਜਾਣ ਕੇ [4] ਹੋਵੇਗੀ ਕਿ ਫ਼ਰਵਰੀ ਦੀ 28 ਤਰੀਕ ਨੂੰ ਮੇਰਾ ਅਠਾਰ੍ਹਵਾਂ [ ] ਦਿਨ ਹੈ। ਇਸ ਸਾਲ ਮੇਰੇ ਮਾਤਾ ਪਿਤਾ ਜੀ ਨੇ ਮੇਰੇ ਜਨਮ [ ] 'ਤੇ ਇੱਕ ਵੱਡੀ ਪਾਰਟੀ ਕਰਨ ਦਾ [ ] ਬਣਾਇਆ ਹੈ। ਪਾਰਟੀ ਇੰਡੀਅਨ ਕਮਿਊਨਿਟੀ ਸੈਂਟਰ ਵਿੱਚ [ ] ਦੇ ਸਾਢੇ ਸੱਤ ਤੋਂ ਰਾਤ ਦੇ [ ] ਵਜੇ ਤੱਕ ਹੋਵੇਗੀ। ਗੀਤ [ ] ਦਾ ਪ੍ਰੋਗਰਾਮ ਇੱਕ ਡੀ.ਜੇ. ਗਰੁੱਪ ਕਰੇਗਾ। ਖਾਣ [ ] ਲਈ ਕਈ ਕਿਸਮ ਦੇ [ ] ਹੋਣਗੇ।

ਤੁਸੀਂ ਸਾਰੇ ਪਰਿਵਾਰ ਸਮੇਤ ਇਸ [ ] 'ਤੇ ਜ਼ਰੂਰ ਆਉਣਾ। ਅਸੀਂ ਬਹੁਤ ਧੰਨਵਾਦੀ ਹੋਵਾਂਗੇ, ਜੇ ਤੁਸੀਂ ਸਾਰੇ ਆ ਸਕੋ। ਚਿੱਠੀ ਦਾ [ ] ਜਲਦੀ ਦੇਣਾ।

ਤੁਹਾਡਾ ਮਿੱਤਰ
ਜਤਿੰਦਰ

1. ਪਾਰਟੀ	4. ਖ਼ੁਸ਼ੀ	7. ਖਾਣੇ	10. ਦਿਨ
2. ਪੀਣ	5. ਪ੍ਰੋਗਰਾਮ	8. ਜਨਮ	11. ਸ਼ਾਮ
3. ਸੰਗੀਤ	6. ਉੱਤਰ	9. ਗਿਆਰਾਂ	

HB-4

B-5 Leisure and entertainment

Foundation

1. You read this advertisement about a film on the window of a shop.

> ਫ਼ਿਲਮ 'ਹਮ ਆਪ ਕੇ ਹੈਂ ਕੌਨ' ਸ਼ੋ ਕੇਸ ਸਿਨਮੇ ਵਿੱਚ ਅਗਲੇ ਸੋਮਵਾਰ ਤੋਂ ਐਤਵਾਰ ਤੱਕ ਇੱਕ ਹਫ਼ਤੇ ਲਈ ਦਿਖਾਈ ਜਾਵੇਗੀ। ਹਰ ਰੋਜ਼ ਦੋ ਸ਼ੋ ਹੋਇਆ ਕਰਨਗੇ। ਪਹਿਲਾ ਸ਼ੋ ਸ਼ਾਮ ਦੇ ਤਿੰਨ ਵਜੇ ਤੋਂ 7 ਵਜੇ ਤੱਕ ਅਤੇ ਦੂਜਾ ਸ਼ੋ ਸ਼ਾਮ ਦੇ ਸਾਢੇ ਸੱਤ ਤੋਂ ਸਾਢੇ ਦਸ ਤੱਕ ਹੋਵੇਗਾ।
>
> **ਟਿਕਟ**—ਬਾਲਗਾਂ ਲਈ 7 ਪੌਂਡ ਅਤੇ 12 ਸਾਲ ਤੋਂ ਉਪਰ ਦੇ ਬੱਚਿਆਂ ਲਈ ਸਾਢੇ ਤਿੰਨ ਪੌਂਡ ਹੋਵੇਗਾ।

1. Which film will be shown?

   ....

2. Where will the film be shown?

   ....

3. When will the film be shown?

   ....

4. For how long will the film be shown?

   ....

5. Write the times of the first show?

   ....

6. Write the times of the second show?

   ....

7. How much is the ticket for adults?

   ....

8. How much is the ticket for children over 12?

   ....FB-5

2. You read this advertisement on the window of a shop.

> **ਪੰਜਾਬੀ ਕਮਿਊਨਿਟੀ ਦੇ ਮਨੋਰੰਜਨ ਲਈ**
>
> **ਇੱਕ ਪੰਜਾਬੀ ਦਿਨ**
>
> *ਐਤਵਾਰ 20 ਫ਼ਰਵਰੀ, 11 ਵਜੇ ਸਵੇਰ ਤੋਂ ਸ਼ਾਮ 4 ਵਜੇ ਤੱਕ*
>
> *ਲਮਿੰਗਟਨ ਸਪਾ ਸਵਿਕ ਹਾਲ ਵਿੱਚ*
>
> ਇਸ ਪ੍ਰੋਗਰਾਮ ਵਿੱਚ ਆਪਣਾ ਸੰਗੀਤ, ਹੀਰਾ ਗਰੁੱਪ, ਗੋਲਡਨ ਸਟਾਰ, ਸਤਰੰਗ ਗਿੱਧਾ ਗਰੁੱਪ ਆਦਿ ਹਿੱਸਾ ਲੈ ਰਹੇ ਹਨ।
>
> ਇਸ ਮੌਕੇ 'ਤੇ ਵੱਖ ਵੱਖ ਕਿਸਮ ਦੇ ਪੰਜਾਬੀ ਖਾਣੇ ਮਿਲਣਗੇ ਅਤੇ ਲੋਕਾਂ ਦੇ ਖ਼ਰੀਦਣ ਲਈ ਕਈ ਚੀਜ਼ਾਂ ਦੇ ਸਟਾਲ ਹੋਣਗੇ।
>
> **ਟਿਕਟਾਂ—** ਬਾਲਗ — 5 ਪੌਂਡ, ਬਜ਼ੁਰਗ — 2½ ਪੌਂਡ
> 12 ਸਾਲ ਤੋਂ ਉੱਪਰ ਬੱਚੇ — ਪੂਰਾ ਟਿਕਟ।
> 12 ਸਾਲ ਤੋਂ ਘੱਟ ਬੱਚੇ — ਅੱਧਾ ਟਿਕਟ।

1. Where will the Panjabi day be celebrated?

....

2. When will the programme start?

....

3. When will it finish?

....

4. Who will perform at the programme? Write the names of four groups.

....

5. What other facilities will there be for the people?

....

....

6. How much is the ticket for adults?

....

7. Who will get concession and by how much?

....FB-5

3. ਤੁਸੀਂ ਇੱਕ ਫ਼ਿਲਮ ਬਾਰੇ ਅਖ਼ਬਾਰ ਵਿੱਚ ਪੜ੍ਹਦੇ ਹੋ

> **ਇਸ ਸਾਲ ਦੀ ਪ੍ਰਸਿੱਧ**
> **ਪਰਿਵਾਰਕ ਫ਼ਿਲਮ**
>
> **ਦਿਲ ਕਿਆ ਕਰੇ**
>
> **ਦੂਜਾ ਸ਼ਾਨਦਾਰ ਹਫ਼ਤਾ**
> **ਆਪਣੇ ਨੇੜੇ ਦੇ ਸਿਨੇਮੇ ਵਿੱਚ ਦੇਖੋ**

1. ਫ਼ਿਲਮ ਦਾ ਕੀ ਨਾਂ ਹੈ ?

....

2. ਫ਼ਿਲਮ ਕਦੋਂ ਤੋਂ ਸ਼ੁਰੂ ਹੈ ?

....

3. ਫ਼ਿਲਮ ਕਿਸ ਤਰ੍ਹਾਂ ਦੀ ਹੈ ?

....

4. ਤੁਹਾਨੂੰ ਕੀ ਕਰਨ ਲਈ ਕਿਹਾ ਗਿਆ ਹੈ ?

....FB-5

Higher

4. ਤੁਸੀਂ ਹੰਸ ਰਾਜ ਹੰਸ ਦੇ ਪ੍ਰੋਗਰਾਮ ਬਾਰੇ ਇੱਕ ਇਸ਼ਤਿਹਾਰ ਪੜ੍ਹਦੇ ਹੋ।

ਪੰਜਾਬੀ ਗਾਣਿਆਂ ਦਾ ਇੱਕ ਮਨੋਰੰਜਕ ਪ੍ਰੋਗਰਾਮ

ਪੇਸ਼ ਕਰ ਰਹੇ ਹਨ

ਹੰਸ ਰਾਜ ਹੰਸ

15 ਅਗਸਤ, 7 ਵਜੇ ਸ਼ਾਮ ਤੋਂ ਰਾਤ ਦੇ 11 ਵਜੇ ਤੱਕ

ਇੰਡੀਅਨ ਕਮਿਉਨਿਟੀ ਸੈਂਟਰ ਕਾਵੈਂਟਰੀ ਵਿੱਚ

ਭਾਰਤ ਦੇ ਇੱਕ ਪ੍ਰਸਿੱਧ ਗਾਇਕ ਹੰਸ ਰਾਜ ਹੰਸ ਤੁਹਾਡੇ ਸ਼ਹਿਰ ਵਿੱਚ ਇੱਕ ਚੈਰਟੀ ਸ਼ੋ ਕਰ ਰਹੇ ਹਨ। ਆਮਦਨੀ ਦਾ ਪੰਜਾਹ ਪ੍ਰਤਿਸ਼ਤ ਵੱਖ ਵੱਖ ਚੈਰਟੀਆਂ ਨੂੰ ਦਿੱਤਾ ਜਾਵੇਗਾ।

ਟਿਕਟਾਂ ਦੀ ਕੀਮਤ

ਬਾਲਗ — 10 ਪੌਂਡ ਬੱਚੇ — ਅੱਧੀ ਕੀਮਤ

12 ਸਾਲ ਤੋਂ ਘੱਟ ਉਮਰ ਦੇ ਬੱਚੇ — ਮੁਫ਼ਤ ਬਜ਼ੁਰਗ — ਮੁਫ਼ਤ

ਵਾਕਾਂ ਨੂੰ ਪੜ੍ਹੋ ਅਤੇ ਲਿਖੋ

ਠੀਕ ਠ

ਗ਼ਲਤ ਗ

ਪਤਾ ਨਹੀਂ ?

ਉਦਾਹਰਣ	1.	ਪ੍ਰੋਗਰਾਮ ਵਿੱਚ ਹਿੰਦੀ ਗਾਣੇ ਗਾਏ ਜਾਣਗੇ।	ਗ
	2.	ਪ੍ਰੋਗਰਾਮ ਆਪਣਾ ਸੰਗੀਤ ਪੇਸ਼ ਕਰ ਰਿਹਾ ਹੈ।	
	3.	ਪ੍ਰੋਗਰਾਮ 7 ਵਜੇ ਸ਼ੁਰੂ ਹੋਵੇਗਾ।	
	4.	ਪ੍ਰੋਗਰਾਮ ਰਾਤ ਦੇ ਦਸ ਵਜੇ ਖ਼ਤਮ ਹੋਵੇਗਾ।	
	5.	ਪ੍ਰੋਗਰਾਮ 15 ਅਗਸਤ ਨੂੰ ਹੈ।	
	6.	ਪ੍ਰੋਗਰਾਮ ਡਰਬੀ ਸ਼ਹਿਰ ਵਿੱਚ ਹੋਵੇਗਾ।	
	7.	12 ਸਾਲ ਤੋਂ ਘੱਟ ਉਮਰ ਦੇ ਬੱਚਿਆਂ ਲਈ ਕੋਈ ਟਿਕਟ ਨਹੀਂ।	
	8.	ਬੱਚਿਆਂ ਦੀ ਟਿਕਟ 5 ਪੌਂਡ ਹੈ।	
	9.	ਬਜ਼ੁਰਗਾਂ ਦੇ ਟਿਕਟ ਅੱਧੀ ਕੀਮਤ 'ਤੇ ਮਿਲਣਗੇ।	
	10.	ਸਭ ਨੂੰ ਖਾਣਾ ਮੁਫ਼ਤ ਮਿਲੇਗਾ।	

F/H B-5

5. ਤੁਸੀਂ ਮਨਜੀਤ ਦੇ ਇੱਕ ਰੰਗਾ ਰੰਗ ਪ੍ਰੋਗਰਾਮ ਬਾਰੇ ਵਿਚਾਰ ਪੜ੍ਹਦੇ ਹੋ।

ਪਿਛਲੇ ਐਤਵਾਰ ਮੈਂ ਇੱਕ ਮਨੋਰੰਜਨ ਪ੍ਰੋਗਰਾਮ ਦੇਖਿਆ ਸੀ। ਪ੍ਰੋਗਰਾਮ ਸ਼ਾਮ ਦੇ ਸੱਤ ਵਜੇ ਸ਼ੁਰੂ ਹੋਇਆ ਸੀ ਅਤੇ ਦਸ ਵਜੇ ਖ਼ਤਮ ਹੋਇਆ ਸੀ। ਇਸ ਵਿੱਚ ਹੀਰਾ ਗਰੁੱਪ ਅਤੇ ਅਪਣਾ ਸੰਗੀਤ ਨੇ ਗਾਣੇ ਗਾ ਕੇ ਲੋਕਾਂ ਨੂੰ ਖ਼ੁਸ਼ ਕੀਤਾ। ਇਸਤਰੀਆਂ ਦੇ ਸਤਰੰਗ ਗਿੱਧਾ ਗਰੁੱਪ ਨੇ ਗਿੱਧਾ ਪਾ ਕੇ ਤਾਂ ਕਮਾਲ ਹੀ ਕਰ ਦਿੱਤਾ। ਮੈਨੂੰ ਇਹ ਪ੍ਰੋਗਰਾਮ ਬਹੁਤ ਚੰਗਾ ਲੱਗਿਆ ਕਿਉਂਕਿ ਇਹ ਪੂਰੇ ਟਾਈਮ ਸਿਰ ਸ਼ੁਰੂ ਹੋਇਆ ਅਤੇ ਠੀਕ ਦਸ ਵਜੇ ਖ਼ਤਮ ਹੋਇਆ ਸੀ। ਗਾਣ ਵਾਲਿਆਂ ਨੇ ਸਾਰੇ ਮੇਰੇ ਮਨਪਸੰਦ ਦੇ ਗਾਣੇ ਗਾਏ, ਜਿਹਨਾਂ ਨੂੰ ਮੈਂ ਬਹੁਤ ਪਸੰਦ ਕੀਤਾ। ਇਸਤਰੀਆਂ ਦੇ ਗਿੱਧਾ ਗਰੁੱਪ ਨੇ ਤਾਂ ਬਹਿ ਜਾ ਬਹਿ ਕਰਾ ਦਿੱਤੀ। ਜਦੋਂ ਉਹ ਗਿੱਧਾ ਪਾ ਰਹੀਆਂ ਸੀ, ਸਾਰੇ ਹਾਲ ਵਿੱਚ ਬਿਲਕੁਲ ਚੁਪ ਚਾਪ ਸੀ। ਖਾਣ ਪੀਣ ਦਾ ਪ੍ਰਬੰਧ ਪ੍ਰਸੰਸਾ ਯੋਗ ਸੀ, ਜੋ ਪ੍ਰੋਗਰਾਮ ਦੇ ਅੱਧੇ ਟਾਈਮ 'ਤੇ ਸੀ।

ਹੇਠ ਲਿਖੇ ਪ੍ਰਸ਼ਨਾਂ ਦਾ ਉੱਤਰ ਲਿਖੋ।

1. ਮਨਜੀਤ ਨੇ ਮਨੋਰੰਜਕ ਪ੍ਰੋਗਰਾਮ ਕਦੋਂ ਦੇਖਿਆ ?

   ....

2. ਪ੍ਰੋਗਰਾਮ ਕਦੋਂ ਸ਼ੁਰੂ ਅਤੇ ਕਦੋਂ ਸਮਾਪਤ ਹੋਇਆ ?

   ....

3. ਇਸ ਵਿੱਚ ਕਿਹੜੇ ਗਰੁੱਪਾਂ ਨੇ ਹਿੱਸਾ ਲਿਆ ?

   ....

4. ਮਨਜੀਤ ਨੂੰ ਇਹ ਪ੍ਰੋਗਰਾਮ ਕਿਉਂ ਪਸੰਦ ਆਇਆ ? ਚਾਰ ਕਾਰਨ ਲਿਖੋ।

   ....

   ....

   ....

   ....F/H B-5

99

6. ਤੁਸੀਂ ਇੱਕ ਮਨੋਰੰਜਕ ਸਮਾਗਮ ਬਾਰੇ ਅਖ਼ਬਾਰ ਵਿੱਚ ਇਸ਼ਤਿਹਾਰ ਪੜ੍ਹਦੇ ਹੋ।
ਹੇਠ ਦਿੱਤੇ ਖ਼ਾਨਿਆਂ ਵਿੱਚ ਠੀਕ ਸ਼ਬਦਾਂ ਦਾ ਨੰਬਰ ਲਿਖੋ।

ਮਿਡਲੈਂਡ 'ਚ ਏਸ਼ੀਅਨ ਲੋਕਾਂ ਨੂੰ ਮਨੋਰੰਜਕ ਸਮਾਗਮ 'ਚ ਸ਼ਾਮਲ ਹੋਣ ਦਾ ਸੱਦਾ

ਮਿਡਲੈਂਡ ਦੇ ਸਾਰੇ ਏਸ਼ੀਅਨ ਭੈਣ [4] ਨੂੰ ਇੱਕ ਵਿਸ਼ੇਸ਼ ਮਨੋਰੰਜਨ ਭਰੇ [ ] ਵਿੱਚ ਸ਼ਾਮਲ ਹੋਣ ਦਾ ਸੱਦਾ ਦਿੱਤਾ ਜਾਂਦਾ ਹੈ। ਇਹ ਗੀਤਾਂ ਭਰਿਆ ਪ੍ਰੋਗਰਾਮ [ ] ਤੋਂ ਆਇਆ ਗੁਰੱਪ 'ਸ਼ਾਨੇ-ਪੰਜਾਬ' ਪੇਸ਼ ਕਰੇਗਾ।

ਪ੍ਰੋਗਰਾਮ 20 ਫ਼ਰਵਰੀ [ ] ਦੇ 7 ਵਜੇ [ ] ਕਮਿਉਨਿਟੀ ਸੈਂਟਰ ਕਾਵੈਂਟਰੀ ਵਿੱਚ ਹੋਵੇਗਾ। ਇਸ ਪ੍ਰੋਗਰਾਮ ਵਿੱਚ ਇਕੱਤਰ ਹੋਈ [ ] ਬਿਹਾਰ ਪ੍ਰਾਂਤ ਦੇ [ ] ਦੀ ਭਲਾਈ ਦੇ ਕੰਮਾਂ ਲਈ ਭੇਜੀ ਜਾਵੇਗੀ।

ਦਾਖ਼ਲਾ [ ] ਦੋ ਪੌਂਡ ਹੈ।

ਹੋਰ ਜਾਣਕਾਰੀ ਲਈ ਪ੍ਰੋਗਰਾਮ ਕਮੇਟੀ ਨੂੰ ਟੈਲੀਫ਼ੂਨ ਕਰੋ 01203-617314

1. ਗ਼ਰੀਬਾਂ	5. ਮਾਇਆ
2. ਭਾਰਤ	6. ਸ਼ਾਮ
3. ਸਿਰਫ਼	7. ਸਮਾਗਮ
4. ਭਰਾਵਾਂ	8. ਇੰਡੀਅਨ

HB-5

7. ਤੁਸੀਂ ਵਿਸਾਖੀ ਬਾਰੇ ਇੱਕ ਵੀਡੀਓ ਫ਼ਿਲਮ ਬਾਰੇ ਅਖ਼ਬਾਰ ਵਿੱਚ ਪੜ੍ਹਦੇ ਹੋ।

ਆਨੰਦਪੁਰ ਸਾਹਿਬ ਦੀ ਵਿਸਾਖੀ '99 ਬਾਰੇ ਅੱਖੀਂ ਡਿੱਠਾ ਹਾਲ

ਸਿੱਖ ਕੌਮ ਦੇ ਧਾਰਮਿਕ ਅਤੇ ਸੱਭਿਆਚਾਰਕ ਵਿਰਸੇ ਨੂੰ ਪੇਸ਼ ਕਰਨ ਵਾਲੀ

ਸ਼ਾਨਦਾਰ ਵੀਡੀਓ ਫ਼ਿਲਮ

ਖ਼ਾਲਸਾ ਪੰਥ ਦੇ 300 ਸਾਲਾ ਦਿਵਸ ਮੌਕੇ ਤਖ਼ਤ ਸ੍ਰੀ ਕੇਸਗੜ੍ਹ ਸਾਹਿਬ ਵਿਖੇ ਬਣਾਈ ਗਈ ਇਸ ਫ਼ਿਲਮ ਵਿੱਚ ਖ਼ਾਲਸਾ ਪੰਥ ਦੇ ਅਦਭੁੱਤ ਨਜ਼ਾਰਿਆਂ ਨੂੰ ਇਸ ਢੰਗ ਨਾਲ ਪੇਸ਼ ਕੀਤਾ ਗਿਆ ਹੈ ਕਿ ਫ਼ਿਲਮ ਦੇਖ ਕੇ ਦਰਸ਼ਕਾਂ ਨੂੰ ਆਪਣੇ ਸਿੱਖ ਹੋਣ ਉਪਰ ਮਾਣ ਮਹਿਸੂਸ ਹੁੰਦਾ ਹੈ। ਖ਼ਾਲਸਾ ਪੰਥ ਦੀ ਇਸ ਤੀਜੀ ਸ਼ਤਾਬਦੀ ਨੂੰ ਆਨੰਦਪੁਰ ਵਿਖੇ ਭਾਵੇਂ ਤੁਸੀਂ ਵੇਖਿਆ ਹੋਵੇ ਜਾਂ ਨਾ, ਪਰ ਇਹ ਫ਼ਿਲਮ ਇੱਕ ਇਤਿਹਾਸਕ ਦਸਤਾਵੇਜ਼ ਹੈ ਜੋ ਨਵੀਂ ਸਿੱਖ ਪਨੀਰੀ ਲਈ ਤੁਹਾਡੇ ਵੱਲੋਂ ਇੱਕ ਕੀਮਤੀ ਤੋਹਫ਼ਾ ਹੈ।

ਇਹ ਫ਼ਿਲਮ ਕਿਸੇ ਵਪਾਰਕ ਲਾਭ ਲਈ ਨਹੀਂ ਵੇਚੀ ਜਾ ਰਹੀ ਬਲਕਿ ਇਹ ਮਾਇਆ ਸਿੱਖੀ ਪ੍ਰਚਾਰ, ਕਾਰ-ਸੇਵਾ, ਗ਼ਰੀਬ ਰੋਗੀਆਂ ਦੇ ਇਲਾਜ ਅਤੇ ਗ਼ਰੀਬ ਪਰਿਵਾਰਾਂ ਦੀਆਂ ਲੜਕੀਆਂ ਦੇ ਵਿਆਹ ਆਦਿ ਕਾਰਜਾਂ ਉਪਰ ਖ਼ਰਚ ਕੀਤੀ ਜਾ ਰਹੀ ਹੈ। ਇਸ ਮਾਇਆ ਦਾ ਵਧੇਰੇ ਹਿੱਸਾ ਗੁਰਦੁਆਰਾ ਦੇਹੁਰਾ ਸਾਹਿਬ ਪਾਤਸ਼ਾਹੀ ਛੇਵੀਂ ਡਰੋਲੀ ਭਾਈ, ਮੋਗਾ ਦੇ ਇਤਿਹਾਸਕ ਅਸਥਾਨ ਦੀ ਕਾਰ-ਸੇਵਾ ਦੇ ਲੇਖੇ ਲੱਗ ਰਿਹਾ ਹੈ। ਇਹ ਉਹ ਪਵਿੱਤਰ ਗੁਰ-ਅਸਥਾਨ ਹੈ, ਜਿਥੇ ਮਾਤਾ ਦਾਮੋਦਰੀ ਜੀ ਮਹਿਲ, ਗੁਰੂ ਹਰਿਗੋਬਿੰਦ ਸਾਹਿਬ ਜੀ ਪਾਤਸ਼ਾਹੀ ਛੇਵੀਂ ਅੰਗੀਠਾ ਸਾਹਿਬ ਅਤੇ ਮਾਤਾ ਰਾਮੋ ਜੀ ਮਹਿਲ, ਭਾਈ ਸਾਈ ਦਾਸ ਜੀ ਅਤੇ ਮਾਤਾ-ਪਿਤਾ (ਜਗ ਮਾਤਾ ਦਾਮੋਦਰੀ ਜੀ) ਦੇ, ਇਹਨਾਂ ਸਾਰਿਆਂ 5 ਸਰੀਰਾਂ ਦੇ ਅੰਤਮ ਸਸਕਾਰ ਗੁਰੂ ਹਰਿਗੋਬਿੰਦ ਸਾਹਿਬ ਜੀ ਨੇ ਇਸ ਅਸਥਾਨ 'ਤੇ ਕੀਤੇ ਸਨ। ਇਤਿਹਾਸਕ ਸਰੋਵਰ ਮਾਤਾ ਦਾਮੋਦਰੀ ਜੀ ਦੀ ਯਾਦ ਵਿੱਚ ਗੁਰੂ ਹਰਿਰਾਏ ਸਾਹਿਬ ਜੀ ਨੇ ਆਪਣੇ ਪਵਿੱਤਰ ਹੱਥਾਂ ਨਾਲ ਬਣਵਾਇਆ, ਜਿਥੇ ਚਮੜੀ ਦੇ ਰੋਗਾਂ ਦੀ ਨਵਿਰਤੀ ਹੁੰਦੀ ਹੈ।

ਇਸ ਫ਼ਿਲਮ ਦੀਆਂ ਖ਼ਾਸ ਖ਼ੂਬੀਆਂ :

- ਇਸ ਫ਼ਿਲਮ ਦੀਆਂ ਕਾਪੀਆਂ ਇੰਗਲੈਂਡ ਵਿੱਚ ਤਿਆਰ ਕੀਤੀਆਂ ਗਈਆਂ ਹਨ।
- ਹਰੇਕ ਪ੍ਰਿੰਟ ਦੀ ਗਾਰੰਟੀ ਹੈ। ਜੇ ਪ੍ਰਿੰਟ ਠੀਕ ਨਾ ਹੋਵੇ ਤਾਂ ਵਾਪਸ ਕੀਤਾ ਜਾ ਸਕਦਾ ਹੈ।
- ਫ਼ਿਲਮ ਪੂਰੇ ਤਿੰਨ ਘੰਟੇ ਦੀ ਹੈ।

ਖ਼ਬਰਦਾਰ ! ਇਸ ਫ਼ਿਲਮ ਦੀ ਕਾਪੀ ਕਰਨਾ ਮਨ੍ਹਾ ਹੈ। ਜਾਅਲਸਾਜ਼ਾਂ ਤੋਂ ਖ਼ਬਰਦਾਰ

1. When was this film made?

   ....

2. Where was it made?

   ....

3. What are the main features of this film? Give any four details.

   ....

4. How much does one video film cost?

   ....

5. What warning is given about this film?

   ....

Area of Experience C—The World Around Us

C-1 Home Town, Local Environment and Customs

Home Town, Local Environment

Foundation

1. You are in the city centre of your city and read these signs.

   1. ਯੂਨੀਵਰਸਿਟੀ   2. ਸਿਨਮਾ   3. ਥੀਏਟਰ   4. ਲਾਇਬ੍ਰੇਰੀ

   Which sign will direct you to the library?
   Write the number of the correct answer in the box.

   FC-1

2. You are looking for the swimming pool. Which sign will direct you to the swimming pool?

   1. ਸਕੂਲ   2. ਸਪੋਰਟਸ ਸੈਂਟਰ   3. ਸਵਿੰਮਿੰਗ ਪੂਲ   4. ਟਾਊਨ ਹਾਲ

   Write the number of the correct answer in the box.

   FC-1

3. You are looking for the city entre. Which sign will direct you to the city centre?

   1. ਗੁਰਦੁਆਰਾ   2. ਸਿਟੀ ਸੈਂਟਰ   3. ਕਥੀਡਰਲ   4. ਮੰਦਰ

   Write the number of the correct answer in the box.

   FC-1

4. You are looking for the railway station. Which sign will direct you to the railway station?

   1. ਬੈਂਕ   2. ਹਸਪਤਾਲ   3. ਡਾਕਖ਼ਾਨਾ   4. ਰੇਲਵੇ ਸਟੇਸ਼ਨ

   Write the number of the correct answer in the box.

   FC-1

5. ਤੁਸੀਂ ਰਣਜੀਤ ਬਾਰੇ ਪੜ੍ਹਦੇ ਹੋ ਕਿ ਉਹ ਕਿਸ ਤਰ੍ਹਾਂ ਆਪਣੇ ਘਰ ਤੋਂ ਟਾਊਨ ਨੂੰ ਜਾਂਦੀ ਹੈ।

ਸਾਡਾ ਘਰ ਟਾਊਨ ਸੈਂਟਰ ਤੋਂ ਕੋਈ ਦੋ ਕੁ ਮੀਲ ਦੂਰ ਹੈ। ਮੈਂ ਆਮ ਤੌਰ 'ਤੇ ਘਰ ਤੋਂ ਟਾਊਨ ਸੈਂਟਰ ਬੱਸ ਵਿੱਚ ਜਾਂਦੀ ਹਾਂ। ਬੱਸ ਅੱਡਾ ਸਾਡੇ ਘਰ ਦੇ ਨੇੜੇ ਹੈ। ਇਸ ਅੱਡੇ ਤੋਂ ਬੱਸ ਨੰਬਰ 32 ਅਤੇ 33 ਸ਼ਹਿਰ ਨੂੰ ਜਾਂਦੀਆਂ ਹਨ। ਬੱਸ ਵਿੱਚ ਕੋਈ ਪੰਦਰਾਂ ਕੁ ਮਿੰਟ ਲੱਗ ਜਾਂਦੇ ਹਨ। ਕਦੇ ਕਦੇ ਮੈਂ ਆਪਣੇ ਮਾਤਾ-ਪਿਤਾ ਨਾਲ ਕਾਰ ਵਿੱਚ ਜਾਂਦੀ ਹਾਂ। ਕਾਰ ਵਿੱਚ ਸਿਰਫ਼ ਦਸ ਮਿੰਟ ਲਗਦੇ ਹਨ। ਪਰ ਸ਼ਹਿਰ ਵਿੱਚ ਕਾਫ਼ੀ ਭੀੜ ਹੁੰਦੀ ਹੈ ਅਤੇ ਕਈ ਵਾਰ ਕਾਰ ਖੜ੍ਹੀ ਕਰਨ ਲਈ ਥਾਂ ਨਹੀਂ ਮਿਲਦੀ। ਮੇਰੀ ਸਹੇਲੀ ਮਨਜੀਤ ਟਾਊਨ ਸੈਂਟਰ ਨੂੰ ਸਾਈਕਲ 'ਤੇ ਜਾਂਦੀ ਹੈ, ਪਰ ਮੈਂ ਸਾਈਕਲ 'ਤੇ ਜਾਣਾ ਪਸੰਦ ਨਹੀਂ ਕਰਦੀ। ਇਸ ਦੇ ਦੋ ਕਾਰਨ ਹਨ। ਇੱਕ ਤਾਂ ਇੰਗਲੈਂਡ ਦਾ ਮੌਸਮ ਆਮ ਤੌਰ 'ਤੇ ਖ਼ਰਾਬ ਰਹਿੰਦਾ ਹੈ, ਖ਼ਾਸ ਕਰਕੇ ਸਿਆਲ ਵਿੱਚ ਜਦੋਂ ਮੀਂਹ ਅਤੇ ਬਰਫ਼ ਪੈਂਦੀ ਹੋਵੇ। ਦੂਜਾ, ਸ਼ਹਿਰ ਵਿੱਚ ਸਾਈਕਲ ਚੋਰੀ ਹੋਣ ਦਾ ਖ਼ਤਰਾ ਰਹਿੰਦਾ ਹੈ। ਗਰਮੀਆਂ ਨੂੰ ਜਦੋਂ ਮੌਸਮ ਚੰਗਾ ਹੁੰਦਾ ਹੈ, ਮੈਂ ਟਾਊਨ ਸੈਂਟਰ ਪੈਦਲ ਜਾਣਾ ਪਸੰਦ ਕਰਦੀ ਹਾਂ, ਕਿਉਂਕਿ ਪੈਦਲ ਚੱਲਣ ਨਾਲ ਸਰੀਰ ਦੀ ਕਸਰਤ ਹੋ ਜਾਂਦੀ ਹੈ ਅਤੇ ਸਿਹਤ ਚੰਗੀ ਰਹਿੰਦੀ ਹੈ। ਬੀਮਾਰੀ ਵੀ ਘੱਟ ਲਗਦੀ ਹੈ।

1. ਰਣਜੀਤ ਦਾ ਘਰ ਟਾਊਨ ਸੈਂਟਰ ਤੋਂ ਕਿੰਨੀ ਦੂਰ ਹੈ ?

1.	10 ਮੀਲ
2.	4 ਮੀਲ
3.	8 ਮੀਲ
4.	2 ਮੀਲ

ਠੀਕ ਉੱਤਰ ਦਾ ਨੰਬਰ ਖ਼ਾਨੇ ਵਿੱਚ ਲਿਖੋ। ☐

2. ਰਣਜੀਤ ਟਾਊਨ ਸੈਂਟਰ ਕਿਸ ਤਰ੍ਹਾਂ ਜਾਂਦੀ ਹੈ ?

1.	ਬਸ ਵਿੱਚ
2.	ਗੱਡੀ ਵਿੱਚ
3.	ਹਵਾਈ ਜਹਾਜ਼ ਵਿੱਚ
4.	ਸਾਈਕਲ 'ਤੇ

ਠੀਕ ਉੱਤਰ ਦਾ ਨੰਬਰ ਖ਼ਾਨੇ ਵਿੱਚ ਲਿਖੋ। ☐

3. ਮਨਜੀਤ ਟਾਊਨ ਸੈਂਟਰ ਕਿਸ ਤਰ੍ਹਾਂ ਜਾਂਦੀ ਹੈ ?

1.	ਬੱਸ ਵਿੱਚ
2.	ਪੈਦਲ
3.	ਸਾਈਕਲ 'ਤੇ
4.	ਕਾਰ ਵਿੱਚ

ਠੀਕ ਉੱਤਰ ਦਾ ਨੰਬਰ ਖ਼ਾਨੇ ਵਿੱਚ ਲਿਖੋ। ☐

4. ਰਣਜੀਤ ਟਾਊਨ ਸੈਂਟਰ ਕਦੋਂ ਪੈਦਲ ਜਾਣਾ ਪਸੰਦ ਕਰਦੀ ਹੈ ?

1.	ਜਦੋਂ ਬਰਫ਼ ਪੈਂਦੀ ਹੋਵੇ।
2.	ਜਦੋਂ ਮੀਂਹ ਪੈਂਦਾ ਹੋਵੇ।
3.	ਜਦੋਂ ਬਹੁਤ ਗਰਮੀ ਪੈਂਦੀ ਹੋਵੇ।
4.	ਜਦੋਂ ਮੌਸਮ ਚੰਗਾ ਹੋਵੇ।

ਠੀਕ ਉੱਤਰ ਦਾ ਨੰਬਰ ਖ਼ਾਨੇ ਵਿੱਚ ਲਿਖੋ।

5. ਰਣਜੀਤ ਟਾਊਨ ਸੈਂਟਰ ਕਿਉਂ ਪੈਦਲ ਜਾਣਾ ਪਸੰਦ ਕਰਦੀ ਹੈ ? ਦੋ ਕਾਰਣ ਲਿਖੋ।

6. ਰਣਜੀਤ ਸ਼ਹਿਰ ਸਾਈਕਲ 'ਤੇ ਜਾਣਾ ਕਿਉਂ ਨਹੀਂ ਪਸੰਦ ਕਰਦੀ ? ਦੋ ਕਾਰਣ ਲਿਖੋ।

FC-1

6. ਤੁਸੀਂ ਰਣਜੀਤ ਦਾ ਆਪਣੇ ਸ਼ਹਿਰ ਬਾਰੇ ਲਿਖਿਆ ਇੱਕ ਆਰਟੀਕਲ ਪੜ੍ਹਦੇ ਹੋ।

ਮੇਰਾ ਸ਼ਹਿਰ

ਮੈਂ ਬਰਮਿੰਘਮ ਸ਼ਹਿਰ ਵਿੱਚ ਰਹਿੰਦੀ ਹਾਂ। ਇਹ ਸ਼ਹਿਰ ਮਿਡਲੈਂਡ ਦੇ ਇਲਾਕੇ ਵਿੱਚ ਹੈ। ਇਹ ਬਹੁਤ ਵੱਡਾ ਸ਼ਹਿਰ ਹੈ ਅਤੇ ਲੰਡਨ ਤੋਂ ਬਾਅਦ ਇਹ ਸਾਰੇ ਦੇਸ਼ ਵਿੱਚ ਦੂਜੇ ਨੰਬਰ 'ਤੇ ਆਉਂਦਾ ਹੈ।

ਇਹ ਸ਼ਹਿਰ ਐਮ 6, ਐਮ 40 ਅਤੇ ਐਮ 42 ਦੇ ਲਾਗੇ ਹੈ ਅਤੇ ਇਸ ਦੇ ਆਲੇ-ਦੁਆਲੇ ਕਾਵੈਂਟਰੀ, ਲਮਿੰਗਟਨ ਸਪਾ, ਸੋਲੀਹਲ, ਵਾਲਸਲ, ਡਡਲੀ, ਵੁਲਵਰਹੈਮਪਟਨ ਆਦਿ ਸ਼ਹਿਰ ਪੈਂਦੇ ਹਨ। ਸ਼ਹਿਰ ਦੇ ਲਗਭਗ ਗੱਭੇ ਇੱਕ ਬਹੁਤ ਵੱਡਾ ਰੇਲਵੇ ਸਟੇਸ਼ਨ ਹੈ, ਜਿੱਥੋਂ ਇੰਗਲੈਂਡ ਦੇ ਕਈ ਪਾਸਿਆਂ ਨੂੰ ਗੱਡੀਆਂ ਜਾਂਦੀਆਂ ਹਨ।

ਬਰਮਿੰਘਮ ਵਿੱਚ ਇੱਕ ਅੰਤਰ-ਰਾਸ਼ਟਰੀ ਏਅਰਪੋਰਟ ਹੈ, ਜਿੱਥੋਂ ਕਈ ਦੂਜੇ ਦੇਸ਼ਾਂ ਨੂੰ ਹਵਾਈ ਜਹਾਜ਼ ਜਾਂਦੇ ਹਨ। ਇੱਥੇ ਇੱਕ ਬਹੁਤ ਵੱਡਾ ਨੈਸ਼ਨਲ ਐਗਜ਼ੀਬੀਸ਼ਨ ਸੈਂਟਰ ਹੈ, ਜੋ 1976 ਵਿੱਚ ਖੁਲ੍ਹਿਆ ਸੀ। ਐਗਜ਼ੀਬੀਸ਼ਨ ਸੈਂਟਰ ਵਿੱਚ ਬਹੁਤ ਕੰਪਨੀਆਂ ਆਪਣੀਆਂ ਆਪਣੀਆਂ ਚੀਜ਼ਾਂ ਦੀ ਨੁਮਾਇਸ਼ ਲਾਉਂਦੀਆਂ ਹਨ।

ਇਹ ਸ਼ਹਿਰ ਵਿੱਦਿਆ ਦਾ ਇੱਕ ਵੱਡਾ ਕੇਂਦਰ ਹੈ। ਇੱਥੇ ਬਹੁਤ ਸਾਰੇ ਸਕੂਲ ਅਤੇ ਤਿੰਨ ਯੂਨੀਵਰਸਿਟੀਆਂ ਹਨ। ਇੱਥੇ ਬਾਹਰਲੇ ਦੇਸ਼ਾਂ ਤੋਂ ਬਹੁਤ ਸਾਰੇ ਵਿਦਿਆਰਥੀ ਵਿੱਦਿਆ ਪ੍ਰਾਪਤ ਕਰਨ ਲਈ ਆਉਂਦੇ ਹਨ।

ਮੈਨੂੰ ਆਪਣਾ ਸ਼ਹਿਰ ਬਹੁਤ ਪਸੰਦ ਹੈ ਕਿਉਂਕਿ ਇੱਥੇ ਬਹੁਤ ਬਾਹਰਲੇ ਦੇਸ਼ਾਂ ਤੋਂ ਲੋਕ ਆ ਕੇ ਵੱਸੇ ਹੋਏ ਹਨ, ਜਿਹਨਾਂ ਵਿੱਚੋਂ ਬਹੁਤੇ ਪੰਜਾਬੀ ਹਨ। ਵੱਖ ਵੱਖ ਧਰਮਾਂ ਦੇ ਲੋਕ ਆਪਸ ਵਿੱਚ ਮਿਲ-ਜੁਲ ਕੇ ਰਹਿੰਦੇ ਹਨ।

ਵਾਕਾਂ ਨੂੰ ਪੜ੍ਹੋ ਅਤੇ ਲਿਖੋ

ਠੀਕ ਠ

ਗ਼ਲਤ ਗ

ਪਤਾ ਨਹੀਂ ?

ਉਦਾਹਰਣ	1.	ਰਣਜੀਤ ਡਰਬੀ ਸ਼ਹਿਰ ਵਿੱਚ ਰਹਿੰਦੀ ਹੈ।	ਗ
	2.	ਬਰਮਿੰਘਮ ਬਹੁਤ ਵੱਡਾ ਸ਼ਹਿਰ ਹੈ।	
	3.	ਬਰਮਿੰਘਮ ਵੱਡੀਆਂ ਸੜਕਾਂ ਤੋਂ ਦੂਰ ਹੈ।	
	4.	ਬਰਮਿੰਘਮ ਦੇ ਰੇਲਵੇ ਸਟੇਸ਼ਨ ਤੋਂ ਦੂਜੇ ਸ਼ਹਿਰਾਂ ਨੂੰ ਗੱਡੀਆਂ ਜਾਂਦੀਆਂ ਹਨ।	
	5.	ਬਰਮਿੰਘਮ ਵਿੱਚ ਕੋਈ ਹਵਾਈ ਅੱਡਾ ਨਹੀਂ ਹੈ।	
	6.	ਬਰਮਿੰਘਮ ਵਿੱਚ ਇੱਕ ਨੈਸ਼ਨਲ ਐਗਜ਼ੀਬੀਸ਼ਨ ਸੈਂਟਰ ਹੈ।	
	7.	ਬਰਮਿੰਘਮ ਵਿੱਚ ਕੋਈ ਯੂਨੀਵਰਸਿਟੀ ਨਹੀਂ ਹੈ।	
	8.	ਇੱਥੇ ਦੂਜੇ ਦੇਸ਼ਾਂ ਤੋਂ ਵਿਦਿਆਰਥੀ ਉੱਚੀ ਵਿਦਿਆ ਪ੍ਰਾਪਤ ਕਰਨ ਲਈ ਆਉਂਦੇ ਹਨ।	
	9.	ਬਰਮਿੰਘਮ ਵਿੱਚ ਕਈ ਧਰਮਾਂ ਦੇ ਲੋਕ ਰਹਿੰਦੇ ਹਨ।	
	10.	ਬਰਮਿੰਘਮ ਵਿੱਚ ਸਾਰੇ ਲੋਕੀਂ ਆਪਸ ਵਿੱਚ ਮਿਲ ਜੁਲ ਕੇ ਰਹਿੰਦੇ ਹਨ।	
	11.	ਰਣਜੀਤ ਦੇ ਮਾਤਾ ਪਿਤਾ ਇਸ ਸ਼ਹਿਰ ਨੂੰ ਬਹੁਤ ਪਸੰਦ ਕਰਦੇ ਹਨ।	
	12.	ਰਣਜੀਤ ਨੂੰ ਆਪਣਾ ਸ਼ਹਿਰ ਬਿਲਕੁਲ ਪਸੰਦ ਨਹੀਂ।	

F/H C-1

Higher

7.

ਮੇਰਾ ਇਲਾਕਾ

ਜਿਸ ਇਲਾਕੇ ਵਿੱਚ ਮੈਂ ਰਹਿੰਦਾ ਹਾਂ, ਉਸ ਨੂੰ ਹੈਂਡਜ਼ਵਰਥ ਕਹਿੰਦੇ ਹਨ। ਇਹ ☐ ਬਰਮਿੰਘਮ ਸ਼ਹਿਰ ਦਾ ਇੱਕ ਹਿੱਸਾ ਹੈ। ਇਸ ਇਲਾਕੇ ਵਿੱਚ ਕਈ ਧਰਮਾਂ ਦੇ ਲੋਕ ☐ ਹਨ। ਏਸ਼ੀਅਨ ਅਤੇ ਵੈਸਟ ਇੰਡੀਅਨ ਲੋਕਾਂ ਦੀ ਗਿਣਤੀ ਇਸ ਇਲਾਕੇ ਵਿੱਚ ਕਾਫ਼ੀ ਜ਼ਿਆਦਾ ਹੈ ਪਰ ਸਾਰੇ ☐ ਦੇ ਲੋਕ ਇੱਥੇ ਆਪਸ ਵਿੱਚ ☐ ਨਾਲ ਰਹਿੰਦੇ ਹਨ।

ਇਸ ਇਲਾਕੇ ਵਿੱਚ ਕਈ ਸਕੂਲ ਹਨ, ਜਿਹਨਾਂ ਵਿੱਚੋਂ ਦੋ ਗਰਾਮਰ ☐ ਹਨ। ਇੱਥੇ ਸਾਰੀਆਂ ਕਿਸਮਾਂ ਦੀਆਂ ☐ ਹਨ, ਜਿੱਥੋਂ ਹਰ ਤਰ੍ਹਾਂ ਦੀਆਂ ☐ ਮਿਲ ਜਾਂਦੀਆਂ ਹਨ। ਇੱਥੇ ਇੱਕ ਵੱਡੀ ਪਾਰਕ, ਜਿਸ ਦਾ ਨਾਂ ਹੈਂਡਜ਼ਵਰਥ ਪਾਰਕ ਹੈ। ਇੱਥੇ ਇੱਕ ਲੈਯਰ ਸੈਂਟਰ, ਦੋ ਸਵਿੰਮਿੰਗ ਪੂਲ ਅਤੇ ਕਈ ☐ ਹਨ। ਇੱਥੇ ਮੰਦਰ ਅਤੇ ਚਰਚ ਵੀ ਹਨ।

ਇੱਥੇ ਇੱਕ ਵੱਡਾ ☐ ਹੈ, ਜਿੱਥੇ ਬਹੁਤ ਸਾਰੇ ਵਿਦਿਆਰਥੀ ਪੜ੍ਹਦੇ ਹਨ। ਲੋਕਾਂ ਦੇ ਖਾਣ-ਪੀਣ ਲਈ ਇੱਥੇ ਕਈ ਛੋਟੇ ਛੋਟੇ ☐ ਹਨ। ਮੈਨੂੰ ਆਪਣਾ ਇਲਾਕਾ ਬਹੁਤ ☐ ਹੈ ਕਿਉਂਕਿ ਇੱਥੋਂ ਦੇ ਲੋਕ ਬਹੁਤ ☐ ਹਨ ਅਤੇ ਇੱਕ ਦੂਜੇ ਦੀ ਬਹੁਤ ਇੱਜ਼ਤ ਕਰਦੇ ਹਨ।

1. ਮਿਲਣਸਾਰ	4. ਰੈਸਟੋਰੈਂਟ	7. ਪਿਆਰ	10. ਸਕੂਲ
2. ਕਾਲਜ	5. ਇਲਾਕਾ	8. ਦੁਕਾਨਾਂ	11. ਧਰਮਾਂ
3. ਚੀਜ਼ਾਂ	6. ਗੁਰਦਵਾਰੇ	9. ਰਹਿੰਦੇ	12. ਪਸੰਦ

8. ਤੁਸੀਂ ਇਹ ਚਿੱਠੀ ਪੜ੍ਹਦੇ ਹੋ।

220 ਪਾਰਕ ਰੋਡ,
ਵਾਈਕਨ, ਕਾਵੈਂਟਰੀ।
ਜਨਵਰੀ 2000

ਸੇਵਾ ਵਿੱਚ,

ਚੀਫ਼ ਕਨਸਟੇਬਲ ਸਾਹਿਬ,
ਪੁਲੀਸ ਸਟੇਸ਼ਨ,
ਲਿਟਲ ਪਾਰਕ ਸਟਰੀਟ,
ਕਾਵੈਂਟਰੀ।

ਸ੍ਰੀਮਾਨ ਜੀ,

ਬੇਨਤੀ ਹੈ ਕਿ ਸਾਡੇ ਇਲਾਕੇ ਵਾਈਕਨ ਵਿੱਚ ਕੁਝ ਨੌਜਵਾਨ ਛੋਕਰਿਆਂ ਨੇ ਬੜੀ ਅੱਤ ਚੁੱਕੀ ਹੋਈ ਹੈ। ਉਨ੍ਹਾਂ ਨੇ ਲੋਕਾਂ ਦਾ ਨੱਕ ਵਿੱਚ ਦੱਮ ਕੀਤਾ ਹੋਇਆ ਹੈ। ਰਾਤ ਦੇ ਬਾਰਾਂ ਇੱਕ ਵਜੇ ਤੱਕ ਐਵੇਂ ਸੜਕਾਂ 'ਤੇ ਘੁੰਮਦੇ ਫਿਰਦੇ ਰਹਿੰਦੇ ਹਨ। ਬਹੁਤ ਉੱਚੀ ਉੱਚੀ ਬੋਲਦੇ ਹਨ ਅਤੇ ਐਨਾ ਰੌਲਾ ਪਾਉਂਦੇ ਹਨ ਕਿ ਲੋਕਾਂ ਦਾ ਰਾਤ ਨੂੰ ਸੌਣਾ ਮੁਸ਼ਕਲ ਹੋ ਗਿਆ ਹੈ।

ਰਾਤ ਦੇ ਸਮੇਂ ਕੋਈ ਸ਼ਰੀਫ਼ ਆਦਮੀ ਬਾਹਰ ਨਹੀਂ ਜਾ ਸਕਦਾ। ਜੇ ਕੋਈ ਭੁੱਲ ਭੁਲੇਖੇ ਚਲਾ ਵੀ ਜਾਵੇ ਤਾਂ ਉਸ ਦੀ ਮਾਰ ਕੁਟਾਈ ਕਰਦੇ ਹਨ ਅਤੇ ਉਸ ਦੇ ਪੈਸੇ ਖੋਹ ਲੈਂਦੇ ਹਨ। ਥੋੜ੍ਹੇ ਹੀ ਦਿਨਾਂ ਦੀ ਗੱਲ ਹੈ ਕਿ ਉਹ ਟੋਲੀ ਇੱਕ ਵਿਚਾਰੀ ਬੁੱਢੀ ਦੇ ਘਰ ਜ਼ਬਰਦਸਤੀ ਘੁਸ ਗਈ। ਉਸ ਨੂੰ ਨਾਲੇ ਤਾਂ ਕੁੱਟਿਆ ਮਾਰਿਆ, ਅਤੇ ਨਾਲੇ ਉਸ ਵਿਚਾਰੀ ਕੋਲੋਂ ਦਸ ਪੌਂਡ ਜੋ ਉਸ ਪਾਸ ਸਨ ਖੋਹ ਲਏ। ਇਹੋ ਜਿਹੀਆਂ ਘਟਨਾਵਾਂ ਦਿਨੋਂ ਦਿਨ ਵਧ ਰਹੀਆਂ ਹਨ।

ਸੋ, ਆਪ ਜੀ ਅੱਗੇ ਬੇਨਤੀ ਕੀਤੀ ਜਾਂਦੀ ਹੈ ਕਿ ਇਸ ਹਾਲਤ ਨੂੰ ਰੋਕਣ ਲਈ ਕੁਝ ਨਾ ਕੁਝ ਜ਼ਰੂਰ ਕੀਤਾ ਜਾਵੇ ਤਾਂ ਜੋ ਲੋਕੀਂ ਆਪਣਾ ਸੁਰੱਖਿਅਤ ਅਤੇ ਸ਼ਾਂਤਮਈ ਜੀਵਨ ਬਤੀਤ ਕਰ ਸਕਣ।

ਧੰਨਵਾਦ ਸਹਿਤ।

ਆਪ ਜੀ ਦਾ ਦਾਸ,
ਪਾਖਰ ਸਿੰਘ

1. ਪਾਖਰ ਸਿੰਘ ਕਿੱਥੇ ਰਹਿੰਦਾ ਹੈ ? ਪੂਰਾ ਪਤਾ ਲਿਖੋ।

....

....

2. ਉਸ ਨੇ ਇਹ ਚਿੱਠੀ ਕਿਸ ਨੂੰ ਲਿਖੀ ਹੈ ?

....

....

3. ਉਸ ਨੇ ਇਹ ਚਿੱਠੀ ਕਿਉਂ ਲਿਖੀ ਹੈ ? ਪੰਜ ਕਾਰਣ ਲਿਖੋ।

....

....HC-1

9. ਤੁਸੀਂ ਲੀਡਜ਼ ਸ਼ਹਿਰ ਬਾਰੇ ਇੱਕ ਲੀਫ਼ਲੈਟ ਪੜ੍ਹਦੇ ਹੋ।

ਲੀਡਜ਼ ਤੁਹਾਡਾ ਸੁਆਗਤ ਕਰਦਾ ਹੈ

ਲੀਡਜ਼ ਇੱਕ ਬਹੁਤ ਸੁੰਦਰ ਅਤੇ ਦੇਖਣ ਵਾਲਾ ਸ਼ਹਿਰ ਹੈ। ਇਸ ਵੇਲੇ ਲੀਡਜ਼ ਕਾਫ਼ੀ ਤਰੱਕੀ ਕਰ ਰਿਹਾ ਹੈ ਕਿਉਂਕਿ ਇੱਥੇ ਬਹੁਤ ਸਾਰੀਆਂ ਨਵੀਆਂ ਇਮਾਰਤਾਂ ਬਣ ਰਹੀਆਂ ਹਨ ਅਤੇ ਕਈ ਨਵੇਂ ਕਾਰੋਬਾਰ ਅਤੇ ਸਰਕਾਰੀ ਦਫ਼ਤਰ ਖੁੱਲ੍ਹ ਰਹੇ ਹਨ।

ਦੂਜੇ ਸ਼ਹਿਰਾਂ ਅਤੇ ਦੇਸ਼ਾਂ ਤੋਂ ਲੀਡਜ਼ ਪਹੁੰਚਣ ਲਈ ਇੱਕ ਹਵਾਈ ਅੱਡਾ ਅਤੇ ਕਈ ਮੋਟਰਵੇਜ਼ ਹਨ। ਲੰਡਨ ਤੋਂ ਸਿੱਧੀ ਐਮ 1 ਲੀਡਜ਼ ਜਾਂਦੀ ਹੈ। ਇੱਥੇ ਇੱਕ ਵੱਡਾ ਰੇਲਵੇ ਜੰਕਸ਼ਨ ਵੀ ਹੈ। ਬਾਹਰੋਂ ਆਏ ਯਾਤਰੀਆਂ ਅਤੇ ਵਿਉਪਾਰ ਕਰਨ ਵਾਲਿਆਂ ਦੇ ਰਹਿਣ ਲਈ ਵੱਡੇ ਅਤੇ ਸੁੰਦਰ ਹੋਟਲਾਂ ਦੀ ਕੋਈ ਘਾਟ ਨਹੀਂ ਹੈ। ਲੋਕਾਂ ਦੇ ਚੀਜ਼ਾਂ ਖ਼ਰੀਦਣ ਲਈ ਵੱਡੇ ਵੱਡੇ ਸੁਪਰਸਟੋਰ ਹਨ।

ਮਨੋਰੰਜਨ ਲਈ ਕਈ ਸਿਨਮੇ, ਸਪੋਰਟਸ ਸੈਂਟਰ, ਕਲੱਬ ਅਤੇ ਪੱਬ ਹਨ। ਇੱਥੇ ਕਈ ਦੂਜੇ ਦੇਸ਼ਾਂ ਦੇ ਲੋਕ ਵੀ ਆ ਕੇ ਵਸ ਗਏ ਹਨ, ਜੋ ਬਾਕੀ ਲੋਕਾਂ ਨਾਲ ਮਿਲ-ਜੁਲ ਕੇ ਰਹਿੰਦੇ ਹਨ। ਉਹਨਾਂ ਦੀਆਂ ਬੋਲੀਆਂ ਅਤੇ ਧਰਮ ਵੱਖਰੇ ਹਨ। ਇਹਨਾਂ ਲੋਕਾਂ ਦੇ ਆਪਣੇ ਸੈਂਟਰ, ਗੁਰਦਵਾਰੇ, ਮੰਦਰ ਅਤੇ ਮਸਜਿਦਾਂ ਹਨ।

ਲੀਡਜ਼ ਵਿੱਚ ਬਾਹਰੋਂ ਆਏ ਯਾਤਰੀਆਂ ਵਾਸਤੇ ਕਈ ਸੁੰਦਰ ਅਤੇ ਦਿਲਚਸਪ ਦੇਖਣ ਵਾਲੀਆਂ ਥਾਵਾਂ ਹਨ, ਜਿਵੇਂ ਕਿ ਯੂਨੀਵਰਸਿਟੀ, ਰੋਡੇ ਪਾਰਕ, ਸ਼ੌਂਪਿੰਗ ਸੈਂਟਰ, ਅਜਾਇਬ ਘਰ। ਇੱਥੇ ਆਵਾਜਾਈ ਦੇ ਸਾਧਨ ਬਹੁਤ ਚੰਗੇ ਹਨ। ਸ਼ਾਮ ਤੇ ਰਾਤ ਦੇ ਮਨੋਰੰਜਨ ਲਈ ਕਈ ਸਹੂਲਤਾਂ ਹਨ। ਹਰ ਤਰ੍ਹਾਂ ਦਾ ਖਾਣਾ ਖਾਣ ਵਾਲਿਆਂ ਲਈ ਕਈ ਹੋਟਲ ਅਤੇ ਰੈਸਟੋਰੈਂਟ ਹਨ। ਨੌਜਵਾਨਾਂ ਦੇ ਦਿਲ-ਪਰਚਾਵੇ ਲਈ ਡਿਸਕੋ ਅਤੇ ਨਾਈਟ ਕਲੱਬ ਵੀ ਹਨ।

ਹੇਠ ਲਿਖੇ ਪ੍ਰਸ਼ਨਾਂ ਦੇ ਉੱਤਰ ਪੰਜਾਬੀ ਵਿੱਚ ਲਿਖੋ :

1. ਲੀਡਜ਼ ਤਰੱਕੀ ਕਰ ਰਿਹਾ ਹੈ। ਇਸ ਦੀਆਂ ਕੀ ਨਿਸ਼ਾਨੀਆਂ ਹਨ ? ਤਿੰਨ ਗੱਲਾਂ ਲਿਖੋ।

   ....

2. ਲੀਡਜ਼ ਵਿੱਚ ਲੋਕਾਂ ਦੇ ਆਉਣ ਜਾਣ ਲਈ ਕੀ ਸਹੂਲਤਾਂ ਹਨ ? ਚਾਰ ਗੱਲਾਂ ਲਿਖੋ।

   ....

3. ਲੀਡਜ਼ ਵਿੱਚ ਲੋਕਾਂ ਦੇ ਮਨੋਰੰਜਨ ਲਈ ਕੀ ਸਹੂਲਤਾਂ ਹਨ ? ਤਿੰਨ ਗੱਲਾਂ ਲਿਖੋ।

   ....

4. ਬਾਹਰੋਂ ਆਏ ਯਾਤਰੀਆਂ ਲਈ ਲੀਡਜ਼ ਕਿਉਂ ਇੱਕ ਦੇਖਣ ਯੋਗ ਸ਼ਹਿਰ ਹੈ ? ਤਿੰਨ ਗੱਲਾਂ ਲਿਖੋ।

   ....HC-1

Festivals

Foundation

10. ਤੁਸੀਂ ਜਸਦੀਪ ਦਾ ਇੱਕ ਆਰਟੀਕਲ ਪੜ੍ਹਦੇ ਹੋ, ਜੋ ਉਸ ਨੇ ਇੰਗਲੈਂਡ ਦੇ ਤਿਉਹਾਰਾਂ ਬਾਰੇ ਲਿਖਿਆ ਹੈ।

ਇੰਗਲੈਂਡ ਦੇ ਕੁਝ ਤਿਉਹਾਰ

ਇੰਡਲੈਂਡ ਵਿੱਚ ਬਹੁਤ ਸਾਰੇ ਤਿਉਹਾਰ ਮਨਾਏ ਜਾਂਦੇ ਹਨ, ਪਰ ਮੈਂ ਉਹਨਾਂ ਵਿੱਚੋਂ ਕੁਝ ਤਿਉਹਾਰਾਂ ਬਾਰੇ ਹੀ ਲਿਖ ਰਹੀ ਹਾਂ।

ਕਰਿਸਮਸ : ਇਹ ਇੰਗਲੈਂਡ ਦਾ ਸਭ ਤੋਂ ਵੱਧ ਪ੍ਰਸਿੱਧ ਤਿਉਹਾਰ ਹੈ। ਇੰਗਲੈਂਡ ਵਿੱਚ ਰਹਿੰਦੇ ਸਾਰੇ ਲੋਕੀਂ ਇਸ ਤਿਉਹਾਰ ਬਾਰੇ ਜਾਣਦੇ ਹਨ। ਕਰਿਸਮਸ ਹਰ ਸਾਲ ਪੱਚੀ ਦਸੰਬਰ ਨੂੰ ਹੁੰਦੀ ਹੈ। ਲੋਕੀਂ ਇਸ ਦਿਨ ਤੋਂ ਕਈ ਦਿਨ ਪਹਿਲਾਂ ਹੀ ਆਪਣੇ ਰਿਸ਼ਤੇਦਾਰਾਂ ਅਤੇ ਮਿੱਤਰਾਂ ਦੋਸਤਾਂ ਨੂੰ ਤੋਹਫ਼ੇ ਅਤੇ ਕਾਰਡ ਦੇਣੇ ਸ਼ੁਰੂ ਕਰ ਦਿੰਦੇ ਹਨ। ਕਰਿਸਮਸ ਵਾਲੇ ਦਿਨ ਰਿਸ਼ਤੇਦਾਰ ਇਕੱਠੇ ਹੋ ਕੇ ਖਾਣਾ ਖਾਂਦੇ ਹਨ। ਕਈ ਲੋਕ ਰੈਸਟੋਰੈਂਟਾਂ ਵਿੱਚ ਖਾਣਾ ਖਾਣ ਜਾਂਦੇ ਹਨ। ਸਕੂਲਾਂ ਵਿੱਚ ਕਰਿਸਮਸ ਕਾਰਨ ਦੋ ਹਫ਼ਤਿਆਂ ਦੀਆਂ ਛੁੱਟੀਆਂ ਹੁੰਦੀਆਂ ਹਨ।

ਦੀਵਾਲੀ : ਇੰਗਲੈਂਡ ਵਿੱਚ ਹਿੰਦੂ ਅਤੇ ਸਿੱਖਾਂ ਦੀ ਵੱਡੀ ਗਿਣਤੀ ਹੈ। ਹਿੰਦੂ ਅਤੇ ਸਿੱਖ ਦੀਵਾਲੀ ਨੂੰ ਬੜੀ ਧੂਮਧਾਮ ਨਾਲ ਮਨਾਉਂਦੇ ਹਨ। ਇਸ ਦਿਨ ਲੋਕੀਂ ਆਪਣੇ ਘਰਾਂ ਨੂੰ ਸਜਾਉਂਦੇ ਹਨ ਅਤੇ ਰਾਤ ਨੂੰ ਕਈ ਤਰ੍ਹਾਂ ਦੀਆਂ ਲਾਈਟਾਂ ਜਗਾਉਂਦੇ ਹਨ। ਰਾਤ ਨੂੰ ਸਾਰੇ ਪਰਿਵਾਰ ਦੇ ਮੈਂਬਰ ਰਲ ਕੇ ਪਟਾਕੇ ਆਦਿ ਚਲਾਉਂਦੇ ਹਨ। ਲੋਕੀਂ ਇੱਕ ਦੂਜੇ ਨੂੰ ਮਿਠਿਆਈ ਅਤੇ ਤੋਹਫ਼ੇ ਦਿੰਦੇ ਹਨ।

ਗੁਰਪੁਰਬ : ਸਿੱਖਾਂ ਦੇ ਤਿਉਹਾਰਾਂ ਨੂੰ ਗੁਰਪੁਰਬ ਕਹਿੰਦੇ ਹਨ। ਸਿੱਖ ਵਿਸਾਖੀ ਅਤੇ ਗੁਰੂਆਂ ਦੇ ਜਨਮ ਅਤੇ ਸ਼ਹੀਦੀ ਦਿਨਾਂ ਨੂੰ ਗੁਰਦਵਾਰਿਆਂ ਵਿੱਚ ਅਖੰਡ ਪਾਠ ਕਰਕੇ ਮਨਾਉਂਦੇ ਹਨ। ਗੁਰਪੁਰਬ ਵਾਲੇ ਦਿਨ ਸਿੱਖ ਗੁਰਦਵਾਰੇ ਜਾਂਦੇ ਹਨ, ਪਾਠ ਸੁਣਦੇ ਹਨ ਅਤੇ ਲੰਗਰ ਛੱਕਦੇ ਹਨ। ਅੱਜ-ਕੱਲ੍ਹ ਇੰਗਲੈਂਡ ਵਿੱਚ ਕਈ ਸ਼ਹਿਰਾਂ ਵਿੱਚ ਨਗਰ ਕੀਰਤਨ ਵੀ ਕਰਦੇ ਹਨ, ਜਿਹਨਾਂ ਵਿੱਚ ਹਜ਼ਾਰਾਂ ਦੀ ਗਿਣਤੀ ਵਿੱਚ ਲੋਕ ਸ਼ਾਮਲ ਹੁੰਦੇ ਹਨ।

ਈਦ : ਇੰਗਲੈਂਡ ਵਿੱਚ ਕਾਫ਼ੀ ਮੁਸਲਮਾਨ ਰਹਿੰਦੇ ਹਨ। ਈਦ ਮੁਸਲਮਾਨਾਂ ਦਾ ਪ੍ਰਸਿੱਧ ਤਿਉਹਾਰ ਹੈ। ਈਦ ਵਾਲੇ ਦਿਨ ਮੁਸਲਮਾਨ ਆਪਣੇ ਰਿਸ਼ਤੇਦਾਰਾਂ, ਮਿੱਤਰਾਂ-ਦੋਸਤਾਂ ਨੂੰ ਤੋਹਫ਼ੇ ਅਤੇ ਕਾਰਡ ਦਿੰਦੇ ਹਨ। ਇਸ ਦਿਨ ਲੋਕੀਂ ਨਵੇਂ ਕਪੜੇ ਪਾਉਂਦੇ ਹਨ।

ਵਾਕਾਂ ਨੂੰ ਪੜ੍ਹੋ ਅਤੇ ਲਿਖੋ

ਠੀਕ ਠ

ਗ਼ਲਤ ਗ

ਪਤਾ ਨਹੀਂ ?

ਉਦਾਹਰਣ	1.	ਇੰਗਲੈਂਡ ਦੇ ਬਹੁਤੇ ਲੋਕੀਂ ਕਰਿਸਚੀਅਨ ਹਨ।	ਠ
	2.	ਇੰਗਲੈਂਡ ਵਿੱਚ ਕਰਿਸਮਸ ਬਾਰੇ ਕੋਈ ਨਹੀਂ ਜਾਣਦਾ।	
	3.	ਕਰਿਸਮਸ ਕਾਰਨ ਸਕੂਲ ਤਿੰਨ ਹਫ਼ਤਿਆਂ ਲਈ ਬੰਦ ਰਹਿੰਦੇ ਹਨ।	
	4.	ਕਰਿਸਮਸ ਦਸੰਬਰ ਦੀ 20 ਤਰੀਕ ਨੂੰ ਹੁੰਦੀ ਹੈ।	
	5.	ਕਰਿਸਮਸ ਵਾਲੇ ਦਿਨ ਲੋਕੀਂ ਬਹੁਤ ਖ਼ੁਸ਼ ਹੁੰਦੇ ਹਨ ਅਤੇ ਪਾਰਟੀਆਂ ਕਰਦੇ ਹਨ।	
	6.	ਦੀਵਾਲੀ ਸਿੱਖਾਂ ਅਤੇ ਹਿੰਦੂਆਂ ਦਾ ਸਾਂਝਾ ਤਿਉਹਾਰ ਹੈ।	
	7.	ਦੀਵਾਲੀ ਵਾਲੀ ਰਾਤ ਨੂੰ ਲੋਕੀਂ ਆਪਣੇ ਘਰਾਂ ਵਿੱਚ ਲੋਅ ਕਰਨੀ ਪਸੰਦ ਨਹੀਂ ਕਰਦੇ।	
	8.	ਦੀਵਾਲੀ ਵਾਲੇ ਦਿਨ ਲੋਕੀਂ ਇੱਕ ਦੂਜੇ ਨੂੰ ਤੋਹਫ਼ੇ ਦੇਣਾ ਪਸੰਦ ਕਰਦੇ ਹਨ।	
	9.	ਸਿੱਖ ਆਪਣੇ ਤਿਉਹਾਰਾਂ ਸਮੇਂ ਗੁਰਦਵਾਰੇ ਅਖੰਡ ਪਾਠ ਕਰਾਉਂਦੇ ਹਨ।	
	10.	ਵਿਸਾਖੀ ਸਮੇਂ ਸਿੱਖ ਨਗਰ ਕੀਰਤਨ ਕਰਦੇ ਹਨ।	
	11.	ਗੁਰਪੁਰਬ ਵਾਲੇ ਦਿਨ ਸਿਖ ਗੁਰਦਵਾਰੇ ਨਹੀਂ ਜਾਂਦੇ।	
	12.	ਈਦ ਵਾਲੇ ਦਿਨ ਮੁਸਲਮਾਨ ਨਵੇਂ ਕਪੜੇ ਪਾਉਂਦੇ ਹਨ।	

F/H C-1

Higher

11. ਤੁਸੀਂ ਮੈਗਜ਼ੀਨ ਵਿੱਚ ਇੱਕ ਆਰਟੀਕਲ ਪੜ੍ਹਦੇ ਹੋ, ਜਿਸ ਵਿੱਚ ਤਿਉਹਾਰਾਂ ਬਾਰੇ ਚਾਰ ਵਿਅਕਤੀਆਂ ਨੇ ਆਪਣੇ ਵਿਚਾਰ ਲਿਖੇ ਹਨ।

ਸੂਜ਼ਨ :	ਮੈਂ ਕਰਿਸਮਸ ਬਹੁਤ ਪਸੰਦ ਕਰਦੀ ਹਾਂ ਕਿਉਂਕਿ ਮੈਨੂੰ ਬਹੁਤ ਸਾਰੇ ਤੋਂਹਫ਼ੇ ਮਿਲ ਜਾਂਦੇ ਹਨ ਅਤੇ ਦੋ ਹਫ਼ਤੇ ਸਕੂਲ ਨਹੀਂ ਜਾਣਾ ਪੈਂਦਾ।
ਮਨਜੀਤ :	ਮੈਂ ਵਿਸਾਖੀ ਬਹੁਤ ਪਸੰਦ ਕਰਦੀ ਹਾਂ। ਵਿਸਾਖੀ ਵਾਲੇ ਦਿਨ ਨਗਰ ਕੀਰਤਨ ਵਿੱਚ ਸ਼ਾਮਲ ਹੋਣਾ ਮੈਨੂੰ ਬਹੁਤ ਪਸੰਦ ਹੈ।
ਨੀਤਾ :	ਮੈਨੂੰ ਦੀਵਾਲੀ ਦਾ ਤਿਉਹਾਰ ਬਹੁਤ ਪਸੰਦ ਹੈ ਕਿਉਂਕਿ ਉਸ ਦਿਨ ਮੈਨੂੰ ਪਟਾਕੇ ਚਲਾਉਣ ਦਾ ਮੌਕਾ ਮਿਲਦਾ ਹੈ। ਅਸੀਂ ਗਰਮ ਗਰਮ ਜਲੇਬੀਆਂ ਖਾਂਦੇ ਹਾਂ, ਜੋ ਮੈਨੂੰ ਬਹੁਤ ਪਸੰਦ ਹਨ।
ਬਲਜੀਤ :	ਮੈਨੂੰ ਈਦ ਬਹੁਤ ਪਸੰਦ ਹੈ, ਕਿਉਂਕਿ ਈਦ ਵਾਲੇ ਦਿਨ ਅਸੀਂ ਆਪਣੇ ਰਿਸ਼ਤੇਦਾਰਾਂ ਅਤੇ ਮਿੱਤਰਾਂ ਦੋਸਤਾਂ ਨੂੰ ਮਿਲਦੇ ਹਾਂ ਅਤੇ ਅਸੀਂ ਨਵੇਂ ਕਪੜੇ ਪਾਉਂਦੇ ਹਾਂ।

S — ਸੂਜ਼ਨ

M — ਮਨਜੀਤ

N — ਨੀਤਾ

B — ਬਲਜੀਤ

ਵਾਕਾਂ ਦੇ ਸਾਹਮਣੇ ਨਾਵਾਂ ਦਾ ਅੱਖਰ ਖ਼ਾਨੇ ਵਿੱਚ ਲਿਖੋ ਕਿ ਕਿਹੜਾ ਨਾਂ ਕਿਸ ਵਾਕ ਨਾਲ ਸੰਬੰਧ ਰੱਖਦਾ ਹੈ।

1.	ਮੈਨੂੰ ਪਟਾਕੇ ਚਲਾਉਣਾ ਪਸੰਦ ਹੈ।	N
2.	ਮੈਨੂੰ ਲੋਕਾਂ ਨਾਲ ਮਿਲਣਾ ਜੁਲਣਾ ਜ਼ਿਆਦਾ ਪਸੰਦ ਹੈ।	
3.	ਮੈਨੂੰ ਤੋਹਫ਼ੇ ਲੈਣਾ ਬਹੁਤ ਪਸੰਦ ਹੈ।	
4.	ਨਵੇਂ ਕਪੜੇ ਪਹਿਨਣਾ ਮੈਨੂੰ ਬਹੁਤ ਪਸੰਦ ਹੈ।	
5.	ਮੈਨੂੰ ਆਪਣਾ ਸਕੂਲ ਬਹੁਤਾ ਪਸੰਦ ਨਹੀਂ।	
6.	ਧਾਰਮਿਕ ਮੇਲਿਆਂ ਵਿੱਚ ਸ਼ਾਮਲ ਹੋਣਾ ਮੇਰਾ ਸ਼ੌਕ ਹੈ।	
7.	ਖ਼ਾਸ ਮੌਕਿਆਂ 'ਤੇ ਮੈਨੂੰ ਮਿਠਿਆਈ ਖਾਣਾ ਬਹੁਤ ਚੰਗਾ ਲਗਦਾ ਹੈ।	

12. ਤੁਸੀਂ ਅਰਬਿੰਦਰ ਦਾ ਵਿਸਾਖੀ ਬਾਰੇ ਇੱਕ ਲੇਖ ਪੜ੍ਹਦੇ ਹੋ, ਜੋ ਉਸ ਨੇ ਆਪਣੇ ਸਕੂਲ ਦੇ ਰਸਾਲੇ ਲਈ ਲਿਖਿਆ ਹੈ।

ਵਿਸਾਖੀ

ਵਿਸਾਖੀ ਸਿੱਖਾਂ ਦਾ ਇੱਕ ਮਹੱਤਵਪੂਰਨ ਤਿਉਹਾਰ ਹੈ। ਇਹ ਤਿਉਹਾਰ ਹਰ ਸਾਲ 13 ਅਪਰੈਲ ਨੂੰ ਆਉਂਦਾ ਹੈ। ਗੁਰੂ ਗੋਬਿੰਦ ਸਿੰਘ ਜੀ ਨੇ 13 ਅਪਰੈਲ, 1699 ਨੂੰ ਖ਼ਾਲਸਾ ਪੰਥ ਸਾਜਿਆ ਸੀ। ਸਿੱਖ ਦੂਜੇ ਤਿਉਹਾਰਾਂ ਵਾਂਗ ਵਿਸਾਖੀ ਨੂੰ ਵੀ ਗੁਰਦਵਾਰਿਆਂ ਵਿੱਚ ਅਖੰਡ ਪਾਠ ਰਖਵਾ ਕੇ ਮਨਾਉਂਦੇ ਹਨ। ਇਸ ਦਿਨ ਲੋਕੀਂ ਭਾਰੀ ਗਿਣਤੀ ਵਿੱਚ ਗੁਰਦਵਾਰੇ ਜਾਂਦੇ ਹਨ ਅਤੇ ਪਾਠ ਸੁਣਦੇ ਹਨ, ਲੰਗਰ ਛੱਕਦੇ ਹਨ ਅਤੇ ਨਗਰ ਕੀਰਤਨ ਵਿੱਚ ਹਿੱਸਾ ਲੈਂਦੇ ਹਨ। ਇਸ ਦਿਨ ਪੁਰਾਣਾ ਨਿਸ਼ਾਨ ਸਾਹਿਬ ਉਤਾਰਿਆ ਜਾਂਦਾ ਹੈ ਅਤੇ ਨਵਾਂ ਲਹਿਰਾਇਆ ਜਾਂਦਾ ਹੈ। ਸਿੱਖ ਵਿਸਾਖੀ ਵਾਲੇ ਦਿਨ ਅੰਮ੍ਰਿਤ ਛਕਣ ਨੂੰ ਵਧੇਰੇ ਚੰਗਾ ਸਮਝਦੇ ਹਨ, ਕਿਉਂਕਿ ਇਹ ਰਸਮ ਗੁਰੂ ਗੋਬਿੰਦ ਸਿੰਘ ਜੀ ਨੇ 1699 ਈ: ਵਿੱਚ ਵਿਸਾਖੀ ਵਾਲੇ ਦਿਨ ਹੀ ਸ਼ੁਰੂ ਕੀਤੀ ਸੀ।

ਪੰਜਾਬ ਵਿੱਚ ਇਹ ਦਿਨ ਫ਼ਸਲਾਂ ਦੀ ਵਾਢੀ ਦੇ ਮੌਸਮ ਦਾ ਆਰੰਭ ਕਰਕੇ ਵੀ ਜਾਣਿਆ ਜਾਂਦਾ ਹੈ। ਇਹ ਉਹ ਸਮਾਂ ਹੈ, ਜਦੋਂ ਫ਼ਸਲ ਘਰ ਆਉਂਦੀ ਹੈ ਅਤੇ ਸਾਰੇ ਕਿਸਾਨ ਖ਼ੁਸ਼ੀਆਂ ਮਨਾਉਂਦੇ ਹਨ। ਉਹ ਖ਼ੁਸ਼ੀ ਵਿੱਚ ਨੱਚਦੇ ਹਨ, ਭੰਗੜਾ ਪਾਉਂਦੇ ਹਨ ਅਤੇ ਗਾਣੇ ਗਾਉਂਦੇ ਹਨ। ਇਸਤਰੀਆਂ ਖ਼ੁਸ਼ੀ ਵਿੱਚ ਗਿੱਧਾ ਪਾਉਂਦੀਆਂ ਹਨ।

ਅੰਮ੍ਰਿਤਸਰ ਦੀ ਵਿਸਾਖੀ ਦੇਖਣ ਯੋਗ ਹੈ ਅਤੇ ਲੋਕੀਂ ਦੂਰ ਦੂਰ ਤੋਂ ਅੰਮ੍ਰਿਤਸਰ ਵਿਸਾਖੀ ਦੇਖਣ ਲਈ ਜਾਂਦੇ ਹਨ। ਲੋਕੀਂ ਸੋਹਣੇ ਕਪੜੇ ਪਾਉਂਦੇ ਹਨ। ਮਿਠਿਆਈਆਂ ਵੇਚਣ ਵਾਲੇ ਇਸ ਮੌਕੇ 'ਤੇ ਵਧੇਰੇ ਗਾਹਕਾਂ ਨੂੰ ਖਿੱਚਣ ਲਈ ਆਪਣੀਆਂ ਦੁਕਾਨਾਂ ਨੂੰ ਸਜਾਉਂਦੇ ਹਨ।

ਅੱਜ-ਕੱਲ੍ਹ ਇੰਗਲੈਂਡ ਵਿੱਚ ਵੀ ਵਿਸਾਖੀ ਬੜੀ ਧੂਮਧਾਮ ਨਾਲ ਮਨਾਈ ਜਾਂਦੀ ਹੈ। ਗੁਰਦਵਾਰਿਆਂ ਵਿੱਚ ਅਖੰਡ ਪਾਠ ਕੀਤੇ ਜਾਂਦੇ ਹਨ ਅਤੇ ਨਗਰ ਕੀਰਤਨ ਕੱਢੇ ਜਾਂਦੇ ਹਨ। ਵਿਸਾਖੀ ਵਾਲੇ ਦਿਨ ਸਿੱਖ ਗੁਰਦਵਾਰੇ ਜਾ ਕੇ ਮੱਥਾ ਟੇਕਣਾ, ਕੀਰਤਨ ਸੁਣਨਾ ਅਤੇ ਪੰਗਤ ਵਿੱਚ ਬੈਠ ਕੇ ਖਾਣਾ ਖਾਣਾ ਆਪਣਾ ਫ਼ਰਜ਼ ਸਮਝਦੇ ਹਨ। ਇਸ ਸਾਲ ਦੀ ਵਿਸਾਖੀ ਤਾਂ ਹੋਰ ਵੀ ਸਪੈਸ਼ਲ ਸੀ, ਕਿਉਂਕਿ ਇਸ ਸਾਲ 13 ਅਪਰੈਲ, 1999 ਈ: ਨੂੰ ਖ਼ਾਲਸਾ ਪੰਥ ਦਾ ਤਿੰਨ ਸੌ ਸਾਲਾ ਦਿਵਸ ਸੀ। ਇਸ ਸਾਲ ਆਨੰਦਪੁਰ ਸਾਹਿਬ ਦੀ ਵਿਸਾਖੀ ਦੇਖਣ ਯੋਗ ਸੀ। ਲੱਖਾਂ ਦੀ ਗਿਣਤੀ ਵਿੱਚ ਲੋਕੀਂ ਆਨੰਦਪੁਰ ਸਾਹਿਬ ਵਿਸਾਖੀ ਦੇ ਮੌਕੇ ਪਹੁੰਚੇ ਸੀ, ਕਿਉਂਕਿ ਇੱਥੇ ਹੀ ਖ਼ਾਲਸਾ ਪੰਥ ਦੀ ਸਾਜਨਾ ਹੋਈ ਸੀ।

1. When is Vaisakhi celebrated each year?

   ....

2. Why is the festival of Vaisakhi so important for Sikhs?

   ....

3. How do Sikhs celebrate Vaisakhi? Give six details.

   ....

4. Why was this year's Vaisakhi celebration different than that of previous years?

   ....

5. Why was there a large number of Sikhs gathered at Anandpur Sahib this year?

   ....HC-1

Weather

Foundation

13. You read about weather conditions in some cities of India.

    1. ਚੰਡੀਗੜ੍ਹ ਬਹੁਤ ਗਰਮੀ ਪੈ ਰਹੀ ਹੈ।
    2. ਅੰਮ੍ਰਿਤਸਰ ਵਿੱਚ ਬੱਦਲ ਛਾਏ ਹਨ ਅਤੇ ਠੰਡੀ ਹਵਾ ਚਲ ਰਹੀ ਹੈ।
    3. ਦਿੱਲੀ ਵਿੱਚ ਬਹੁਤ ਤੇਜ਼ ਹਵਾ ਚਲ ਰਹੀ ਹੈ।
    4. ਸ਼ਿਮਲਾ ਵਿੱਚ ਬਰਫ਼ ਪੈ ਰਹੀ ਹੈ।
    5. ਮੁੰਬਈ ਵਿੱਚ ਮੀਂਹ ਪੈ ਰਿਹਾ ਹੈ।
    6. ਜਲੰਧਰ ਵਿੱਚ ਬਹੁਤ ਧੁੰਦ ਪਈ ਹੋਈ ਹੈ।
    7. ਬੰਗਲੌਰ ਵਿੱਚ ਮੌਸਮ ਖ਼ੁਸ਼ਗਵਾਰ ਹੈ।

    Draw arrows to show the weather conditions in each city. The first one is done for you.

City	*Weather*
Delhi	Pleasant
Mombai	Hot
Chandigarh	Fogy
Shimla	Raining
Bangalore	Windy
Amritsar	Cloudy
Jalandhar	Snowing

FC-1

14. You read the following headlines in a Panjabi Newspaper.

    1. ਜਲੰਧਰ ਸ਼ਹਿਰ ਵਿੱਚ ਭਾਰਾ ਮੀਂਹ—ਹਰ ਪਾਸੇ ਪਾਣੀ ਹੀ ਪਾਣੀ।

       What happened in Jalandhar? Give two details.

       ....

    2. ਹੀਥਰੋ ਏਅਰਪੋਰਟ 'ਤੇ ਭਾਰੀ ਸਨੋ ਕਾਰਨ ਹਵਾਈ ਜਹਾਜ਼ ਉਤਰਨੇ ਬੰਦ।

       What happened at Heathrow Airport? Give two details.

       ....FC-1

3. ਭਾਰਤ ਵਿੱਚ ਭਾਰੀ ਮੀਂਹ ਕਾਰਨ ਬਹੁਤ ਸਾਰੀਆਂ ਫ਼ਸਲਾਂ ਤਬਾਹ।

(a) Write down the name of the country mentioned in this headline.

....

(b) What happened to the crops?

....

(c) Why?

....FC-1

4. ਪੰਜਾਬ ਵਿੱਚ ਸਖ਼ਤ ਗਰਮੀ ਪੈਣ ਕਾਰਣ ਪੰਜ ਮੌਤਾਂ।

(a) What happened in the Panjab?

....

(b) Why?

....FC-1

15. You read about to-day's weather in two cities.

(a)

ਲੰਡਨ: ਅੱਜ ਮੌਸਮ ਕਾਫ਼ੀ ਗਰਮ ਰਹੇਗਾ। ਦੁਪਹਿਰ ਤੋਂ ਬਾਅਦ ਮੀਂਹ ਪਵੇਗਾ ਅਤੇ ਸ਼ਾਮ ਨੂੰ ਠੰਡ ਹੋ ਜਾਵੇਗੀ।

1. What will the weather be like in the morning in London?

....

2. What will happen in the afternoon?

....

3. How will it change in the evening?

....FC-1

(b)

ਬਰਮਿੰਘਮ: ਅੱਜ ਆਮ ਤੌਰ 'ਤੇ ਆਸਮਾਨ ਸਾਫ਼ ਰਹੇਗਾ ਅਤੇ ਧੁੱਪ ਨਿਕਲੀ ਰਹੇਗੀ। ਸ਼ਾਮ ਨੂੰ ਠੰਡੀ ਠੰਡੀ ਹਵਾ ਚੱਲੇਗੀ ਅਤੇ ਸਰਦੀ ਹੋਵੇਗੀ।

1. What change will occur in the weather in the evening? Give two details.

....FC-1

16. Make the following words by drawing lines around the letters. The first one is done for you.

ਰ	ਬ	ਸੰ	ਦ	ਮ	ਈ	ਫ
ਬ	ਹਾ	ਦੀ	ਰ	ਸ	ਲਾ	ਰ
ਵੰ	ਜੂ	ਬ	ਤੰ	ਮੌ	ਜੂ	ਵ
ਨ	ਝ	ਬ	ਤ	ਰ	ਖ	ਰੀ
ਮਾ	ਰ	ਵ	ਲ	ਸੰ	ਹ	ਵ
ਰ	ਬ	ਤੂ	ਕ	ਅ	ਬ	ਨ
ਚ	ਅ	ਪ	ਰੈ	ਲ	ੜ	ਜ

ਨਵੰਬਰ, ਦਸੰਬਰ, ਮੌਸਮ, ਮਈ, ਬਸੰਤ ਬਹਾਰ, ਜੂਨ, ਜੁਲਾਈ, ਸਰਦੀ, ਮਾਰਚ, ਅਕਤੂਬਰ, ਸਤੰਬਰ, ਜਨਵਰੀ, ਫ਼ਰਵਰੀ, ਅਪਰੈਲ।

FC-1

17. ਤੁਸੀਂ ਗਲਾਸਗੋ ਦੇ ਮੌਸਮ ਬਾਰੇ ਪੜ੍ਹਦੇ ਹੋ।

(c)

ਗਲਾਸਗੋ : ਅੱਜ ਗਲਾਸਗੋ ਵਿੱਚ ਬਰਫ਼ ਪਵੇਗੀ ਅਤੇ ਤਾਪਮਾਨ ਜ਼ੀਰੋ ਡਿਗਰੀ ਤੋਂ ਥੱਲੇ ਰਹੇਗਾ। ਸ਼ਾਮ ਨੂੰ ਮੀਂਹ ਵੀ ਪਵੇਗਾ। ਜੇ ਤੁਸੀਂ ਸ਼ਾਮ ਨੂੰ ਬਾਹਰ ਜਾਣਾ ਚਾਹੁੰਦੇ ਹੋ ਤਾਂ ਛੱਤਰੀ ਲੈ ਕੇ ਜਾਣਾ।

ਵਾਕਾਂ ਨੂੰ ਪੜ੍ਹੋ ਅਤੇ ਲਿਖੋ :

ਠੀਕ ਠ

ਗ਼ਲਤ ਗ

ਪਤਾ ਨਹੀਂ ?

ਉਦਾਹਰਣ	1.	ਅੱਜ ਗਲਾਸਗੋ ਵਿੱਚ ਮੀਂਹ ਪਵੇਗਾ।	ਠ
	2.	ਅੱਜ ਮੌਸਮ ਠੰਡਾ ਰਹੇਗਾ।	
	3.	ਅੱਜ ਬਰਫ਼ ਨਹੀਂ ਪਵੇਗੀ।	
	4.	ਅੱਜ ਤਾਪਮਾਨ 10 ਡਿਗਰੀ ਤੋਂ ਉੱਪਰ ਰਹੇਗਾ।	
	5.	ਸ਼ਾਮ ਨੂੰ ਧੁੱਪ ਨਿਕਲੇਗੀ।	
	6.	ਬਾਹਰ ਜਾਣ ਵੇਲੇ ਛੱਤਰੀ ਲੈ ਕੇ ਜਾਣਾ।	

F/HC-1

Higher

18. ਤੁਸੀਂ ਅਗਲੇ ਹਫ਼ਤੇ ਦੇ ਮੌਸਮ ਬਾਰੇ ਅਖ਼ਬਾਰ ਵਿੱਚ ਪੜ੍ਹਦੇ ਹੋ।
ਖ਼ਾਨਿਆਂ ਵਿੱਚ ਠੀਕ ਸ਼ਬਦ ਦਾ ਨੰਬਰ ਲਿਖੋ।

ਸੋਮਵਾਰ ਨੂੰ [3] ਬਹੁਤ ਖ਼ਰਾਬ ਰਹੇਗਾ। ਸਵੇਰ ਨੂੰ ਭਾਰੀ ਵਰਖਾ ਹੋਵੇਗੀ ਅਤੇ ਤਾਪਮਾਨ ਕਾਫ਼ੀ [ ] ਜਾਵੇਗਾ। ਸ਼ਾਮ ਨੂੰ ਹਨੇਰੀ ਆਉਣ ਦੀ ਵੀ [ ] ਹੈ। ਮੰਗਲਵਾਰ ਨੂੰ [ ] ਨਿਕਲੇਗੀ ਅਤੇ ਮੌਸਮ ਸਾਰਾ ਦਿਨ ਸੁਹਾਵਣਾ ਰਹੇਗਾ। ਬੁੱਧਵਾਰ ਨੂੰ ਬਰਫ਼ ਪੈਣੀ ਸ਼ੁਰੂ ਹੋ ਜਾਵੇਗੀ ਅਤੇ ਕਿਤੇ ਕਿਤੇ [ ] ਪੈਣ ਦੀ ਵੀ ਆਸ ਹੈ। ਵੀਰਵਾਰ ਨੂੰ ਵੀ ਬਰਫ਼ ਪੈਂਦੀ ਰਹੇਗੀ ਅਤੇ ਘਰਾਂ ਤੋਂ [ ] ਆਉਣਾ ਜਾਣਾ ਮੁਸ਼ਕਲ ਹੋ ਜਾਵੇਗਾ। ਬੱਸਾਂ ਅਤੇ ਕਾਰਾਂ ਦਾ ਚੱਲਣਾ [ ] ਹੋ ਜਾਵੇਗਾ। ਮੌਸਮ ਖ਼ਰਾਬ ਹੋਣ ਕਰਕੇ ਸ਼ਾਇਦ [ ] ਵੀ ਬੰਦ ਕਰ ਦਿੱਤੇ ਜਾਣ। ਲੋਕਾਂ ਨੂੰ ਇਹ ਸਲਾਹ ਦਿੱਤੀ ਜਾਂਦੀ ਹੈ ਕਿ ਉਹ ਮੌਸਮ ਬਾਰੇ [ ] ਤੇ ਸੁਣਦੇ ਰਹਿਣ। ਸ਼ੁੱਕਰਵਾਰ ਨੂੰ ਬਰਫ਼ ਪੈਣੀ ਬੰਦ ਹੋ ਜਾਵੇਗੀ ਪਰ ਹਲਕਾ ਹਲਕਾ ਮੀਂਹ ਪੈਂਦਾ ਰਹੇਗਾ, ਜਿਸ ਨਾਲ ਬਰਫ਼ [ ] ਜਾਵੇਗੀ ਅਤੇ ਹੜ੍ਹ ਆਉਣ ਦਾ [ ] ਹੈ। ਸਨਿੱਚਰਵਾਰ ਨੂੰ ਆਸਮਾਨ ਸਾਫ਼ ਰਹੇਗਾ ਅਤੇ ਧੁੱਪ ਨਿਕਲੇਗੀ, ਜਿਸ ਨਾਲ ਮੌਸਮ [ ] ਰਹੇਗਾ। ਐਤਵਾਰ ਨੂੰ ਦੁਪਹਿਰ ਤੋਂ ਪਹਿਲਾਂ ਮੌਸਮ ਕਾਫ਼ੀ ਖ਼ੁਸ਼ਕ ਅਤੇ ਸੋਹਣਾ [ ] ਪਰ ਸ਼ਾਮ ਨੂੰ ਠੰਡ ਪੈਣੀ ਸ਼ੁਰੂ ਹੋ ਜਾਵੇਗੀ।

1. ਪਿਘਲ	5. ਘੱਟ	8. ਸੰਭਾਵਨਾ	11. ਗੜ੍ਹੇ
2. ਹੋਵੇਗਾ	6. ਧੁੱਪ	9. ਖ਼ਤਰਾ	12. ਮੁਸ਼ਕਲ
3. ਮੌਸਮ	7. ਰੇਡੀਓ	10. ਸਕੂਲ	13. ਬਾਹਰ
4. ਗਰਮ			

HC-1

19. ਤੁਸੀਂ ਮੌਸਮ ਬਾਰੇ ਇੱਕ ਆਰਟੀਕਲ ਪੜ੍ਹਦੇ ਹੋ।

ਸਾਲ ਵਿੱਚ ਬਾਰਾਂ ਮਹੀਨੇ ਹੁੰਦੇ ਹਨ ਅਤੇ ਚਾਰ ਮੌਸਮ। ਚਾਰ ਮੌਸਮ ਇਹ ਹਨ :

1. ਪਤਝੜ ਦਾ ਮੌਸਮ।
2. ਸਰਦੀ ਦਾ ਮੌਸਮ।
3. ਬਸੰਤ ਦਾ ਮੌਸਮ।
4. ਗਰਮੀ ਦਾ ਮੌਸਮ।

ਪਤਝੜ ਵਿੱਚ ਦਰਖ਼ਤਾਂ ਦੇ ਪੱਤੇ ਝੜ ਜਾਂਦੇ ਹਨ। ਇਹ ਮੌਸਮ ਸਤੰਬਰ, ਅਕਤੂਬਰ ਤੇ ਨਵੰਬਰ ਦੇ ਮਹੀਨੇ ਵਿੱਚ ਹੁੰਦਾ ਹੈ।

ਸਰਦੀ ਦੇ ਮੌਸਮ ਵਿੱਚ ਕਾਫ਼ੀ ਠੰਡ ਪੈਂਦੀ ਹੈ। ਇਹ ਮੌਸਮ ਦਸੰਬਰ, ਜਨਵਰੀ ਅਤੇ ਫ਼ਰਵਰੀ ਵਿੱਚ ਆਉਂਦਾ ਹੈ। ਇਹਨਾਂ ਮਹੀਨਿਆਂ ਵਿੱਚ ਇੰਗਲੈਂਡ ਵਿੱਚ ਬਹੁਤ ਸਰਦੀ ਹੁੰਦੀ ਹੈ ਅਤੇ ਕਈ ਵਾਰ ਬਰਫ਼ ਪੈਂਦੀ ਹੈ। ਕਈ ਵਾਰੀ ਤਾਂ ਇਤਨੀ ਬਰਫ਼ ਪੈਂਦੀ ਹੈ ਕਿ ਸੜਕਾਂ 'ਤੇ ਕੋਈ ਵੀ ਕਾਰ ਜਾਂ ਬੱਸ ਨਹੀਂ ਚਲ ਸਕਦੀ ਅਤੇ ਸਕੂਲ ਵੀ ਬੰਦ ਹੋ ਜਾਂਦੇ ਹਨ।

ਮਾਰਚ ਅਪਰੈਲ ਅਤੇ ਮਈ ਦੇ ਮਹੀਨਿਆਂ ਵਿੱਚ ਸਰਦੀ ਘਟ ਜਾਂਦੀ ਹੈ। ਇਹਨਾਂ ਮਹੀਨਿਆਂ ਵਿੱਚ ਦਰਖ਼ਤਾਂ ਦੇ ਪੱਤੇ ਵੀ ਨਿਕਲਣੇ ਸ਼ੁਰੂ ਹੋ ਜਾਂਦੇ ਹਨ। ਇੰਗਲੈਂਡ ਵਿੱਚ ਇਹ ਮੌਸਮ ਕਾਫ਼ੀ ਸੁਹਣਾ ਹੁੰਦਾ ਹੈ। ਇਸ ਕਰਕੇ ਇਸ ਨੂੰ ਬਸੰਤ ਬਹਾਰ ਦਾ ਮੌਸਮ ਵੀ ਕਿਹਾ ਜਾਂਦਾ ਹੈ। ਇੰਡੀਆ ਵਿੱਚ ਅਪਰੈਲ ਦੇ ਅਖ਼ੀਰ ਤੋਂ ਕਾਫ਼ੀ ਗਰਮੀ ਸ਼ੁਰੂ ਹੋ ਜਾਂਦੀ ਹੈ।

ਜੂਨ, ਜੁਲਾਈ ਅਤੇ ਅਗਸਤ ਦੇ ਮਹੀਨਿਆਂ ਵਿੱਚ ਦਿਨ ਕਾਫ਼ੀ ਵੱਡੇ ਹੁੰਦੇ ਹਨ ਅਤੇ ਗਰਮੀ ਵੀ ਕਾਫ਼ੀ ਪੈਂਦੀ ਹੈ। ਸਕੂਲਾਂ ਵਿੱਚ ਗਰਮੀ ਦੀਆਂ ਛੁੱਟੀਆਂ ਵੀ ਇਸੇ ਮੌਸਮ ਵਿੱਚ ਹੁੰਦੀਆਂ ਹਨ। ਬੱਚੇ ਆਪਣੇ ਮਾਤਾ ਪਿਤਾ ਨਾਲ ਛੁੱਟੀਆਂ ਮਨਾਉਣ ਲਈ ਬਾਹਰ ਜਾਂਦੇ ਹਨ। ਪਰ ਇੰਡੀਆ ਵਿੱਚ ਇਸ ਮੌਸਮ ਵਿੱਚ ਬਹੁਤ ਜ਼ਿਆਦਾ ਗਰਮੀ ਅਤੇ ਮੀਂਹ ਪੈਂਦਾ ਹੈ। ਹੜ੍ਹ ਵੀ ਇਸੇ ਮੌਸਮ ਵਿੱਚ ਆਉਂਦੇ ਹਨ। ਇੰਡੀਆ ਵਿੱਚ ਜੁਲਾਈ ਤੇ ਅਗਸਤ ਦੇ ਮਹੀਨੇ ਨੂੰ ਬਰਸਾਤ ਦਾ ਮੌਸਮ ਕਹਿੰਦੇ ਹਨ, ਕਿਉਂਕਿ ਇਹਨਾਂ ਮਹੀਨਿਆਂ ਵਿੱਚ ਮੀਂਹ ਬਹੁਤ ਪੈਂਦਾ ਹੈ।

ਹੇਠ ਲਿਖੇ ਪ੍ਰਸ਼ਨਾਂ ਦੇ ਉੱਤਰ ਪੰਜਾਬੀ ਵਿੱਚ ਲਿਖੋ।

1. ਇੱਕ ਸਾਲ ਵਿੱਚ ਕਿੰਨੇ ਮੌਸਮ ਆਉਂਦੇ ਹਨ ਅਤੇ ਇਹਨਾਂ ਦੇ ਕੀ ਨਾਂ ਹਨ ?

....

2. ਪਤਝੜ ਬਾਰੇ ਦੋ ਗੱਲਾਂ ਲਿਖੋ।

....

3. ਸਰਦੀ ਦਾ ਮੌਸਮ ਕਦੋਂ ਹੁੰਦਾ ਹੈ ?

....

4. ਸਰਦੀ ਦੇ ਮੌਸਮ ਵਿੱਚ ਲੋਕਾਂ ਨੂੰ ਕਿਹੜੀਆਂ ਮੁਸ਼ਕਲਾਂ ਆਉਂਦੀਆਂ ਹਨ ? ਤਿੰਨ ਗੱਲਾਂ ਲਿਖੋ।

....

5. ਬਸੰਤ ਦਾ ਮੌਸਮ ਕਦੋਂ ਹੁੰਦਾ ਹੈ ?

....

6. ਇੰਗਲੈਂਡ ਵਿੱਚ ਬਸੰਤ ਦੇ ਮੌਸਮ ਵਿੱਚ ਕੀ ਹੁੰਦਾ ਹੈ ?

....

7. ਗਰਮੀ ਦਾ ਮੌਸਮ ਕਦੋਂ ਹੁੰਦਾ ਹੈ ?

....

8. ਇੰਗਲੈਂਡ ਵਿੱਚ ਲੋਕੀਂ ਗਰਮੀ ਦਾ ਮੌਸਮ ਕਿਉਂ ਜ਼ਿਆਦਾ ਪਸੰਦ ਕਰਦੇ ਹਨ ? ਦੋ ਗੱਲਾਂ ਲਿਖੋ।

....

9. ਇੰਗਲੈਂਡ ਅਤੇ ਇੰਡੀਆ ਦੇ ਗਰਮੀਆਂ ਦੇ ਮੌਸਮ ਵਿੱਚ ਕੀ ਫ਼ਰਕ ਹੈ ? ਤਿੰਨ ਗੱਲਾਂ ਲਿਖੋ।

....HC-1

C-2 Finding the way

Foundation

1. Draw arrows to show the directions.

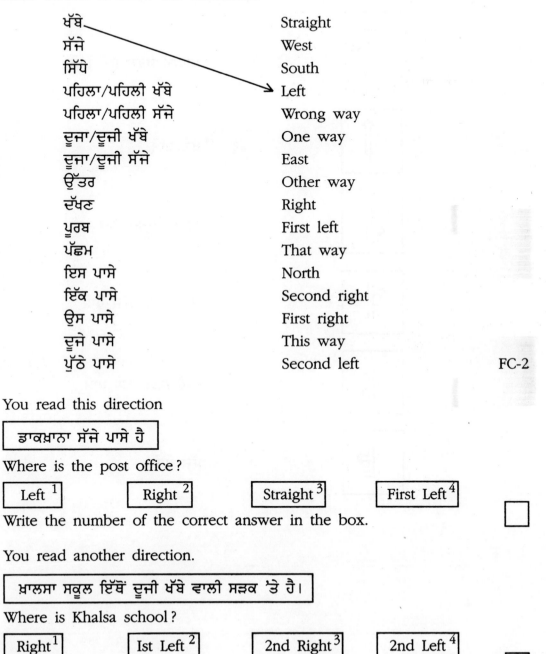

ਖੱਬੇ	Straight
ਸੱਜੇ	West
ਸਿੱਧੇ	South
ਪਹਿਲਾ/ਪਹਿਲੀ ਖੱਬੇ	Left
ਪਹਿਲਾ/ਪਹਿਲੀ ਸੱਜੇ	Wrong way
ਦੂਜਾ/ਦੂਜੀ ਖੱਬੇ	One way
ਦੂਜਾ/ਦੂਜੀ ਸੱਜੇ	East
ਉੱਤਰ	Other way
ਦੱਖਣ	Right
ਪੂਰਬ	First left
ਪੱਛਮ	That way
ਇਸ ਪਾਸੇ	North
ਇੱਕ ਪਾਸੇ	Second right
ਉਸ ਪਾਸੇ	First right
ਦੂਜੇ ਪਾਸੇ	This way
ਪੁੱਠੇ ਪਾਸੇ	Second left

FC-2

2. You read this direction

ਡਾਕਖ਼ਾਨਾ ਸੱਜੇ ਪਾਸੇ ਹੈ

    Where is the post office?

    | Left ¹ | Right ² | Straight ³ | First Left ⁴ |

    Write the number of the correct answer in the box.

3. You read another direction.

ਖ਼ਾਲਸਾ ਸਕੂਲ ਇੱਥੋਂ ਦੂਜੀ ਖੱਬੇ ਵਾਲੀ ਸੜਕ 'ਤੇ ਹੈ।

    Where is Khalsa school?

    | Right ¹ | Ist Left ² | 2nd Right ³ | 2nd Left ⁴ |

    Write the number of the correct answer in the box.

121

4. Draw arrows to show what these signs mean in Panjabi.

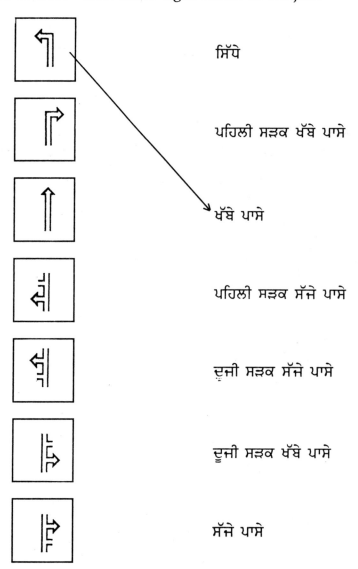

ਸਿੱਧੇ

ਪਹਿਲੀ ਸੜਕ ਖੱਬੇ ਪਾਸੇ

ਖੱਬੇ ਪਾਸੇ

ਪਹਿਲੀ ਸੜਕ ਸੱਜੇ ਪਾਸੇ

ਦੂਜੀ ਸੜਕ ਸੱਜੇ ਪਾਸੇ

ਦੂਜੀ ਸੜਕ ਖੱਬੇ ਪਾਸੇ

ਸੱਜੇ ਪਾਸੇ

FC-2

122

5. You read this direction.

| ਹਸਪਤਾਲ ਖੱਬੇ ਪਾਸੇ ਹੈ। |

Which way is the hospital?

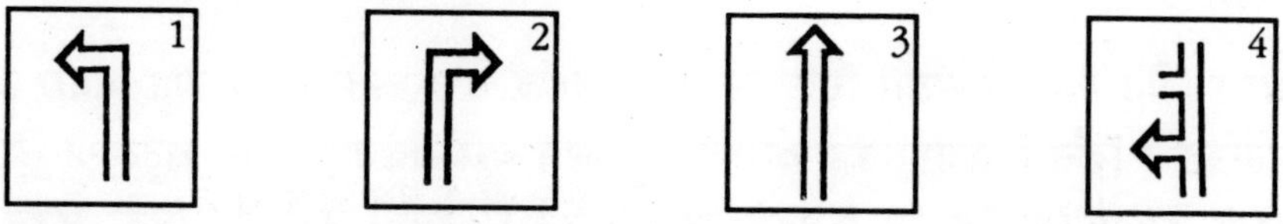

Write the number of the correct answer in the box.

FC-2

6. You read another direction.

| ਲਾਇਬ੍ਰੇਰੀ ਇੱਥੋਂ ਪਹਿਲੀ ਸੱਜੇ ਵਾਲੀ ਸੜਕ 'ਤੇ ਹੈ। |

Where is the library?

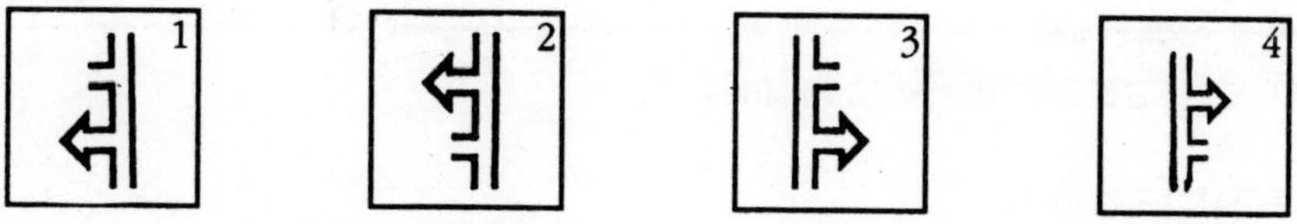

Write the number of the correct answer in the box.

FC-2

7. You read the following note which Raminder has written to her friend Kamaljit.

26 ਜਨਵਰੀ, 2000

ਪਿਆਰੀ ਕਮਲਜੀਤ,

ਸਤਿ ਸ੍ਰੀ ਅਕਾਲ। ਮੇਰੇ ਭਰਾ ਦੇ ਜਨਮ ਦਿਨ 'ਤੇ ਅਸੀਂ ਅਖੰਡ ਪਾਠ ਕਰਵਾ ਰਹੇ ਹਾਂ। ਅਖੰਡ ਪਾਠ ਨਾਨਕਸਰ ਗੁਰਦਵਾਰੇ ਵਿੱਚ ਹੋਵੇਗਾ। ਭੋਗ ਐਤਵਾਰ ਨੂੰ ਦਸ ਵਜੇ ਪਵੇਗਾ। ਤੁਸੀਂ ਜ਼ਰੂਰ ਆਉਣਾ। ਇਹ ਗੁਰਦਵਾਰਾ ਫ਼ੋਲਜ਼ਹਿੱਲ ਰੋਡ 'ਤੇ ਹੈ ਅਤੇ ਸਿਟੀ ਸੈਂਟਰ ਤੋਂ ਕਾਫ਼ੀ ਨੇੜੇ ਹੈ। ਸਿਟੀ ਸੈਂਟਰ ਤੋਂ ਬੱਸ ਨੰਬਰ 15 ਆਉਂਦੀ ਹੈ ਅਤੇ ਬੱਸ ਸਟੈਂਡ ਗੁਰਦਵਾਰੇ ਦੇ ਬਿਲਕੁਲ ਸਾਹਮਣੇ ਹੈ। ਸਿਟੀ ਸੈਂਟਰ ਤੋਂ ਤਾਂ ਤੁਸੀਂ ਪੈਦਲ ਵੀ ਆ ਸਕਦੇ ਹੋ। ਸਿਰਫ਼ ਪੰਦਰਾਂ ਮਿੰਟ ਦਾ ਸਫ਼ਰ ਹੈ। ਰੇਲਵੇ ਸਟੇਸ਼ਨ ਤੋਂ ਇਹ ਗੁਰਦਵਾਰਾ ਕੁਝ ਦੂਰ ਹੈ। ਪਹਿਲਾਂ ਤੁਹਾਨੂੰ ਸਟੇਸ਼ਨ ਤੋਂ ਸਿਟੀ ਸੈਂਟਰ ਨੂੰ ਬੱਸ ਲੈਣੀ ਪਵੇਗੀ। ਸਿਟੀ ਸੈਂਟਰ ਤੋਂ ਤੁਹਾਨੂੰ ਬੱਸ ਬਦਲਣੀ ਪਵੇਗੀ। ਤੁਸੀਂ ਰੇਲਵੇ ਸਟੇਸ਼ਨ ਤੋਂ ਟੈਕਸੀ ਵੀ ਲੈ ਸਕਦੇ ਹੋ।

ਤੁਹਾਡੀ ਸਹੇਲੀ,
ਰਮਿੰਦਰ।

ਹੇਠ ਲਿਖੇ ਪ੍ਰਸ਼ਨਾਂ ਦੇ ਉੱਤਰ ਪੰਜਾਬੀ ਵਿੱਚ ਲਿਖੋ।

1. ਕਿਸ ਦਾ ਜਨਮ ਦਿਨ ਹੈ ?

....

2. ਰਮਿੰਦਰ ਆਪਣੀ ਸਹੇਲੀ ਨੂੰ ਕਿਉਂ ਬੁਲਾ ਰਹੀ ਹੈ ?

....

3. ਨਾਨਕਸਰ ਗੁਰਦਵਾਰਾ ਕਿੱਥੇ ਹੈ ?

....

4. ਨਾਨਕਸਰ ਗੁਰਦਵਾਰਾ ਸ਼ਹਿਰ ਤੋਂ ਕਿੰਨੀ ਕੁ ਦੂਰ ਹੈ ?

....

5. ਸਿਟੀ ਸੈਂਟਰ ਤੋਂ ਨਾਨਕਸਰ ਗੁਰਦਵਾਰੇ ਕਿਸ ਤਰ੍ਹਾਂ ਜਾਣ ਲਈ ਦੱਸਿਆ ਗਿਆ ਹੈ। ਦੋ ਗੱਲਾਂ ਲਿਖੋ।

....

6. ਰੇਲਵੇ ਸਟੇਸ਼ਨ ਤੋਂ ਗੁਰਦਵਾਰੇ ਕਿਸ ਤਰ੍ਹਾਂ ਜਾਣ ਲਈ ਦੱਸਿਆ ਗਿਆ ਹੈ ? ਦੋ ਗੱਲਾਂ ਲਿਖੋ।

....FC-2

8. ਥੱਲੇ ਭਾਰਤ ਦਾ ਨਕਸ਼ਾ ਦਿੱਤਾ ਗਿਆ ਹੈ।

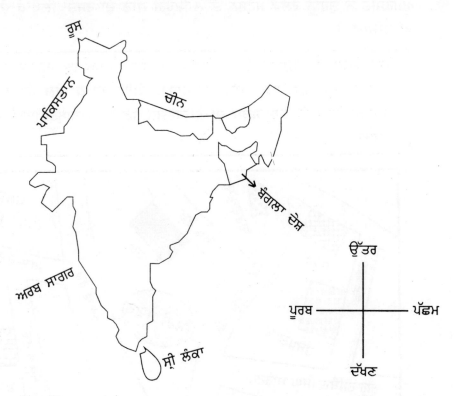

ਵਾਕਾਂ ਨੂੰ ਪੜ੍ਹੋ ਅਤੇ ਲਿਖੋ

ਠੀਕ ਠ

ਗ਼ਲਤ ਗ

ਪਤਾ ਨਹੀਂ ?

ਉਦਾਹਰਣ	1.	ਭਾਰਤ ਦੇ ਉੱਤਰ ਵਿੱਚ ਚੀਨ ਹੈ।	ਠ
	2.	ਭਾਰਤ ਦੇ ਪੂਰਬ ਵਿੱਚ ਸ੍ਰੀ ਲੰਕਾ ਹੈ।	
	3.	ਭਾਰਤ ਦੇ ਦੱਖਣ ਵਿੱਚ ਸਮੁੰਦਰ ਹੈ।	
	4.	ਭਾਰਤ ਦੇ ਪੱਛਮ ਵਿੱਚ ਬੰਗਲਾ ਦੇਸ਼ ਹੈ।	
	5.	ਨੇਪਾਲ ਭਾਰਤ ਦੇ ਦੱਖਣ ਵਿੱਚ ਹੈ।	
	6.	ਰੂਸ ਭਾਰਤ ਦੇ ਉੱਤਰ ਵਿੱਚ ਹੈ।	

FC-2

Higher

9. ਅਮਰਜੀਤ ਨੇ ਤੁਹਾਨੂੰ ਰੇਲਵੇ ਸਟੇਸ਼ਨ ਤੋਂ ਲਾਇਬ੍ਰੇਰੀ ਜਾਣ ਦਾ ਰਸਤਾ ਲਿਖ ਕੇ ਭੇਜਿਆ ਹੈ ਅਤੇ ਨਕਸ਼ਾ ਵੀ ਭੇਜਿਆ ਹੈ।

> ਰੇਲਵੇ ਸਟੇਸ਼ਨ ਤੋਂ ਪਹਿਲਾਂ ਸਿੱਧੇ ਆਉਣਾ। ਫੇਰ ਪਹਿਲੀ ਸੜਕ ਗੁਰੂ ਗੋਬਿੰਦ ਸਿੰਘ ਮਾਰਗ ਖੱਬੇ ਹੱਥ ਆਵੇਗੀ। ਤੁਸੀਂ ਇਸ ਸੜਕ ਵਿੱਚ ਮੁੜ ਜਾਣਾ। ਕੋਈ ਅੱਧਾ ਕੁ ਮੀਲ ਜਾ ਕੇ ਫੇਰ ਖੱਬੇ ਹੱਥ ਇੱਕ ਹੋਰ ਸੜਕ ਆਵੇਗੀ। ਇਸ ਸੜਕ ਦਾ ਨਾਂ ਕਰਜ਼ਨ ਰੋਡ ਹੈ। ਲਾਇਬ੍ਰੇਰੀ ਇਸੀ ਸੜਕ 'ਤੇ ਸੱਜੇ ਪਾਸੇ ਆਵੇਗੀ।

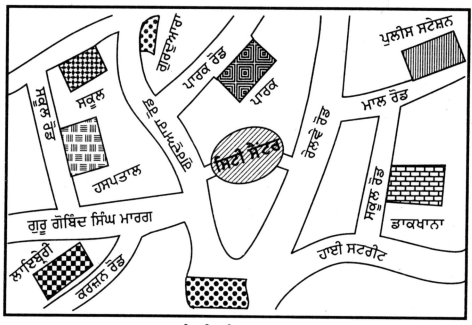

ਰੇਲਵੇ ਸਟੇਸ਼ਨ

ਅਮਰਜੀਤ ਦੀ ਤਰ੍ਹਾਂ ਹੇਠ ਲਿਖੀਆਂ ਥਾਵਾਂ ਦੇ ਰਸਤੇ ਲਿਖੋ।

1. ਰੇਲਵੇ ਸਟੇਸ਼ਨ ਤੋਂ ਡਾਕਖ਼ਾਨਾ।

   ....

2. ਰੇਲਵੇ ਸਟੇਸ਼ਨ ਤੋਂ ਪੁਲੀਸ ਸਟੇਸ਼ਨ।

   ....

3. ਰੇਲਵੇ ਸਟੇਸ਼ਨ ਤੋਂ ਗੁਰਦਵਾਰਾ।

   ....

4. ਰੇਲਵੇ ਸਟੇਸ਼ਨ ਤੋਂ ਹਸਪਤਾਲ।

....

5. ਪੁਲੀਸ ਸਟੇਸ਼ਨ ਤੋਂ ਪਾਰਕ।

....

6. ਸਿਟੀ ਸੈਂਟਰ ਤੋਂ ਸਕੂਲ।

....

7. ਡਾਕਖ਼ਾਨੇ ਤੋਂ ਲਾਇਬ੍ਰੇਰੀ।

....

8. ਹਸਪਤਾਲ ਤੋਂ ਪੁਲੀਸ ਸਟੇਸ਼ਨ।

....FH C-2

10. ਰਸਤਾ/ਰਾਹ ਪੁੱਛਣਾ ਅਤੇ ਦੱਸਣਾ

ਇਹ ਇੱਕ ਯਾਤਰੀ ਅਤੇ ਜਸਦੀਪ ਵਿੱਚ ਗੱਲਬਾਤ ਹੈ। ਹੇਠ ਦਿੱਤੇ ਖ਼ਾਨਿਆਂ ਵਿੱਚ ਠੀਕ ਸ਼ਬਦਾਂ ਦਾ ਨੰਬਰ ਲਿਖੋ।

ਯਾਤਰੀ : ਮੁਆਫ਼ [2] ਸ੍ਰੀ ਮਤੀ ਜੀ, ਮੈਂ ਇਸ ਥਾਂ ਦਾ [ ] ਨਹੀਂ ਹਾਂ। ਕੀ ਤੁਸੀਂ [ ] ਰੇਲਵੇ ਸਟੇਸ਼ਨ ਦਾ [ ] ਦੱਸ ਸਕਦੇ ਹੋ।

ਜਸਦੀਪ : ਹਾਂ ਜੀ, ਜ਼ਰੂਰ। ਇੱਥੋਂ ਰੇਲਵੇ ਸਟੇਸ਼ਨ ਕੋਈ ਖ਼ਾਸ [ ] ਨਹੀਂ ਹੈ। ਇੱਥੋਂ ਤੁਸੀਂ [ ] ਜਾਓ। ਕੋਈ ਸੌ ਕੁ [ ] ਦੇ ਫ਼ਾਸਲੇ 'ਤੇ [ ] ਆਉਣਗੀਆਂ। ਉੱਥੋਂ ਤੁਸੀਂ [ ] ਹੱਥ ਮੁੜ ਜਾਣਾ ਅਤੇ ਸਿੱਧੇ ਜਾਈ ਜਾਣਾ। ਅੱਗੇ ਹਾਈ ਸਟਰੀਟ ਆਵੇਗੀ। ਹਾਈ ਸਟਰੀਟ ਤੋਂ ਸੱਜੇ ਹੱਥ ਮੁੜ ਜਾਣਾ। ਰੇਲਵੇ ਸਟੇਸ਼ਨ ਤੁਹਾਨੂੰ [ ] ਦਿੱਸ ਪਵੇਗਾ।

1. ਸਾਹਮਣੇ
2. ਕਰਨਾ
3. ਖੱਬੇ
4. ਮੀਟਰ
5. ਲਾਲ ਬੱਤੀਆਂ
6. ਰਸਤਾ
7. ਜਾਣੂ
8. ਦੂਰ
9. ਮੈਨੂੰ
10. ਸਿੱਧੇ

HC-2

127

C-3 Shopping

Foundation

1. You are in the shopping centre in Jalandhar and read the following signs.

1. ਜੁੱਤੀਆਂ ਦੀ ਦੁਕਾਨ	2. ਕਿਤਾਬਾਂ ਦੀ ਦੁਕਾਨ	3. ਸਬਜ਼ੀਆਂ
4. ਫਲਾਂ ਦੀ ਦੁਕਾਨ	5. ਅਖ਼ਬਾਰਾਂ	6. ਕਪੜਿਆਂ ਦੀ ਦੁਕਾਨ
7. ਦਰਜ਼ੀ ਦੀ ਦੁਕਾਨ	8. ਗਹਿਣਿਆਂ ਦੀ ਦੁਕਾਨ	9. ਸਾਈਕਲਾਂ ਦੀ ਦੁਕਾਨ
10. ਰੇਡੀਓ ਤੇ ਟੈਲੀਵੀਜ਼ਨ ਦੀ ਦੁਕਾਨ		11. ਫੁੱਲਾਂ ਦੀ ਦੁਕਾਨ

1. You want to buy a book. Which sign would direct you to the bookshop?
   Write the correct number in the box. ☐
   FC-3

2. You want to buy a newspaper. Which sign would direct you to the newspaper shop?
   Write the correct number in the box. ☐
   FC-3

3. You want to get your trousers mended. Which sign would direct you to the tailor's shop?
   Write the correct number in the box. ☐
   FC-3

4. You want to buy some flowers. Which sign would direct you to the flower shop.
   Write the correct number in the box. ☐
   FC-3

5. You want to look at some jewellery. Which sign would direct you to the jeweller's shop.
   Write the correct number in the box. ☐
   FC-3

2. You are looking at the store guide in a large department store. You want to buy a scarf for your mother. Which floor would you go to?

1. ਪਹਿਲੀ ਮੰਜ਼ਿਲ..	ਬੱਚਿਆਂ ਦੇ ਕਪੜੇ
2. ਦੂਜੀ ਮੰਜ਼ਿਲ..	ਆਦਮੀਆਂ ਦੇ ਕਪੜੇ
3. ਤੀਜੀ ਮੰਜ਼ਿਲ..	ਇਸਤਰੀਆਂ ਦੇ ਕਪੜੇ
4. ਥੱਲੇ..	ਖ਼ੁਰਾਕ

Write the number of the floor in the box.

FC-3

3. You are looking at this notice board in a department store. You want to buy some toys for your sister. Which floor would you go to?

1. ਪਹਿਲੀ ਮੰਜ਼ਿਲ..	ਕਾਰਾਂ ਦਾ ਸਾਮਾਨ
2. ਦੂਜੀ ਮੰਜ਼ਿਲ..	ਖਿਡੌਣੇ
3. ਤੀਜੀ ਮੰਜ਼ਿਲ..	ਔਰਤਾਂ ਦੇ ਕਪੜੇ
4. ਥੱਲੇ..	ਘਰ ਦਾ ਸਾਮਾਨ

Write the number of the floor in the box.

FC-3

4. You see this notice on the door of a shop.

'ਇਹ ਦੁਕਾਨ ਹਰ ਐਤਵਾਰ ਬੰਦ ਰਹੇਗੀ।'

What does this notice mean in English?

....FC-2

129

5. You see this notice on the door of another shop.

> ਇਹ ਦੁਕਾਨ ਹਫ਼ਤੇ ਦੇ ਸੱਤੇ ਦਿਨ ਖੁੱਲ੍ਹੀ ਰਹਿੰਦੀ ਹੈ। ਸੋਮਵਾਰ ਤੋਂ ਸਨਿੱਚਰਵਾਰ ਤੱਕ, ਸਵੇਰ ਦੇ ਅੱਠ ਵਜੇ ਤੋਂ ਸ਼ਾਮ ਦੇ ਸੱਤ ਵਜੇ ਤੱਕ ਖੁੱਲ੍ਹਦੀ ਹੈ ਪਰ ਐਤਵਾਰ ਨੂੰ ਦੁਕਾਨ ਸਵੇਰੇ ਨੌਂ ਵਜੇ ਖੁਲ੍ਹਦੀ ਹੈ ਅਤੇ ਦੋ ਵਜੇ ਬੰਦ ਹੁੰਦੀ ਹੈ।

1. How many days of the week does this shop open?

   ....

2. What are the opening and closing times from Monday to Saturday?

   Open..................................

   Close..................................

3. Which day of the week does the shop open late and close early?

   ....

   ....

4. What are the opening and closing times on the day when it opens late and closes early?

   Open..................................

   Close.................................. FC-3

6. Draw arrows to show the following :

1. ਮੀਨਾ ਆਪਣੇ ਭਰਾ ਲਈ ਦੋ ਰੁਮਾਲ ਖ਼ਰੀਦਣਾ ਚਾਹੁੰਦੀ ਹੈ।

2. ਅਰਬਿੰਦਰ ਆਪਣੇ ਪਿਤਾ ਜੀ ਲਈ ਇੱਕ ਕਮੀਜ਼ ਖ਼ਰੀਦਣਾ ਚਾਹੁੰਦਾ ਹੈ।

3. ਅਮਨਦੀਪ ਆਪਣੀ ਮਾਤਾ ਜੀ ਲਈ ਕੋਟੀ ਖ਼ਰੀਦਣਾ ਚਾਹੁੰਦੀ ਹੈ।

4. ਰਣਜੀਤ ਆਪਣੀ ਕੁੜੀ ਲਈ ਸਲਵਾਰ ਕਮੀਜ਼ ਖ਼ਰੀਦਣਾ ਚਾਹੁੰਦੀ ਹੈ।

5. ਮਨਦੀਪ ਆਪਣੇ ਲਈ ਪੱਗੜੀ ਖ਼ਰੀਦਣਾ ਚਾਹੁੰਦਾ ਹੈ।

6. ਹਰਦੀਪ ਆਪਣੀ ਭੈਣ ਲਈ ਇੱਕ ਜੁਰਾਬਾਂ ਦਾ ਜੋੜਾ ਖ਼ਰੀਦਣਾ ਚਾਹੁੰਦੀ ਹੈ।

7. ਮਨਪ੍ਰੀਤ ਆਪਣੇ ਭਤੀਜੇ ਲਈ ਖਿਲੌਣੇ ਖ਼ਰੀਦਣਾ ਚਾਹੁੰਦੀ ਹੈ।

1.	Meena	Toys
2.	Manpreet	Turban
3.	Amandeep	Shirt
4.	Arbinder	Pair of Socks
5.	Ranjit	Handkerchief
6.	Hardeep	Woollen Cardigan
7.	Mandeep	Salwar Kameez

FC-3

131

7. ਤੁਸੀਂ ਕੁਝ ਚੀਜ਼ਾਂ ਅਤੇ ਉਹਨਾਂ ਦੀਆਂ ਕੀਮਤਾਂ ਦੇਖਦੇ ਹੋ।

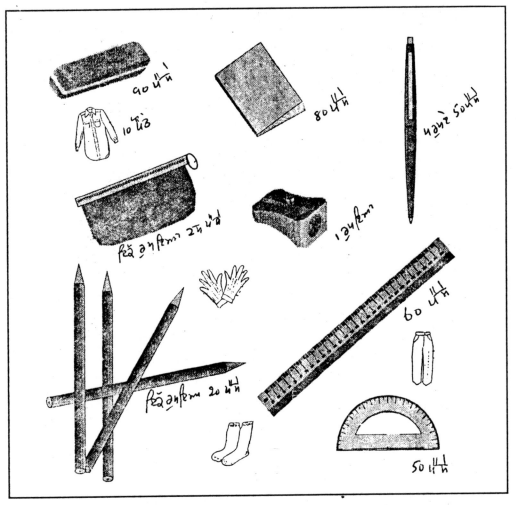

ਚੀਜ਼ਾਂ ਦੇ ਸਾਹਮਣੇ ਉਹਨਾਂ ਦੀਆਂ ਕੀਮਤਾਂ ਲਿਖੋ।

ਉਦਾਹਰਨ 1. ਰਬੜ.........90 ਪੈਸੇ...........   7. ਪੈਨਸਲ ਕੇਸ..........................

2. ਪੈੱਨ..............................   8. ਪੈਨਸਲਾਂ..............................

3. ਰੂਲਰ..............................   9. ਪੈਨਸਲਾਂ ਘੜਨ ਵਾਲਾ...........

4. ਲਿਖਣ ਵਾਲੀ ਕਾਪੀ...............   10. ਪ੍ਰੋਟੈਕਟਰ..........................

5. ਦਸਤਾਨੇ..........................   11. ਕਮੀਜ਼..............................

6. ਪੈਂਟ..............................   12. ਜੁਰਾਬਾਂ............................

FC-3

132

8. ਤੁਸੀਂ ਇੱਕ ਸਟੋਰ ਵਿੱਚ ਇਹ ਸਾਈਨ ਦੇਖਦੇ ਹੋ।

```
┌─────────────────────────────────────┐
│   ┌─────────────────────────────┐   │
│   │   1. ਪੀਣ ਵਾਲੀਆਂ ਚੀਜ਼ਾਂ        │   │
│   └─────────────────────────────┘   │
│   ┌─────────────────────────────┐   │
│   │   2. ਫਲ ਅਤੇ ਸਬਜ਼ੀਆਂ          │   │
│   └─────────────────────────────┘   │
│   ┌─────────────────────────────┐   │
│   │   3. ਫ਼ਾਰਮੇਸੀ ਅਤੇ ਦਵਾਈਆਂ      │   │
│   └─────────────────────────────┘   │
│   ┌─────────────────────────────┐   │
│   │   4. ਸਟੇਸ਼ਨਰੀ                │   │
│   └─────────────────────────────┘   │
└─────────────────────────────────────┘
```

1. ਤੁਸੀਂ ਟਮਾਟਰ ਖ਼ਰੀਦਣਾ ਚਾਹੁੰਦੇ ਹੋ।

   ਤੁਸੀਂ ਕਿਸ ਸੈਕਸ਼ਨ ਵਿੱਚ ਜਾਵੋਗੇ ?

   ਠੀਕ ਉੱਤਰ ਦਾ ਨੰਬਰ ਖ਼ਾਨੇ ਵਿੱਚ ਲਿਖੋ।   ☐

2. ਤੁਸੀਂ ਇੱਕ ਪੈੱਨ ਖ਼ਰੀਦਣਾ ਚਾਹੁੰਦੇ ਹੋ।

   ਤੁਸੀਂ ਕਿਸ ਸੈਕਸ਼ਨ ਵਿੱਚ ਜਾਵੋਗੇ ?

   ਠੀਕ ਉੱਤਰ ਦਾ ਨੰਬਰ ਖ਼ਾਨੇ ਵਿੱਚ ਲਿਖੋ।   ☐

3. ਤੁਸੀਂ ਸੰਤਰੇ ਦਾ ਰਸ ਖ਼ਰੀਦਣਾ ਚਾਹੁੰਦੇ ਹੋ।

   ਤੁਸੀਂ ਕਿਸ ਸੈਕਸ਼ਨ ਵਿੱਚ ਜਾਵੋਗੇ ?

   ਠੀਕ ਉੱਤਰ ਦਾ ਨੰਬਰ ਖ਼ਾਨੇ ਵਿੱਚ ਲਿਖੋ।   ☐

FC-3

133

9. ਤੁਸੀਂ ਆਪਣੇ ਮਿੱਤਰ ਦਾ ਇਹ ਨੋਟ ਪੜ੍ਹਦੇ ਹੋ।

> ਪਿਆਰੇ ਮਨਦੀਪ,
> ਇਸ ਸਾਲ ਮੈਂ ਆਪਣੇ ਪਿਤਾ ਜੀ ਨੂੰ ਇੱਕ ਕਮੀਜ਼ ਤੋਹਫ਼ੇ ਵਜੋਂ ਦੇਣਾ ਚਾਹੁੰਦਾ ਹਾਂ। ਉਹਨਾਂ ਦੇ ਗਲੇ ਦਾ ਸਾਈਜ਼ ਪੰਦਰਾਂ ਹੈ ਅਤੇ ਉਹ ਚਿੱਟਾ ਰੰਗ ਜ਼ਿਆਦੇ ਪਸੰਦ ਕਰਦੇ ਹਨ। ਕਮੀਜ਼ ਦਾ ਕਪੜਾ ਵਧੀਆ ਕੁਆਲਟੀ ਦਾ ਹੋਣਾ ਚਾਹੀਦਾ ਹੈ। ਕੀ ਤੁਸੀਂ ਮੈਨੂੰ ਦੱਸ ਸਕਦੇ ਹੋ ਕਿ ਵਧੀਆਂ ਕਮੀਜ਼ਾਂ ਕਿਸ ਦੁਕਾਨ ਤੋਂ ਮਿਲਦੀਆਂ ਹਨ?
> —ਅਰਬਿੰਦਰ

ਵਾਕਾਂ ਨੂੰ ਪੜ੍ਹੋ ਅਤੇ ਲਿਖੋ

ਠੀਕ ਠ

ਗ਼ਲਤ ਗ

ਪਤਾ ਨਹੀਂ ?

ਉਦਾਹਰਣ	1.	ਅਰਬਿੰਦਰ ਆਪਣੇ ਚਾਚਾ ਜੀ ਲਈ ਕਮੀਜ਼ ਖ਼ਰੀਦਣਾ ਚਾਹੁੰਦਾ ਹੈ।	ਗ
	2.	ਉਹ 15 ਸਾਈਜ਼ ਦੀ ਕਮੀਜ਼ ਖ਼ਰੀਦਣਾ ਚਾਹੁੰਦਾ ਹੈ।	
	3.	ਉਹ ਕਾਲੇ ਰੰਗ ਦੀ ਕਮੀਜ਼ ਖ਼ਰੀਦਣਾ ਚਾਹੁੰਦਾ ਹੈ।	
	4.	ਉਹ ਗਰਮ ਕਮੀਜ਼ ਖ਼ਰੀਦਣਾ ਚਾਹੁੰਦਾ ਹੈ।	
	5.	ਉਹ ਚਾਹੁੰਦਾ ਹੈ ਕਿ ਕਮੀਜ਼ ਸਸਤੀ ਹੋਵੇ।	
	6.	ਉਹ ਚਾਹੁੰਦਾ ਹੈ ਕਿ ਕਮੀਜ਼ ਦਾ ਕਪੜਾ ਚੰਗੀ ਕੁਆਲਟੀ ਦਾ ਹੋਵੇ।	

FC-3

10. ਤੁਸੀਂ ਆਪਣੀ ਸਹੇਲੀ ਦਾ ਇਹ ਨੋਟ ਪੜ੍ਹਦੇ ਹੋ।

> ਮੈਂ ਅਸਡਾ ਸਟੋਰ ਕੁਝ ਚੀਜ਼ਾਂ ਖ਼ਰੀਦਣ ਚੱਲੀ ਹਾਂ। ਮੈਂ ਤੇਰੀ ਉਡੀਕ ਕੀਤੀ ਸੀ, ਪਰ ਤੂੰ ਨਹੀਂ ਆਈ। ਮੈਂ ਚਾਹੁੰਦੀ ਹਾਂ ਕਿ ਅੱਜ ਅਸੀਂ ਦੁਪਹਿਰ ਦਾ ਖਾਣਾ ਅਸਡਾ ਸਟੋਰ ਵਿੱਚ ਹੀ ਖਾਈਏ। ਇਸ ਲਈ ਤੂੰ ਜਲਦੀ ਤੋਂ ਜਲਦੀ ਅਸਡਾ ਸਟੋਰ ਪਹੁੰਚ ਜਾਣਾ। ਇਹ ਸਟੋਰ ਕਾਵੈਂਟਰੀ ਤੋਂ ਲਿਸਟਰ ਜਾਣ ਵਾਲੀ ਸੜਕ 'ਤੇ ਹੈ ਅਤੇ ਵਾਲਸਗ੍ਰੇਵ ਹਸਪਤਾਲ ਦੇ ਲਾਗੇ ਹੈ।
> —ਮਨਜੀਤ

ਹੇਠ ਲਿਖੇ ਪ੍ਰਸ਼ਨਾਂ ਦੇ ਉੱਤਰ ਪੰਜਾਬੀ ਵਿੱਚ ਲਿਖੋ:

1. ਤੁਹਾਡੀ ਸਹੇਲੀ ਅਸਡਾ ਸਟੋਰ ਕਿਉਂ ਗਈ ਹੈ?

   ....

2. ਉਸ ਦਾ ਦੁਪਹਿਰ ਦੇ ਖਾਣੇ ਬਾਰੇ ਕੀ ਵਿਚਾਰ ਹੈ?

   ....

3. ਅਸਡਾ ਸਟੋਰ ਕਿੱਥੇ ਹੈ? ਦੋ ਗੱਲਾਂ ਲਿਖੋ।

   ....FC-3

11. ਤੁਸੀਂ ਅਮਨਦੀਪ, ਮਨਪ੍ਰੀਤ, ਸੁਖਦੇਵ ਅਤੇ ਸਰਬਦੀਪ ਦੀਆਂ ਚੀਜ਼ਾਂ ਖ਼ਰੀਦਨ ਦੀਆਂ ਲਿਸਟਾਂ ਪੜ੍ਹਦੇ ਹੋ।

1. ਅਮਨਦੀਪ
4 ਪੌਂਡ ਗਾਜਰਾਂ 2 ਦਰਜਨ ਅੰਡੇ 4 ਮੱਖਣ ਦੀਆਂ ਟਿੱਕੀਆਂ 2 ਪੌਂਡ ਸ਼ਲਗਮ 2 ਗੋਭੀ ਦੇ ਫੁਲ

2. ਮਨਪ੍ਰੀਤ
2 ਪੌਂਡ ਜਲੇਬੀਆਂ 1 ਪੌਂਡ ਬਰਫ਼ੀ 3 ਪੌਂਡ ਲੱਡੂ 10 ਗੁਲਾਬ ਜਾਮਨ

3. ਸੁਖਦੇਵ
20 ਸਮੋਸੇ 2 ਪੌਂਡ ਪਕੌੜੇ 1 ਪੌਂਡ ਦਾਲ ਸੇਵੀਆਂ

4. ਸਰਬਦੀਪ
2 ਦਰਜਨ ਕੇਲੇ 5 ਅੰਬ 2 ਪੌਂਡ ਸੇਬ 3 ਪੌਂਡ ਅੰਗੂਰ

1. ਮਿਠਿਆਈ ਕਿਸ ਨੇ ਖ਼ਰੀਦੀ ਹੈ ?
   ਠੀਕ ਉੱਤਰ ਦਾ ਨੰਬਰ ਖ਼ਾਨੇ ਵਿੱਚ ਲਿਖੋ। ☐

2. ਫੱਲ ਕਿਸ ਨੇ ਖ਼ਰੀਦੇ ?
   ਠੀਕ ਉੱਤਰ ਦਾ ਨੰਬਰ ਖ਼ਾਨੇ ਵਿੱਚ ਲਿਖੋ। ☐

3. ਨਮਕੀਨ ਚੀਜ਼ਾਂ ਕਿਸ ਨੇ ਖ਼ਰੀਦੀਆਂ ?
   ਠੀਕ ਉੱਤਰ ਦਾ ਨੰਬਰ ਖ਼ਾਨੇ ਵਿੱਚ ਲਿਖੋ। ☐

4. ਸਬਜ਼ੀਆਂ ਕਿਸ ਨੇ ਖ਼ਰੀਦੀਆਂ ?
   ਠੀਕ ਉੱਤਰ ਦਾ ਨੰਬਰ ਖ਼ਾਨੇ ਵਿੱਚ ਲਿਖੋ। ☐

FC-3

12. ਤੁਸੀਂ ਆਪਣੀ ਮਾਤਾ ਜੀ ਦਾ ਇਹ ਨੋਟ ਪੜ੍ਹਦੇ ਹੋ।

> ਪਿਆਰੀ ਮਨਜਿੰਦਰ,
>
> ਮੈਂ ਤੈਨੂੰ ਇਹ ਦੱਸਣਾ ਚਾਹੁੰਦੀ ਹਾਂ ਕਿ ਦੁਕਾਨ ਵਿੱਚ ਟਮਾਟਰ ਖ਼ਤਮ ਹੋ ਗਏ ਹਨ। ਕੋਈ ਸਬਜ਼ੀ ਵੀ ਤਾਜ਼ੀ ਨਹੀਂ ਹੈ। ਇਸ ਲਈ ਤੂੰ ਅੱਜ ਸਬਜ਼ੀ ਖ਼ਰੀਦਣ ਨਾ ਜਾਣਾ ਕਿਉਂਕਿ ਜਿਹੜੀ ਸਬਜ਼ੀ ਅਸੀਂ ਖ਼ਰੀਦਣਾ ਚਾਹੁੰਦੇ ਹਾਂ, ਉਹ ਦੁਕਾਨ ਵਿੱਚ ਨਹੀਂ ਹੈ।
>
> —ਤੇਰੀ ਮੰਮੀ

ਮਨਜਿੰਦਰ ਦੀ ਮੰਮੀ ਨੇ ਉਸ ਨੂੰ ਦੁਕਾਨ 'ਤੇ ਜਾਣ ਤੋਂ ਕਿਉਂ ਰੋਕਿਆ ਹੈ ? ਦੋ ਗੱਲਾਂ ਲਿਖੋ।

....F/H C-3

13. ਤੁਸੀਂ ਹਰਬਿੰਦਰ ਅਤੇ ਮਨਜੀਤ ਦੇ ਕਪੜਿਆਂ ਬਾਰੇ ਵਿਚਾਰ ਪੜ੍ਹਦੇ ਹੋ।

ਹਰਬਿੰਦਰ : ਮੈਂ ਸਲਵਾਰ ਕਮੀਜ਼ ਪਾਉਣਾ ਜ਼ਿਆਦਾ ਪਸੰਦ ਕਰਦੀ ਹਾਂ, ਕਿਉਂਕਿ ਇਹ ਸਾਡਾ ਪੰਜਾਬੀ ਪਹਿਰਾਵਾ ਹੈ ਅਤੇ ਇਸ ਨਾਲ ਸਰੀਰ ਨੂੰ ਆਰਾਮ ਰਹਿੰਦਾ ਹੈ। ਮੈਂ ਚਾਹੁੰਦੀ ਹਾਂ ਕਿ ਕੰਮ 'ਤੇ ਵੀ ਸਲਵਾਰ ਕਮੀਜ਼ ਪਾ ਕੇ ਹੀ ਜਾਵਾਂ। ਮੈਂ ਪੈਂਟ ਪਾਉਣਾ ਬਿਲਕੁਲ ਪਸੰਦ ਨਹੀਂ ਕਰਦੀ ਕਿਉਂਕਿ ਇਸ ਨਾਲ ਪੇਟ ਘੁੱਟਿਆ ਰਹਿੰਦਾ ਹੈ। ਪੰਜਾਬੀ ਕੱਪੜੇ ਅੰਗਰੇਜ਼ੀ ਕੱਪੜਿਆਂ ਨਾਲੋਂ ਸਸਤੇ ਵੀ ਹਨ। ਇਸ ਲਈ ਮੈਂ ਤਾਂ ਪੰਜਾਬੀ ਕੱਪੜੇ ਹੀ ਖ਼ਰੀਦਣਾ ਪਸੰਦ ਕਰਾਂਗੀ।

ਮਨਜੀਤ : ਮੇਰੇ ਖ਼ਿਆਲ ਵਿੱਚ ਘਰ ਵਿੱਚ ਸਲਵਾਰ ਕਮੀਜ਼ ਪਾਉਣਾ ਠੀਕ ਹੈ ਪਰ ਘਰ ਤੋਂ ਬਾਹਰ ਅੰਗਰੇਜ਼ੀ ਕੱਪੜੇ ਪਾਉਣੇ ਚਾਹੀਦੇ ਹਨ, ਕਿਉਂਕਿ ਅਸੀਂ ਇੰਗਲੈਂਡ ਵਿੱਚ ਰਹਿੰਦੇ ਹਾਂ ਅਤੇ ਸਾਨੂੰ ਇੱਥੋਂ ਦੇ ਰਿਵਾਜ ਅਨੁਸਾਰ ਹੀ ਕੱਪੜੇ ਪਾਉਣੇ ਚਾਹੀਦੇ ਹਨ। ਮੈਂ ਪੰਜਾਬੀ ਕੱਪੜੇ ਖ਼ਰੀਦਣਾ ਪਸੰਦ ਨਹੀਂ ਕਰਾਂਗੀ, ਕਿਉਂਕਿ ਜ਼ਿਆਦਾ ਤਰ ਮੈਂ ਅੰਗਰੇਜ਼ੀ ਕੱਪੜੇ ਹੀ ਪਹਿਨਦੀ ਹਾਂ।

1. ਪੰਜਾਬੀ ਕੱਪੜੇ ਪਾਉਣਾ ਕੌਣ ਪਸੰਦ ਕਰਦੀ ਹੈ ?

....

2. ਕਿਉਂ ? ਤਿੰਨ ਕਾਰਨ ਲਿਖੋ।

....

3. ਅੰਗਰੇਜ਼ੀ ਕੱਪੜੇ ਪਾਉਣਾ ਕੌਣ ਪਸੰਦ ਕਰਦੀ/ਕਰਦਾ ਹੈ ?

....

4. ਕਿਉਂ ? ਦੋ ਕਾਰਨ ਲਿਖੋ।

....

5. ਪੈਂਟ ਪਾਉਣਾ ਕੌਣ ਪਸੰਦ ਨਹੀਂ ਕਰਦੀ/ਕਰਦਾ ਹੈ ?

....

6. ਕਿਉਂ ?

....

7. ਮਨਜੀਤ ਪੰਜਾਬੀ ਕੱਪੜੇ ਕਿਉਂ ਖ਼ਰੀਦਣਾ ਪਸੰਦ ਨਹੀਂ ਕਰੇਗੀ ?

....F/H C-3

Higher

14. ਤੁਸੀਂ ਇਹ ਇਸ਼ਤਿਹਾਰ ਇੱਕ ਦੁਕਾਨ ਦੀ ਖਿੜਕੀ ਵਿੱਚ ਦੇਖਦੇ ਹੋ।

> ਜੁੱਤੀਆਂ ਦੀਆਂ ਕੀਮਤਾਂ ਵਿੱਚ ਭਾਰੀ ਕਟੌਤੀ।
> ਆਦਮੀਆਂ, ਇਸਤਰੀਆਂ ਅਤੇ ਬੱਚਿਆਂ ਦੀਆਂ ਜੁੱਤੀਆਂ ਦੀਆਂ ਕੀਮਤਾਂ ਅੱਧੀਆਂ।

ਇਹ ਇਸ਼ਤਿਹਾਰ ਕਿਸ ਬਾਰੇ ਹੈ ? ਦੋ ਗੱਲਾਂ ਲਿਖੋ।

....HC-3

15. ਤੁਸੀਂ ਕਪੜੇ ਧੋਣ ਵਾਲੀਆਂ ਮਸ਼ੀਨਾਂ ਬਾਰੇ ਇਹ ਇਸ਼ਤਿਹਾਰ ਪੜ੍ਹਦੇ ਹੋ।

> **ਮੰਡੇਰ ਸਟੋਰ, ਸੋਹੋ ਰੋਡ, ਬਰਮਿੰਘਮ**
> ਕਪੜੇ ਧੋਣ ਵਾਲੀਆਂ ਮਸ਼ੀਨਾਂ ਦੀਆਂ ਕੀਮਤਾਂ ਵਿੱਚ ਨਾ ਮੰਨਣ ਯੋਗ ਕਮੀ।
> ਅਸਲੀ ਕੀਮਤ £390.00
> ਘਟਾਈ ਹੋਈ ਕੀਮਤ £330.00
> £60.00 ਬਚਾਓ

ਲੋਕੀਂ ਇਸ ਦੁਕਾਨ ਤੋਂ ਕਪੜੇ ਧੋਣ ਵਾਲੀਆਂ ਮਸ਼ੀਨਾਂ ਖ਼ਰੀਦਣਾ ਕਿਉਂ ਪਸੰਦ ਕਰਨਗੇ ? ਦੋ ਗੱਲਾਂ ਲਿਖੋ।

....HC-3

16. ਤੁਸੀਂ ਇਹ ਇਸ਼ਤਿਹਾਰ ਪੰਜਾਬੀ ਅਖ਼ਬਾਰ ਵਿੱਚ ਪੜ੍ਹਦੇ ਹੋ।

ਭਾਰੀ ਸੇਲ

- **ਬ੍ਰਾਦਰ ਸਿਲਾਈ ਮਸ਼ੀਨ**

ਸਿਰਫ਼ 300 ਪੌਂਡ +
ਲੰਡਨ ਦੇ ਆਸ ਪਾਸ ਅਤੇ ਮਿਡਲਸੈਕਸ ਏਰੀਏ
ਵਿਚ ਮੁਫ਼ਤ ਡਲਿਵਰੀ ਕੀਤੀ ਜਾਵੇਗੀ।

- **ਟਿਓਟਾ ਪੈਟਰਨ ਮਸ਼ੀਨ**

(60 ਪੈਟਰਨ)
ਕੇਵਲ 99 ਪੌਂਡ ਵਿੱਚ
ਸਾਰੇ ਇੰਗਲੈਂਡ ਵਿੱਚ ਮੁਫ਼ਤ ਡਲਿਵਰੀ।

ਵਿਸ਼ੇਸ਼ ਡਿਸਕਾਊਂਟ

ਸਾਰੀ ਤਰ੍ਹਾਂ ਦੀਆਂ ਘਰੇਲੂ ਅਤੇ ਇੰਡਸਟਰੀਅਲ ਸਿਲਾਈ ਮਸ਼ੀਨਾਂ ਉੱਤੇ 30% ਡਿਸਟਕਾਊਂਟ ਦੇ ਰਹੇ ਹਾਂ। ਸਾਡੇ ਨਾਲੋਂ ਸਸਤੀਆਂ ਮਸ਼ੀਨਾਂ ਤੁਹਾਨੂੰ ਹੋਰ ਕਿਸੀ ਦੁਕਾਨ ਤੋਂ ਨਹੀਂ ਮਿਲਣਗੀਆਂ। ਪੂਰੀ ਜਾਣਕਾਰੀ ਲਈ ਫ਼ੋਨ ਕਰੋ। ਫ਼ੋਨ : 0181-57893256

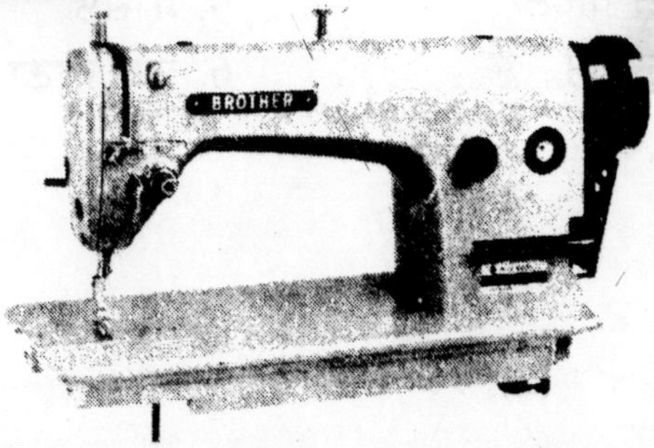

ਇਹ ਇਸ਼ਤਿਹਾਰ ਪੜ੍ਹ ਕੇ ਲੋਕੀਂ ਇਸ ਦੁਕਾਨ ਤੋਂ ਸਿਲਾਈ ਅਤੇ ਪੈਟਰਨ ਮਸ਼ੀਨਾਂ ਖ਼ਰੀਦਣਾ ਕਿਉਂ ਪਸੰਦ ਕਰਨਗੇ ? ਚਾਰ ਗੱਲਾਂ ਲਿਖੋ।

....

17. ਤੁਸੀਂ ਆਪਣੀ ਮਾਤਾ ਜੀ ਦਾ ਇਹ ਨੋਟ ਪੜ੍ਹਦੇ ਹੋ।

ਪਿਆਰੀ ਜਸਦੀਪ,

ਮੈਂ ਅੱਜ ਤੇਰੇ ਨਾਲ ☐ ਕਰਨ ਨਹੀਂ ਜਾ ਸਕਾਂਗੀ, ਕਿਉਂਕਿ ਅੱਜ ਮੈਂ ਕੰਮ ਤੋਂ ☐ ਨਾਲ ਆਉਣਾ ਹੈ। ਜੇ ਤੇਰੇ ਪਿਤਾ ਜੀ ☐ ਆ ਗਏ ਤਾਂ ਤੂੰ ਉਹਨਾਂ ਨੂੰ ਨਾਲ ਲੈ ਜਾਈਂ। ਜੇ ਉਹ ਵੀ ਨਾ ਆਏ ਤਾਂ ਤੂੰ ਇਕੱਲੀ ਹੀ ☐ ਅਤੇ ਆਪਣੀਆਂ ਚੀਜ਼ਾਂ ਖ਼ਰੀਦ ਲਿਆਉਣੀਆਂ। ਚੀਜ਼ਾਂ ਖ਼ਰੀਦਣ ਲਈ ਪੈਸੇ ਮੈਂ ਅਲਮਾਰੀ ਵਿੱਚ ਲਿਫ਼ਾਫ਼ੇ ਵਿੱਚ ਪਾ ਕੇ ਰੱਖੇ ਹਨ। ਤੂੰ ਟਾਊਨ ਨੂੰ ☐ ਵਿੱਚ ਚਲੇ ਜਾਣਾ। ਜੋ ☐ ਤੂੰ ਖ਼ਰੀਦਣੀਆਂ ਹਨ, ਉਹ ਤੈਨੂੰ ਦੋ ਸਟੋਰਾਂ ਤੋਂ ਮਿਲ ਜਾਣਗੀਆਂ। ਜੁੱਤੀਆਂ 'ਮਾਰਕਸ ਐਂਡ ਸਪੈਂਸਰ' ਸਟੋਰ ਦੀ ☐ ਮੰਜ਼ਿਲ 'ਤੇ ਹਨ ਅਤੇ ਤੇਰੇ ਸਕੂਲ ਦੀ ਵਰਦੀ 'ਸੀ ਐਂਡ ਏ' ਸਟੋਰ ਦੀ ਚੌਥੀ ☐ 'ਤੇ ਮਿਲ ਜਾਵੇਗੀ। ਇਹ ਦੋਨੋਂ ਸਟੋਰ ☐ ਨੂੰ ਨੌਂ ਵਜੇ ਖੁਲ੍ਹਦੇ ਹਨ ਅਤੇ ਸ਼ਾਮ ਨੂੰ ਛੇ ਵਜੇ ☐ ਹੁੰਦੇ ਹਨ। ਤੂੰ ਛੇ ਵਜੇ ਤੋਂ ਪਹਿਲਾਂ ਪਹਿਲਾਂ ☐ ਚੀਜ਼ਾਂ ਖ਼ਰੀਦ ਲਵੀਂ।

ਖ਼ਾਨਿਆਂ ਵਿੱਚ ਠੀਕ ਸ਼ਬਦਾਂ ਦਾ ਨੰਬਰ ਲਿਖੋ।

1. ਚੀਜ਼ਾਂ	4. ਸ਼ੌਪਿੰਗ	7. ਤੀਜੀ	10. ਸਵੇਰ
2. ਪਹਿਲਾਂ	5. ਮੰਜ਼ਿਲ	8. ਆਪਣੀਆਂ	11. ਬੰਦ
3. ਬਸ	6. ਚਲੇ ਜਾਣਾ	9. ਦੇਰ	

HC-3

18. You read this letter which your uncle wrote to the manager of Gill Store.

602, ਮਾਡਲ ਟਾਊਨ,
ਜਲੰਧਰ।
18 ਜਨਵਰੀ, 2000

ਸੇਵਾ ਵਿੱਚ

ਸ੍ਰੀਮਾਨ ਮੈਨੇਜਰ ਸਾਹਿਬ,
ਗਿੱਲ ਸਟੋਰ, ਜਲੰਧਰ।

ਸ੍ਰੀਮਾਨ ਜੀ,

ਮੈਂ ਤੁਹਾਡੇ ਸਟੋਰ ਤੋਂ ਪਿਛਲੇ ਬੁੱਧਵਾਰ ਦੋ ਕਮੀਜ਼ਾਂ ਆਪਣੇ ਲਈ ਅਤੇ ਇੱਕ ਸੀਤਾ ਸਿਲਾਇਆ ਪੰਜਾਬੀ ਸੂਟ (ਸਲਵਾਰ ਕਮੀਜ਼) ਆਪਣੀ ਬੇਟੀ ਲਈ ਖ਼ਰੀਦਿਆ ਸੀ। ਜਦੋਂ ਮੈਂ ਘਰ ਆ ਕੇ ਪੈਕਟ ਖੋਲ੍ਹ ਕੇ ਕਮੀਜ਼ਾਂ ਪਾ ਕੇ ਦੇਖੀਆਂ ਤਾਂ ਇੱਕ ਕਮੀਜ਼ ਤਾਂ ਠੀਕ ਸੀ ਪਰ ਦੂਜੀ ਕਮੀਜ਼ ਦੀ ਫਿਟਿੰਗ ਕਾਫ਼ੀ ਤੰਗ ਹੈ। ਬਟਨ ਬੰਦ ਕਰਨ ਨਾਲ ਕਾਲਰ ਗਲ ਨੂੰ ਕਾਫ਼ੀ ਘੁੱਟਦਾ ਹੈ ਅਤੇ ਮੋਢਿਆਂ ਤੋਂ ਵੀ ਬਹੁਤ ਤੰਗ ਹੈ। ਦੋਨਾਂ ਕਮੀਜ਼ਾਂ 'ਤੇ ਸਾਈਜ਼ ਭਾਵੇਂ 15½ ਲਿਖਿਆ ਹੋਇਆ ਹੈ, ਪਰ ਇੱਕ ਕਮੀਜ਼ ਦੂਜੀ ਨਾਲੋਂ ਕਾਫ਼ੀ ਤੰਗ ਹੈ।

ਬੇਟੀ ਦਾ ਸੂਟ ਵੀ ਠੀਕ ਨਹੀਂ ਨਿਕਲਿਆ। ਉਸ ਦੀ ਕਮੀਜ਼ ਤਾਂ ਠੀਕ ਹੈ ਪਰ ਸਲਵਾਰ ਦਾ ਕੱਪੜਾ ਕਈ ਥਾਂਵਾਂ ਤੋਂ ਕਾਫ਼ੀ ਫਿੱਕਾ ਫਿੱਕਾ ਲਗਦਾ ਹੈ। ਸਲਵਾਰ ਅਤੇ ਕਮੀਜ਼ ਵੱਖਰੀ ਵੱਖਰੀ ਕਿਸਮ ਦੇ ਕਪੜੇ ਦੇ ਬਣੇ ਲਗਦੇ ਹਨ। ਇਹ ਵੀ ਹੋ ਸਕਦਾ ਹੈ ਕਿ ਸਲਵਾਰ ਦਾ ਰੰਗ ਧੁੱਪ ਵਿੱਚ ਬਹੁਤਾ ਚਿਰ ਪਈ ਰਹਿਣ ਕਰਕੇ ਫਿੱਕਾ ਪੈ ਗਿਆ ਹੋਵੇ।

ਇਸ ਲਈ ਮੈਂ ਬੇਨਤੀ ਕਰਦਾ ਹਾਂ ਕਿ ਜਾਂ ਤਾਂ ਤੁਸੀਂ ਮੇਰੀ ਕਮੀਜ਼ ਅਤੇ ਬੇਟੀ ਦੀ ਸਲਵਾਰ ਬਦਲ ਦਿਓ ਜਾਂ ਫੇਰ ਸਾਰੀਆਂ ਚੀਜ਼ਾਂ ਵਾਪਸ ਲੈ ਕੇ ਸਾਡੇ ਪੈਸੇ ਮੋੜ ਦਿਓ।

ਕ੍ਰਿਪਾ ਕਰਕੇ ਉੱਤਰ ਜਲਦੀ ਦੇਣਾ।

ਆਪ ਜੀ ਦਾ ਦਾਸ,
ਅਮਰਜੀਤ ਸਿੰਘ

1. When and where did your uncle do the shopping?

    ....

2. What did he buy for himself and for his daughter?

    ....

3. Why was he not very happy with his shopping? Give three details.

    ....

4. Why did his daughter not like her shopping? Give two details.

    ....

5. Why did your uncle write this letter? Give two details.

    ....HC-3

C-4 Public services

Foundation

1. You read the table about the opening and closing times of the main post-office in Coventry.

ਵੱਡਾ ਡਾਕਖ਼ਾਨਾ 40 ਬਿਸ਼ਪ ਸਟਰੀਟ, ਕਾਵੈਂਟਰੀ						
	ਸੋਮਵਾਰ	ਮੰਗਲਵਾਰ	ਬੁੱਧਵਾਰ	ਵੀਰਵਾਰ	ਸ਼ੁੱਕਰਵਾਰ	ਸਨਿੱਚਰਵਾਰ
ਖੁਲ੍ਹਣ ਦਾ ਸਮਾਂ—	8.30	8.30	8.30	8.30	8.30	8.30
ਬੰਦ ਹੋਣ ਦਾ ਸਮਾਂ—	5.30	5.30	5.30	5.30	5.30	12.30

   1. What is the address of the post-office?
   ....

   2. When does it open each day?
   ....

   3. Which day of the week does it close early?
   ....FC-4

2. You read another table about the cost of sending letters and parcels from India to the U.K.

ਇੰਡੀਆ ਤੋਂ ਇੰਗਲੈਂਡ ਨੂੰ ਚਿੱਠੀਆਂ ਭੇਜਣ ਦਾ ਖ਼ਰਚਾ			
ਸਾਧਾਰਨ ਹਵਾਈ ਚਿੱਠੀ	ਰਜਿਸਟਰੀ ਵਾਲੀ ਚਿੱਠੀ	ਪੋਸਟ ਕਾਰਡ	ਪਾਰਸਲ
11.00 ਰੁਪਏ	26.00 ਰੁਪਏ	6.50 ਰੁਪਏ	210.00 ਰੁਪਏ ਪ੍ਰਤੀ ਕਿੱਲੋ

   1. How much does an ordinary air letter from India to England cost?
   ....

   2. How much does a registered letter cost?
   ....

   3. How much does a postcard cost?
   ....

   4. A tourist wants to send two ordinary letters, one registered letter and five postcards to England. How much will it cost him altogether?
   ....

   5. Another tourist wants to send four ordinary letters, ten postcards and one parcel of 2 Kg. to England. What will be the total cost?
   ....FC-4

141

3. You read the following signs for some public services in a bazar in Jalandhar.

1. ਇੱਥੇ ਜੁੱਤੀਆਂ ਦੀ ਮੁਰੰਮਤ ਕੀਤੀ ਜਾਂਦੀ ਹੈ।

2. ਇੱਥੇ ਕਪੜੇ ਡਰਾਈ ਕਲੀਨ ਕੀਤੇ ਜਾਂਦੇ ਹਨ।

3. ਇੱਥੇ ਕੈਮਰੇ ਠੀਕ ਕੀਤੇ ਜਾਂਦੇ ਹਨ।

4. ਇੱਥੇ ਕੱਪੜੇ ਸੀਤੇ ਜਾਂਦੇ ਹਨ।

5. ਪੋਸਟ ਕਾਰਡ ਅਤੇ ਡਾਕ ਟਿਕਟ ਇੱਥੇ ਮਿਲਦੇ ਹਨ।

1. You want to get your suit drycleaned. Which sign would you look for?
   Write the number of the correct answer in the box. ☐

2. You want to buy some postcards and stamps? Which sign would you look for?
   Write the number of the correct answer in the box. ☐

4. ਤੁਸੀਂ ਆਪਣੇ ਚਾਚੇ ਦੇ ਮੁੰਡੇ ਦਾ ਇਹ ਨੋਟ ਪੜ੍ਹਦੇ ਹੋ, ਜੋ ਇੰਡੀਆ ਤੋਂ ਇੰਗਲੈਂਡ ਛੁੱਟੀਆਂ ਕੱਟਣ ਆਇਆ ਹੋਇਆ ਹੈ।

> ਪਿਆਰੇ ਸੰਦੀਪ,
>
> ਮੈਂ ਇੰਡੀਆ ਨੂੰ ਕੁਝ ਚਿੱਠੀਆਂ ਅਤੇ ਪੋਸਟ ਕਾਰਡ ਭੇਜਣਾ ਚਾਹੁੰਦਾ ਹਾਂ। ਕੀ ਤੁਸੀਂ ਮੈਨੂੰ ਦੱਸ ਸਕਦੇ ਹੋ ਕਿ ਡਾਕਖ਼ਾਨਾ ਕਿੱਥੇ ਹੈ ? ਕੀ ਇੱਥੇ ਲਾਗੇ ਕੋਈ ਚਿੱਠੀਆਂ ਪਾਉਣ ਵਾਲਾ ਡੱਬਾ (ਲੈਟਰ ਬਕਸ) ਵੀ ਹੈ ? ਇੰਡੀਆ ਨੂੰ ਇੱਕ ਹਵਾਈ ਚਿੱਠੀ ਅਤੇ ਇੱਕ ਪੋਸਟ ਕਾਰਡ ਭੇਜਣ ਲਈ ਕਿੰਨੇ ਪੈਸੇ ਲਗਣਗੇ ? ਕੀ ਤੁਹਾਡੇ ਪਾਸ ਕੁਝ ਟਿਕਟਾਂ ਹਨ ? ਜੇ ਤੁਹਾਡੇ ਪਾਸ ਟਿਕਟਾਂ ਹਨ ਤਾਂ ਠੀਕ ਹੈ, ਨਹੀਂ ਤਾਂ ਮੈਂ ਡਾਕਖ਼ਾਨੇ ਤੋਂ ਖ਼ਰੀਦ ਲਵਾਂਗਾ। ਕੀ ਇੱਥੇ ਲਾਗੇ ਕੋਈ ਪਬਲਿਕ ਟੈਲੀਫ਼ੂਨ ਵੀ ਹੈ ਕਿਉਂਕਿ ਮੈਂ ਆਪਣੇ ਮਾਤਾ ਪਿਤਾ ਜੀ ਨਾਲ ਇੱਕ ਜ਼ਰੂਰੀ ਸਲਾਹ ਕਰਨੀ ਹੈ ? ਜੇ ਤੁਸੀਂ ਇਹਨਾਂ ਪ੍ਰਸ਼ਨਾਂ ਦਾ ਉੱਤਰ ਲਿਖ ਕੇ ਘਰ ਛੱਡ ਦਿਓ ਤਾਂ ਚੰਗਾ ਹੈ ਕਿਉਂਕਿ ਮੈਂ ਤੁਹਾਨੂੰ ਦੋ ਤਿੰਨ ਦਿਨ ਨਹੀਂ ਮਿਲ ਸਕਾਂਗਾ।
>
> ਸੰਦੀਸ਼

ਤੁਹਾਡੇ ਚਾਚੇ ਦੇ ਮੁੰਡੇ ਨੇ ਇਹ ਨੋਟ ਕਿਉਂ ਲਿਖਿਆ ਹੈ ਅਤੇ ਇਸ ਵਿੱਚ ਤੁਹਾਨੂੰ ਕੀ ਪੁੱਛਿਆ ਹੈ ? ਪੰਜ ਗੱਲਾਂ ਲਿਖੋ।

....FC-4

5. ਤੁਸੀਂ ਅਖ਼ਬਾਰ ਵਿੱਚ ਗੁੰਮ ਚੀਜ਼ਾਂ ਬਾਰੇ ਪੜ੍ਹਦੇ ਹੋ।

ਹੈਂਡ ਬੈਗ ਗੁੰਮ, ਪਿਛਲੇ ਸੋਮਵਾਰ ਕੋਈ ਦੋ ਕੁ ਵਜੇ, ਵਾਲਸਾਲ ਸਿਟੀ ਸੈਂਟਰ ਵਿੱਚ, ਦੱਸਣ ਵਾਲੇ ਨੂੰ ਵੀਹ ਪੌਂਡ ਇਨਾਮ, ਪੁਲਿਸ ਨੂੰ ਦੱਸ ਦਿੱਤਾ ਗਿਆ ਹੈ। ਟੈਲੀਫ਼ੂਨ : 2138569

1. ਹੈਂਡ ਬੈਗ ਕਦੋਂ ਗੁੰਮ ਹੋਇਆ ?

1.	ਪਿਛਲੇ ਐਤਵਾਰ ਇੱਕ ਵਜੇ।
2.	ਪਿਛਲੇ ਸਨਿੱਚਰਵਾਰ ਤਿੰਨ ਵਜੇ।
3.	ਪਿਛਲੇ ਸੋਮਵਾਰ ਦੋ ਵਜੇ।
4.	ਪਿਛਲੇ ਮੰਗਲਵਾਰ।

ਠੀਕ ਉੱਤਰ ਦਾ ਨੰਬਰ ਖ਼ਾਨੇ ਵਿੱਚ ਲਿਖੋ। ☐

2. ਹੈਂਡ ਬੈਗ ਕਿੱਥੇ ਗੁੰਮ ਹੋਇਆ ?

1.	ਬਰਮਿੰਘਮ
2.	ਕਾਵੈਂਟਰੀ
3.	ਲੰਡਨ
4.	ਵਾਲਸਾਲ

ਠੀਕ ਉੱਤਰ ਦਾ ਨੰਬਰ ਖ਼ਾਨੇ ਵਿੱਚ ਲਿਖੋ। ☐

3. ਦੱਸਣ ਵਾਲੇ ਨੂੰ ਕੀ ਮਿਲੇਗਾ ?

1.	50 ਪੌਂਡ
2.	40 ਪੌਂਡ
3.	20 ਪੌਂਡ
4.	15 ਪੌਂਡ

ਠੀਕ ਉੱਤਰ ਦਾ ਨੰਬਰ ਖ਼ਾਨੇ ਵਿੱਚ ਲਿਖੋ। ☐

4. ਹੈਂਡ ਬੈਗ ਦੇ ਗੁੰਮ ਹੋਣ ਬਾਰੇ ਕਿਸ ਨੂੰ ਦੱਸਿਆ ਗਿਆ ਹੈ ?

1.	ਹਸਪਤਾਲ
2.	ਪੁਲੀਸ
3.	ਕੌਂਸਲ
4.	ਮਿਲਟਰੀ

ਠੀਕ ਉੱਤਰ ਦਾ ਨੰਬਰ ਖ਼ਾਨੇ ਵਿੱਚ ਲਿਖੋ। ☐

6. ਪਾਸਪੋਰਟ ਗੁੰਮ, ਮੰਗਲਵਾਰ, ਬਰਮਿੰਘਮ ਤੋਂ ਲੀਡਜ਼ ਜਾਣ ਵਾਲੀ ਗੱਡੀ ਵਿੱਚ, ਸਵੇਰੇ 10 ਵਜੇ, ਇਨਾਮ ਪੰਦਰਾਂ ਪੌਂਡ। ਟੈਲੀਫ਼ੋਨ : 43285.

1. ਕੀ ਗੁੰਮ ਹੋ ਗਿਆ ?

1.	ਹੈਂਡ ਬੈਗ
2.	ਪਰਸ
3.	ਕੈਮਰਾ
4.	ਪਾਸਪੋਰਟ

ਠੀਕ ਉੱਤਰ ਦਾ ਨੰਬਰ ਖ਼ਾਨੇ ਵਿੱਚ ਲਿਖੋ। ☐

2. ਕਦੋਂ ਗੁੰਮ ਹੋਇਆ ?

1.	ਮੰਗਲਵਾਰ ਸਵੇਰੇ 5 ਵਜੇ
2.	ਸੋਮਵਾਰ ਸਵੇਰੇ 10 ਵਜੇ
3.	ਐਤਵਾਰ ਸਵੇਰੇ 4 ਵਜੇ
4.	ਮੰਗਲਵਾਰ ਸਵੇਰੇ 10 ਵਜੇ

ਠੀਕ ਉੱਤਰ ਦਾ ਨੰਬਰ ਖ਼ਾਨੇ ਵਿੱਚ ਲਿਖੋ। ☐

3. ਕਿੱਥੇ ਗੁੰਮ ਹੋਇਆ ?

1.	ਟਰੇਨ ਵਿੱਚ
2.	ਬੱਸ ਵਿੱਚ
3.	ਹਵਾਈ ਜਹਾਜ਼ ਵਿੱਚ
4.	ਟਾਊਨ ਵਿੱਚ

ਠੀਕ ਉੱਤਰ ਦਾ ਨੰਬਰ ਖ਼ਾਨੇ ਵਿੱਚ ਲਿਖੋ। ☐

FC-4

7. ਗਰੁੱਪ ਏ ਦੇ ਵਾਕਾਂ ਨਾਲ ਗਰੁੱਪ ਬੀ ਦੇ ਵਾਕਾਂ ਨੂੰ ਮਿਲਾਓ।

ਗਰੁੱਪ ਏ

1. ਕੱਲ ਰਣਜੀਤ ਡਾਕਖ਼ਾਨੇ ਗਈ।
2. ਅਗਲੀ ਡਾਕ ਦੋ ਵਜੇ ਜਾਏਗੀ।
3. ਅੱਜ ਡਾਕੀਆ ਦੇਰ ਨਾਲ ਆਇਆ।
4. ਡਾਕੀਏ ਦੀ ਨੌਕਰੀ ਬਹੁਤ ਔਖੀ ਹੁੰਦੀ ਹੈ।
5. ਰਣਜੀਤ ਡਾਕਖ਼ਾਨੇ ਵਿੱਚ ਕਾਊਂਟਰ 'ਤੇ ਬੈਠਦਾ ਹੈ।

ਗਰੁੱਪ ਬੀ

1. ਚਿੱਠੀਆਂ ਦੋ ਵਜੇ ਤੋਂ ਪਹਿਲਾਂ ਪੋਸਟ ਕਰ ਦੇਣਾ।
2. ਉੱਥੇ ਉਸ ਨੇ ਕੁਝ ਡਾਕ ਟਿਕਟਾਂ ਖ਼ਰੀਦੀਆਂ।
3. ਸਾਡੀਆਂ ਚਿੱਠੀਆਂ ਵੀ ਦੇਰ ਨਾਲ ਪਹੁੰਚੀਆਂ।
4. ਉਸਨੂੰ ਮੀਂਹ ਅਤੇ ਸਨੋਅ ਵਿੱਚ ਵੀ ਚਿੱਠੀਆਂ ਵੰਡਣੀਆਂ ਪੈਂਦੀਆਂ ਹਨ।
5. ਉਹ ਲੋਕਾਂ ਨੂੰ ਲਿਫ਼ਾਫ਼ੇ, ਟਿਕਟ ਤੇ ਪੈਨਸ਼ਨਾਂ ਦਿੰਦਾ ਹੈ।

ਉਦਾਹਰਨ: ਕੱਲ ਰਣਜੀਤ ਡਾਕਖ਼ਾਨੇ ਗਈ। ਉੱਥੇ ਉਸ ਨੇ ਕੁਝ ਡਾਕ ਟਿਕਟਾਂ ਖ਼ਰੀਦੀਆਂ।

F/H C-4

8. ਤੁਸੀਂ ਗੁਰਪਾਲ ਅਤੇ ਅਮਨਦੀਪ ਦੀਆਂ ਛੁੱਟੀਆਂ ਬਾਰੇ ਪੜ੍ਹਦੇ ਹੋ।

ਗੁਰਪਾਲ ਆਪਣੀ ਭੈਣ ਅਮਨਦੀਪ ਨਾਲ ਗਰਮੀਆਂ ਦੀਆਂ ਛੁੱਟੀਆਂ ਵਿੱਚ ਇੰਡੀਆ ਗਿਆ। ਇੰਗਲੈਂਡ ਤੋਂ ਉਹ ਦੋ ਸੌ ਪੌਂਡ ਦੇ ਟਰੈਵਲਰਜ਼ ਚੈੱਕ ਅਤੇ ਇੱਕ ਸੌ ਪੰਜਾਹ ਪੌਂਡ ਦੇ ਨੋਟ ਲੈ ਕੇ ਗਏ ਸੀ। ਇੰਡੀਆ ਵਿੱਚ ਉਹਨਾਂ ਨੇ ਪੌਂਡ ਰੁਪਇਆਂ ਵਿੱਚ ਬਦਲਣੇ ਸੀ। ਇਸ ਲਈ ਉਹ ਇੱਕ ਬੈਂਕ ਵਿੱਚ ਗਏ। ਇਸ ਬੈਂਕ ਦਾ ਨਾਂ ਸਟੇਟ ਬੈਂਕ ਆਫ਼ ਇੰਡੀਆ ਸੀ। ਸਭ ਤੋਂ ਪਹਿਲਾਂ ਉਹਨਾਂ ਨੇ ਪੌਂਡ ਦਾ ਭਾਅ (ਰੇਟ) ਪੁੱਛਿਆ। ਬੈਂਕ ਦੇ ਕਲਰਕ ਨੇ ਦੱਸਿਆ ਕਿ ਅੱਜ ਦਾ ਪੌਂਡ ਦਾ ਰੇਟ ਸੱਤਰ ਰੁਪਏ ਹੈ। ਗੁਰਪਾਲ ਨੇ ਤੀਹ ਪੌਂਡਾਂ ਦੇ ਰੁਪਏ ਲੈਣ ਵਾਸਤੇ ਕਿਹਾ। ਕਲਰਕ ਨੇ ਗੁਰਪਾਲ ਨੂੰ ਆਪਣਾ ਪਾਸਪੋਰਟ ਦਿਖਾਲਣ ਵਾਸਤੇ ਕਿਹਾ। ਗੁਰਪਾਲ ਨੇ ਪਾਸਪੋਰਟ ਦਿਖਾਇਆ ਅਤੇ ਬੈਂਕ ਕਲਰਕ ਨੇ ਤੀਹ ਪੌਂਡਾਂ ਦੇ ਇੱਕ ਪੌਂਡ ਦੇ ਸੱਤਰ ਰੁਪਏ ਦੇ ਹਿਸਾਬ ਨਾਲ ਇੱਕੀ ਸੌ ਰੁਪਏ ਦੇ ਦਿੱਤੇ।

ਵਾਕਾਂ ਨੂੰ ਪੜ੍ਹੋ ਅਤੇ ਲਿਖੋ

ਠੀਕ ਠ
ਗ਼ਲਤ ਗ
ਪਤਾ ਨਹੀਂ ?

ਉਦਾਹਰਣ	1.	ਗੁਰਪਾਲ ਦੀ ਭੈਣ ਦਾ ਨਾਂ ਅਮਨਦੀਪ ਹੈ।	ਠ
	2.	ਉਹ ਗਰਮੀ ਦੀਆਂ ਛੁੱਟੀਆਂ ਵਿੱਚ ਕੈਨੇਡਾ ਗਏ।	
	3.	ਗੁਰਪਾਲ ਦਾ ਇੱਕ ਭਰਾ ਹੈ।	
	4.	ਉਹ ਕੁਲ ਤਿੰਨ ਸੌ ਪੌਂਡ ਆਪਣੇ ਨਾਲ ਲੈ ਕੇ ਗਏ ਸਨ।	
	5.	ਉਹ ਆਪਣੇ ਪੈਸੇ ਬਦਲਣ ਲਈ ਇੱਕ ਡਾਕਖ਼ਾਨੇ ਵਿੱਚ ਗਏ।	
	6.	ਉਹ ਬੈਂਕ ਦੇ ਮੈਨੇਜਰ ਨੂੰ ਮਿਲੇ।	
	7.	ਉਹਨਾਂ ਨੇ 30 ਪੌਂਡਾਂ ਦੇ ਰੁਪਏ ਲੈਣੇ ਸੀ।	
	8.	ਇਕ ਪੌਂਡ ਦਾ ਭਾਅ ਪੰਜਾਹ ਰੁਪਏ ਸੀ।	
	9.	ਗੁਰਪਾਲ ਨੂੰ ਪੈਸੇ ਲੈਣ ਲਈ ਆਪਣਾ ਪਾਸਪੋਰਟ ਦਿਖਾਲਣਾ ਪਿਆ।	
	10.	ਉਹਨਾਂ ਨੂੰ ਕੁਲ ਦੋ ਹਜ਼ਾਰ ਇੱਕ ਸੌ ਰੁਪਏ ਮਿਲੇ।	

F/H C-4

Higher

9. ਤੁਸੀਂ ਬਲਜੀਤ ਦੀ ਇੱਕ ਰੀਪੋਰਟ ਦਾ ਕੁਝ ਹਿੱਸਾ ਪੜ੍ਹਦੇ ਹੋ, ਜੋ ਉਸ ਨੇ ਪੁਲੀਸ ਨੂੰ ਦਿੱਤੀ ਹੈ।

> ਅੱਜ ਮੈਂ ਬਾਜ਼ਾਰ ਵਿੱਚ ਕੁਝ ਚੀਜ਼ਾਂ ਖ਼ਰੀਦਣ ਗਈ ਸੀ ਅਤੇ ਆਪਣੀ ਕਾਰ ਕਾਰ-ਪਾਰਕ ਵਿੱਚ ਖੜ੍ਹੀ ਕੀਤੀ ਸੀ। ਜਦੋਂ ਮੈਂ ਵਾਪਸ ਆਈ ਤਾਂ ਦੇਖਿਆ ਕਿ ਕਾਰ ਦਾ ਖੱਬੇ ਪਾਸੇ ਦਾ ਸ਼ੀਸ਼ਾ ਟੁੱਟਿਆ ਹੋਇਆ ਸੀ ਅਤੇ ਕਾਰ ਵਿਚੋਂ ਸਟੀਰੀਓ ਅਤੇ ਮੇਰਾ ਬੈਗ ਗੁੰਮ ਸੀ। ਬੈਗ ਵਿੱਚ ਮੇਰੇ ਕਈ ਜ਼ਰੂਰੀ ਕਾਗ਼ਜ਼ ਸਨ।
>
> ਬਲਜੀਤ

1. ਬਲਜੀਤ ਅੱਜ ਕਿੱਥੇ ਅਤੇ ਕਿਉਂ ਗਈ ਸੀ ?

   ....

2. ਬਲਜੀਤ ਨੂੰ ਕੀ ਨੁਕਸਾਨ ਹੋਇਆ ? ਤਿੰਨ ਗੱਲਾਂ ਲਿਖੋ।

   ....

3. ਬਲਜੀਤ ਨੂੰ ਇਹ ਨੁਕਸਾਨ ਕਿਸ ਤਰ੍ਹਾਂ ਹੋਇਆ।

   ....HC-4

10. ਤੁਸੀਂ ਅਖ਼ਬਾਰ ਵਿੱਚ ਮਿਸਟਰ ਹਰਜੀਤ ਸਿੰਘ ਗਿੱਲ ਨਾਲ ਇੱਕ ਇੰਟਰਵਿਊ ਰੀਪੋਰਟ ਪੜ੍ਹਦੇ ਹੋ। ਖ਼ਾਨਿਆਂ ਵਿੱਚ ਠੀਕ ਸ਼ਬਦ ਦਾ ਨੰਬਰ ਲਿਖੋ।

> ਅੱਜ ਸ਼ਾਮ ਦੇ ਕੋਈ ਛੇ ਕੁ ਵਜੇ ਮੈਂ ☐ ਕਰਨ ਲਈ ਜਾ ਰਿਹਾ ਸੀ। ਰਸਤੇ ਵਿੱਚ ਮੈਂ ਦੇਖਿਆ ਕਿ ਦੋ ਮੁੰਡੇ ਇੱਕ ਸਿਆਣੀ ☐ ਨੂੰ ਘੇਰੀ ਖੜ੍ਹੇ ਸਨ। ਮੈਨੂੰ ਦੇਖ ਕੇ ਉਹ ਝਟ ਇਸਤਰੀ ਦਾ ☐ ਖੋਹ ਕੇ ਦੌੜ ਗਏ। ਜੇ ਮੈਨੂੰ ਉਹ ਨਾ ਦੇਖਦੇ ਤਾਂ ਸ਼ਾਇਦ ਉਸ ਇਸਤਰੀ ਦੀ ਕੁਟ ਮਾਰ ਵੀ ਕਰਦੇ। ਇੱਕ ਮੁੰਡਾ ਕਾਫ਼ੀ ☐ ਸੀ, ਜਿਸ ਦਾ ਕੱਦ ਕੋਈ ਛੇ ਫ਼ੁਟ ਹੋਵੇਗਾ। ਦੂਜਾ ☐ ਦਾ ਕਦ ਕੋਈ 5 ਫ਼ੁਟ 6 ਇੰਚ ਹੋਵੇਗਾ। ਦੋਨਾਂ ਮੁੰਡਿਆਂ ਨੇ ☐ ਦੀਆਂ ਸਲੇਟੀ ਰੰਗ ਦੀਆਂ ☐ ਪਾਈਆਂ ਹੋਈਆਂ ਸੀ। ਇੱਕ ਮੁੰਡੇ ਨੇ ਕਾਲੇ ਰੰਗ ਦੀ ਕੋਟੀ ਅਤੇ ਦੂਜੇ ਨੇ ☐ ਰੰਗ ਦਾ ਕੋਟ ਪਾਇਆ ਹੋਇਆ ਸੀ। ਦੋਨਾਂ ਨੇ ਚਿੱਟੇ ਰੰਗ ਦੇ ☐ ਪਾਏ ਹੋਏ ਸਨ। ਉਹ ਇਸਤਰੀ ਕਾਫ਼ੀ ☐ ਹੋਈ ਸੀ। ਉਸ ਨੇ ਮੈਨੂੰ ਦੱਸਿਆ ਕਿ ਉਸ ਦੇ ਪਰਸ ਵਿੱਚ ☐ ਰੁਪਏ ਸਨ ਅਤੇ ਕਈ ਕਾਰਡ ਸਨ।

1. ਟਰੇਨਰ	4. ਸੈਰ	7. ਪਰਸ	10. ਨੀਲੇ
2. ਲੰਬਾ	5. ਡਰੀ	8. ਜੀਨ	11. ਮੁੰਡੇ
3. ਪੰਜ ਸੌ	6. ਪੈਂਟਾਂ	9. ਇਸਤਰੀ	

HC-3

11. ਤੁਸੀਂ ਆਪਣੀ ਸਹੇਲੀ ਦੀ ਇੱਕ ਚਿੱਠੀ ਪੜ੍ਹਦੇ ਹੋ, ਜੋ ਉਸ ਨੇ ਆਪਣੇ ਬਰੀਫ਼ ਕੇਸ ਦੇ ਗੁੰਮ ਹੋਣ ਬਾਰੇ ਲਿਖੀ ਹੈ।

43, ਮਾਡਲ ਟਾਊਨ,
ਜਲੰਧਰ।
18 ਜਨਵਰੀ, 2000

ਸੇਵਾ ਵਿੱਚ

ਪੁਲੀਸ ਅਫ਼ਸਰ ਸਾਹਿਬ,
ਜਲੰਧਰ।

ਸ੍ਰੀਮਾਨ ਜੀ,

ਮੈਂ ਕੱਲ੍ਹ 17 ਜਨਵਰੀ ਨੂੰ ਦਿੱਲੀ ਤੋਂ ਜਲੰਧਰ ਨੂੰ ਸ਼ਤਾਬਦੀ ਗੱਡੀ ਵਿੱਚ ਸਫ਼ਰ ਕਰ ਰਹੀ ਸੀ। ਮੈਂ ਸ਼ਾਮ ਦੇ ਸਾਢੇ ਚਾਰ ਵਜੇ ਦਿੱਲੀ ਤੋਂ ਗੱਡੀ ਫੜੀ ਸੀ, ਜੋ ਜਲੰਧਰ ਰਾਤ ਦੇ ਨੌਂ ਵਜੇ ਪਹੁੰਚੀ ਸੀ। ਜਦੋਂ ਮੈਂ ਜਲੰਧਰ ਗੱਡੀ ਤੋਂ ਉਤਰਨ ਲੱਗੀ ਤਾਂ ਦੇਖਿਆ ਕਿ ਮੇਰਾ ਬਰੀਫ਼ ਕੇਸ ਨਹੀਂ ਸੀ। ਮੈਨੂੰ ਪੂਰੀ ਤਰ੍ਹਾਂ ਯਾਦ ਹੈ ਕਿ ਜਦੋਂ ਮੈਂ ਦਿੱਲੀ ਗੱਡੀ 'ਤੇ ਚੜ੍ਹੀ ਸੀ ਤਾਂ ਬਰੀਫ਼ ਕੇਸ ਮੇਰੇ ਕੋਲ ਸੀ ਅਤੇ ਮੈਂ ਆਪ ਗੱਡੀ ਵਿੱਚ ਸਾਮਾਨ ਰੱਖਣ ਵਾਲੇ ਫੱਟੇ ਉੱਤੇ ਰੱਖਿਆ ਸੀ। ਪਰ ਜਦੋਂ ਮੈਂ ਜਲੰਧਰ ਪਹੁੰਚ ਕੇ ਗੱਡੀ ਤੋਂ ਉਤਰਨ ਲੱਗੀ ਨੇ ਦੇਖਿਆ ਤਾਂ ਬਰੀਫ਼ ਕੇਸ ਫੱਟੇ 'ਤੇ ਨਹੀਂ ਸੀ। ਇਹ ਦੇਖ ਕੇ ਮੈਨੂੰ ਬਹੁਤ ਹੈਰਾਨੀ ਹੋਈ ਅਤੇ ਫ਼ਿਕਰ ਵੀ ਲੱਗਾ ਹੋਇਆ ਹੈ, ਕਿਉਂਕਿ ਬਰੀਫ਼ ਕੇਸ ਵਿੱਚ ਮੇਰੀਆਂ ਬਹੁਤ ਜ਼ਰੂਰੀ ਚੀਜ਼ਾਂ ਹਨ।

ਗੱਡੀ ਰਸਤੇ ਵਿੱਚ ਸਿਰਫ਼ ਲੁਧਿਆਣੇ ਖੜ੍ਹੀ ਸੀ। ਹੋ ਸਕਦਾ ਹੈ ਕਿ ਲੁਧਿਆਣੇ ਉਤਰਨ ਵਾਲੀ ਕੋਈ ਸਵਾਰੀ ਗ਼ਲਤੀ ਨਾਲ ਮੇਰਾ ਬਰੀਫ਼ ਕੇਸ ਲੈ ਗਈ ਹੋਵੇ। ਬਰੀਫ਼ ਕੇਸ ਸਫਾਰੀ ਕੰਪਨੀ ਦਾ ਬਣਿਆ ਹੋਇਆ ਸੀ। ਇਹ 16 ਇੰਚ ਲੰਬਾ ਅਤੇ 12 ਇੰਚ ਚੌੜਾ ਸੀ। ਇਹ ਕਾਲੇ ਰੰਗ ਦਾ ਸੀ ਅਤੇ ਇਸ 'ਤੇ Y037297 ਨੰਬਰ ਲਿਖਿਆ ਹੋਇਆ ਸੀ। ਬਰੀਫ਼ ਕੇਸ ਦੇ ਮੋਹਰਲੇ ਪਾਸੇ ਮੇਰਾ ਨਾਮ ਵੀ ਲਿਖਿਆ ਹੋਇਆ ਸੀ।

ਬਰੀਫ਼ ਕੇਸ ਵਿੱਚ ਮੇਰਾ ਪਾਸਪੋਰਟ, ਚੈਕਬੁੱਕ, ਇੱਕ ਪਾਰਕਰ ਪੈਨ ਅਤੇ ਕਈ ਹੋਰ ਜ਼ਰੂਰੀ ਕਾਗਜ਼ ਹਨ। ਮੈਨੂੰ ਇਹ ਸਾਰੀਆਂ ਚੀਜ਼ਾਂ ਬਹੁਤ ਜ਼ਰੂਰੀ ਚਾਹੀਦੀਆਂ ਹਨ। ਮੈਂ ਆਪ ਜੀ ਦੀ ਅਤਿ ਧੰਨਵਾਦੀ ਹੋਵਾਂਗੀ, ਜੇ ਤੁਸੀਂ ਮੇਰਾ ਬਰੀਫ਼ ਕੇਸ ਜਲਦੀ ਤੋਂ ਜਲਦੀ ਲੱਭ ਦਿਓ।

ਆਪ ਜੀ ਦਾ ਸ਼ੁਭ ਚਿੰਤਕ,
ਅਮਰਜੀਤ ਕੌਰ

ਹੇਠ ਲਿਖੇ ਪ੍ਰਸ਼ਨਾਂ ਦੇ ਉੱਤਰ ਪੰਜਾਬੀ ਵਿੱਚ ਲਿਖੋ :

1. ਅਮਰਜੀਤ ਨੇ ਇਹ ਚਿੱਠੀ ਕਦੋਂ ਅਤੇ ਕਿਸ ਨੂੰ ਲਿਖੀ ਹੈ ?

   ....

2. ਅਮਰਜੀਤ ਦਿੱਲੀ ਤੋਂ ਕਦੋਂ ਅਤੇ ਕਿਸ ਤਰ੍ਹਾਂ ਆਈ ?

   ....

3. ਉਸ ਨੂੰ ਕਦੋਂ ਅਤੇ ਕਿਸ ਤਰ੍ਹਾਂ ਪਤਾ ਲੱਗਿਆ ਕਿ ਉਸ ਦਾ ਬਰੀਫ਼ ਕੇਸ ਗੁੰਮ ਹੈ ?

   ....

4. ਅਮਰਜੀਤ ਨੂੰ ਕਿਉਂ ਯਕੀਨ ਹੈ ਕਿ ਦਿੱਲੀ ਗੱਡੀ ਚੜ੍ਹਨ ਵੇਲੇ ਬਰੀਫ਼ ਕੇਸ ਉਸ ਦੇ ਕੋਲ ਸੀ ?

   ....

5. ਅਮਰਜੀਤ ਦੇ ਖ਼ਿਆਲ ਵਿੱਚ ਬਰੀਫ਼-ਕੇਸ ਕਿੱਥੇ ਗੁੰਮ ਹੋਇਆ ਹੋਵੇਗਾ ਅਤੇ ਕਿਉਂ ?

   ....

6. ਬਰੀਫ਼ ਕੇਸ ਕਿਸ ਤਰ੍ਹਾਂ ਦਾ ਸੀ ? ਪੰਜ ਗੱਲਾਂ ਲਿਖੋ।

   ....

7. ਅਮਰਜੀਤ ਲਈ ਆਪਣਾ ਬਰੀਫ਼ ਕੇਸ ਲੱਭਣਾ ਕਿਉਂ ਜ਼ਰੂਰੀ ਹੈ ? ਚਾਰ ਕਾਰਣ ਲਿਖੋ।

   ....HC-5

12. ਤੁਸੀਂ ਕਾਰਾਂ ਦੀ ਮੁਰੰਮਤ ਬਾਰੇ ਇੱਕ ਇਸ਼ਤਿਹਾਰ ਪੜ੍ਹਦੇ ਹੋ।

ਆਪਣੀ ਕਾਰ ਮੁਰੰਮਤ ਲਈ ਲਿਆਓ,
ਸਾਡੀ ਕਾਰ ਵਰਤੋਂ ਲਈ ਲੈ ਜਾਓ

ਨਾ ਬੱਸ ਫੜਨ ਦੀ ਲੋੜ ਨਾ ਤੁਰਨ ਦੀ ਤੇ
ਨਾ ਹੀ ਆਪਣਾ ਕੰਮ ਗਵਾਉਣ ਦੀ

ਸਾਡੇ ਕੋਲ ਕਾਰਾਂ ਅਤੇ ਵੈਨਾਂ ਦੀ ਹਰ ਕਿਸਮ ਦੀ ਮੁਰੰਮਤ ਤੋਂ ਲੈ ਕੇ ਬੌਡੀ ਵਰਕ ਤੱਕ, ਸਭ ਕਿਸਮਾਂ ਦੀਆਂ ਜੌਬਾਂ ਵਧੀਆ ਤਰੀਕੇ ਨਾਲ ਕਰਨ ਲਈ ਨਵੀਨ ਮਸ਼ੀਨਾਂ ਅਤੇ ਕਮਾਲ ਦੇ ਕਾਰੀਗਰ ਹਨ। ਅਸੀਂ ਸਬ-ਕੰਟਰੈਕਟ 'ਤੇ ਵੀ ਵੱਡੀਆਂ ਅਤੇ ਛੋਟੀਆਂ ਗੈਰਿਜਾਂ ਲਈ ਕੰਮ ਕਰਦੇ ਹਾਂ। ਆਓ ਜਾਂ ਫ਼ੋਨ ਕਰੋ।

ਸਾਡੇ ਲਈ ਕੋਈ ਕੰਮ ਵੀ ਵੱਡਾ ਨਹੀਂ। **021-525-9536**

1. ਤੁਹਾਡੇ ਖ਼ਿਆਲ ਵਿੱਚ ਇਹ ਇਸ਼ਤਿਹਾਰ ਦੇਖ ਕੇ ਬਹੁਤੇ ਲੋਕੀਂ ਇਸ ਗੈਰਿਜ ਤੋਂ ਕਿਉਂ ਆਪਣੀਆਂ ਕਾਰਾਂ ਠੀਕ ਕਰਾਉਣੀਆਂ ਚਾਹੁਣਗੇ ? ਪੰਜ ਕਾਰਨ ਲਿਖੋ।

....

2. ਦੂਜੀਆਂ ਗੈਰਿਜਾਂ ਇਸ ਗੈਰਿਜ ਤੋਂ ਕਿਸ ਤਰ੍ਹਾਂ ਲਾਭ ਪ੍ਰਾਪਤ ਕਰ ਸਕਦੀਆਂ ਹਨ ?

....HC-5

C-5 Getting around

Foundation

Means of transport (ਆਉਣ ਜਾਣ ਦੇ ਸਾਧਨ)

1. You read about how people travel to town.

    1. ਸਰਬਦੀਪ ਸ਼ਹਿਰ ਨੂੰ ਪੈਦਲ ਜਾਂਦੀ ਹੈ।

    2. ਰਾਮੇਸ਼ ਸ਼ਹਿਰ ਨੂੰ ਸਾਈਕਲ 'ਤੇ ਜਾਂਦਾ ਹੈ।

    3. ਅਮਨਦੀਪ ਸ਼ਹਿਰ ਨੂੰ ਬੱਸ ਵਿੱਚ ਜਾਂਦੀ ਹੈ।

    4. ਸੁਖਦੇਵ ਸ਼ਹਿਰ ਨੂੰ ਕਾਰ ਵਿੱਚ ਜਾਂਦਾ ਹੈ।

    5. ਮਨਪ੍ਰੀਤ ਸ਼ਹਿਰ ਨੂੰ ਟੈਕਸੀ ਵਿੱਚ ਜਾਂਦੀ ਹੈ।

Draw arrows to show how people travel

Sukhdev	Cycle
Sarbdeep	Car
Amandeep	Taxi
Ramesh	On foot
Manpreet	Bus

FC-5

151

2. How people travel from one place to another in India. Match words with pictures by drawing arrows.

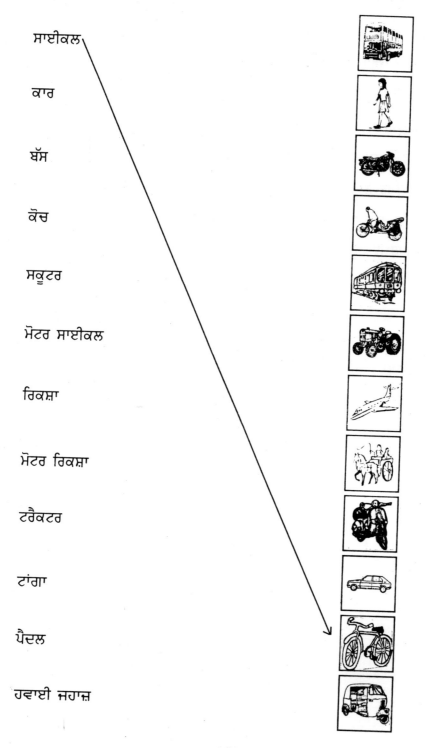

ਸਾਈਕਲ

ਕਾਰ

ਬੱਸ

ਕੋਚ

ਸਕੂਟਰ

ਮੋਟਰ ਸਾਈਕਲ

ਰਿਕਸ਼ਾ

ਮੋਟਰ ਰਿਕਸ਼ਾ

ਟਰੈਕਟਰ

ਟਾਂਗਾ

ਪੈਦਲ

ਹਵਾਈ ਜਹਾਜ਼

FC-5

152

3. Draw arrows to show what these signs mean in Panjabi.

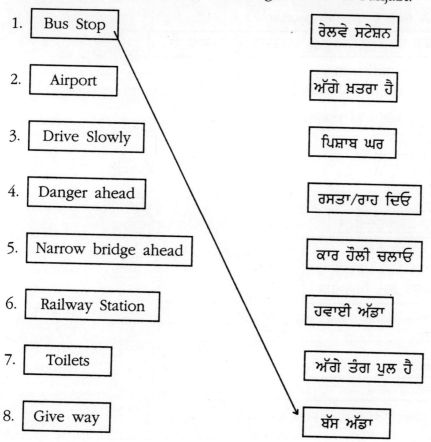

1. Bus Stop   ਰੇਲਵੇ ਸਟੇਸ਼ਨ

2. Airport   ਅੱਗੇ ਖ਼ਤਰਾ ਹੈ

3. Drive Slowly   ਪਿਸ਼ਾਬ ਘਰ

4. Danger ahead   ਰਸਤਾ/ਰਾਹ ਦਿਓ

5. Narrow bridge ahead   ਕਾਰ ਹੌਲੀ ਚਲਾਓ

6. Railway Station   ਹਵਾਈ ਅੱਡਾ

7. Toilets   ਅੱਗੇ ਤੰਗ ਪੁਲ ਹੈ

8. Give way   ਬੱਸ ਅੱਡਾ

FC-5

153

4. You are in the Panjab and see the following notices and signs.
   You see this notice in the town :

   | ਇੱਥੇ ਪਾਰਕਿੰਗ ਕਰਨ ਵਾਲਿਆਂ ਨੂੰ ਜੁਰਮਾਨਾ ਕੀਤਾ ਜਾਵੇਗਾ। |

   What does this notice mean in English ?

   ....FC-5

5. You see these signs at the side of the road.

   (a) | ਇੰਤਜ਼ਾਰ ਕਰੋ |

   (b) | ਠਹਿਰੋ |

   (c) | ਮੋੜ |

   (d) | ਜਲੰਧਰ 25 ਕਿਲੋਮੀਟਰ |

   (e) | ਰੋਪੜ 40 ਕਿਲੋਮੀਟਰ
         ਫਗਵਾੜਾ 110 ਕਿਲੋਮੀਟਰ
         ਅੰਮ੍ਰਿਤਸਰ 205 ਕਿਲੋਮੀਟਰ |

   What do these signs mean in English ?

   ....FC-5

6. You see this notice in trains :

   | ਜੇਬ ਕਤਰਿਆਂ ਤੋਂ ਸਾਵਧਾਨ ਰਹੋ |

   What does this notice ask you to do ?

   ....FC-5

7. This is a road sign :

   | ਇਸ ਸੜਕ 'ਤੇ ਸਵੇਰ ਦੇ ਅੱਠ ਵਜੇ ਤੋਂ ਦੁਪਹਿਰ ਦੇ ਬਾਰਾਂ ਵਜੇ ਤੱਕ ਕਾਰਾਂ ਖੜੀਆਂ ਕਰਨ ਦੀ ਮਨਾਹੀ ਹੈ। ਬਿਨਾਂ ਆਗਿਆ ਕਾਰਾਂ ਖੜੀਆਂ ਕਰਨ ਵਾਲੇ ਨੂੰ ਪੰਜਾਹ ਰੁਪਏ ਜੁਰਮਾਨਾ ਕੀਤਾ ਜਾਵੇਗਾ। |

   (a) What are you not allowed to do here ?

   ....

   (b) What might happen if you disobey this notice ?

   ....FC-5

8. This is a road sign :

   | ਇਸ ਗਲੀ ਵਿੱਚ ਕਾਰਾਂ ਖੜੀਆਂ ਕਰਨੀਆਂ ਮਨ੍ਹਾਂ ਹਨ।
     ਬਿਨਾਂ ਆਗਿਆ ਕਾਰਾਂ ਖੜੀਆਂ ਕਰਨ ਵਾਲੇ ਨੂੰ 10 ਪੌਂਡ ਜੁਰਮਾਨਾ ਕੀਤਾ ਜਾਵੇਗਾ। |

   (a) What are you not allowed to do here ?

   ....

   (b) What might happen if you disobey this notice ?

   ....FC-5

154

9. You see this notice at the railway crossing:

ਗੇਟ ਤੋਂ ਬਗ਼ੈਰ ਰੇਲਵੇ ਕਰਾਸਿੰਗ।
ਰੇਲ ਗੱਡੀ ਤੋਂ ਸਾਵਧਾਨ ਰਹੋ।

Why must you take care when you see this sign?

....FC-5

10. You see these signs at railway stations in the Panjab.

(a) ਉਡੀਕ ਘਰ

(b) ਪੁੱਛ ਗਿੱਛ ਦਾ ਦਫ਼ਤਰ

(c) ਜ਼ਨਾਨੀਆਂ

(d) ਮਰਦ

(e) ਪਲੇਟਫ਼ਾਰਮ ਨੰਬਰ 16-30

(f) ਪਲੇਟਫ਼ਾਰਮ ਨੰਬਰ 1-15

What do these signs mean in English?

....FC-5

11. You read the following traffic signs.

1. ਹਰੀ ਲਾਈਟ ਹੋਣ 'ਤੇ ਹੀ ਸੜਕ ਪਾਰ ਕਰੋ।
2. ਸੜਕ ਦੇ ਕੰਢੇ 'ਤੇ ਠਹਿਰੋ ਤੇ ਇੰਤਜ਼ਾਰ ਕਰੋ।
3. ਜਦੋਂ ਕੋਈ ਕਾਰ ਸੜਕ 'ਤੇ ਨਾ ਆਉਂਦੀ ਹੋਵੇ ਤਾਂ ਸੜਕ ਪਾਰ ਕਰੋ।
4. ਆਲੇ-ਦੁਆਲੇ ਦੇਖੋ ਤੇ ਸੁਣੋ।
5. ਸੜਕ ਪਾਰ ਕਰਦੇ ਸਮੇਂ ਸਦਾ ਦੇਖਦੇ ਅਤੇ ਸੁਣਦੇ ਰਹੋ।

(a) Underline the traffic sign which means 'stop at the side of the road and wait'.

(b) Write the number of the sign in the box which means 'look around and listen'. ☐

FC-5

12. You read this news headline.

ਰੇਲ ਦੇ ਮਹਿਕਮੇ ਦੇ ਕਰਮਚਾਰੀਆਂ ਦੀ ਹੜਤਾਲ ਦੇ ਕਾਰਨ ਅੱਜ ਸਾਰੀਆਂ ਗੱਡੀਆਂ ਬੰਦ।

(a) Who are on strike today?

....

(b) What has happened because of this strike?

....FC-5

13. ਤੁਸੀਂ ਕਰਨਜੀਤ ਦਾ ਇੱਕ ਨੋਟ ਪੜ੍ਹਦੇ ਹੋ, ਜੋ ਉਸ ਨੇ ਆਪਣੇ ਮਿੱਤਰ ਮਲਕੀਤ ਨੂੰ ਲਿਖਿਆ ਹੈ।

ਪਿਆਰੇ ਮਲਕੀਤ,

ਮੈਂ ਇਸ ਸਨਿੱਚਰਵਾਰ ਨੂੰ ਲੰਡਨ ਦੇਖਣ ਜਾਣਾ ਚਾਹੁੰਦਾ ਹਾਂ। ਕੀ ਕਾਵੈਂਟਰੀ ਤੋਂ ਕੋਈ ਬੱਸ, ਗੱਡੀ ਜਾਂ ਕੋਚ ਲੰਡਨ ਨੂੰ ਜਾਂਦੀ ਹੈ। ਕਿਸ ਟਾਈਮ ਜਾਂਦੀ ਹੈ ? ਅਤੇ ਕੀ ਕਿਰਾਇਆ ਹੈ ?

ਕਰਨਜੀਤ

---

1. ਕਰਨਜੀਤ ਕਿੱਥੇ ਜਾਣਾ ਚਾਹੁੰਦਾ ਹੈ ?

1.	ਲੂਟਨ
2.	ਲਿਵਰਪੂਲ
3.	ਲੰਡਨ
4.	ਲਮਿੰਗਟਨ

ਠੀਕ ਉੱਤਰ ਦਾ ਨੰਬਰ ਖ਼ਾਨੇ ਵਿੱਚ ਲਿਖੋ।

2. ਕਰਨਜੀਤ ਕਦੋਂ ਜਾਣਾ ਚਾਹੁੰਦਾ ਹੈ ?

1.	ਐਤਵਾਰ
2.	ਸੋਮਵਾਰ
3.	ਮੰਗਲਵਾਰ
4.	ਸਨਿੱਚਰਵਾਰ

ਠੀਕ ਉੱਤਰ ਦਾ ਨੰਬਰ ਖ਼ਾਨੇ ਵਿੱਚ ਲਿਖੋ।

3. ਕਰਨਜੀਤ ਹੁਣ ਕਿੱਥੇ ਹੈ ?

1.	ਲੰਡਨ
2.	ਕਾਵੈਂਟਰੀ
3.	ਮਾਨਚੈਸਟਰ
4.	ਸਲੋਹ

ਠੀਕ ਉੱਤਰ ਦਾ ਨੰਬਰ ਖ਼ਾਨੇ ਵਿੱਚ ਲਿਖੋ।

FC-5

14. ਤੁਸੀਂ ਕਰਨਜੀਤ ਦੇ ਨੋਟ ਦਾ ਉੱਤਰ ਪੜ੍ਹਦੇ ਹੋ, ਜੋ ਉਸ ਨੂੰ ਉਸ ਦੇ ਮਿੱਤਰ ਮਲਕੀਤ ਨੇ ਲਿਖਿਆ ਹੈ।

> ਪਿਆਰੇ ਕਰਨਜੀਤ,
>
> ਤੁਹਾਡੇ ਨੋਟ ਲਈ ਧੰਨਵਾਦ। ਤੁਸੀਂ ਕਾਵੈਂਟਰੀ ਤੋਂ ਲੰਡਨ ਰੇਲ ਗੱਡੀ ਜਾਂ ਕੋਚ ਵਿੱਚ ਜਾ ਸਕਦੇ ਹੋ। ਕਾਵੈਂਟਰੀ ਤੋਂ ਲੰਡਨ ਨੂੰ ਅੱਧੇ ਅੱਧੇ ਘੰਟੇ ਬਾਅਦ ਗੱਡੀ ਜਾਂਦੀ ਹੈ, ਜੋ ਲੰਡਨ ਦੇ ਜੂਸਟਨ ਸਟੇਸ਼ਨ ਤੱਕ ਜਾਂਦੀ ਹੈ। ਪਰ ਗੱਡੀ ਦਾ ਕਿਰਾਇਆ ਕਾਫ਼ੀ ਜ਼ਿਆਦਾ ਹੈ। ਕਾਵੈਂਟਰੀ ਤੋਂ ਲੰਡਨ ਨੂੰ ਕਈ ਕੋਚਾਂ ਵੀ ਜਾਂਦੀਆਂ ਹਨ। ਫ਼ਲਾਈਟ ਲਿੰਕ ਅਤੇ ਨੈਸ਼ਨਲ ਕੋਚਾਂ ਹੀਥਰੋ ਏਅਰਪੋਰਟ ਤੱਕ ਜਾਂਦੀਆਂ ਹਨ। ਇਹ ਕੋਚਾਂ ਘੰਟੇ ਘੰਟੇ ਬਾਅਦ ਜਾਂਦੀਆਂ ਹਨ।
>
> ਕਾਵੈਂਟਰੀ ਤੋਂ ਸਾਊਥਾਲ ਤੱਕ ਇੱਕ ਪੰਜਾਬੀ ਕੋਚ ਵੀ ਜਾਂਦੀ ਹੈ। ਇਸ ਕੋਚ ਦਾ ਨਾਂ ਭਾਰਤ ਕੋਚ ਹੈ। ਇਸ ਕੋਚ ਦਾ ਕਿਰਾਇਆ ਸਭ ਤੋਂ ਘੱਟ ਹੈ। ਇੱਕ ਪਾਸੇ ਦਾ ਕਿਰਾਇਆ ਸਿਰਫ਼ ਸੱਤ ਪੌਂਡ ਹੈ। ਜੇ ਤੁਸੀਂ ਸਾਊਥਾਲ ਦੇ ਕਿਸੇ ਲਾਗੇ ਦੇ ਟਾਊਨ ਜਾਣਾ ਹੈ ਤਾਂ ਇਹ ਕੋਚ ਤੁਹਾਨੂੰ ਠੀਕ ਰਹੇਗੀ। ਇਸ ਵਿੱਚ ਇੰਡੀਅਨ ਫ਼ਿਲਮਾਂ ਦਿਖਾਈਆਂ ਜਾਂਦੀਆਂ ਹਨ ਅਤੇ ਪੰਜਾਬੀ ਗਾਣੇ ਵੀ ਲਗਦੇ ਹਨ। ਇਹ ਕੋਚ ਦਿਨ ਵਿੱਚ ਦੋ ਵਾਰ ਜਾਂਦੀ ਹੈ। ਸਵੇਰ ਵਾਲੀ ਕੋਚ ਦਸ ਵਜੇ ਅਤੇ ਸ਼ਾਮ ਵਾਲੀ ਕੋਚ ਚਾਰ ਵਜੇ ਕਾਵੈਂਟਰੀ ਤੋਂ ਜਾਂਦੀ ਹੈ। ਇਸ ਕਰਕੇ ਮੇਰੇ ਖ਼ਿਆਲ ਵਿਚ ਤੁਹਾਨੂੰ ਭਾਰਤ ਕੋਚ ਠੀਕ ਰਹੇਗੀ। ਇਹ ਕੋਚ ਰਸਤੇ ਵਿੱਚ ਸਲੋਹ ਖੜ੍ਹਦੀ ਹੈ ਅਤੇ ਇਸ ਵਿੱਚ ਟੌਇਲਟ ਦੀ ਵੀ ਸਹੂਲਤ ਹੈ।
>
> ਤੁਹਾਡਾ ਮਿੱਤਰ
> ਮਲਕੀਤ

ਹੇਠ ਲਿਖੇ ਪ੍ਰਸ਼ਨਾਂ ਦੇ ਉੱਤਰ ਪੰਜਾਬੀ ਵਿੱਚ ਲਿਖੋ :

1. ਤੁਸੀਂ ਕਾਵੈਂਟਰੀ ਤੋਂ ਲੰਡਨ ਕਿਸ ਕਿਸ ਤਰ੍ਹਾਂ ਜਾ ਸਕਦੇ ਹੋ ?

   ....

2. ਤਿੰਨ ਕੋਚਾਂ ਦੇ ਨਾਂ ਲਿਖੋ ਜਿਹਨਾਂ ਵਿੱਚ ਤੁਸੀਂ ਲੰਡਨ ਜਾ ਸਕਦੇ ਹੋ।

   ....

3. ਕਾਵੈਂਟਰੀ ਤੋਂ ਲੰਡਨ ਨੂੰ ਕਿੰਨੇ ਕਿੰਨੇ ਸਮੇਂ ਬਾਅਦ ਗੱਡੀ ਜਾਂਦੀ ਹੈ ?

   ....

4. ਭਾਰਤ ਕੋਚ ਵਿੱਚ ਸਫ਼ਰ ਕਰਨ ਦੇ ਕੀ ਲਾਭ ਹਨ ? ਚਾਰ ਲਾਭ ਲਿਖੋ।

   ....

5. ਕਾਵੈਂਟਰੀ ਤੋਂ ਸਾਊਥਹਾਲ ਨੂੰ ਕਿਸ ਕਿਸ ਟਾਈਮ 'ਤੇ ਕੋਚ ਜਾਂਦੀ ਹੈ।

   ....FC-5

15. ਤੁਸੀਂ ਭਾਰਤ ਕੋਚਾਂ ਬਾਰੇ ਇੱਕ ਲੀਫ਼ਲੈਟ ਦੇਖਦੇ ਹੋ।

ਨਵੀਆਂ ਨਕੋਰ, ਆਰਾਮਦੇਹ ਤੇ ਹਵਾਈ ਜਹਾਜ਼ਾਂ ਵਰਗੀਆਂ ਸ਼ਾਨਦਾਰ ਕੋਚਾਂ ਵਿਚ ਸਫ਼ਰ ਕਰੋ।

BHARAT

ਭਾਰਤ

ਪ੍ਰਾਇਰੀ ਵੇ
ਸਾਊਥਾਲ

ਟੈਲੀਫ਼ੂਨ : 020-85746817
020-85742768

ਸਾਡੀਆਂ ਕੋਚਾਂ ਵਿੱਚ ਸਫ਼ਰ ਕਰਕੇ ਦੇਖੋ। ਤੁਹਾਨੂੰ ਇਸ ਤਰ੍ਹਾਂ ਲੱਗੇਗਾ ਜਿਵੇਂ ਕਿ ਤੁਸੀਂ ਜਲੰਧਰ ਤੋਂ ਚੰਡੀਗੜ੍ਹ ਜਾਣ ਲਈ ਡੀਲਕਸ ਕੋਚਾਂ ਵਿੱਚ ਸਫ਼ਰ ਕਰ ਰਹੇ ਹੋ। ਬਿਲਕੁਲ ਪੰਜਾਬ ਵਰਗਾ ਮਾਹੌਲ ਲੱਗੇਗਾ। ਕੋਚ ਵਿੱਚ ਵੀਡੀਓ ਫ਼ਿਲਮ ਵੀ ਦਿਖਾਈ ਜਾਂਦੀ ਹੈ। ਸਾਡੇ ਕਿਰਾਏ ਬਹੁਤ ਸਸਤੇ ਹਨ, ਜਿਵੇਂ ਸਾਊਥਾਲ ਤੋਂ ਕਾਵੈਂਟਰੀ ਦਾ ਇੱਕ ਪਾਸੇ ਦਾ ਕਿਰਾਇਆ ਸਿਰਫ਼ ਸੱਤ ਪੌਂਡ ਹੈ। ਅਸੀਂ ਵਿਆਹ ਸ਼ਾਦੀਆਂ, ਜਲਸੇ ਜਲੂਸਾਂ ਅਤੇ ਤੁਹਾਡੀਆਂ ਹਰ ਕਿਸਮ ਦੀਆਂ ਲੋੜਾਂ ਪੂਰੀਆਂ ਕਰਨ ਲਈ ਵੱਡੀਆਂ ਅਤੇ ਛੋਟੀਆਂ ਕੋਚਾਂ ਪ੍ਰਦਾਨ ਕਰਦੇ ਹਾਂ। ਸਾਡੀਆਂ ਕੋਚਾਂ ਬਿਲਕੁਲ ਲੇਟ ਨਹੀਂ ਹੁੰਦੀਆਂ। ਸਾਰੇ ਰੂਟਾਂ ਵਾਸਤੇ ਅਸੀਂ ਟਿਕਟਾਂ ਦੀ ਐਡਵਾਂਸ ਬੁਕਿੰਗ ਵੀ ਕਰਦੇ ਹਾਂ।

ਵੱਖ ਵੱਖ ਸ਼ਹਿਰਾਂ ਨੂੰ ਜਾਣ ਲਈ ਥੱਲੇ ਦਿੱਤੇ ਟਾਈਮ ਟੇਬਲ ਦੇਖੋ।

A. **ਮਿਡਲੈਂਡਜ਼ ਤੋਂ ਸਾਊਥਾਲ ਨੂੰ**	ਰੋਜ਼ਾਨਾ	ਰੋਜ਼ਾਨਾ	ਸ਼ੁੱਕਰਵਾਰ, ਸਨਿੱਚਰਵਾਰ, ਐਤਵਾਰ, ਸੋਮਵਾਰ
ਵੁਲਵਰਹੈਂਪਟਨ ਕੋਚ ਸਟੇਸ਼ਨ	8.45 a.m.	2.30 p.m.	7.15 p.m.
ਵਾਲਸਾਲ ਗੁਰਦੁਆਰਾ	9.00 a.m.		
ਸਮੇਦਿਕ ਗੁਰਦੁਆਰਾ	9.20 a.m.	3.00 p.m.	6.00 p.m.
ਹੈਂਡਜ਼ਵਰਥ–ਸੋਹੋ ਰੋਡ ਲਾਇਬਰੇਰੀ	9.35 a.m.	3.15 p.m.	5.50 p.m.
ਕਾਵੈਂਟਰੀ ਵਾਈਟ ਸਟਰੀਟ ਕੋਚ ਸਟੇਸ਼ਨ	10.15 a.m.	4.00 p.m.	5.00 p.m.
ਸਲੋਹ ਬਰੂਨਲ ਬਸ ਸਟੇਸ਼ਨ	12.00 noon	5.45 p.m.	3.15 p.m.
ਸਾਊਥਾਲ ਭਾਰਤ ਕੋਚ ਸਟੇਸ਼ਨ	12.30 p.m.	6.00 p.m.	3.00 p.m.

ਨੋਟ : ਸਾਊਥਹਾਲ ਤੋਂ 3 ਵਜੇ ਸ਼ਾਮ ਨੂੰ ਚੱਲਣ ਵਾਲੀ ਕੋਚ ਸ਼ਾਮ ਦੇ ਸਵਾ ਸੱਤ ਵਜੇ ਵੁਲਵਰਹੈਂਪਟਨ ਪਹੁੰਚਦੀ ਹੈ ਅਤੇ ਇਸ ਤੋਂ ਬਾਅਦ ਇਹ ਕੋਚ ਨੌਨ ਸਟੋਪ ਸਾਊਥਹਾਲ ਨੂੰ ਆਉਂਦੀ ਹੈ।

B. **ਸਾਊਥਾਲ ਅਤੇ ਸਲੋਹ ਤੋਂ ਲੈਸਟਰ, ਡਰਬੀ, ਲੀਡਜ਼ ਅਤੇ ਬਰੈਡਫੋਰਡ ਨੂੰ**	
ਭਾਰਤ ਕੋਚ ਸਟੇਸ਼ਨ ਸਾਊਥਾਲ	8.45 a.m.
ਸਲੋਹ ਬਰੂਨਲ ਬੱਸ ਸਟੇਸ਼ਨ	9.00 a.m.
ਲੈਸਟਰ ਸੇਂਟ ਮਾਰਗਰੇਟ ਬੱਸ ਸਟੇਸ਼ਨ	11.00 a.m.
ਡਰਬੀ ਮੌਰਲਿਜ਼ ਬੱਸ ਸਟੇਸ਼ਨ	12.00 p.m.
ਲੀਡਜ਼ ਸੈਂਟਰਲ ਚੈਪਲ ਟਾਊਨ ਗੁਰਦਵਾਰਾ	1.30 p.m.
ਬਰੈਡਫੋਰਡ ਲੀਡਜ਼ ਰੋਡ	1.50 p.m.
ਬਰੈਡਫੋਰਡ ਬੱਸ ਸਟੇਸ਼ਨ	2.30 p.m.

C. **ਲੀਡਜ਼ ਅਤੇ ਬਰੈਡਫੋਰਡ ਤੋਂ ਡਰਬੀ, ਲੈਸਟਰ, ਸਲੋਹ ਅਤੇ ਸਾਊਥਾਲ ਨੂੰ**	
ਲੀਡਜ਼ ਚੈਪਲ ਟਾਊਨ ਗੁਰਦਵਾਰਾ	1.30 p.m.
ਬਰੈਡਫੋਰਡ ਲੀਡਜ਼ ਰੋਡ	1.50 p.m.
ਬਰੈਡਫੋਰਡ ਬੱਸ ਸਟੇਸ਼ਨ	2.30 p.m.
ਡਰਬੀ ਮੌਰਲਿਜ਼ ਬੱਸ ਸਟੇਸ਼ਨ	4.00 p.m.
ਲੈਸਟਰ ਸੇਂਟ ਮਾਰਗਰੇਟ ਬੱਸ ਸਟੇਸ਼ਨ	5.00 p.m.
ਸਲੋਹ ਬਰੂਨਲ ਬਸ ਸਟੇਸ਼ਨ	7.00 p.m.
ਸਾਊਥਾਲ ਭਾਰਤ ਕੋਚ ਸਟੇਸ਼ਨ	7.15 p.m.

ਸੈਕਸ਼ਨ 'ਏ' ਨੂੰ ਪੜ੍ਹ ਕੇ ਹੇਠ ਲਿਖੇ ਪ੍ਰਸ਼ਨਾਂ ਦੇ ਉੱਤਰ ਲਿਖੋ :

1. ਸਮੈਦਿਕ ਗੁਰਦਵਾਰੇ ਤੋਂ ਸਾਊਥਾਲ ਨੂੰ ਪਹਿਲੀ ਕੋਚ ਕਿੰਨੇ ਵਜੇ ਜਾਂਦੀ ਹੈ ?

   ....

2. ਰਸਤੇ ਵਿੱਚ ਇਹ ਕੋਚ ਕਿੱਥੇ ਕਿੱਥੇ ਠਹਿਰਦੀ ਹੈ ?

   ....

3. ਵੂਲਵਰਹੈਂਪਟਨ ਤੋਂ ਸਾਊਥਾਲ ਨੂੰ ਦੂਜੀ ਕੋਚ ਕਿੰਨੇ ਵਜੇ ਜਾਂਦੀ ਹੈ ?

   ....

4. ਇਹ ਕੋਚ ਸਲੋਹ ਕਿੰਨੇ ਵਜੇ ਪਹੁੰਚਦੀ ਹੈ ?

   ....

ਸੈਕਸ਼ਨ 'ਬੀ' ਅਤੇ 'ਸੀ' ਨੂੰ ਪੜ੍ਹ ਕੇ ਹੇਠ ਲਿਖੇ ਪ੍ਰਸ਼ਨਾਂ ਦਾ ਉੱਤਰ ਦਿਓ :

5. ਸਾਊਥਾਲ ਤੋਂ ਬਰੈਡਫੋਰਡ ਜਾਣ ਵਾਲੀ ਕੋਚ ਰਸਤੇ ਵਿੱਚ ਕਿੱਥੇ ਕਿੱਥੇ ਠਹਿਰਦੀ ਹੈ ?

....

6. ਇਹ ਕੋਚ ਡਰਬੀ ਕਿੰਨੇ ਵਜੇ ਪਹੁੰਚਦੀ ਹੈ ?

....

7. ਲੀਡਜ਼ ਤੋਂ ਡੇਢ ਵਜੇ ਚੱਲਣ ਵਾਲੀ ਕੋਚ ਲੈਸਟਰ ਕਿੰਨੇ ਵਜੇ ਪਹੁੰਚੇਗੀ ?

....

8. ਤੁਹਾਡੇ ਖ਼ਿਆਲ ਵਿੱਚ ਬਹੁਤ ਸਾਰੇ ਯਾਤਰੀ ਭਾਰਤ ਕੋਚਾਂ ਵਿੱਚ ਸਫ਼ਰ ਕਰਨਾ ਕਿਉਂ ਪਸੰਦ ਕਰਨਗੇ ? ਚਾਰ ਕਾਰਨ ਲਿਖੋ।

....

9. ਇਸ ਲੀਫ਼ਲੈਟ ਵਿੱਚ ਭਾਰਤ ਕੋਚਾਂ ਬਾਰੇ ਹੋਰ ਕੀ ਦੱਸਿਆ ਗਿਆ ਹੈ ?

....F/H C-5

Higher

16. ਤੁਸੀਂ ਪਰਮਜੀਤ ਦਾ ਇੱਕ ਨੋਟ ਪੜ੍ਹਦੇ ਹੋ ਜੋ ਉਸ ਨੇ ਆਪਣੇ ਮਿੱਤਰ ਗੁਰਪਾਲ ਨੂੰ ਲੰਡਨ ਜਾਣ ਬਾਰੇ ਲਿਖਿਆ ਹੈ।

> ਪਿਆਰੇ ਗੁਰਪਾਲ,
>
> ਮੈਂ ਪਿਛਲੇ ਸਨਿੱਚਰਵਾਰ [6] ਗਿਆ ਸੀ। ਆਪਣੀ ਕਾਰ ਦਾ [ ] ਅਤੇ ਪਾਣੀ ਚੈੱਕ ਕੀਤੇ ਬਿਨਾਂ ਹੀ ਚੱਲ ਪਿਆ ਸੀ। ਕਾਵੈਂਟਰੀ ਤੋਂ ਐਮ 1 'ਤੇ ਆਉਣ ਵਾਲੀ [ ] ਲੰਘ ਕੇ ਮੈਂ ਅਚਾਨਕ ਪਟਰੋਲ ਵਾਲੀ ਸੂਈ ਵਲ ਦੇਖਿਆ। ਮੈਨੂੰ ਤਾਂ ਬਹੁਤ ਫ਼ਿਕਰ ਲੱਗ ਗਿਆ ਕਿਉਂਕਿ [ ] ਵਿੱਚ ਪਟਰੋਲ ਤਾਂ ਖ਼ਤਮ ਹੋ ਗਿਆ ਸੀ ਅਤੇ ਪਟਰੋਲ ਵਾਲੀ ਸੂਈ ਰਿਜ਼ਰਵ ਵੱਲ ਇਸ਼ਾਰਾ ਕਰ ਰਹੀ ਸੀ। ਮੈਂ ਸੋਚਦਾ ਸੀ ਕਿ ਕਾਰ ਕਿਸੇ ਨਾ ਕਿਸੇ ਤਰ੍ਹਾਂ [ ] ਕਾਫ਼ੀ ਤੱਕ ਪਹੁੰਚ ਜਾਵੇ ਜਿੱਥੋਂ ਪੈਟਰੋਲ ਲਿਆ ਜਾ ਸਕਦਾ ਹੈ। ਮੈਨੂੰ ਬਹੁਤ ਡਰ ਸੀ ਕਿ ਕਿਤੇ ਕਾਰ [ ] ਵਿੱਚ ਹੀ ਨਾ ਖੜ੍ਹ ਜਾਵੇ। ਅਗਲੀ ਕਾਫੀ ਤੇਰਾਂ [ ] 'ਤੇ ਆਉਣੀ ਸੀ ਪਰ ਮੈਂ ਖ਼ੁਸ਼ਕਿਸਮਤ ਸੀ ਕਿ ਮੈਂ ਉੱਥੇ ਪਹੁੰਚ ਗਿਆ।
>
> ਕਾਫੀ 'ਤੇ ਪਹੁੰਚ ਕੇ ਮੈਂ ਗੈਰਿਜ ਤੋਂ [ ] ਪੌਂਡ ਦਾ ਪੈਟਰੋਲ ਕਾਰ ਵਿੱਚ ਪੁਆਇਆ। ਕਾਰ ਵਿੱਚ ਪਾਣੀ, ਤੇਲ ਅਤੇ [ ] ਪ੍ਰੈਸ਼ਰ ਵੀ ਚੈੱਕ ਕੀਤਾ। ਚਾਹ ਦਾ [ ] ਵੀ ਇਸੇ ਕਾਫੀ 'ਤੇ ਹੀ ਪੀਤਾ। ਇਸ ਤੋਂ ਬਾਅਦ ਮੈਂ [ ] ਹੋ ਕੇ ਲੰਡਨ ਪਹੁੰਚ ਗਿਆ ਸੀ।
>
> ਪਰਮਜੀਤ

ਖ਼ਾਨਿਆਂ ਵਿੱਚ ਠੀਕ ਸ਼ਬਦਾਂ ਦਾ ਨੰਬਰ ਲਿਖੋ।

1. ਟਾਇਰ	4. ਪੈਟਰੋਲ	7. ਚਾਲੀ	10. ਰਸਤੇ
2. ਅਗਲੀ	5. ਬੇਫ਼ਿਕਰ	8. ਮੀਲ	11. ਕਾਰ
3. ਕੱਪ	6. ਲੰਡਨ	9. ਕਾਫ਼ੀ	

HC-5

17. ਤੁਸੀਂ ਪੰਜਾਬ ਵਿੱਚ ਹੋ ਅਤੇ ਆਪਣੇ ਇੱਕ ਮਿੱਤਰ ਦਾ ਨੋਟ ਪੜ੍ਹਦੇ ਹੋ ਜੋ ਉਸ ਨੇ ਆਪਣੇ ਪਿਤਾ ਜੀ ਨੂੰ ਆਪਣੀ ਕਾਰ ਖ਼ਰਾਬ ਹੋਣ ਬਾਰੇ ਕਿਸੇ ਕੋਲ ਭੇਜਿਆ ਹੈ।

> ਪਿਆਰੇ ਪਿਤਾ ਜੀ,
>
> ਜਦੋਂ ਮੈਂ ਚੰਡੀਗੜ੍ਹ ਨੂੰ ਜਾ ਰਿਹਾ ਸੀ ਤਾਂ ਗੜ੍ਹਸ਼ੰਕਰ ਦੇ ਲਾਗੇ ਮੇਰੀ ਕਾਰ ਅਚਾਨਕ ਚਲਣ ਤੋਂ ਖੜ੍ਹ ਗਈ। ਚੰਗੀ ਤਰ੍ਹਾਂ ਦੇਖਣ ਤੋਂ ਪਤਾ ਲਗਿਆ ਕਿ ਕਾਰ ਦੀ ਫੈਨ ਬੈਲਟ ਟੁੱਟ ਗਈ ਹੈ। ਸੱਜੇ ਪਾਸੇ ਦਾ ਮੋਹਰਲਾ ਟਾਇਰ ਵੀ ਕਿੱਲ ਲੱਗਣ ਕਰਕੇ ਪੈਂਚਰ ਹੋ ਗਿਆ ਹੈ। ਸਪੇਅਰ ਟਾਇਰ ਵੀ ਠੀਕ ਨਹੀਂ ਹੈ।
>
> ਤੁਸੀਂ ਕਿਸੇ ਮਕੈਨਿਕ ਨੂੰ ਨਾਲ ਲੈ ਕੇ ਜਲਦੀ ਤੋਂ ਜਲਦੀ ਆਉਣਾ। ਇੱਕ ਨਵੀਂ ਫੈਨ ਬੈਲਟ ਅਤੇ ਇੱਕ ਨਵਾਂ ਟਾਇਰ ਵੀ ਲੈ ਆਉਣਾ। ਮੇਰੀ ਕਾਰ ਗੜ੍ਹਸ਼ੰਕਰ ਸ਼ਹਿਰ ਲੰਘ ਕੇ ਚੰਡੀਗੜ੍ਹ ਵਾਲੀ ਸੜਕ ਤੋਂ ਜੋ ਪਹਿਲਾ ਪੈਟਰੋਲ ਪੰਪ ਆਉਂਦਾ ਹੈ, ਉੱਥੇ ਖੜੀ ਹੈ। ਮੈਂ ਵੀ ਤੁਹਾਡੀ ਪੈਟਰੋਲ ਪੰਪ 'ਤੇ ਹੀ ਉਡੀਕ ਕਰਾਂਗਾ।
>
> ਤੁਹਾਡਾ ਪੁਤਰ,
> ਚਰਨਜੀਤ।

ਵਾਕਾਂ ਨੂੰ ਪੜ੍ਹੋ ਅਤੇ ਲਿਖੋ

ਠੀਕ ਠ

ਗ਼ਲਤ ਗ

ਪਤਾ ਨਹੀਂ ?

ਉਦਾਹਰਣ	1.	ਚਰਨਜੀਤ ਦੀ ਕਾਰ ਦਾ ਪੈਟਰੋਲ ਖ਼ਤਮ ਹੋ ਗਿਆ ਹੈ।	?
	2.	ਚਰਨਜੀਤ ਜਲੰਧਰ ਨੂੰ ਜਾ ਰਿਹਾ ਸੀ।	
	3.	ਉਸਦੀ ਕਾਰ ਗੜ੍ਹਸ਼ੰਕਰ ਦੇ ਲਾਗੇ ਖ਼ਰਾਬ ਹੋ ਗਈ।	
	4.	ਕਾਰ ਦਾ ਪਿਛਲਾ ਟਾਇਰ ਪੈਂਚਰ ਹੋ ਗਿਆ ਸੀ।	
	5.	ਚਰਨਜੀਤ ਨੇ ਆਪਣੇ ਪਿਤਾ ਜੀ ਨੂੰ ਇੱਕ ਮਕੈਨਿਕ ਲਿਆਉਣ ਲਈ ਲਿਖਿਆ ਹੈ।	
	6.	ਉਸਨੇ ਟੈਕਸੀ ਨੂੰ ਟੈਲੀਫ਼ੂਨ ਕੀਤਾ ਸੀ।	
	7.	ਕਾਰ ਦੀ ਫੈਨ ਬੈਲਟ ਟੁੱਟ ਗਈ ਸੀ।	
	8.	ਕਾਰ ਪੈਟਰੋਲ ਪੰਪ 'ਤੇ ਖੜੀ ਹੈ।	
	9.	ਚਰਨਜੀਤ ਕਾਰ ਪੈਟਰੋਲ ਪੰਪ 'ਤੇ ਖੜੀ ਕਰਕੇ ਘਰ ਨੂੰ ਆ ਗਿਆ ਸੀ।	

HC-5

18. ਤੁਸੀਂ ਅਖ਼ਬਾਰ ਵਿੱਚ ਇੱਕ ਹੈੱਡ-ਲਾਈਨ (ਸੁਰਖ਼ੀ) ਪੜ੍ਹਦੇ ਹੋ।

ਲੁਧਿਆਣੇ ਲਾਗੇ ਇੱਕ ਟਰੱਕ ਅਤੇ ਬੱਸ ਵਿੱਚ ਟੱਕਰ ਕਾਰਨ ਕਈ ਸਵਾਰੀਆਂ ਦੇ ਸਖ਼ਤ ਸੱਟਾਂ ਲੱਗੀਆਂ।

1. ਸਵਾਰੀਆਂ ਨੂੰ ਕੀ ਹੋਇਆ ?

....

2. ਕਿਉਂ ?

....HC-5

ਤੁਸੀਂ ਅਖ਼ਬਾਰ ਵਿੱਚ ਚਰਨਜੀਤ ਦੇ ਇੱਕ ਐਕਸੀਡੈਂਟ ਬਾਰੇ ਬਿਆਨ ਪੜ੍ਹਦੇ ਹੋ।

ਕੱਲ ਸਵੇਰੇ ਜਦੋਂ ਮੈਂ ਆਪਣੇ ਕੰਮ 'ਤੇ ਜਾ ਰਹੀ ਸੀ ਤਾਂ ਕਰੌਸ ਰੋਡ 'ਤੇ ਇੱਕ ਬੱਸ ਅਤੇ ਕਾਰ ਦੀ ਟੱਕਰ ਹੋ ਗਈ। ਸਾਰੀ ਕਾਰ ਟੁੱਟ ਗਈ ਅਤੇ ਕਾਰ ਦੇ ਡਰਾਈਵਰ ਦੇ ਕਾਫ਼ੀ ਸੱਟਾਂ ਲੱਗੀਆਂ।

1. ਐਕਸੀਡੈਂਟ ਕਦੋਂ ਅਤੇ ਕਿੱਥੇ ਹੋਇਆ ?

....

2. ਐਕਸੀਡੈਂਟ ਕਿਸ ਤਰ੍ਹਾਂ ਹੋਇਆ ?

....

3. ਇਸ ਐਕਸੀਡੈਂਟ ਨਾਲ ਕੀ ਨੁਕਸਾਨ ਹੋਇਆ ? ਦੋ ਗੱਲਾਂ ਲਿਖੋ।

....

....HC-5

19. ਤੁਸੀਂ ਇੱਕ ਐਕਸੀਡੈਂਟ ਬਾਰੇ ਅਖ਼ਬਾਰ ਵਿੱਚ ਪੜ੍ਹਦੇ ਹੋ।

ਪਿਛਲੇ ਸੋਮਵਾਰ ਇੱਕ ਬੜਾ ਦਰਦਨਾਕ ਹਾਦਸਾ ਹੋਇਆ। ਹਾਈ ਸਟਰੀਟ ਕਾਵੈਂਟਰੀ ਦੇ ਰਹਿਣ ਵਾਲੇ ਇੱਕ 25 ਸਾਲਾ ਵਿਦਿਆਰਥੀ ਬਲਬੀਰ ਸਿੰਘ ਦੀ ਮੌਤ ਹੋ ਗਈ। ਹਾਦਸੇ ਦੇ ਸਬੰਧ ਵਿੱਚ ਦੱਸਿਆ ਗਿਆ ਹੈ ਕਿ ਜਦੋਂ ਬਲਬੀਰ ਆਪਣੇ ਪਾਰਟ-ਟਾਈਮ ਕੰਮ 'ਤੇ ਜਾ ਰਿਹਾ ਸੀ ਤਾਂ ਉਸ ਦਾ ਮੋਟਰ ਸਾਈਕਲ ਅਚਾਨਕ ਇੱਕ ਕਾਰ ਨਾਲ ਟਕਰਾ ਗਿਆ। ਉਹ ਮੋਟਰ ਸਾਈਕਲ ਤੋਂ ਡਿੱਗ ਪਿਆ ਅਤੇ ਇੱਕ ਬਿਜਲੀ ਦੇ ਖੰਭੇ ਵਿੱਚ ਜਾ ਵੱਜਾ। ਜਲਦੀ ਹੀ ਪੁਲਿਸ ਆ ਗਈ ਅਤੇ ਬਲਬੀਰ ਨੂੰ ਮਿੰਟਾਂ ਵਿੱਚ ਹੀ ਹਸਪਤਾਲ ਪਹੁੰਚਾਇਆ ਗਿਆ। ਬੜੇ ਅਫ਼ਸੋਸ ਨਾਲ ਕਹਿਣਾ ਪੈਂਦਾ ਹੈ ਕਿ ਉਸ ਦੀ ਮੌਤ ਰਸਤੇ ਵਿੱਚ ਹਸਪਤਾਲ ਪਹੁੰਚਣ ਤੋਂ ਪਹਿਲਾਂ ਹੀ ਹੋ ਚੁੱਕੀ ਸੀ। ਬਲਬੀਰ ਦੀ ਮਕਾਨ ਮਾਲਕਿਨ ਨੇ ਦੱਸਿਆ ਕਿ ਉਹ ਦੋ ਸਾਲਾਂ ਤੋਂ ਉਸ ਦੇ ਘਰ ਵਿੱਚ ਰਹਿ ਰਿਹਾ ਸੀ ਅਤੇ ਨੇਕ ਸੁਭਾ ਦਾ ਅਤੇ ਮਿਲਣਸਾਰ ਲੜਕਾ ਸੀ। ਉਸ ਨੇ ਇਹ ਵੀ ਦੱਸਿਆ ਕਿ ਬਲਬੀਰ ਬੜੇ ਧਿਆਨ ਨਾਲ ਡਰਾਈਵਿੰਗ ਕਰਦਾ ਸੀ। ਉਸ ਨੂੰ ਨਸ਼ਾ ਆਦਿ ਪੀਣ ਦੀ ਕੋਈ ਆਦਤ ਨਹੀਂ ਸੀ। ਬਲਬੀਰ ਦੀ ਮੌਤ ਦਾ ਉਸ ਨੂੰ ਬਹੁਤ ਅਫ਼ਸੋਸ ਹੋਇਆ ਸੀ।

ਵਾਕਾਂ ਨੂੰ ਪੜ੍ਹੋ ਅਤੇ ਲਿਖੋ

ਠੀਕ   ਠ
ਗ਼ਲਤ   ਗ
ਪਤਾ ਨਹੀਂ   ?

ਉਦਾਹਰਣ	1.	ਹਾਦਸਾ ਕਲ੍ਹ ਹੋਇਆ।	
	2.	ਬਲਬੀਰ ਦੀ ਉਮਰ ਪੱਚੀ ਸਾਲ ਦੀ ਸੀ।	
	3.	ਬਲਬੀਰ ਸਿੰਘ ਪਾਰਟ-ਟਾਈਮ ਕੰਮ ਕਰਦਾ ਸੀ।	
	4.	ਬਲਬੀਰ ਕਾਰ ਚਲਾ ਰਿਹਾ ਸੀ।	
	5.	ਉਹ ਬਿਜਲੀ ਦੇ ਖੰਭੇ ਨਾਲ ਟਕਰਾ ਗਿਆ ਸੀ।	
	6.	ਉਸ ਨੂੰ ਬਹੁਤ ਜਲਦੀ ਹਸਪਤਾਲ ਪਹੁੰਚਾਇਆ ਗਿਆ ਸੀ।	
	7.	ਉਹ ਕਿਰਾਏ 'ਤੇ ਰਹਿ ਰਿਹਾ ਸੀ।	
	8.	ਉਸ ਦਾ ਲੋਕਾਂ ਨਾਲ ਵਿਵਹਾਰ ਚੰਗਾ ਨਹੀਂ ਸੀ।	
	9.	ਉਹ ਇੱਕ ਚੰਗਾ ਡਰਾਈਵਰ ਨਹੀਂ ਸੀ।	
	10.	ਉਹ ਕੋਈ ਨਸ਼ਾ ਆਦਿ ਨਹੀਂ ਖਾਂਦਾ ਸੀ।	
	11.	ਉਸ ਦੀ ਮੌਤ ਹਸਪਤਾਲ ਵਿੱਚ ਪਹੁੰਚ ਕੇ ਹੋਈ ਸੀ।	

HC-5

20. ਤੁਸੀਂ ਇੱਕ ਐਕਸੀਡੈਂਟ ਬਾਰੇ ਇੱਕ ਰੀਪੋਰਟ ਅਖ਼ਬਾਰ ਵਿੱਚ ਪੜ੍ਹਦੇ ਹੋ।

> ਅੱਜ ਸਵੇਰ ਦੇ ਅੱਠ ਵਜੇ ਐਮ 6 'ਤੇ ਇੱਕ [4] ਐਕਸੀਡੈਂਟ ਹੋਇਆ। ਇਹ [ ] ਕਾਵੈਂਟਰੀ ਤੋਂ ਅੱਗੇ ਕਾਫੀ ਦੇ ਲਾਗੇ ਹੋਇਆ। ਕਾਵੈਂਟਰੀ ਤੋਂ ਬਰਮਿੰਘਮ ਵਲ ਜਾਂਦਾ ਇੱਕ [ ] ਅਚਾਨਕ ਵਿਚਕਾਰ ਦਾ ਬੈਰੀਅਰ ਤੋੜ ਕੇ ਦੂਜੇ ਪਾਸੇ ਚਲਾ ਗਿਆ। ਬਰਮਿੰਘਮ ਵਲੋਂ [ ] ਆਉਂਦੀਆਂ ਕਈ ਕਾਰਾਂ ਟਰੱਕ ਵਿੱਚ ਵੱਜੀਆਂ। ਜੋ ਕਾਰ ਸਭ ਤੋਂ ਪਹਿਲਾਂ ਟਰੱਕ ਵਿੱਚ ਵੱਜੀ ਉਹ ਤਾਂ ਟੁੱਟ ਕੇ [ ] ਹੋ ਗਈ ਅਤੇ ਇਸ ਵਿੱਚ ਮੋਹਰਲੀਆਂ ਸੀਟਾਂ 'ਤੇ [ ] ਦੋਨੋਂ ਸਵਾਰੀਆਂ ਉਸੇ ਵੇਲੇ ਮਰ ਗਈਆਂ। ਇਸ ਤੋਂ ਬਾਅਦ ਕਈ ਹੋਰ ਕਾਰਾਂ ਟਰੱਕ ਵਿੱਚ ਵੱਜੀਆਂ। ਕਾਰਾਂ ਦਾ ਤਾਂ ਬਹੁਤ ਨੁਕਸਾਨ ਹੋਇਆ ਪਰ ਇਹਨਾਂ ਵਿੱਚ ਬੈਠੀਆਂ [ ] ਸੱਟਾਂ ਤੋਂ ਬੱਚ ਗਈਆਂ।
>
> ਇਸ ਐਕਸੀਡੈਂਟ ਦੀ ਖ਼ਬਰ ਸੁਣ ਕੇ ਪੁਲੀਸ ਇੱਕ ਦਮ ਆ ਗਈ। ਮਰਨ ਵਾਲਿਆਂ ਦੀਆਂ ਲਾਸ਼ਾਂ ਅਤੇ ਜ਼ਖ਼ਮੀਆਂ ਨੂੰ ਜਲਦੀ [ ] ਪਹੁੰਚਾਇਆ ਗਿਆ। ਇਸ ਐਕਸੀਡੈਂਟ ਕਾਰਨ [ ] ਦੋਨਾਂ ਪਾਸਿਆਂ ਤੋਂ ਲਗਭਗ ਤਿੰਨ ਘੰਟੇ ਰੁਕਿਆ ਰਿਹਾ। ਬਹੁਤ ਸਾਰੇ ਲੋਕੀਂ ਆਪਣੇ [ ] 'ਤੇ ਨਾ ਸਕੇ। ਕਈਆਂ ਨੇ ਬਰਮਿੰਘਮ ਏਅਰ ਪੋਰਟ ਤੋਂ [ ] ਚੜ੍ਹਨਾ ਸੀ ਅਤੇ ਉਹਨਾਂ ਦੀਆਂ ਫ਼ਲਾਈਟਾਂ ਮਿੱਸ ਹੋ ਗਈਆਂ। ਦੱਸਿਆ ਜਾਂਦਾ ਹੈ ਕਿ ਟਰੱਕ ਦੇ ਡਰਾਈਵਰ ਨੂੰ [ ] ਆ ਗਈ ਸੀ।

ਖ਼ਾਨਿਆਂ ਵਿੱਚ ਠੀਕ ਸ਼ਬਦਾਂ ਦਾ ਨੰਬਰ ਲਿਖੋ।

1. ਕੰਮ	4. ਭਿਆਨਕ	7. ਜਹਾਜ਼	10. ਟਰੱਕ
2. ਸਵਾਰੀਆਂ	5. ਹਸਪਤਾਲ	8. ਤੇਜ਼	11. ਦੋਹਰੀ
3. ਨੀਂਦ	6. ਬੈਠੀਆਂ	9. ਟਰੈਫ਼ਿਕ	12. ਐਕਸੀਡੈਂਟ

HC-5

21. ਤੁਹਾਡੀ ਸਹੇਲੀ ਇੰਡੀਆ ਵਿੱਚ ਛੁੱਟੀਆਂ ਕੱਟ ਕੇ ਆਈ ਹੈ। ਉਸ ਨੇ ਇਹ ਲੇਖ ਇੰਡੀਆ ਵਿੱਚ ਆਉਣ ਜਾਣ ਦੇ ਸਾਧਨਾਂ ਬਾਰੇ ਆਪਣੇ ਸਕੂਲ ਦੇ ਰਸਾਲੇ ਲਈ ਲਿਖਿਆ ਹੈ।

ਇਸ ਸਾਲ ਮੈਂ ਗਰਮੀ ਦੀਆਂ ਛੁੱਟੀਆਂ ਵਿੱਚ ਇੰਡੀਆ ਗਈ ਸੀ। ਇਸ ਲੇਖ ਵਿੱਚ ਮੈਂ ਇੰਡੀਆ ਆਉਣ ਜਾਣ ਦੇ ਸਾਧਨਾਂ ਬਾਰੇ ਲਿਖਿਆ ਹੈ। ਇੰਡੀਆ ਵਿੱਚ ਪਿੱਛਲੇ ਚਾਲੀ ਪੰਜਾਹ ਸਾਲਾਂ ਵਿੱਚ ਆਉਣ ਜਾਣ ਦੇ ਸਾਧਨਾਂ ਵਿੱਚ ਬਹੁਤ ਤਰੱਕੀ ਹੋਈ ਹੈ।

ਪਹਿਲਾਂ ਪਹਿਲਾਂ ਲੋਕਾਂ ਨੂੰ ਇੱਕ ਥਾਂ ਤੋਂ ਦੂਜੀ ਥਾਂ ਜਾਣ ਲਈ ਅਤੇ ਸਾਮਾਨ ਭੇਜਣ ਲਈ ਬਹੁਤ ਕਠਿਨਾਈ ਆਉਂਦੀ ਸੀ। ਲੋਕੀਂ ਆਮ ਤੌਰ 'ਤੇ ਦੂਰ ਦੂਰ ਤੱਕ ਵੀ ਪੈਦਲ ਹੀ ਜਾਂਦੇ ਸਨ। ਅਮੀਰ ਲੋਕ ਘੋੜੇ ਘੋੜੀਆਂ 'ਤੇ ਸਫ਼ਰ ਕਰਦੇ ਸਨ। ਸਾਮਾਨ ਢੋਣ ਲਈ ਗੱਡੇ, ਗੱਡੀਆਂ ਦੀ ਵਰਤੋਂ ਕਰਦੇ ਸਨ। ਅੱਜ ਕੱਲ ਵੀ ਪਿੰਡਾਂ ਵਿੱਚ ਕੁਝ ਲੋਕ ਸਾਮਾਨ ਢੋਣ ਲਈ ਗੱਡੇ ਗੱਡੀਆਂ ਅਤੇ ਰੇੜ੍ਹੀਆਂ ਆਦਿ ਦੀ ਵਰਤੋਂ ਕਰਦੇ ਹਨ।

ਅੱਜ ਕੱਲ ਲੋਕੀਂ ਪੈਦਲ ਘੱਟ ਹੀ ਤੁਰਦੇ ਹਨ। ਪਿੰਡਾਂ ਵਿੱਚ ਸਾਈਕਲ, ਸਕੂਟਰ, ਮੋਟਰ ਸਾਈਕਲਾਂ ਦੀ ਵਰਤੋਂ ਕੀਤੀ ਜਾਂਦੀ ਹੈ। ਪਿੱਛਲੇ ਕੁਝ ਸਾਲਾਂ ਤੋਂ ਪਿੰਡਾਂ ਵਿੱਚ ਕਾਰਾਂ ਅਤੇ ਵੈਨਾਂ ਵੀ ਆਮ ਦਿਖਾਈ ਦਿੰਦੀਆਂ ਹਨ ਅਤੇ ਗੱਡੇ, ਗੱਡੀਆਂ ਦੀ ਥਾਂ ਟਰੈਕਟਰ ਅਤੇ ਟਰੱਕਾਂ ਨੇ ਲੈ ਲਈ ਹੈ। ਪਿੰਡਾਂ ਤੋਂ ਲਾਗੇ ਦੇ ਸ਼ਹਿਰਾਂ ਨੂੰ ਜਾਣ ਲਈ ਟੈਂਪੂ ਚਲਦੇ ਹਨ ਪਰ ਅੱਜ ਕੱਲ ਪਿੰਡਾਂ ਨੂੰ ਬੱਸਾਂ ਅਤੇ ਛੋਟੀਆਂ ਬੱਸਾਂ ਆਮ ਜਾਂਦੀਆਂ ਹਨ।

ਸ਼ਹਿਰਾਂ ਵਿੱਚ ਲੋਕੀਂ ਇੱਕ ਥਾਂ ਤੋਂ ਦੂਜੀ ਥਾਂ ਜਾਣ ਲਈ ਰਿਕਸ਼ੇ, ਮੋਟਰ ਰਿਕਸ਼ੇ, ਕਾਰਾਂ, ਲੋਕਲ ਬੱਸਾਂ, ਟਾਂਗੇ, ਸਕੂਟਰ, ਮੋਟਰ ਸਾਈਕਲ ਅਤੇ ਟੈਕਸੀਆਂ ਆਦਿ ਦੀ ਵਰਤੋਂ ਕਰਦੇ ਹਨ।

ਦੂਰ ਦੂਰ ਦੇ ਸ਼ਹਿਰਾਂ ਨੂੰ ਜਾਣ ਲਈ ਲੋਕੀਂ ਕਾਰਾਂ, ਕੋਚਾਂ, ਬੱਸਾਂ ਅਤੇ ਰੇਲ ਗੱਡੀਆਂ ਦੀ ਵਰਤੋਂ ਕਰਦੇ ਹਨ। ਕਈ ਬੱਸਾਂ ਰਸਤੇ ਵਿੱਚ ਆਉਂਦੇ ਕਈ ਬੱਸ ਅੱਡਿਆਂ 'ਤੇ ਖੜ੍ਹਦੀਆਂ ਹਨ ਅਤੇ ਸਵਾਰੀਆਂ ਨੂੰ ਉਤਾਰਦੀਆਂ ਤੇ ਚੜ੍ਹਾਉਂਦੀਆਂ ਹਨ। ਪਰ ਬੱਸਾਂ ਅਤੇ ਕੋਚਾਂ ਐਸੀਆਂ ਵੀ ਹਨ ਜੋ ਰਸਤੇ ਵਿੱਚ ਕਿਤੇ ਨਹੀਂ ਖੜ੍ਹਦੀਆਂ। ਇਹਨਾਂ ਨੂੰ ਨੌਨ ਸਟਾਪ ਬੱਸਾਂ ਅਤੇ ਕੋਚਾਂ ਕਹਿੰਦੇ ਹਨ। ਡੀਲਕਸ ਕੋਚਾਂ ਕਾਫੀ ਆਰਾਮਦਾਇਕ ਹਨ।

ਕੋਚਾਂ ਅਤੇ ਬੱਸਾਂ ਦੀ ਤਰ੍ਹਾਂ ਕਈ ਗੱਡੀਆਂ ਐਸੀਆਂ ਹਨ ਜੋ ਕਈ ਰੇਲਵੇ ਸਟੇਸ਼ਨਾਂ 'ਤੇ ਠਹਿਰਦੀਆਂ ਹਨ ਅਤੇ ਕਈ ਐਸੀਆਂ ਹਨ ਜੋ ਬਹੁਤ ਤੇਜ਼ ਚਲਦੀਆਂ ਹਨ ਅਤੇ ਬਹੁਤ ਘੱਟ ਸਟੇਸ਼ਨਾਂ 'ਤੇ ਖੜ੍ਹਦੀਆਂ ਹਨ। ਜਿਵੇਂ ਦਿੱਲੀ ਤੋਂ ਅੰਮ੍ਰਿਤਸਰ ਜਾਣ ਵਾਲੀ ਸ਼ਤਾਬਦੀ ਗੱਡੀ ਸਿਰਫ਼ ਲੁਧਿਆਣਾ ਅਤੇ ਜਲੰਧਰ ਹੀ ਠਹਿਰਦੀ ਹੈ ਅਤੇ ਅੰਮ੍ਰਿਤਸਰ 5½ ਘੰਟਿਆਂ ਵਿੱਚ ਪਹੁੰਚ ਜਾਂਦੀ ਹੈ। ਇਸ ਦੀਆਂ ਸੀਟਾਂ ਬੜੀਆਂ ਆਰਾਮਦਾਇਕ ਹਨ ਅਤੇ ਇਸ ਵਿੱਚ ਖਾਣ ਪੀਣ ਦਾ ਚੰਗਾ ਪ੍ਰਬੰਧ ਹੈ।

ਇੰਡੀਆ ਵਿੱਚ ਬਹੁਤੇ ਅਮੀਰ ਲੋਕ ਇੱਕ ਸ਼ਹਿਰ ਤੋਂ ਦੂਜੇ ਸ਼ਹਿਰ ਨੂੰ ਹਵਾਈ ਜਹਾਜ਼ਾਂ ਵਿੱਚ ਜਾਂਦੇ ਹਨ। ਇੰਡੀਆ ਦੇ ਲਗਭਗ ਹਰ ਵੱਡੇ ਸ਼ਹਿਰ ਨੂੰ ਜਹਾਜ਼ ਜਾਂਦੇ ਹਨ। ਪਹਿਲਾਂ ਪਹਿਲਾਂ ਇੰਡੀਆ ਵਿੱਚ ਸਿਰਫ਼ ਇੰਡੀਅਨ ਏਅਰ ਲਾਈਨਜ਼ ਦੇ ਜਹਾਜ਼ ਹੀ ਚਲਦੇ ਸਨ ਪਰ ਅੱਜ ਕੱਲ ਕਈ ਹੋਰ ਕੰਪਨੀਆਂ ਨੇ ਵੀ ਆਪਣੇ ਜਹਾਜ਼ ਚਲਾਉਣੇ ਸ਼ੁਰੂ ਕਰ ਦਿੱਤੇ ਹਨ। ਇੰਡੀਆ ਤੋਂ ਦੂਜੇ ਦੇਸ਼ਾਂ ਨੂੰ ਇੰਡੀਆ ਦੀ ਏਅਰ ਇੰਡੀਆ ਕੰਪਨੀ ਦੇ ਜਹਾਜ਼ ਜਾਂਦੇ ਹਨ। ਬਹੁਤੇ ਭਾਰਤੀ ਲੋਕ ਇਹਨਾਂ ਜਹਾਜ਼ਾਂ ਵਿੱਚ ਸਫ਼ਰ ਕਰਦੇ ਹਨ।

ਹੇਠ ਲਿਖੇ ਪ੍ਰਸ਼ਨਾਂ ਦਾ ਉੱਤਰ ਪੰਜਾਬੀ ਵਿੱਚ ਲਿਖੋ :

1. ਜਿਨ੍ਹਾਂ ਆਉਣ ਜਾਣ ਦੇ ਸਾਧਨਾਂ ਬਾਰੇ ਇਸ ਲੇਖ ਵਿੱਚ ਦੱਸਿਆ ਗਿਆ ਹੈ, ਉਹਨਾਂ ਦੇ ਨਾਂ ਲਿਖੋ।

....

2. ਪੁਰਾਣੇ ਸਮਿਆਂ ਵਿੱਚ ਆਮ ਲੋਕ ਆਉਣ ਜਾਣ ਦੇ ਕਿਹੜੇ ਸਾਧਨਾਂ ਦੀ ਵਰਤੋਂ ਕਰਦੇ ਸਨ ਅਤੇ ਇਹਨਾਂ ਸਾਧਨਾਂ ਵਿੱਚ ਕੀ ਤਬਦੀਲੀ ਆਈ ਹੈ ?

....

3. ਪੁਰਾਣੇ ਸਮਿਆਂ ਵਿੱਚ ਅਮੀਰ ਲੋਕ ਕਿਸ ਤਰ੍ਹਾਂ ਸਫ਼ਰ ਕਰਦੇ ਸਨ ?

....

4. ਇਸ ਲੇਖ ਵਿੱਚ ਬੱਸਾਂ ਅਤੇ ਗੱਡੀਆਂ ਬਾਰੇ ਕੀ ਦੱਸਿਆ ਗਿਆ ਹੈ ? ਚਾਰ ਗੱਲਾਂ ਲਿਖੋ।

....

5. ਅੰਮ੍ਰਿਤਸਰ ਤੋਂ ਦਿੱਲੀ ਆਉਣ ਜਾਣ ਲਈ ਬਹੁਤੇ ਲੋਕੀਂ ਸ਼ਤਾਬਦੀ ਗੱਡੀ ਵਿੱਚ ਕਿਉਂ ਸਫ਼ਰ ਕਰਨਾ ਜ਼ਿਆਦਾ ਪਸੰਦ ਕਰਦੇ ਹਨ ? ਚਾਰ ਕਾਰਨ ਲਿਖੋ।

....

6. ਇੰਡੀਆ ਵਿੱਚ ਹਵਾਈ ਜਹਾਜ਼ ਵਿੱਚ ਸਫ਼ਰ ਕਰਨ ਬਾਰੇ ਕੀ ਦੱਸਿਆ ਗਿਆ ਹੈ ? ਤਿੰਨ ਗੱਲਾਂ ਲਿਖੋ।

....HC-5

167

22. Your friend Rupinder sees this advertisement in the newspaper and asks you some questions about it.

2 ਵਜੇ ਤੋਂ 4 ਵਜੇ ਤੜਕੇ	**ਏਅਰਕੰਡੀਸ਼ਨ ਬੱਸ ਸੇਵਾ ਹਰ ਰੋਜ਼** **ਦਿੱਲੀ ਏਅਰਪੋਰਟ ਤੋਂ ਪੰਜਾਬ**	ਦੁਪਹਿਰ ਦੇ 2 ਵਜੇ

ਇੰਡੀਆ ਵਿੱਚ ਪਹਿਲੀ ਵਾਰ ਜਹਾਜ਼ ਵਰਗੀ ਏਅਰਕੰਡੀਸ਼ਨ ਬੱਸ ਦੀ ਸੇਵਾ ਚਾਲੂ ਹੈ

ਚੰਡੀਗੜ੍ਹ, ਮੋਹਾਲੀ, ਪੰਚਕੂਲਾ ਜਾਣ ਵਾਲੇ ਮੁਸਾਫ਼ਿਰਾਂ ਲਈ **ਖੁਸ਼ਖ਼ਬਰੀ** ਤੁਹਾਨੂੰ ਇਸੇ ਕਿਰਾਏ ਵਿੱਚ ਹੀ ਘਰ ਛੱਡਕੇ ਆਵਾਂਗੇ।

ਇਹ ਸੇਵਾ 1994 ਤੋਂ ਇੰਡੋ-ਕਨੇਡੀਅਨ ਟਰਾਂਸਪੋਰਟ ਕੰਪਨੀ ਕਰਦੀ ਆਈ ਹੈ।

1. ਕੋਕਾ ਕੋਲਾ — ਬੋਤਲ ਮੁਫ਼ਤ ਹਰ ਇੱਕ ਮੁਸਾਫ਼ਰ ਲਈ।
2. ਸਾਮਾਨ — ਲਹਾਉਣਾ ਚੜ੍ਹਾਉਣਾ ਕੰਪਨੀ ਵਲੋਂ ਮੁਫ਼ਤ ਹੋਵੇਗਾ।
3. ਸ਼ੁੱਧ ਪਾਣੀ — ਬੋਤਲ ਮੁਫ਼ਤ ਹਰ ਇੱਕ ਮੁਸਾਫ਼ਰ ਲਈ।
4. ਟੈਲੀਫੋਨ — ਚਲਦੀ ਬੱਸ ਵਿਚੋਂ ਦੁਨੀਆ ਭਰ ਵਿੱਚ ਫ਼ੋਨ ਕਰ ਸਕਦੇ ਹੋ।
5. ਟੌਫੀ — ਟੌਫੀ ਦੀ ਮੁਫ਼ਤ ਸੇਵਾ ਹਰ ਇੱਕ ਮੁਸਾਫ਼ਰ ਲਈ।

ਦਿੱਲੀ ਏਅਰਪੋਰਟ ਤੋਂ ਚੰਡੀਗੜ੍ਹ, ਲੁਧਿਆਣਾ, ਮੋਗਾ, ਫ਼ਗਵਾੜਾ, ਨਵਾਂਸ਼ਹਿਰ, ਗੜ੍ਹਸ਼ੰਕਰ ਜਾਣ ਲਈ ਇੰਡੋ-ਕਨੇਡੀਅਨ ਟਰਾਂਸਪੋਰਟ ਕੰਪਨੀ ਦੀ ਇਹ ਇੱਕ ਬਹੁਤ ਆਰਾਮਦਾਇਕ ਬੱਸ ਹੈ। ਤੁਸੀਂ ਬੱਸ ਦੀਆਂ ਟਿਕਟਾਂ ਕਿਸੇ ਵੀ ਨੇੜੇ ਦੇ ਟਰੈਵਲ ਏਜੰਟ ਰਾਹੀਂ ਬੁੱਕ ਕਰਵਾ ਸਕਦੇ ਹੋ।

ਸਪੈਸ਼ਲ ਟੂਰ ਬੁੱਕ ਕਰਨ ਲਈ, ਪਾਕਿਸਤਾਨ ਗੁਰਦੁਆਰਾ ਯਾਤਰਾ ਲਈ, ਦਿੱਲੀ ਏਅਰਪੋਰਟ ਤੋਂ ਟੈਕਸੀ ਜਾਂ 8 ਸੀਟਰ ਸੂੱਮੋ ਵੈਨ ਲੈਣ ਲਈ, 35 ਸੀਟਰ ਬੱਸ ਏਅਰਕੰਡੀਸ਼ਨ ਜਾਂ ਬਿਨਾਂ ਏਅਰਕੰਡੀਸ਼ਨ ਬੁੱਕ ਕਰਨ ਲਈ ਸਾਡੇ ਨਾਲ ਸੰਪਰਕ ਕਰੋ।

ਇੱਕ ਪਾਸੇ ਦਾ ਟਿਕਟ — 10 ਪੌਂਡ
ਆਉਣ ਜਾਣ ਦਾ ਟਿਕਟ — 20 ਪੌਂਡ

ਯੂ.ਕੇ. ਵਿੱਚ ਲੋੜਵੰਦ ਅਤੇ ਟਰੈਵਲ ਏਜੰਸੀਆਂ ਵਾਲੇ ਵੀਰ ਹੇਠ ਲਿਖੇ ਟੈਲੀਫ਼ੋਨ ਉੱਪਰ ਸੰਪਰਕ ਕਰ ਸਕਦੇ ਹਨ

01922-867560

ਨੋਟ : ਦੁਪਹਿਰ ਦੋ ਵਜੇ ਵਾਲੀ ਕੋਚ B.A. ਦੀ ਫ਼ਲਾਈਟ ਨੂੰ ਉਡੀਕ ਕੇ ਜਾਇਆ ਕਰੇਗੀ।

Answer your friends questions in English.

1. At what times of the day does the coach leave Delhi for the Panjab?

   ....

2. How many days of the week is there the coach service?

   ....

3. Why will people like to travel in this bus? Give five reasons.

   ....

   ....

4. How can you book your seats?

   ....

5. What other services does this transport company provide? Give four details.

   ....

   ....

   ....

6. How much are the tickets?

   Single..

   Return..

7. Why will this coach service be more useful to the passengers travelling on British Airways flight?

   ....

   ....

   ....HC-5

169

23. ਇਹ ਭਾਰਤ ਕੋਚਿਜ਼ ਬਾਰੇ ਇੱਕ ਇਸ਼ਤਿਹਾਰ ਹੈ। ਹੇਠ ਦਿੱਤੇ ਖਾਨਿਆਂ ਵਿੱਚ ਠੀਕ ਸ਼ਬਦਾਂ ਦਾ ਨੰਬਰ ਭਰੋ।

ਆਰਾਮਦੇਹ ਅਤੇ ਸਸਤੇ ਸਫ਼ਰ ਲਈ ਇੰਗਲੈਂਡ ਭਰ ਵਿੱਚ ਕੋਚ ਸਰਵਿਸ ਸਾਊਥਾਲ ਤੋਂ ਇੰਗਲੈਂਡ ਦੇ ਕਿਸੇ ਸ਼ਹਿਰ ਨੂੰ ਚੱਲਣ ਵਾਲੀ ਕੋਚ ਹੁਣ ਪ੍ਰਾਇਰੀ ਵੇ (ਵੈਸਟਰਨ ਰੋਡ) ਤੋਂ ਚਲਦੀ ਹੈ।

ਉਦਾਹਰਣ

ਅਸੀਂ ਚਾਹੁੰਦੇ ਹਾਂ ਕਿ ਤੁਹਾਨੂੰ ਚੰਗੀ $\boxed{8}$ ਸਰਵਿਸ ਮਿਲੇ। ਇਸ ਲਈ ਸਾਨੂੰ ਦੱਸੋ ਕਿ ਕੋਚਾਂ ਵਿੱਚ ਕਿਸ ਕਿਸ ਤਰ੍ਹਾਂ ਦੀਆਂ ਹੋਰ $\boxed{}$ ਦੇਈਏ। ਜੇ ਸਾਡੀ ਸਰਵਿਸ ਬਾਰੇ ਤੁਹਾਨੂੰ ਕਿਸੇ ਤਰ੍ਹਾਂ ਦੀ ਕੋਈ ਵੀ $\boxed{}$ ਹੋਵੇ ਤਾਂ ਬੱਸ ਅੱਡੇ 'ਤੇ ਸੁਰਜੀਤ ਸਿੰਘ ਧਾਲੀਵਾਲ ਨਾਲ $\boxed{}$ ਬਾਤ ਕਰੋ। ਅੱਡੇ ਉੱਤੇ ਮੁਸਾਫ਼ਰਾਂ ਦੇ $\boxed{}$ ਕਰਨ ਲਈ ਵੇਟਿੰਗ ਰੂਮ ਅਤੇ $\boxed{}$ ਆਦਿ ਦੀਆਂ ਸਾਰੀਆਂ ਸਹੂਲਤਾਂ ਹਨ। ਅਸੀਂ ਵਿਆਹ $\boxed{}$ ਅਤੇ ਤੁਹਾਡੀਆਂ ਕਈ ਹੋਰ $\boxed{}$ ਪੂਰੀਆਂ ਕਰ ਸਕਦੇ ਹਾਂ। ਸਾਡੇ $\boxed{}$ ਛੋਟੀਆਂ ਤੇ ਵੱਡੀਆਂ ਹਰ $\boxed{}$ ਦੀਆਂ ਕੋਚਾਂ ਹਨ। ਸਾਡੀ ਕੋਚ ਇੱਕ ਮਿੰਟ ਵੀ $\boxed{}$ ਨਹੀਂ ਹੁੰਦੀ।

---

1. ਸਹੂਲਤਾਂ	6. ਲੋੜਾਂ	10. ਕੋਲ
2. ਆਰਾਮ	7. ਸਾਈਜ਼	11. ਸ਼ਾਦੀਆਂ
3. ਟੌਇਲਟ	8. ਕੋਚ	12. ਛੋਟੀਆਂ
4. ਗੱਲ	9. ਸ਼ਿਕਾਇਤ	13. ਮਿੰਟ
5. ਲੇਟ		

(10)

24. A friend asks for your help in understanding the details of these letters about building an international airport in Jalandhar.

For examiner's use only

ਜਲੰਧਰ ਵਿੱਚ ਅੰਤਰਰਾਸ਼ਟਰੀ ਹਵਾਈ ਅੱਡਾ ਹੋਣਾ ਚਾਹੀਦਾ ਹੈ।

ਕੁਲਦੀਪ : ਮੇਰੇ ਖ਼ਿਆਲ ਵਿੱਚ ਜਲੰਧਰ ਸ਼ਹਿਰ ਵਿੱਚ ਅੰਤਰਰਾਸ਼ਟਰੀ ਹਵਾਈ ਅੱਡਾ ਹੋਣਾ ਚਾਹੀਦਾ ਹੈ। ਜਲੰਧਰ ਪੰਜਾਬ ਦੇ ਲਗ ਭਗ ਕੇਂਦਰ ਵਿੱਚ ਹੈ ਅਤੇ ਇਸ ਸ਼ਹਿਰ ਦੇ ਆਲੇ ਦੁਆਲੇ ਦੇ ਇਲਾਕੇ ਦੇ ਬਹੁਤ ਸਾਰੇ ਲੋਕ ਬਾਹਰਲੇ ਦੇਸ਼ਾਂ ਵਿੱਚ ਰਹਿੰਦੇ ਹਨ। ਵਿਦੇਸ਼ਾਂ ਵਿੱਚ ਰਹਿੰਦੇ ਪੰਜਾਬੀਆਂ ਨੂੰ ਪੰਜਾਬ ਆਉਣ ਜਾਣ ਵਿੱਚ ਬਹੁਤ ਤਕਲੀਫ਼ਾਂ ਆਉਂਦੀਆਂ ਹਨ। ਜਲੰਧਰ ਵਿੱਚ ਹਵਾਈ ਅੱਡਾ ਬਣਨ ਨਾਲ ਇੱਕ ਤਾਂ ਵਿਦੇਸ਼ਾਂ ਵਿੱਚ ਰਹਿੰਦੇ ਪੰਜਾਬੀਆਂ ਦੀਆਂ ਪੰਜਾਬ ਆਉਣ ਜਾਣ ਦੀਆਂ ਤਕਲੀਫ਼ਾਂ ਦੂਰ ਹੋ ਜਾਣਗੀਆਂ, ਦੂਜੇ ਲੋਕਾਂ ਨੂੰ ਕਈ ਕਿਸਮ ਦੀਆਂ ਨੌਕਰੀਆਂ ਮਿਲ ਜਾਣਗੀਆਂ।

ਸੁਰਿੰਦਰ : ਮੇਰੇ ਖ਼ਿਆਲ ਵਿੱਚ ਪੰਜਾਬ ਵਿੱਚ ਅੰਤਰਰਾਸ਼ਟਰੀ ਹਵਾਈ ਅੱਡਾ ਹੋਣਾ ਤਾਂ ਜ਼ਰੂਰ ਚਾਹੀਦਾ ਹੈ ਪਰ ਜਲੰਧਰ ਵਿੱਚ ਨਹੀਂ। ਜਲੰਧਰ ਵਿੱਚ ਨਵਾਂ ਹਵਾਈ ਅੱਡਾ ਬਣਨ ਨਾਲ ਕਾਫ਼ੀ ਉਪਜਾਉ ਭੂਮੀ ਬਰਬਾਦ ਹੋ ਜਾਵੇਗੀ ਜਿਸ ਨਾਲ ਬਹੁਤ ਸਾਰੇ ਲੋਕਾਂ ਦਾ ਰੁਜ਼ਗਾਰ ਖ਼ਤਮ ਹੋ ਜਾਵੇਗਾ ਅਤੇ ਪੰਜਾਬ ਦੀ ਅੰਨ ਦੀ ਉਪਜ ਵਿੱਚ ਕਮੀ ਆਵੇਗੀ। ਮੇਰੇ ਖ਼ਿਆਲ ਵਿੱਚ ਤਾਂ ਅੰਮ੍ਰਿਤਸਰ ਦੇ ਹਵਾਈ ਅੱਡੇ ਨੂੰ ਹੋਰ ਉੱਨਤ ਕਰਕੇ ਅੰਤਰਰਾਸ਼ਟਰੀ ਅੱਡਾ ਬਣਾ ਦੇਣਾ ਚਾਹੀਦਾ ਹੈ। ਇਹ ਸ਼ਹਿਰ ਜਲੰਧਰ ਤੋਂ ਕੋਈ ਬਹੁਤਾ ਦੂਰ ਨਹੀਂ ਹੈ। ਨਾਲੇ ਇਸ ਸ਼ਹਿਰ ਤੋਂ ਹਰ ਪਾਸੇ ਨੂੰ ਗੱਡੀਆਂ ਅਤੇ ਬੱਸਾਂ ਆਮ ਚਲਦੀਆਂ ਹਨ।

ਰਨਜੀਤ : ਮੇਰੇ ਖ਼ਿਆਲ ਵਿੱਚ ਤਾਂ ਪੰਜਾਬ ਵਿੱਚ ਅੰਤਰਰਾਸ਼ਟਰੀ ਹਵਾਈ ਅੱਡਾ ਹੋਣਾ ਜ਼ਰੂਰ ਚਾਹੀਦਾ ਹੈ ਅਤੇ ਜਲੰਧਰ ਸ਼ਹਿਰ ਇਸ ਲਈ ਬਹੁਤ ਢੁਕਵੀਂ ਥਾਂ ਹੈ। ਲੋਕ ਦਿੱਲੀ ਤੱਕ ਤਾਂ ਸਫ਼ਰ ਠੀਕ ਠਾਕ ਕਰ ਲੈਂਦੇ ਹਨ ਪਰ ਦਿੱਲੀ ਪਹੁੰਚ ਕੇ ਅੱਗੇ ਪੰਜਾਬ ਕਿਸ ਤਰ੍ਹਾਂ ਜਾਣਾ ਹੈ, ਦਾ ਫ਼ਿਕਰ ਲੱਗ ਜਾਂਦਾ ਹੈ। ਕਿਸੇ ਨੇ ਅੱਗੇ ਢਾਈ ਸੌ, ਕਿਸੇ ਨੇ ਤਿੰਨ ਸੌ ਅਤੇ ਕਿਸੇ ਨੇ ਚਾਰ ਸੌ ਕਿਲੋਮੀਟਰ ਸਫ਼ਰ ਕਰਨਾ ਹੁੰਦਾ ਹੈ। ਬੱਸ ਵਿੱਚ ਜਾਵੋ ਤਾਂ ਸਾਮਾਨ ਦੀ ਚਿੰਤਾ, ਸਾਲਮ ਟੈਕਸੀ ਕਰੋ ਤਾਂ ਸੁਰੱਖਿਅਤ ਮਹਿਸੂਸ ਨਹੀਂ ਕਰਦੇ ਅਤੇ ਦੁਰਘਟਨਾ ਦਾ ਹਰ ਵੇਲੇ ਖ਼ਤਰਾ ਰਹਿੰਦਾ ਹੈ। ਰੇਲ ਗੱਡੀ ਵਿੱਚ ਜਾਣ ਲਈ ਬੁਕਿੰਗ ਦੀ ਸਮੱਸਿਆ ਆਉਂਦੀ ਹੈ।

ਕਮਲਜੀਤ : ਮੈਂ ਤਾਂ ਚਾਹੁੰਦੀ ਹਾਂ ਕਿ ਪੰਜਾਬ ਵਿੱਚ ਅੰਤਰਰਾਸ਼ਟਰੀ ਹਵਾਈ ਅੱਡਾ ਬਿਲਕੁਲ ਨਹੀਂ ਬਣਨਾ ਚਾਹੀਦਾ। ਦਿੱਲੀ ਭਾਰਤ ਦੀ ਰਾਜਧਾਨੀ ਹੈ ਜਿੱਥੇ ਬਹੁਤ ਸਾਰੀਆਂ ਦੇਖਣ ਵਾਲੀਆਂ ਥਾਵਾਂ ਹਨ। ਤੁਸੀਂ ਇੱਕ ਦੋ ਦਿਨ ਦਿੱਲੀ ਠਹਿਰ ਕੇ ਪੰਜਾਬ ਜਾ ਸਕਦੇ ਹੋ। ਅੱਜ ਕੱਲ ਦਿੱਲੀ ਤੋਂ ਪੰਜਾਬ ਨੂੰ ਬੇਅੰਤ ਗੱਡੀਆਂ ਅਤੇ ਬੱਸਾਂ ਜਾਂਦੀਆਂ ਹਨ। ਜੇ ਤੁਸੀਂ ਜਲਦੀ ਜਾਣਾ ਚਾਹੁੰਦੇ ਹੋ ਤਾਂ ਦਿੱਲੀ ਤੋਂ ਚੰਡੀਗੜ੍ਹ ਅਤੇ ਅੰਮ੍ਰਿਤਸਰ ਨੂੰ ਲੋਕਲ ਉਡਾਣਾਂ ਜਾਂਦੀਆਂ ਹਨ।

(a) Why does Kuldeep think that an international airport should be built in Jalandhar? Give two reasons.

1...

2... *(2)*

(b) Who supports Kuldeep's opinion that an international airport should be built in Jalandhar?

.... *(1)*

(c) Why?

....

.... *(2)*

(d) How do the views of Kamaljit and Ranjit differ about the building of an international airport in Jalandhar?

.... *(1)*

(e) Why is Surinder against the idea of building an international airport in Jalandhar?

.... *(1)*

(f) What alternative does he suggest?

.... *(1)*

NEAB 1998
HC-5

Area of Experience D—The World of Work

D-1 Further education and training.

Foundation

1. Your friend Manjit shows you this letter which he received from his cousin Arbinder from India.

ਮਹਿੰਦ ਪੁਰ

15 ਜਨਵਰੀ 2000

ਪਿਆਰੇ ਮਨਜੀਤ,

ਸਤਿ ਸ੍ਰੀ ਅਕਾਲ। ਤੁਹਾਨੂੰ ਇਹ ਜਾਣ ਕੇ ਖ਼ੁਸ਼ੀ ਹੋਵੇਗੀ ਕਿ ਮੈਂ ਇਸ ਸਾਲ ਪਲੱਸ ਟੂ ਦੀ ਪ੍ਰੀਖਿਆ ਫ਼ਸਟ ਡਵੀਜ਼ਨ ਵਿੱਚ ਪਾਸ ਕਰ ਲਈ ਸੀ। ਹੁਣ ਮੈਂ ਖ਼ਾਲਸਾ ਕਾਲਿਜ ਜਲੰਧਰ ਵਿੱਚ ਦਾਖ਼ਲ ਹੋ ਗਿਆ ਹਾਂ ਅਤੇ ਕੰਪਿਊਟਰ ਦੀ ਪੜ੍ਹਾਈ ਵਿੱਚ ਡਿਗਰੀ ਕਰ ਰਿਹਾ ਹਾਂ।

ਅੱਜ ਕਲ੍ਹ ਇੰਡੀਆ ਵਿੱਚ ਕੰਪਿਊਟਰ ਦੀ ਪੜ੍ਹਾਈ ਵਿੱਚ ਡਿਗਰੀ ਕਰਨ ਵਾਲਿਆਂ ਨੂੰ ਨੌਕਰੀ ਬਹੁਤ ਜਲਦੀ ਮਿਲ ਜਾਂਦੀ ਹੈ। ਇਸ ਵਿੱਚ ਪੈਸੇ ਵੀ ਜ਼ਿਆਦਾ ਮਿਲਦੇ ਹਨ ਅਤੇ ਤਰੱਕੀ ਜਲਦੀ ਹੋ ਜਾਂਦੀ ਹੈ।

ਮੈਨੂੰ ਲਿਖਣਾ ਕਿ ਅੱਜ ਕਲ੍ਹ ਤੁਸੀਂ ਕੀ ਪੜ੍ਹਾਈ ਕਰ ਰਹੇ ਹੋ ਅਤੇ ਅੱਗੋਂ ਕਿਸ ਤਰ੍ਹਾਂ ਦੀ ਪੜ੍ਹਾਈ ਕਰਨ ਦਾ ਵਿਚਾਰ ਹੈ।

ਤੁਹਾਡਾ ਚਚੇਰਾ ਭਰਾ,

ਅਰਬਿੰਦਰ

Answer the following questions in English.

1. Where does Arbinder live?
    ....

2. When did he write this letter?
    ....

3. What examination did he pass this year and what grade did he achieve?
    ....

4. Where does he study now?
    ....

5. What does he study now?
    ....

6. Why? Give three details.
    ....

7. What has he asked about Manjit?
    ....FD-1

2. ਤੁਸੀਂ ਚਾਰ ਵਿਦਿਆਰਥੀਆਂ ਦੇ ਅਗਲੀ ਪੜ੍ਹਾਈ ਅਤੇ ਟਰੇਨਿੰਗ ਬਾਰੇ ਵਿਚਾਰ ਪੜ੍ਹਦੇ ਹੋ।

ਮਨਪ੍ਰੀਤ : ਮੈਂ ਜੀ.ਸੀ.ਐਸ.ਈ. ਦੀ ਪੜ੍ਹਾਈ ਖ਼ਤਮ ਕਰਕੇ ਅੰਗ੍ਰੇਜ਼ੀ, ਇਤਿਹਾਸ ਅਤੇ ਪੰਜਾਬੀ ਵਿੱਚ ਏ ਲੈਵਲ ਕਰਨੇ ਹਨ। ਇਸ ਤੋਂ ਬਾਅਦ ਮੈਂ ਯੂਨੀਵਰਸਿਟੀ ਵਿੱਚ ਅੰਗ੍ਰੇਜ਼ੀ ਵਿੱਚ ਡਿਗਰੀ ਕਰਨੀ ਹੈ।

ਬਲਜੀਤ : ਮੈਂ ਜੀ.ਸੀ.ਐਸ.ਈ. ਦੀ ਪੜ੍ਹਾਈ ਖ਼ਤਮ ਕਰਨ ਤੋਂ ਬਾਅਦ ਏ ਲੈਵਲ ਨਹੀਂ ਕਰਨਾ ਚਾਹੁੰਦੀ। ਮੈਂ ਸਕੂਲ ਦੀ ਪੜ੍ਹਾਈ ਖ਼ਤਮ ਕਰਨ ਤੋਂ ਬਾਅਦ ਕਾਲਜ ਜਾਣਾ ਚਾਹੁੰਦੀ ਹਾਂ। ਕਾਲਜ ਵਿੱਚ ਮੈਂ ਜੀ.ਐਨ.ਵੀ.ਕਿਊ. ਲੈਯਰ ਅਤੇ ਟੂਰਿਜ਼ਮ ਵਿੱਚ ਕਰਨਾ ਚਾਹੁੰਦੀ ਹਾਂ।

ਅਮਰਦੀਪ : ਜੀ.ਸੀ.ਐਸ.ਈ. ਕਰਨ ਤੋਂ ਬਾਅਦ ਮੈਂ ਹਿਸਾਬ, ਕੈਮਿਸਟਰੀ, ਫ਼ਿਜ਼ਿਕਸ ਅਤੇ ਪੰਜਾਬੀ ਵਿੱਚ ਏ ਲੈਵਲ ਕਰਨਾ ਚਾਹੁੰਦਾ ਹਾਂ। ਏ ਲੈਵਲ ਕਰਨ ਤੋਂ ਬਾਅਦ ਮੈਂ ਯੂਨੀਵਰਸਿਟੀ ਵਿੱਚ ਡਾਕਟਰੀ ਦੀ ਡਿਗਰੀ ਕਰਨੀ ਹੈ।

ਰਣਜੀਤ : ਮੈਂ ਜੀ.ਸੀ.ਐਸ.ਈ. ਕਰਨ ਤੋਂ ਬਾਅਦ ਹਿਸਾਬ, ਇਤਿਹਾਸ ਅਤੇ ਪੰਜਾਬੀ ਵਿੱਚ ਏ ਲੈਵਲ ਕਰਨਾ ਚਾਹੁੰਦੀ ਹਾਂ। ਇਸ ਤੋਂ ਬਾਅਦ ਮੈਂ ਯੂਨੀਵਰਸਿਟੀ ਵਿੱਚ ਕੰਪਿਊਟਰ ਸਾਇੰਸ ਵਿੱਚ ਡਿਗਰੀ ਕਰਨੀ ਚਾਹੁੰਦੀ ਹਾਂ।

ਮ (ਮਨਪ੍ਰੀਤ), ਬ (ਬਲਜੀਤ), ਅ (ਅਮਰਦੀਪ), ਰ (ਰਣਜੀਤ)

ਖ਼ਾਨਿਆਂ ਵਿੱਚ ਠੀਕ ਅੱਖਰ ਲਿਖੋ।

ਉਦਾਹਰਣ : ਅੰਗ੍ਰੇਜ਼ੀ ਵਿੱਚ ਕੌਣ ਡਿਗਰੀ ਕਰਨਾ ਚਾਹੁੰਦਾ/ਚਾਹੁੰਦੀ ਹੈ ? ☐ ਮ

1. ਏ ਲੈਵਲ ਕੌਣ ਨਹੀਂ ਕਰਨਾ ਚਾਹੁੰਦਾ/ਚਾਹੁੰਦੀ ? ☐

2. ਡਾਕਟਰ ਕੌਣ ਬਣਨਾ ਚਾਹੁੰਦਾ/ਚਾਹੁੰਦੀ ਹੈ ? ☐

3. ਕੰਪਿਊਟਰ ਦੀ ਪੜ੍ਹਾਈ ਵਿੱਚ ਕਿਸ ਦੀ ਦਿਲਚਸਪੀ ਹੈ ? ☐

4. ਸਾਇੰਸ ਪੜ੍ਹਨ ਵਿੱਚ ਕਿਸ ਦੀ ਦਿਲਚਸਪੀ ਹੈ ? ☐

5. ਜੀ.ਐਨ.ਵੀ.ਕਿਊ. ਕੌਣ ਕਰਨਾ ਚਾਹੁੰਦਾ/ਚਾਹੁੰਦੀ ਹੈ ? ☐

FD-1

174

Higher

3. ਤੁਸੀਂ ਮਨਜਿੰਦਰ ਦਾ ਇੱਕ ਆਰਟੀਕਲ ਪੜ੍ਹਦੇ ਹੋ ਜੋ ਉਸ ਨੇ ਪੰਜਾਬੀ ਅਖ਼ਬਾਰ ਟ੍ਰਿਬਿਊਨ ਲਈ ਲਿਖਿਆ ਹੈ।

ਇੰਗਲੈਂਡ ਦੇ ਹਾਈ ਸਕੂਲਾਂ ਵਿੱਚ ਵਿਦਿਆਰਥੀ ਜੀ.ਸੀ.ਐਸ.ਈ. ਤੱਕ ਦੀ ਪੜ੍ਹਾਈ ਕਰ ਸਕਦੇ ਹਨ। ਸੈਕੰਡਰੀ ਸਕੂਲਾਂ ਅਤੇ ਸਿਕਸਥ ਫਾਰਮ ਕਾਲਜਾਂ ਵਿੱਚ ਜੀ.ਸੀ.ਐਸ.ਈ. ਅਤੇ ਏ ਲੈਵਲ ਤੱਕ ਦੀ ਪੜ੍ਹਾਈ ਕੀਤੀ ਜਾ ਸਕਦੀ ਹੈ। ਇਸ ਤੋਂ ਅਗਲੀ ਜਾਂ ਉੱਚੀ ਪੜ੍ਹਾਈ ਕਰਨ ਲਈ ਕਾਲਜ ਜਾਂ ਯੂਨੀਵਰਸਿਟੀ ਜਾਣਾ ਪੈਂਦਾ ਹੈ। ਜੀ.ਸੀ.ਐਸ.ਈ. ਅਤੇ ਏ ਲੈਵਲ ਦੀ ਪੜ੍ਹਾਈ ਫਰਦਰ ਐਜੂਕੇਸ਼ਨ ਕਾਲਜਾਂ ਵਿੱਚ ਵੀ ਕੀਤੀ ਜਾ ਸਕਦੀ ਹੈ।

ਏ ਲੈਵਲ ਪਾਸ ਕਰਨ ਤੋਂ ਬਾਅਦ ਤੁਸੀਂ ਡਿਗਰੀ ਦਾ ਕੋਰਸ ਕਰਨ ਲਈ ਯੂਨੀਵਰਸਿਟੀ ਜਾਂ ਕਾਲਜ ਜਾ ਸਕਦੇ ਹੋ। ਪਹਿਲੀ ਡਿਗਰੀ ਕਰਨ ਲਈ ਆਮ ਤੌਰ 'ਤੇ ਤਿੰਨ ਸਾਲ ਲਗਦੇ ਹਨ। ਕਈ ਕਿੱਤਿਆਂ ਲਈ ਤਿੰਨ ਸਾਲ ਤੋਂ ਵੱਧ ਪੜ੍ਹਾਈ ਕਰਨੀ ਪੈਂਦੀ ਹੈ। ਜਿਵੇਂ :

ਫਾਰਮਾਸਿਸਟ ਬਣਨ ਲਈ ਅੱਜ ਕਲ੍ਹ ਚਾਰ ਸਾਲ ਯੂਨੀਵਰਸਿਟੀ ਵਿੱਚ ਅਤੇ ਇੱਕ ਸਾਲ ਲਈ ਕਿਸੀ ਫਾਰਮੇਸੀ ਵਿੱਚ ਟਰੇਨਿੰਗ ਲੈਣੀ ਪੈਂਦੀ ਹੈ। ਡੈਂਟਿਸਟ ਬਣਨ ਲਈ ਪੰਜ ਸਾਲ ਅਤੇ ਡਾਕਟਰ ਬਣਨ ਲਈ ਛੇ ਸਾਲ ਲਗਦੇ ਹਨ।

ਵਕੀਲ ਬਣਨ ਲਈ ਵੀ ਛੇ ਸਾਲ ਲਗਦੇ ਹਨ। ਪਹਿਲਾਂ ਯੂਨੀਵਰਸਿਟੀ ਵਿੱਚ ਤਿੰਨ ਸਾਲ ਲਈ ਐਲ.ਐਲ.ਬੀ. ਦੀ ਡਿਗਰੀ ਕਰਨੀ ਪੈਂਦੀ ਹੈ। ਫੇਰ ਇੱਕ ਸਾਲ ਲਈ ਲੀਗਲ ਪ੍ਰੈਕਟਿਸ ਕੋਰਸ ਕਰਨਾ ਪੈਂਦਾ ਹੈ ਜੋ ਯੂਨੀਵਰਸਿਟੀ ਵਿੱਚ ਹੀ ਕੀਤਾ ਜਾ ਸਕਦਾ ਹੈ। ਇਸ ਤੋਂ ਬਾਅਦ ਦੋ ਸਾਲ ਲਈ ਕਿਸੇ ਲਾਅ ਫਰਮ ਨਾਲ ਟਰੇਨਿੰਗ ਕਰਨੀ ਪੈਂਦੀ ਹੈ।

ਟੀਚਰ ਬਣਨ ਲਈ ਆਮ ਤੌਰ 'ਤੇ ਦੋ ਤਰੀਕੇ ਹਨ। ਜਾਂ ਤਾਂ ਤੁਸੀਂ ਏ ਲੈਵਲ ਕਰਨ ਤੋਂ ਬਾਅਦ ਤਿੰਨ ਸਾਲ ਦੀ ਬੀ.ਐੱਡ. ਦੀ ਡਿਗਰੀ ਕਰ ਸਕਦੇ ਹੋ। ਬੀ.ਐੱਡ. ਔਨਰਜ਼ ਚਾਰ ਸਾਲ ਦੀ ਡਿਗਰੀ ਹੈ। ਜਾਂ ਫਿਰ ਏ ਲੈਵਲ ਕਰਨ ਤੋਂ ਬਾਅਦ ਤਿੰਨ ਸਾਲ ਦੀ ਆਮ ਡਿਗਰੀ ਕਰਕੇ ਇੱਕ ਸਾਲ ਦਾ ਟੀਚਰਜ਼ ਟਰੇਨਿੰਗ ਕੋਰਸ ਕਰ ਸਕਦੇ ਹੋ। ਇਸ ਕੋਰਸ ਨੂੰ ਪੋਸਟ ਗ੍ਰੈਜੂਏਟ ਸਰਟੀਫ਼ੀਕੇਟ ਇਨ ਐਜੂਕੇਸ਼ਨ ਕਹਿੰਦੇ ਹਨ।

ਕਈ ਵਿਦਿਆਰਥੀ ਸਕੂਲਾਂ ਵਿੱਚ ਏ ਲੈਵਲ ਕਰਨ ਦੀ ਥਾਂ ਜੀ.ਐਨ.ਵੀ.ਕੀਊ. ਕਰਦੇ ਹਨ ਅਤੇ ਕਾਲਜਾਂ ਵਿੱਚ ਐਚ.ਐਨ.ਡੀ. ਅਤੇ ਬੀ.ਟੈੱਕ ਕਰਦੇ ਹਨ।

ਜੀ.ਸੀ.ਐਸ.ਈ. ਕਰਨ ਤੋਂ ਬਾਅਦ ਕਈ ਵਿਦਿਆਰਥੀ ਡਿਗਰੀ ਕਰਨ ਦੀ ਥਾਂ ਕਈ ਹੋਰ ਕੋਰਸ ਅਤੇ ਟਰੇਨਿੰਗ ਕਰਦੇ ਹਨ ਜਿਸ ਦੇ ਨਾਲ ਛੇਤੀ ਨੌਕਰੀ ਮਿਲ ਸਕੇ ਜਿਵੇਂ ਕੰਪਿਊਟਰ ਦਾ ਕੋਰਸ, ਸੈਕਟਰੀ ਦਾ ਕੋਰਸ ਆਦਿ।

ਨੋਟ : ਕ੍ਰਿਪਾ ਕਰਕੇ ਨੋਟ ਕਰੋ ਕਿ ਇਹ ਉਚੇਰੀ ਵਿਦਿਆ ਅਤੇ ਟਰੇਨਿੰਗ ਬਾਰੇ ਪੂਰੀ ਜਾਣਕਾਰੀ ਨਹੀਂ ਹੈ।

ਵਾਕਾਂ ਨੂੰ ਪੜ੍ਹੋ ਅਤੇ ਲਿਖੋ

ਠੀਕ   ਠ

ਗ਼ਲਤ   ਗ

ਪਤਾ ਨਹੀਂ   ?

ਉਦਾਹਰਣ	1.	ਹਾਈ ਸਕੂਲਾਂ ਵਿੱਚ ਤੁਸੀਂ ਜੀ.ਸੀ.ਐਸ.ਈ. ਨਹੀਂ ਕਰ ਸਕਦੇ।	ਗ
	2.	ਸਿਕਸਥ ਫਾਰਮ ਕਾਲਜਾਂ ਵਿੱਚ ਤੁਸੀਂ ਏ ਲੈਵਲ ਕਰ ਸਕਦੇ ਹੋ।	
	3.	ਤੁਸੀਂ ਯੂਨੀਵਰਸਿਟੀ ਵਿੱਚ ਜੀ.ਸੀ.ਐਸ.ਈ. ਕਰ ਸਕਦੇ ਹੋ।	
	4.	ਏ ਲੈਵਲ ਕਰਨ ਤੋਂ ਬਾਅਦ ਡਿਗਰੀ ਕਰਨ ਲਈ ਦੋ ਸਾਲ ਲਗਦੇ ਹਨ।	
	5.	ਫਾਰਮਾਸਿਸਟ ਦੀ ਡਿਗਰੀ ਕਰਨ ਲਈ ਪੰਜ ਸਾਲ ਲਗਦੇ ਹਨ।	
	6.	ਤੁਸੀਂ ਚਾਰ ਸਾਲਾਂ ਵਿੱਚ ਡੈਂਟਿਸਟ ਦੀ ਡਿਗਰੀ ਕਰ ਸਕਦੇ ਹੋ।	
	7.	ਵਕੀਲ ਬਣਨ ਲਈ ਛੇ ਸਾਲ ਲਗਦੇ ਹਨ।	
	8.	ਤੁਸੀਂ ਤਿੰਨ ਸਾਲਾਂ ਵਿੱਚ ਟੀਚਰ ਟਰੇਨਿੰਗ ਕਰ ਸਕਦੇ ਹੋ।	
	9.	ਪੀ.ਜੀ.ਸੀ.ਈ. ਤਿੰਨ ਸਾਲ ਦਾ ਕੋਰਸ ਹੈ।	
	10.	ਕਈ ਵਿਦਿਆਰਥੀ ਏ ਲੈਵਲ ਕਰਨ ਦੀ ਥਾਂ ਜੀ.ਐਨ.ਵੀ.ਕੀਊ. ਕਰਨਾ ਵਧੇਰੇ ਪਸੰਦ ਕਰਦੇ ਹਨ।	
	11.	ਇਸ ਆਰਟੀਕਲ ਵਿੱਚ ਉਚੇਰੀ ਵਿੱਦਿਆ ਬਾਰੇ ਅਧੂਰੀ ਜਾਣਕਾਰੀ ਹੈ।	
	12.	ਯੂਨੀਵਰਸਿਟੀਆਂ ਵਿੱਚ ਪੜ੍ਹਾਈ ਦੀ ਕੋਈ ਫ਼ੀਸ ਨਹੀਂ ਹੈ।	

HD-1

176

3. ਤੁਸੀਂ ਅਮਰਜੀਤ ਦਾ ਇੱਕ ਆਰਟੀਕਲ ਪੜ੍ਹਦੇ ਹੋ ਜੋ ਉਸ ਨੇ ਆਪਣੀ ਪੜ੍ਹਾਈ ਬਾਰੇ ਆਪਣੇ ਸਕੂਲ ਦੇ ਰਸਾਲੇ ਲਈ ਲਿਖਿਆ ਹੈ।

ਇਹ ਮੇਰਾ ਸਕੂਲ ਵਿੱਚ ਆਖ਼ਰੀ ਸਾਲ ਹੈ। ਇਸ ਸਾਲ ਜੂਨ ਵਿੱਚ ਮੈਂ ਅੰਗ੍ਰੇਜ਼ੀ, ਇਤਿਹਾਸ, ਭੂਗੋਲ ਅਤੇ ਪੰਜਾਬੀ ਦੇ ਇਮਤਿਹਾਨ ਦੇਣੇ ਹਨ। ਦੋ ਸਾਲ ਪਹਿਲਾਂ ਮੈਂ ਸੱਤ ਵਿਸ਼ਿਆਂ ਵਿੱਚ ਜੀ.ਸੀ.ਐਸ.ਈ. ਦੀਆਂ ਪ੍ਰੀਖਿਆਵਾਂ ਪਾਸ ਕੀਤੀਆਂ ਸਨ। ਹਿਸਾਬ, ਇਤਿਹਾਸ, ਭੂਗੋਲ ਅਤੇ ਪੰਜਾਬੀ ਵਿੱਚ ਏ ਗ੍ਰੇਡ ਅਤੇ ਅੰਗ੍ਰੇਜ਼ੀ, ਕੈਮਿਸਟਰੀ ਅਤੇ ਜਰਮਨ ਵਿੱਚ ਬੀ ਗ੍ਰੇਡ ਆਏ ਸਨ।

ਮੈਂ ਸਮਾਜਿਕ ਸੇਵਾ ਦਾ ਕੰਮ ਕਰਨਾ ਜ਼ਿਆਦਾ ਪਸੰਦ ਕਰਦਾ ਹਾਂ। ਇਸ ਲਈ ਮੈਂ ਸੋਸ਼ਲ ਵਰਕ ਦੀ ਡਿਗਰੀ ਲਈ ਪੜ੍ਹਾਈ ਕਰਨਾ ਚਾਹੁੰਦਾ ਹਾਂ। ਮੈਨੂੰ ਵਾਰਿਕ ਯੂਨੀਵਰਸਿਟੀ ਨੇ ਸੋਸ਼ਲ ਵਰਕ ਦੀ ਡਿਗਰੀ ਦੇ ਕੋਰਸ ਲਈ ਆਰਜ਼ੀ ਤੌਰ 'ਤੇ ਦਾਖ਼ਲਾ ਵੀ ਦੇ ਦਿੱਤਾ ਹੈ। ਪਰ ਯੂਨੀਵਰਸਿਟੀ ਨੇ ਪੱਕੇ ਦਾਖ਼ਲੇ ਲਈ ਦੋ ਵਿਸ਼ਿਆਂ ਵਿੱਚ ਘੱਟੋ ਘੱਟ ਬੀ ਗ੍ਰੇਡ ਅਤੇ ਤੀਜੇ ਵਿਸ਼ੇ ਵਿੱਚ ਸੀ ਗ੍ਰੇਡ ਮੰਗੇ ਹਨ। ਜੇ ਮੇਰੇ ਇਹ ਗ੍ਰੇਡ ਨਾ ਆਏ ਤਾਂ ਮੇਰਾ ਆਰਜ਼ੀ ਦਾਖ਼ਲਾ ਖ਼ਤਮ ਹੋ ਜਾਵੇਗਾ ਅਤੇ ਮੈਂ ਵਾਰਿਕ ਯੂਨੀਵਰਸਿਟੀ ਵਿੱਚ ਸੋਸ਼ਲ ਵਰਕ ਦੀ ਡਿਗਰੀ ਨਹੀਂ ਕਰ ਸਕਾਂਗਾ।

ਚੰਗੇ ਗ੍ਰੇਡ ਲੈਣ ਲਈ ਮੈਂ ਪੂਰੀ ਕੋਸ਼ਿਸ਼ ਕਰ ਰਿਹਾ ਹਾਂ ਅਤੇ ਰਾਤ ਦਿਨ ਸਖ਼ਤ ਪੜ੍ਹਾਈ ਕਰ ਰਿਹਾ ਹਾਂ। ਮੈਨੂੰ ਪੂਰੀ ਉਮੀਦ ਹੈ ਕਿ ਮੈਂ ਇਹ ਲੋੜੀਂਦੇ ਗ੍ਰੇਡ ਜ਼ਰੂਰ ਪ੍ਰਾਪਤ ਕਰ ਲਵਾਂਗਾ। ਦੋ ਹਫ਼ਤੇ ਪਹਿਲਾਂ ਮੇਰੇ ਮੌਕ ਇਮਤਿਹਾਨ ਹੋ ਕੇ ਹਟੇ ਹਨ। ਇਹਨਾਂ ਇਮਤਿਹਾਨਾਂ ਵਿੱਚ ਮੇਰੇ ਪੰਜਾਬੀ, ਭੂਗੋਲ ਅਤੇ ਇਤਿਹਾਸ ਵਿਚ ਬੀ ਗ੍ਰੇਡ ਅਤੇ ਅੰਗਰੇਜ਼ੀ ਵਿਚ ਡੀ ਗ੍ਰੇਡ ਆਇਆ ਸੀ। ਮੇਰੇ ਟੀਊਟਰ ਦਾ ਕਹਿਣਾ ਹੈ ਕਿ ਜੋ ਗ੍ਰੇਡ ਮੈਨੂੰ ਯੂਨੀਵਰਸਿਟੀ ਜਾਣ ਲਈ ਚਾਹੀਦੇ ਹਨ, ਮੈਂ ਜ਼ਰੂਰ ਪ੍ਰਾਪਤ ਕਰ ਲਵਾਂਗਾ ਕਿਉਂਕਿ ਮੈਂ ਇੱਕ ਬਹੁਤ ਹੀ ਮਿਹਨਤੀ ਮੁੰਡਾ ਹਾਂ।

ਹੇਠ ਲਿਖੇ ਪ੍ਰਸ਼ਨਾਂ ਦੇ ਉੱਤਰ ਪੰਜਾਬੀ ਵਿੱਚ ਲਿਖੋ:

1. ਅਮਰਜੀਤ ਅੱਜ ਕੱਲ ਕੀ ਪੜ੍ਹਾਈ ਕਰ ਰਿਹਾ ਹੈ?

   ....

2. ਇਸ ਤੋਂ ਪਹਿਲਾਂ ਉਸ ਨੇ ਕੀ ਪੜ੍ਹਾਈ ਕੀਤੀ ਸੀ ਅਤੇ ਇਮਤਿਹਾਨਾਂ ਵਿੱਚ ਕੀ ਗ੍ਰੇਡ ਆਏ ਸਨ?

   ....

3. ਉਹ ਅੱਗੇ ਕੀ ਪੜ੍ਹਾਈ ਕਰਨੀ ਚਾਹੁੰਦਾ ਹੈ ਅਤੇ ਕਿਉਂ?

   ....

4. ਯੂਨੀਵਰਸਿਟੀ ਨੇ ਉਸ ਦੇ ਦਾਖ਼ਲੇ 'ਤੇ ਕੀ ਸ਼ਰਤ ਲਾਈ ਹੈ?

   ....

5. ਅਮਰਜੀਤ ਨੂੰ ਕਿਉਂ ਆਸ ਹੈ ਕਿ ਉਸ ਦੇ ਚੰਗੇ ਗ੍ਰੇਡ ਆ ਜਾਣਗੇ? ਦੋ ਗੱਲਾਂ ਲਿਖੋ।

   ....

   ....HD-4

D-2 Careers and Employment

Foundation

1. Sometimes pictures or symbols are used in the reading and listening tests instead of vocabulary items. Pictures or symbols used for some of the professions are as under.

Occupations (ਕਿੱਤੇ)

Air hostess
ਏਅਰ ਹੋਸਟਸ

Baker
ਤੰਦੂਰੀਆ/ਰੋਟੀ ਵਾਲਾ/ਬੇਕਰ

Bank Worker
ਬੈਂਕ ਵਿੱਚ ਕੰਮ ਕਰਨ ਵਾਲਾ

Bullfighter/Bullring
ਸਾਨ੍ਹ ਨਾਲ ਘੋਲ ਕਰਨ ਵਾਲਾ/ਮਨੁੱਖ ਤੇ ਸਾਨ੍ਹ ਦੇ ਘੋਲ ਲਈ ਬਣਾਇਆ ਗਿਆ ਅਖਾੜਾ

Butcher
ਕਸਾਈ/ਝਟਕਈ/ ਜੱਲਾਦ/ਬੁੱਚੜ

Chef/Cook
ਖਾਣਾ ਪਕਾਉਣ ਵਾਲਾ

Computer operator
ਕੰਪਿਊਟਰ ਤੇ ਕੰਮ ਕਰਨ ਵਾਲਾ

Decorator
ਸਜਾਉਣ ਵਾਲਾ/ਪੇਂਟ ਕਰਨ ਵਾਲਾ/ਪੇਂਟਰ

Dentist
ਦੰਦਾ ਦਾ ਡਾਕਟਰ/ ਡੈਂਟਿਸਟ

Doctor
ਡਾਕਟਰ

Factory worker
ਮਜ਼ਦੂਰ/ਫ਼ੈਕਟਰੀ ਵਿੱਚ ਕੰਮ ਕਰਨ ਵਾਲਾ

Farmer
ਕਿਸਾਨ

Garage attendant
ਗੈਰਿਜ ਵਿੱਚ ਕੰਮ ਕਰਨ ਵਾਲਾ

Gardener
ਮਾਲੀ/ਬਾਗਬਾਨ

Greengrocer
ਸਬਜ਼ੀ ਵਾਲਾ

Hairdresser
ਨਾਈ

Housework
ਘਰ ਦਾ ਕੰਮ

Magician
ਜਾਦੂਗਰ/ਬਾਜ਼ੀਗਰ

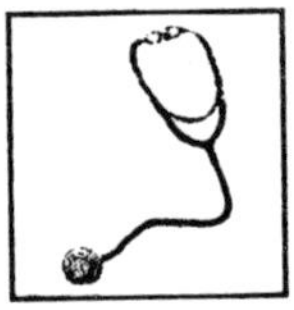

Mechanic
ਮਿਸਤਰੀ/
ਕਾਰੀਗਰ/ਮਕੈਨਿਕ

 Musician
ਗਵੱਈਆ/ਗਾਇਕ

 Nurse
ਨਰਸ

 Office worker
ਦਫ਼ਤਰ ਵਿੱਚ ਕੰਮ
ਕਰਨ ਵਾਲਾ

 Optician
ਐਨਕ ਸਾਜ਼/ਐਨਕਾਂ
ਵੇਚਣ ਵਾਲਾ

 Photographer
ਫ਼ੋਟੋਗ੍ਰਾਫ਼ਰ

 Postman
ਡਾਕੀਆ

 Police Officer
ਪੁਲੀਸ ਅਫ਼ਸਰ

 Sales assistant/
Cashier
ਵੇਚਣ ਵਾਲਾ/
ਖ਼ਜ਼ਾਨਚੀ

 Secretary/
Typist
ਸੈਕਟਰੀ

 Teacher
ਅਧਿਆਪਕ

 Unemployed
ਵਿਹਲਾ

 Waiter
ਬਹਿਰਾ

 Work/Job
ਕੰਮ

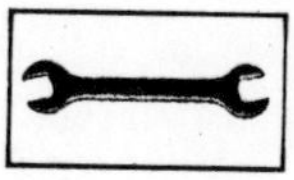

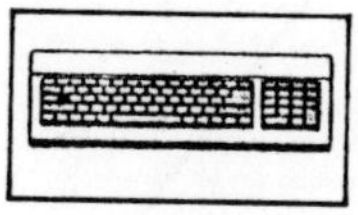

1. Match the occupations with pictures by drawing arrows.

1. ਖ਼ਜ਼ਾਨਚੀ

2. ਬੁੱਚੜ

3. ਫ਼ੋਟੋਗ੍ਰਾਫ਼ਰ

4. ਜਾਦੂਗਰ

5. ਐਨਕ ਸਾਜ਼

6. ਮਿਸਤਰੀ

7. ਨਾਈ

8. ਸਬਜ਼ੀ ਵਾਲਾ

9. ਡਾਕਟਰ

10. ਮਾਲੀ

11. ਦੰਦਾਂ ਦਾ ਡਾਕਟਰ

12. ਗੈਰਿਜ ਵਿੱਚ ਕੰਮ ਕਰਨ ਵਾਲਾ

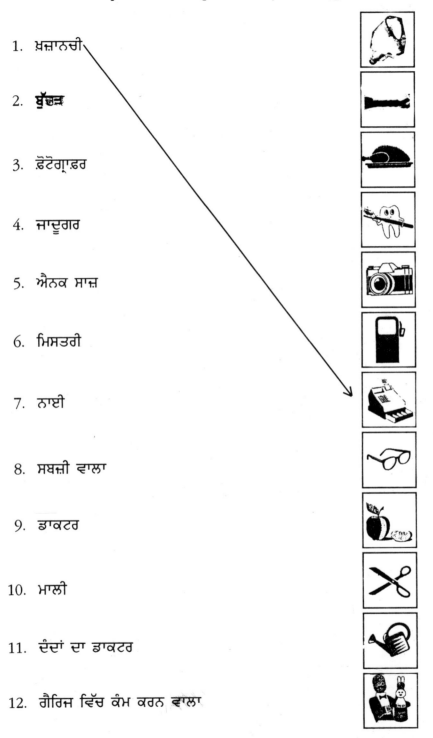

180

2. ਤੁਸੀਂ ਮਨਜੀਤ ਦੇ ਪਰਿਵਾਰ ਦੇ ਕਿੱਤਿਆਂ ਬਾਰੇ ਪੜ੍ਹਦੇ ਹੋ।

> ਮੇਰਾ ਨਾਂ ਮਨਜੀਤ ਹੈ। ਮੇਰੇ ਪਰਿਵਾਰ ਦੇ ਚਾਰ ਜੀ ਹਨ। ਮੇਰੇ ਮਾਤਾ ਜੀ, ਪਿਤਾ ਜੀ, ਮੇਰੀ ਵੱਡੀ ਭੈਣ ਕੁਲਵੀਰ ਅਤੇ ਮੈਂ। ਮੇਰੇ ਪਿਤਾ ਜੀ ਇੱਕ ਸੈਕੰਡਰੀ ਸਕੂਲ ਵਿੱਚ ਅਧਿਆਪਕ ਹਨ। ਮੇਰੀ ਮਾਤਾ ਜੀ ਦੰਦਾਂ ਦੀ ਡਾਕਟਰ ਹੈ ਅਤੇ ਮੇਰੀ ਵੱਡੀ ਭੈਣ ਏਅਰ ਹੋਸਟਿਸ ਹੈ। ਮੈਂ ਇੱਕ ਪੁਲੀਸ ਅਫ਼ਸਰ ਹਾਂ।

ਲਕੀਰ ਖਿੱਚ ਕੇ ਦੱਸੋ ਕਿਸ ਦਾ ਕੀ ਕਿੱਤਾ ਹੈ।

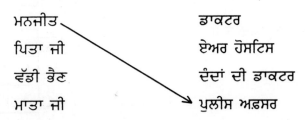

ਮਨਜੀਤ	ਡਾਕਟਰ
ਪਿਤਾ ਜੀ	ਏਅਰ ਹੋਸਟਿਸ
ਵੱਡੀ ਭੈਣ	ਦੰਦਾਂ ਦੀ ਡਾਕਟਰ
ਮਾਤਾ ਜੀ	ਪੁਲੀਸ ਅਫ਼ਸਰ

3. ਤੁਸੀਂ ਮਨਜਿੰਦਰ ਦੀ ਚਿੱਠੀ ਦਾ ਇੱਕ ਹਿੱਸਾ ਪੜ੍ਹਦੇ ਹੋ।

> ਤੁਹਾਨੂੰ ਇਹ ਜਾਣ ਕੇ ਖ਼ੁਸ਼ੀ ਹੋਵੇਗੀ ਕਿ ਪਿਛਲੇ ਮਹੀਨੇ ਮੈਨੂੰ ਬੈਂਕ ਵਿੱਚ ਨੌਕਰੀ ਮਿਲ ਗਈ ਹੈ। ਬੈਂਕ ਸਾਡੇ ਘਰ ਤੋਂ ਕੋਈ ਦੋ ਕੁ ਮੀਲ ਦੂਰ ਹੈ। ਕੰਮ 'ਤੇ ਮੈਂ ਬੱਸ ਵਿੱਚ ਜਾਂਦੀ ਹਾਂ। ਬੱਸ ਅੱਡਾ ਸਾਡੇ ਘਰ ਦੇ ਲਾਗੇ ਹੀ ਹੈ। ਮੈਨੂੰ ਬੱਸ ਵਿੱਚ ਕੰਮ 'ਤੇ ਪਹੁੰਚਣ ਲਈ ਅੱਧਾ ਘੰਟਾ ਲਗ ਜਾਂਦਾ ਹੈ। ਮੈਂ ਸਵੇਰ ਨੂੰ ਨੌਂ ਵਜੇ ਕੰਮ 'ਤੇ ਲਗਦੀ ਹਾਂ ਅਤੇ ਮੈਨੂੰ ਪੰਜ ਵਜੇ ਛੁੱਟੀ ਮਿਲਦੀ ਹੈ। ਮੈਂ ਇਹ ਨੌਕਰੀ ਮਿਲਣ ਕਰਕੇ ਬਹੁਤ ਖ਼ੁਸ਼ ਹਾਂ।

1. ਮਨਜਿੰਦਰ ਨੂੰ ਨੌਕਰੀ ਕਦੋਂ ਮਿਲੀ ?

1.	ਪਿਛਲੇ ਸਾਲ
2.	ਪਿਛਲੇ ਹਫ਼ਤੇ
3.	ਪਿਛਲੇ ਮਹੀਨੇ
4.	ਪਿਛਲੇ ਸੋਮਵਾਰ

ਠੀਕ ਉੱਤਰ ਦਾ ਨੰਬਰ ਖ਼ਾਨੇ ਵਿੱਚ ਲਿਖੋ।

2. ਮਨਜਿੰਦਰ ਕੰਮ 'ਤੇ ਕਿਸ ਤਰ੍ਹਾਂ ਜਾਂਦੀ ਹੈ ?

1.	ਕਾਰ ਵਿੱਚ
2.	ਬੱਸ ਵਿੱਚ
3.	ਪੈਦਲ
4.	ਗੱਡੀ ਵਿੱਚ

ਠੀਕ ਉੱਤਰ ਦਾ ਨੰਬਰ ਖ਼ਾਨੇ ਵਿੱਚ ਲਿਖੋ।

3. ਮਨਜਿੰਦਰ ਨੂੰ ਘਰ ਤੋਂ ਕੰਮ ਤਕ ਪਹੁੰਚਣ ਲਈ ਕਿੰਨਾ ਸਮਾਂ ਲਗਦਾ ਹੈ ?

1.	ਵੀਹ ਮਿੰਟ
2.	ਤੀਹ ਮਿੰਟ
3.	ਚਾਲੀ ਮਿੰਟ
4.	ਦਸ ਮਿੰਟ

ਠੀਕ ਉੱਤਰ ਦਾ ਨੰਬਰ ਖ਼ਾਨੇ ਵਿੱਚ ਲਿਖੋ।

4. ਮਨਜਿੰਦਰ ਕਦੋਂ ਕੰਮ ਸ਼ੁਰੂ ਕਰਦੀ ਹੈ ?

1.	5 ਵਜੇ
2.	7 ਵਜੇ
3.	9 ਵਜੇ
4.	10 ਵਜੇ

ਠੀਕ ਉੱਤਰ ਦਾ ਨੰਬਰ ਖ਼ਾਨੇ ਵਿੱਚ ਲਿਖੋ।

5. ਮਨਜਿੰਦਰ ਕੰਮ ਕਦੋਂ ਖ਼ਤਮ ਕਰਦੀ ਹੈ ?

1.	4 ਵਜੇ
2.	7 ਵਜੇ
3.	6 ਵਜੇ
4.	5 ਵਜੇ

ਠੀਕ ਉੱਤਰ ਦਾ ਨੰਬਰ ਖ਼ਾਨੇ ਵਿੱਚ ਲਿਖੋ।

6. ਮਨਜਿੰਦਰ ਕਿਉਂ ਖ਼ੁਸ਼ ਹੈ ?

1.	ਉਸ ਨੂੰ ਤੋਹਫ਼ਾ ਮਿਲ ਗਿਆ ਹੈ।
2.	ਉਹ ਪਾਸ ਹੋ ਗਈ ਹੈ।
3.	ਉਸ ਦੀ ਤਰੱਕੀ ਹੋ ਗਈ ਹੈ।
4.	ਉਸ ਨੂੰ ਕੰਮ ਮਿਲ ਗਿਆ ਹੈ।

ਠੀਕ ਉੱਤਰ ਦਾ ਨੰਬਰ ਖ਼ਾਨੇ ਵਿੱਚ ਲਿਖੋ।

4.   ਤੁਸੀਂ ਅਸ਼ੀਸ਼ ਦਾ ਇੱਕ ਨੋਟ ਪੜ੍ਹਦੇ ਹੋ ਜੋ ਉਸ ਨੇ ਆਪਣੇ ਮਿੱਤਰ ਮਨਦੀਪ ਨੂੰ ਲਿਖਿਆ ਹੈ।

ਪਿਆਰੇ ਮਨਦੀਪ,

ਮੈਂ ਤੁਹਾਨੂੰ ਇੱਕ ਖ਼ੁਸ਼ੀ ਦੀ ਖ਼ਬਰ ਦੇ ਰਿਹਾ ਹਾਂ। ਮੈਨੂੰ ਇੱਕ ਦਫ਼ਤਰ ਵਿੱਚ ਹਿਸਾਬ ਕਿਤਾਬ ਰੱਖਣ ਦੀ ਨੌਕਰੀ ਮਿਲ ਗਈ ਹੈ। ਦਫ਼ਤਰ ਸਾਡੇ ਘਰ ਤੋਂ ਕੋਈ ਅੱਧਾ ਕੁ ਮੀਲ ਦੂਰ ਹੈ ਅਤੇ ਮੈਂ ਕੰਮ 'ਤੇ ਤੁਰ ਕੇ ਹੀ ਚਲਾ ਜਾਂਦਾ ਹਾਂ। ਤੁਰ ਕੇ ਜਾਣ ਨੂੰ ਸਿਰਫ਼ ਵੀਹ ਮਿੰਟ ਲਗਦੇ ਹਨ। ਮੈਂ ਘਰੋਂ ਸਵੇਰ ਨੂੰ ਅੱਠ ਵਜੇ ਚਲਦਾ ਹਾਂ। ਮੇਰਾ ਕੰਮ ਸਵੇਰ ਨੂੰ ਸਾਢੇ ਅੱਠ ਵਜੇ ਸ਼ੁਰੂ ਹੁੰਦਾ ਹੈ ਅਤੇ ਸ਼ਾਮ ਦੇ ਸਾਢੇ ਚਾਰ ਵਜੇ ਖ਼ਤਮ ਹੁੰਦਾ ਹੈ। ਮੈਨੂੰ ਇਹ ਕੰਮ ਬਹੁਤ ਚੰਗਾ ਲਗਦਾ ਹੈ ਕਿਉਂਕਿ ਘਰ ਦੇ ਲਾਗੇ ਹੈ ਅਤੇ ਬਾਕੀ ਮੇਰੇ ਨਾਲ ਕੰਮ ਕਰਨ ਵਾਲੇ ਬਹੁਤ ਚੰਗੇ ਹਨ।

—ਤੁਹਾਡਾ ਮਿੱਤਰ

ਅਸ਼ੀਸ਼

ਹੇਠ ਲਿਖੇ ਪ੍ਰਸ਼ਨਾਂ ਦਾ ਉੱਤਰ ਪੰਜਾਬੀ ਵਿੱਚ ਲਿਖੋ :

1.   ਅਸ਼ੀਸ਼ ਨੂੰ ਕਿੱਥੇ ਅਤੇ ਕਿਸ ਤਰ੍ਹਾਂ ਦੀ ਨੌਕਰੀ ਮਿਲੀ ਹੈ ?

    ....

2.   ਉਹ ਕੰਮ 'ਤੇ ਕਿਸ ਤਰ੍ਹਾਂ ਜਾਂਦਾ ਹੈ ਅਤੇ ਕਿਉਂ ?

    ....

3.   ਉਸ ਨੂੰ ਘਰ ਤੋਂ ਕੰਮ 'ਤੇ ਪਹੁੰਚਣ ਲਈ ਕਿੰਨਾ ਸਮਾਂ ਲਗਦਾ ਹੈ ?

    ....

4.   ਉਹ ਆਪਣੇ ਕੰਮ 'ਤੇ ਕਦੋਂ ਲਗਦਾ ਹੈ ਅਤੇ ਸ਼ਾਮ ਨੂੰ ਕਦੋਂ ਛੁੱਟੀ ਕਰਦਾ ਹੈ ?

    ....

5.   ਉਸ ਨੂੰ ਆਪਣਾ ਕੰਮ ਕਿਉਂ ਪਸੰਦ ਹੈ ? ਦੋ ਕਾਰਨ ਲਿਖੋ।

    ....FD-1

5. ਤੁਸੀਂ ਇਕ ਚਿੱਠੀ ਦਾ ਕੁਝ ਹਿੱਸਾ ਪੜ੍ਹਦੇ ਹੋ ਜੋ ਚਰਨਜੀਤ ਨੇ ਆਪਣੀ ਸਹੇਲੀ ਮਨਜੀਤ ਨੂੰ ਲਿਖਿਆ ਹੈ।

> ਇਹ ਲਿਖਦਿਆਂ ਮੈਨੂੰ ਬਹੁਤ ਅਫ਼ਸੋਸ ਹੋ ਰਿਹਾ ਹੈ ਕਿ ਮੇਰੇ ਪਿਤਾ ਜੀ ਪਿਛਲੇ ਚਾਰ ਮਹੀਨਿਆਂ ਤੋਂ ਬਿਲਕੁਲ ਵਿਹਲੇ ਹਨ। ਉਹਨਾਂ ਦੀ ਫ਼ੈਕਟਰੀ ਅਚਾਨਕ ਬੰਦ ਹੋ ਗਈ ਸੀ ਅਤੇ ਸਾਰੇ ਕਾਮਿਆਂ ਨੂੰ ਕੰਮ ਤੋਂ ਛੁੱਟੀ ਕਰ ਦਿੱਤੀ ਗਈ ਸੀ। ਜਦੋਂ ਦਾ ਉਹਨਾਂ ਦਾ ਕੰਮ ਛੁੱਟਿਆ ਹੈ, ਸੈਂਕੜੇ ਅਰਜ਼ੀਆਂ ਭੇਜ ਚੁੱਕੇ ਹਨ ਪਰ ਕਿਸੇ ਨੇ ਇੰਟਰਵਿਊ 'ਤੇ ਵੀ ਨਹੀਂ ਸੱਦਿਆ। ਇਸ ਲਈ ਉਹ ਅੱਜ ਕਲ੍ਹ ਬਹੁਤ ਉਦਾਸ ਰਹਿੰਦੇ ਹਨ। ਸਾਡੇ ਘਰ ਵਿੱਚ ਉਹਨਾਂ ਤੋਂ ਬਗ਼ੈਰ ਹੋਰ ਕੋਈ ਕਮਾਊ ਨਹੀਂ ਹੈ, ਇਸ ਲਈ ਅੱਜ ਕਲ੍ਹ ਹੱਥ ਕੁਝ ਤੰਗ ਹੈ।

ਵਾਕਾਂ ਨੂੰ ਪੜ੍ਹੋ ਅਤੇ ਲਿਖੋ

ਠੀਕ ਠ

ਗ਼ਲਤ ਗ

ਪਤਾ ਨਹੀਂ ?

ਉਦਾਹਰਣ	1.	ਚਰਨਜੀਤ ਬਹੁਤ ਖ਼ੁਸ਼ ਹੈ।	
	2.	ਚਰਨਜੀਤ ਦੇ ਪਿਤਾ ਜੀ ਫ਼ੈਕਟਰੀ ਵਿੱਚ ਕੰਮ ਕਰਦੇ ਸਨ।	
	3.	ਚਰਨਜੀਤ ਦੇ ਪਿਤਾ ਜੀ ਪਿਛਲੇ ਛੇ ਮਹੀਨਿਆਂ ਤੋਂ ਕੋਈ ਕੰਮ ਨਹੀਂ ਕਰਦੇ।	
	4.	ਫ਼ੈਕਟਰੀ ਦੇ ਸਾਰੇ ਕਾਮਿਆਂ ਨੂੰ ਕੰਮ ਤੋਂ ਜਵਾਬ ਮਿਲ ਗਿਆ ਹੈ।	
	5.	ਚਰਨਜੀਤ ਦੇ ਪਿਤਾ ਜੀ ਨੇ ਹੋਰ ਕੰਮ ਲਈ ਬਹੁਤ ਅਰਜ਼ੀਆਂ ਭੇਜੀਆਂ ਹਨ।	
	6.	ਉਹਨਾਂ ਨੂੰ ਕਈ ਨੌਕਰੀਆਂ ਲਈ ਗੱਲ ਬਾਤ ਕਰਨ ਲਈ ਬੁਲਾਇਆ ਹੈ।	
	7.	ਚਰਨਜੀਤ ਦੇ ਪਿਤਾ ਜੀ ਅੱਜ ਕਲ੍ਹ ਬੀਮਾਰ ਰਹਿੰਦੇ ਹਨ।	
	8.	ਉਹ ਅੱਜ ਕਲ੍ਹ ਉਦਾਸ ਰਹਿੰਦੇ ਹਨ।	
	9.	ਘਰ ਵਿੱਚ ਹੋਰ ਕੋਈ ਕੰਮ ਨਹੀਂ ਕਰਦਾ।	
	10.	ਚਰਨਜੀਤ ਨੂੰ ਪੈਸਿਆਂ ਦੀ ਕੋਈ ਘਾਟ ਨਹੀਂ ਹੈ।	

F/H D-1

6. ਤੁਸੀਂ ਹਰਦੀਪ ਦੇ ਕੰਮ ਦੇ ਤਜਰਬੇ ਬਾਰੇ ਪੜ੍ਹਦੇ ਹੋ।

ਪਿਛਲੀਆਂ ਗਰਮੀ ਦੀਆਂ ਛੁੱਟੀਆਂ ਵਿੱਚ ਮੈਂ ਇੱਕ ਹਸਪਤਾਲ ਵਿੱਚ ਕੰਮ ਦਾ ਤਜਰਬਾ ਕੀਤਾ ਸੀ। ਹਸਪਤਾਲ ਵਿੱਚ ਮੈਂ ਡਾਕਟਰਾਂ ਅਤੇ ਨਰਸਾਂ ਦੀ ਸਹਾਇਤਾ ਕਰਦੀ ਸੀ। ਮੈਂ ਮਰੀਜ਼ਾਂ ਨੂੰ ਖਾਣਾ ਦਿੰਦੀ ਸੀ ਅਤੇ ਦਵਾਈ ਦੇਣ ਦੇ ਟਾਈਮ ਦਵਾਈ ਦਿੰਦੀ ਸੀ। ਮਰੀਜ਼ਾਂ ਦੇ ਬਿਸਤਰੇ ਠੀਕ ਕਰਦੀ ਸੀ।

ਮੈਂ ਹਸਪਤਾਲ ਵਿੱਚ ਤਿੰਨ ਹਫ਼ਤੇ ਕੰਮ ਕੀਤਾ ਸੀ। ਮੈਂ ਸਵੇਰ ਨੂੰ ਅੱਠ ਵਜੇ ਹਸਪਤਾਲ ਪਹੁੰਚਦੀ ਸੀ ਅਤੇ ਚਾਰ ਵਜੇ ਸ਼ਾਮ ਤੱਕ ਕੰਮ ਕਰਦੀ ਸੀ। ਦੁਪਹਿਰ ਨੂੰ 12 ਵਜੇ ਤੋਂ ਇੱਕ ਵਜੇ ਤੱਕ ਖਾਣ ਪੀਣ ਦਾ ਸਮਾਂ ਹੁੰਦਾ ਸੀ। ਇਸ ਕੰਮ ਲਈ ਮੈਨੂੰ ਹਸਪਤਾਲ ਤੋਂ ਕੋਈ ਪੈਸੇ ਨਹੀਂ ਮਿਲਦੇ ਸਨ।

ਮੈਨੂੰ ਨਰਸਾਂ ਦੀ ਨੌਕਰੀ ਬਹੁਤ ਚੰਗੀ ਲੱਗੀ ਕਿਉਂਕਿ ਉਹ ਬੀਮਾਰ ਲੋਕਾਂ ਦੀ ਬਹੁਤ ਸਹਾਇਤਾ ਕਰਦੀਆਂ ਸਨ। ਇਹ ਦੇਖ ਕੇ ਮੈਂ ਵੀ ਨਰਸ ਬਣਨਾ ਚਾਹੁੰਦੀ ਹਾਂ।

ਹੇਠ ਲਿਖੇ ਪ੍ਰਸ਼ਨਾਂ ਦਾ ਉੱਤਰ ਪੰਜਾਬੀ ਵਿੱਚ ਲਿਖੋ:

1. ਹਰਦੀਪ ਨੇ ਕੰਮ ਦਾ ਤਜਰਬਾ ਕਿੱਥੇ ਕੀਤਾ ਸੀ ?

....

2. ਉਸ ਨੇ ਇਹ ਤਰਜਬਾ ਕਦੋਂ ਕੀਤਾ ?

....

3. ਉਹ ਕੀ ਕੰਮ ਕਰਦੀ ਸੀ ? ਤਿੰਨ ਗੱਲਾਂ ਲਿਖੋ।

....

4. ਉਸ ਨੇ ਇਸ ਕੰਮ ਦਾ ਤਜਰਬਾ ਕਿੰਨੇ ਚਿਰ ਲਈ ਕੀਤਾ ?

....

5. ਉਸ ਦੇ ਕੰਮ ਕਰਨ ਦਾ ਕੀ ਸਮਾਂ ਸੀ ?

....

6. ਉਸ ਨੂੰ ਕਿੰਨੇ ਪੈਸੇ ਮਿਲਦੇ ਸਨ ?

....

7. ਨਰਸਾਂ ਦੀ ਨੌਕਰੀ ਬਾਰੇ ਉਸ ਦੇ ਕੀ ਵਿਚਾਰ ਹਨ ?

....

8. ਇਸ ਕੰਮ ਦੇ ਤਜਰਬੇ ਦਾ ਹਰਦੀਪ 'ਤੇ ਕੀ ਅਸਰ ਪਿਆ ਹੈ ?

....F/H D-2

Higher

7. ਤੁਸੀਂ ਕਮਲਜੀਤ ਦੇ ਪੜ੍ਹਾਈ ਅਤੇ ਨੌਕਰੀ ਬਾਰੇ ਵਿਚਾਰ ਪੜ੍ਹਦੇ ਹੋ।

> ਮੈਂ ਪੜ੍ਹਾਈ ਵਿੱਚ ਬਹੁਤੀ ਹੁਸ਼ਿਆਰ ਨਹੀਂ ਹਾਂ। ਇਸ ਲਈ ਜੀ.ਸੀ.ਐਸ.ਈ. ਕਰਨ ਤੋਂ ਬਾਅਦ ਅੱਗੇ ਪੜ੍ਹਨਾ ਨਹੀਂ ਚਾਹੁੰਦੀ। ਨਾ ਏ ਲੈਵਲ ਕਰਨਾ ਅਤੇ ਨਾ ਹੀ ਯੂਨੀਵਰਸਿਟੀ ਵਿੱਚ ਡਿਗਰੀ ਦੀ ਪੜ੍ਹਾਈ ਕਰਨਾ ਚਾਹੁੰਦੀ ਹਾਂ। ਜੀ.ਸੀ.ਐਸ.ਈ. ਦੀ ਪ੍ਰੀਖਿਆ ਪਾਸ ਕਰਨ ਤੋਂ ਬਾਅਦ ਮੈਂ ਸੈਕਟਰੀ ਬਣਨ ਦਾ ਕੋਰਸ ਕਰਾਂਗੀ। ਕੋਰਸ ਕਰਨ ਤੋਂ ਬਾਅਦ ਸੈਕਟਰੀ ਦੀ ਨੌਕਰੀ ਲਈ ਬਿਨੈ-ਪੱਤਰ ਭੇਜਾਂਗੀ। ਬਾਕੀ ਵਿਸ਼ਿਆਂ ਦੇ ਮੁਕਾਬਲੇ ਵਿੱਚ ਮੈਂ ਅੰਗ੍ਰੇਜ਼ੀ ਵਿੱਚ ਕਾਫ਼ੀ ਹੁਸ਼ਿਆਰ ਹਾਂ ਅਤੇ ਇੱਕ ਮਿੰਟ ਵਿੱਚ ਲਗ ਭਗ 80 ਸ਼ਬਦ ਟਾਈਪ ਕਰ ਸਕਦੀ ਹਾਂ। ਮੈਂ ਕੰਪਿਊਟਰ 'ਤੇ ਪੰਜਾਬੀ ਵਿੱਚ ਵੀ ਟਾਈਪ ਕਰ ਸਕਦੀ ਹਾਂ।
>
> ਜੂਨ ਵਿੱਚ ਜੀ.ਸੀ.ਐਸ.ਈ. ਦੀ ਪ੍ਰੀਖਿਆ ਦੇਣ ਤੋਂ ਬਾਅਦ ਮੈਂ ਤਿੰਨ ਮਹੀਨਿਆਂ ਲਈ ਵਿਹਲੀ ਹੋਵਾਂਗੀ। ਇਸ ਸਮੇਂ ਵਿੱਚ ਮੈਂ ਕੰਪਿਊਟਰ 'ਤੇ ਟਾਈਪ ਕਰਨ ਦੀ ਹੋਰ ਟਰੇਨਿੰਗ ਲਵਾਂਗੀ। ਸਤੰਬਰ ਵਿੱਚ ਮੈਂ ਸੈਕਟਰੀ ਬਣਨ ਦੇ ਕੋਰਸ ਵਿੱਚ ਦਾਖ਼ਲ ਹੋ ਜਾਵਾਂਗੀ। ਸੈਕਟਰੀ ਦਾ ਕੋਰਸ ਕਰਨ ਤੋਂ ਬਾਅਦ ਕਿਸੇ ਚੰਗੀ ਨੌਕਰੀ ਲਈ ਬਿਨੈ-ਪੱਤਰ ਭੇਜਦੀ ਰਹਾਂਗੀ। ਮੈਨੂੰ ਪੂਰੀ ਆਸ ਹੈ ਕਿ ਮੈਨੂੰ ਕਿਸੇ ਨਾ ਕਿਸੇ ਦਫ਼ਤਰ ਵਿੱਚ ਜ਼ਰੂਰ ਨੌਕਰੀ ਮਿਲ ਜਾਵੇਗੀ।

ਵਾਕਾਂ ਨੂੰ ਪੜ੍ਹੋ ਅਤੇ ਲਿਖੋ

ਠੀਕ ਠ

ਗ਼ਲਤ ਗ

ਪਤਾ ਨਹੀਂ ?

ਉਦਾਹਰਣ	1.	ਕਮਲਜੀਤ ਪੜ੍ਹਾਈ ਵਿੱਚ ਬਹੁਤ ਹੁਸ਼ਿਆਰ ਹੈ।	
	2.	ਜੀ.ਸੀ.ਐਸ.ਈ. ਤੋਂ ਬਾਅਦ ਉਹ ਏ ਲੈਵਲ ਕਰੇਗੀ।	
	3.	ਉਹ ਯੂਨੀਵਰਸਿਟੀ ਵਿੱਚ ਡਿਗਰੀ ਨਹੀਂ ਕਰੇਗੀ।	
	4.	ਉਹ ਡਾਕਟਰ ਬਣਨਾ ਚਾਹੁੰਦੀ ਹੈ।	
	5.	ਜੀ.ਸੀ.ਐਸ.ਈ. ਤੋਂ ਬਾਅਦ ਉਹ ਸੈਕਟਰੀ ਬਣਨ ਦਾ ਕੋਰਸ ਕਰੇਗੀ।	
	6.	ਉਹ ਅੰਗਰੇਜ਼ੀ ਅਤੇ ਪੰਜਾਬੀ ਵਿੱਚ ਟਾਈਪ ਕਰ ਸਕਦੀ ਹੈ।	
	7.	ਆਪਣੇ ਵਿਹਲੇ ਸਮੇਂ ਵਿੱਚ ਉਹ ਕੁਝ ਨਹੀਂ ਕਰੇਗੀ।	
	8.	ਉਹ ਅਪਰੈਲ ਦੇ ਮਹੀਨੇ ਵਿੱਚ ਸੈਕਟਰੀ ਬਣਨ ਦਾ ਕੋਰਸ ਸ਼ੁਰੂ ਕਰੇਗੀ।	
	9.	ਉਹ ਦਫ਼ਤਰ ਵਿੱਚ ਨੌਕਰੀ ਕਰਨੀ ਚਾਹੁੰਦੀ ਹੈ।	

HD-2

8. ਤੁਸੀਂ ਕੰਮ ਦੇ ਤਜਰਬੇ ਬਾਰੇ ਇੱਕ ਆਰਟੀਕਲ ਪੜ੍ਹਦੇ ਹੋ ਜੋ ਮਨਵੀਰ ਨੇ ਆਪਣੇ ਸਕੂਲ ਦੇ ਰਸਾਲੇ ਲਈ ਲਿਖਿਆ ਹੈ।

> ਮੇਰਾ ਨਾਂ ਮਨਵੀਰ ਸਿੰਘ ਹੈ ਅਤੇ ਮੈਂ ਖ਼ਾਲਸਾ ਸਕੂਲ ਵਿੱਚ ਯੀਅਰ ਅਲੈਵਨ ਵਿੱਚ ☐ ਹਾਂ। ਮੇਰੇ ਕੰਮ ਦੇ ਤਜਰਬੇ ਦਾ ਪ੍ਰਬੰਧ ਸਾਡੇ ਸਕੂਲ ਦੇ ਇੱਕ ਅਧਿਆਪਕ ਮਿਸਟਰ ਜੋਨਜ਼ ਨੇ ਕੀਤਾ ਸੀ। ਉਹ ਇੱਕ ਸਟੋਰ ਵਾਲਿਆਂ ਨੂੰ ☐ ਸੀ ਅਤੇ ਇੱਥੇ ਉਸ ਨੇ ਮੇਰੇ ਲਈ ਕੰਮ ਦੇ ☐ ਦਾ ਪ੍ਰਬੰਧ ਕੀਤਾ ਸੀ।
>
> ਇਸ ਸਟੋਰ ਦਾ ਨਾਂ ਸਵੈਨ ਸਟੋਰ ਹੈ। ਇਸ ਸਟੋਰ ਵਿੱਚ ☐ ਇੱਟਾਂ, ਲੱਕੜ, ਰਸੋਈਆਂ ਲਈ ਯੂਨਿਟਾਂ, ਗ਼ੁਸਲਖ਼ਾਨੇ ਅਤੇ ਟੌਇਲਟਾਂ ਦਾ ਸਾਮਾਨ ਵੇਚਦੇ ਹਨ। ਇਹ ਸਟੋਰ ਹਾਈ ☐ ਦੇ ਲਾਗੇ ਹੈ।
>
> ਮੇਰੇ ਕੰਮ ਦਾ ਤਜਰਬਾ 10 ☐ ਨੂੰ ਸ਼ੁਰੂ ਹੋਇਆ ਸੀ ਅਤੇ 17 ਜਨਵਰੀ ਨੂੰ ਖ਼ਤਮ ਹੋਇਆ ਸੀ। ਮੈਂ ਆਪਣੇ ਘਰ ਤੋਂ ਤੁਰ ਕੇ ਚਲਾ ਜਾਂਦਾ ਸੀ ☐ ਇਹ ਸਟੋਰ ਸਾਡੇ ਘਰ ਤੋਂ ਬਹੁਤਾ ਦੂਰ ਨਹੀਂ ਸੀ। ਮੈਂ ਸਾਢੇ ਅੱਠ ਵਜੇ ਕੰਮ 'ਤੇ ਲਗਦਾ ਸੀ ਅਤੇ ਮੈਨੂੰ ਪੰਜ ਵਜੇ ਸ਼ਾਮ ਨੂੰ ☐ ਛੁੱਟੀ ਹੁੰਦੀ ਸੀ। ਦੁਪਹਿਰ ਨੂੰ 12 ਵਜੇ ਤੋਂ ਇੱਕ ਵਜੇ ਤੱਕ ਖਾਣ ਪੀਣ ਲਈ ਵਿਹਲਾ ਸਮਾਂ ਹੁੰਦਾ ਸੀ।
>
> ਇੱਥੇ ਮੈਨੂੰ ਬਹੁਤ ਕੰਮ ਕਰਨਾ ☐ ਅਤੇ ਕੰਮ ਹੈ ਵੀ ਬਹੁਤ ਔਖਾ ਸੀ। ਕਾਫ਼ੀ ਭਾਰਾ ਸਾਮਾਨ ਇੱਧਰ ਉੱਧਰ ਰੱਖਣਾ ਪੈਂਦਾ ਸੀ। ਇਸ ਸਟੋਰ ਵਿੱਚ ਕੰਮ ਕਰਨ ਵਾਲੇ ☐ ਇੱਧਰ ਉੱਧਰ ਦੁੜਾਈ ਫਿਰਦੇ ਸਨ। ਸਾਰਾ ਦਿਨ ਕੰਮ ਕਰਦਾ ਮੈਂ ਥੱਕ ਜਾਂਦਾ ਸੀ।
>
> ਮੈਂ ਇੱਥੇ ਕੰਮ ਕਰਨਾ ਬਿਲਕੁਲ ☐ ਨਹੀਂ ਕੀਤਾ। ਹੁਣ ਮੈਂ ਪੱਕਾ ਮਨ ਬਣਾ ਲਿਆ ਹੈ ਕਿ ☐ ਚੰਗੀ ਤਰ੍ਹਾਂ ਕਰਨੀ ਹੈ। ਚੰਗੀ ਪੜ੍ਹਾਈ ਕਰਕੇ ਕਿਸੇ ਦਫ਼ਤਰ ਵਿੱਚ ਕੰਮ ਟੋਲਣਾ ਹੈ ਤੇ ਇਸ ਤਰ੍ਹਾਂ ਦਾ ਗੰਦਾ ਅਤੇ ☐ ਕੰਮ ਬਿਲਕੁਲ ਨਹੀਂ ਕਰਨਾ।

ਖ਼ਾਨਿਆਂ ਵਿੱਚ ਠੀਕ ਸ਼ਬਦਾਂ ਦਾ ਨੰਬਰ ਲਿਖੋ।

1. ਔਖਾ	5. ਪੜ੍ਹਦਾ	8. ਸਟਰੀਟ	11. ਸੀਮਿੰਟ
2. ਮੈਨੂੰ	6. ਪੜ੍ਹਾਈ	9. ਜਾਣਦਾ	12. ਕਿਉਂਕਿ
3. ਤਜਰਬੇ	7. ਛੁੱਟੀ	10. ਪੈਂਦਾ ਸੀ	13. ਜਨਵਰੀ
4. ਪਸੰਦ			

HD-2

9. ਤੁਸੀਂ ਆਪਣੇ ਸਕੂਲ ਦੇ ਰਸਾਲੇ ਵਿੱਚ ਮਨਜੀਤ ਦਾ ਇੱਕ ਆਰਟੀਕਲ ਪੜ੍ਹਦੇ ਹੋ ਜੋ ਉਸ ਨੇ ਆਪਣੇ ਵਿਹਲੇ ਸਮੇਂ ਦੇ ਕੰਮ ਬਾਰੇ ਲਿਖਿਆ ਹੈ।

> ਮੈਂ ਆਮ ਤੌਰ 'ਤੇ ਸਨਿੱਚਰਵਾਰ ਅਤੇ ਐਤਵਾਰ ਨੂੰ ਵਿਹਲੀ ਹੁੰਦੀ ਹਾਂ। ਇਸ ਲਈ ਮੈਂ ਆਪਣੇ ਸ਼ਹਿਰ ਦੇ ਮਾਰਕਸ ਐਂਡ ਸਪੈਂਸਰ ਸਟੋਰ ਵਿੱਚ ਸਨਿੱਚਰਵਾਰ ਅਤੇ ਐਤਵਾਰ ਲਈ ਕੰਮ ਲੱਭ ਲਿਆ ਸੀ। ਹੁਣ ਮੈਨੂੰ ਇੱਥੇ ਕੰਮ ਕਰਦੀ ਨੂੰ ਲਗਭਗ ਦੋ ਸਾਲ ਹੋ ਗਏ ਹਨ। ਕੰਮ ਕਾਫ਼ੀ ਸੌਖਾ ਹੈ ਅਤੇ ਮੈਂ ਇਹ ਕੰਮ ਕਰਨਾ ਬਹੁਤ ਪਸੰਦ ਕਰਦੀ ਹਾਂ।
>
> ਜਦੋਂ ਮੈਂ ਕੰਮ ਸ਼ੁਰੂ ਕੀਤਾ ਸੀ ਤਾਂ ਮੈਨੂੰ ਪਹਿਲਾਂ ਇੱਕ ਹਫ਼ਤਾ ਟਰੇਨਿੰਗ ਦਿੱਤੀ ਸੀ ਕਿ ਕੰਮ ਕਿਸ ਤਰ੍ਹਾਂ ਕਰਨਾ ਹੈ। ਹੁਣ ਮੈਨੂੰ ਕੰਮ ਕਰਨ ਵਿੱਚ ਕਾਫ਼ੀ ਤਜਰਬਾ ਹੋ ਗਿਆ ਹੈ ਅਤੇ ਕੰਮ ਕਰਨ ਵਿੱਚ ਕੋਈ ਮੁਸ਼ਕਲ ਨਹੀਂ ਆਉਂਦੀ। ਮਾਰਕਸ ਐਂਡ ਸਪੈਂਸਰ ਵਿੱਚ ਕਪੜੇ, ਜੁੱਤੀਆਂ ਅਤੇ ਖਾਣ ਪੀਣ ਦੀਆਂ ਚੀਜ਼ਾਂ ਵੇਚੀਆਂ ਜਾਂਦੀਆਂ ਹਨ। ਥੱਲੇ ਦੀ ਮੰਜ਼ਲ 'ਤੇ ਖਾਣ ਪੀਣ ਦੀਆਂ ਚੀਜ਼ਾਂ ਅਤੇ ਉੱਪਰਲੀਆਂ ਦੋਨਾਂ ਮੰਜ਼ਲਾਂ 'ਤੇ ਕੱਪੜੇ ਅਤੇ ਜੁੱਤੀਆਂ ਹਨ।
>
> ਮੈਂ ਜ਼ਿਆਦਾਤਰ ਚੀਜ਼ਾਂ ਦੇ ਲੈਵਲਾਂ ਉੱਤੇ ਕੀਮਤਾਂ ਲਿਖਦੀ ਹਾਂ ਅਤੇ ਜਿਹੜੀਆਂ ਚੀਜ਼ਾਂ ਖ਼ਤਮ ਹੋ ਗਈਆਂ ਹੋਣ, ਉਹਨਾਂ ਦੀ ਲਿਸਟ ਤਿਆਰ ਕਰਕੇ ਮੈਨੇਜਰ ਨੂੰ ਦਿੰਦੀ ਹਾਂ। ਕਈ ਵਾਰੀ ਕਾਉਂਟਰ 'ਤੇ ਗਾਹਕਾਂ ਤੋਂ ਚੀਜ਼ਾਂ ਦੇ ਪੈਸੇ ਲੈਂਦੀ ਹਾਂ। ਜੇ ਕੋਈ ਹੋਰ ਕਰਮਚਾਰੀ ਕਿਸੀ ਕਾਰਨ ਕੰਮ 'ਤੇ ਨਾ ਆ ਸਕੇ ਤਾਂ ਉਸ ਦੀ ਥਾਂ ਕੰਮ ਕਰਦੀ ਹਾਂ।
>
> ਮੈ ਸਨਿੱਚਰਵਾਰ ਨੂੰ ਸਾਢੇ ਅੱਠ ਵਜੇ ਕੰਮ ਸ਼ੁਰੂ ਕਰਦੀ ਹਾਂ ਅਤੇ ਸਾਢੇ ਪੰਜ ਵਜੇ ਖ਼ਤਮ ਕਰਦੀ ਹਾਂ। ਐਤਵਾਰ ਨੂੰ ਸਿਰਫ਼ ਅੱਧਾ ਦਿਨ ਹੀ ਕੰਮ ਕਰਦੀ ਹਾਂ। ਸਵੇਰੇ ਸਾਢੇ ਅੱਠ ਵਜੇ ਸ਼ੁਰੂ ਕਰਕੇ ਇੱਕ ਵਜੇ ਬੰਦ ਕਰਦੀ ਹਾਂ। ਮੈਂ ਦੋਨੋਂ ਦਿਨ ਕੁਲ ਸਾਢੇ ਤੇਰਾਂ ਘੰਟੇ ਕੰਮ ਕਰਦੀ ਹਾਂ। ਮੈਨੂੰ ਚਾਰ ਪੌਂਡ ਪ੍ਰਤੀ ਘੰਟਾ ਤਨਖ਼ਾਹ ਮਿਲਦੀ ਹੈ ਅਤੇ ਦੋਨਾਂ ਦਿਨਾਂ ਦੇ ਕੁਲ 54 ਪੌਂਡ ਮਿਲ ਜਾਂਦੇ ਹਨ। ਮੈਂ ਇਹ ਨੌਕਰੀ ਬਹੁਤ ਪਸੰਦ ਕਰਦੀ ਹਾਂ ਕਿਉਂਕਿ ਇੱਥੇ ਪੈਸੇ ਚੰਗੇ ਮਿਲ ਜਾਂਦੇ ਹਨ ਅਤੇ ਕੰਮ ਵੀ ਸੌਖਾ ਹੈ। ਇੱਥੇ ਦੇ ਮੈਨੇਜਰ ਦਾ ਸੁਭਾ ਬਹੁਤ ਚੰਗਾ ਹੈ ਅਤੇ ਉਹ ਸਾਰੇ ਕਾਮਿਆਂ ਦੀ ਬਹੁਤ ਸਹਾਇਤਾ ਕਰਦਾ ਹੈ। ਇਹ ਕੰਮ ਮੇਰੇ ਘਰ ਦੇ ਨੇੜੇ ਵੀ ਹੈ।

ਹੇਠ ਲਿਖੇ ਪ੍ਰਸ਼ਨਾਂ ਦਾ ਉੱਤਰ ਪੰਜਾਬੀ ਵਿੱਚ ਲਿਖੋ :

1. ਮਨਜੀਤ ਕਦੋਂ ਕੰਮ ਕਰਦੀ ਹੈ ?

   ....

2. ਜਿਸ ਸਟੋਰ ਵਿੱਚ ਮਨਜੀਤ ਕੰਮ ਕਰਦੀ ਹੈ ਉਹ ਕਿਸ ਤਰ੍ਹਾਂ ਦਾ ਸਟੋਰ ਹੈ ਅਤੇ ਇੱਥੋਂ ਲੋਕੀਂ ਕੀ ਕੀ ਖ਼ਰੀਦ ਸਕਦੇ ਹਨ ?

   ....

3. ਮਨਜੀਤ ਨੇ ਪਹਿਲੇ ਹਫ਼ਤੇ ਕੀ ਕੀਤਾ ਸੀ ?

....

4. ਮਨਜੀਤ ਸਟੋਰ ਵਿੱਚ ਕੀ ਕੰਮ ਕਰਦੀ ਹੈ ? ਚਾਰ ਗੱਲਾਂ ਲਿਖੋ।

....

5. ਮਨਜੀਤ ਦੇ ਕੰਮ ਦਾ ਕੀ ਟਾਈਮ ਹੈ ? ਟੇਬਲ ਪੂਰਾ ਕਰੋ।

ਦਿਨ	ਸ਼ੁਰੂ	ਖ਼ਤਮ	ਕੁਲ ਘੰਟੇ
ਸ਼ਨਿੱਚਰਵਾਰ			
ਐਤਵਾਰ			

6. ਉਸ ਨੂੰ ਇੱਕ ਘੰਟੇ ਦੇ ਕਿੰਨੇ ਪੈਸੇ ਮਿਲਦੇ ਹਨ ਅਤੇ ਉਹ ਹਫ਼ਤੇ ਵਿੱਚ ਕੀ ਕਮਾ ਲੈਂਦੀ ਹੈ ?

....

7. ਮਨਜੀਤ ਦੇ ਆਪਣੀ ਨੌਕਰੀ ਬਾਰੇ ਕੀ ਵਿਚਾਰ ਹਨ ? ਪੰਜ ਗੱਲਾਂ ਲਿਖੋ।

....

10. ਤੁਸੀਂ ਅਮਰਜੀਤ ਦੀ ਇੱਕ ਚਿੱਠੀ ਪੜ੍ਹਦੇ ਹੋ ਜੋ ਉਸ ਨੇ ਨੌਕਰੀ ਲਈ ਲਿਖੀ ਹੈ।

26 ਸਟਰਲਿੰਗ ਗਰੋਵ
ਹੰਸਲੋ, ਮਿਡਲਸੈਕਸ
15 ਜਨਵਰੀ 2000

ਸ਼੍ਰੀਮਾਨ ਮੈਨੇਜਰ ਸਾਹਿਬ
ਦੇਸ ਪ੍ਰਦੇਸ
ਸਾਊਥਾਲ, ਮਿਡਲਸੈਕਸ

ਸ੍ਰੀ ਮਾਨ ਜੀ,

ਮੇਰਾ ਨਾਂ ਅਮਰਜੀਤ ਕੌਰ ਹੈ ਅਤੇ ਮੈਂ ਫੈਦਰ ਸਟੋਨ ਸਕੂਲ ਵਿੱਚ ਪੜ੍ਹਦੀ ਹਾਂ। ਇਸ ਸਾਲ ਗਰਮੀ ਦੀਆਂ ਛੁੱਟੀਆਂ ਵਿੱਚ ਮੈਂ ਕੰਮ ਕਰਨਾ ਚਾਹੁੰਦੀ ਹਾਂ ਕਿਉਂਕਿ ਮੈਨੂੰ ਪੈਸਿਆਂ ਦੀ ਸਖ਼ਤ ਲੋੜ ਹੈ। ਮੈਂ ਅਗਲੇ ਸਾਲ ਏ ਲੈਵਲ ਕਰਨੇ ਹਨ ਅਤੇ ਏ ਲੈਵਲ ਦੀ ਪੜ੍ਹਾਈ ਲਈ ਕੁਝ ਕਿਤਾਬਾਂ ਖ਼ਰੀਦਣੀਆਂ ਹਨ। ਮੇਰੇ ਮਾਤਾ ਪਿਤਾ ਜੀ ਮੇਰੀ ਬਹੁਤੀ ਸਹਾਇਤਾ ਨਹੀਂ ਕਰ ਸਕਦੇ ਕਿਉਂਕਿ ਉਹ ਅੱਜ ਕਲ੍ਹ ਕੰਮ ਨਹੀਂ ਕਰਦੇ।

ਮੇਰੀ ਉਮਰ ਸੋਲਾਂ ਸਾਲ ਹੈ ਅਤੇ ਮੈਂ ਇਸ ਸਾਲ ਅੱਠ ਜੀ.ਸੀ.ਐਸ.ਈ. ਦੀਆਂ ਪ੍ਰੀਖਿਆਵਾਂ ਦੇਣੀਆਂ ਹਨ। ਮੈਂ ਸਕੂਲ ਵਿੱਚ ਪੰਜਾਬੀ ਦੀ ਵੀ ਜੀ.ਸੀ.ਐਸ.ਈ. ਕਰ ਰਹੀ ਹਾਂ। ਮੈਂ ਪੰਜਾਬੀ ਚੰਗੀ ਤਰ੍ਹਾਂ ਬੋਲ, ਪੜ੍ਹ ਅਤੇ ਲਿਖ ਸਕਦੀ ਹਾਂ। ਮੈਂ ਕੰਪਿਊਟਰ ਤੇ ਪੰਜਾਬੀ ਵਿੱਚ ਵਰਡ ਪ੍ਰੋਸੈਸਿੰਗ ਵੀ ਕਰ ਸਕਦੀ ਹਾਂ।

ਮੈਂ ਆਪ ਜੀ ਦੀ ਅਤੀ ਧੰਨਵਾਦੀ ਹੋਵਾਂਗੀ, ਜੇ ਤੁਸੀਂ ਮੈਨੂੰ ਆਪਣੀ ਕੰਪਨੀ ਵਿੱਚ ਛੁੱਟੀਆਂ ਲਈ ਕੰਮ 'ਤੇ ਰੱਖ ਲਵੋ।

ਆਪ ਜੀ ਦੀ ਸ਼ੁਭਚਿੰਤਕ
ਅਮਰਜੀਤ ਕੌਰ

ਹੇਠ ਲਿਖੇ ਪ੍ਰਸ਼ਨਾਂ ਦਾ ਉੱਤਰ ਪੰਜਾਬੀ ਵਿੱਚ ਲਿਖੋ

1. ਅਮਰਜੀਤ ਨੇ ਇਹ ਚਿੱਠੀ ਕਿਸ ਨੂੰ ਲਿਖੀ ਹੈ ?

....

2. ਉਸ ਨੇ ਇਹ ਚਿੱਠੀ ਕਿਉਂ ਲਿਖੀ ਹੈ ? ਦੋ ਗੱਲਾਂ ਲਿਖੋ।

....

3. ਅਮਰਜੀਤ ਕਿੱਥੇ ਪੜ੍ਹਦੀ ਹੈ ਅਤੇ ਕੀ ਪੜ੍ਹਾਈ ਕਰ ਰਹੀ ਹੈ ?

....

4. ਉਸ ਦੇ ਮਾਤਾ ਪਿਤਾ ਜੀ ਅਮਰਜੀਤ ਦੀ ਕਿਉਂ ਸਹਾਇਤਾ ਨਹੀਂ ਕਰ ਸਕਦੇ ?

....

5. ਅਮਰਜੀਤ ਦੀ ਪੰਜਾਬੀ ਵਿੱਚ ਕੀ ਯੋਗਤਾ ਹੈ ? ਤਿੰਨ ਗੱਲਾਂ ਲਿਖੋ।

....HD-2

11. ਤੁਸੀਂ ਅਖ਼ਬਾਰ ਵਿੱਚ ਸਰਦਾਰ ਮਨੋਹਰ ਸਿੰਘ ਗਿੱਲ ਬਾਰੇ ਇਹ ਖ਼ਬਰ ਪੜ੍ਹਦੇ ਹੋ।

ਮਨੋਹਰ ਸਿੰਘ ਗਿੱਲ ਭਾਰਤ ਦੇ ਨਵੇਂ ਮੁੱਖ ਚੋਣ ਕਮਿਸ਼ਨਰ ਨਿਯੁਕਤ

ਭਾਰਤ ਸਰਕਾਰ ਨੇ ਭਾਰਤ ਦੇ ਮੁੱਖ ਚੋਣ ਕਮਿਸ਼ਨਰ ਟੀ.ਐੱਨ. ਸੇਸ਼ਨ ਦੇ ਰੀਟਾਇਰ ਹੋਣ ਪਿੱਛੋਂ ਕਮਿਸ਼ਨ ਦੇ ਮੈਂਬਰ ਮਨੋਹਰ ਸਿੰਘ ਗਿੱਲ ਨੂੰ ਮੁੱਖ ਚੋਣ ਕਮਿਸ਼ਨਰ ਬਣਾ ਦਿੱਤਾ। ਸਰਦਾਰ ਗਿੱਲ ਨੇ 12 ਦਸੰਬਰ 1996 ਵੀਰਵਾਰ ਸਵੇਰੇ ਆਪਣੇ ਅਹੁਦੇ ਦਾ ਚਾਰਜ ਸੰਭਾਲ ਲਿਆ ਸੀ। ਨਵਾਂ ਅਹੁਦਾ ਸੰਭਾਲਣ ਤੋਂ ਬਾਅਦ ਮਨੋਹਰ ਸਿੰਘ ਗਿੱਲ ਨੇ ਆਖਿਆ ਸੀ ਕਿ ਉਹ ਦੇਸ਼ ਵਿੱਚ ਚੋਣ ਸੁਧਾਰਾਂ ਲਈ ਸੇਸ਼ਨ ਵਲੋਂ ਸ਼ੁਰੂ ਕੀਤੇ ਯਤਨ ਜਾਰੀ ਰੱਖੇਗਾ।

ਸਰਦਾਰ ਮਨੋਹਰ ਸਿੰਘ ਗਿੱਲ ਨੂੰ ਭਾਵੇਂ ਭਾਰਤ ਦਾ ਮੁਖ ਚੋਣ ਕਮਿਸ਼ਨਰ ਬਣਾ ਦਿੱਤਾ ਗਿਆ ਹੈ ਪਰ ਉਹਨਾਂ ਦਾ ਪਹਿਲਾ ਪਿਆਰ ਖੇਤੀਬਾੜੀ ਹੀ ਰਿਹਾ ਹੈ। ਪੰਜਾਬ ਕੇਡਰ ਦੇ ਇਸ ਆਈ.ਏ.ਐੱਸ. ਅਧਿਕਾਰੀ ਨੇ ਪੰਜਾਬ ਵਿੱਚ ਵੱਡੇ ਅਹੁਦੇ 'ਤੇ ਰਹਿੰਦਿਆਂ ਖੇਤੀਬਾੜੀ ਲਈ ਜੋ ਕੁਝ ਕੀਤਾ ਹੈ, ਉਸ ਨੂੰ ਭੁਲਾਇਆ ਨਹੀਂ ਜਾ ਸਕਦਾ।

ਕਰਨਲ ਪ੍ਰਤਾਪ ਸਿੰਘ ਗਿੱਲ ਦੇ ਹੋਣਹਾਰ ਸਪੁੱਤਰ ਮਨੋਹਰ ਸਿੰਘ ਗਿੱਲ ਦੀ ਮੁਢਲੀ ਵਿੱਦਿਆ ਉਹਨਾਂ ਸ਼ਹਿਰਾਂ ਦੇ ਸਕੂਲਾਂ ਦੀ ਹੈ, ਜਿੱਥੇ ਜਿੱਥੇ ਉਹਨਾਂ ਦੇ ਪਿਤਾ ਫ਼ੌਜ ਵਿੱਚ ਰਹੇ। ਪਰ ਉਹਨਾਂ ਨੇ ਅੰਗ੍ਰੇਜ਼ੀ ਦੀ ਐੱਮ.ਏ. ਸਰਕਾਰੀ ਕਾਲਜ ਲੁਧਿਆਣਾ ਤੋਂ ਕੀਤੀ ਸੀ।

ਗਿੱਲ ਪਰਿਵਾਰ ਦਾ ਆਪਣਾ ਜੱਦੀ ਪਿੰਡ ਤਰਨਤਾਰਨ ਨੇੜੇ ਅਲਾਦੀਨਪੁਰ ਹੈ ਅਤੇ ਮਨੋਹਰ ਸਿੰਘ ਗਿੱਲ ਲੁਧਿਆਣੇ ਜ਼ਿਲੇ ਨਾਲ ਲਗਦੇ ਪਿੰਡ ਲਲਤੋਂ ਕਲਾਂ ਵਿੱਚ ਵਿਆਹੇ ਹੋਏ ਹਨ। ਆਈ.ਏ.ਐੱਸ. ਬਣਨ ਤੋਂ ਬਾਅਦ ਉਹ ਜਲੰਧਰ ਅਤੇ ਲਾਹੌਲ ਸਪਿਤੀ ਦੇ ਡਿਪਟੀ ਕਮਿਸ਼ਨਰ ਵੀ ਰਹੇ।

1. ਸਰਦਾਰ ਮਨੋਹਰ ਸਿੰਘ ਗਿੱਲ ਭਾਰਤ ਦੇ ਇੱਕ ਮਸ਼ਹੂਰ ਵਿਅਕਤੀ ਕਿਉਂ ਬਣ ਗਏ ਹਨ ?

   .... *(1)*

2. ਉਹਨਾਂ ਨੂੰ ਇਹ ਨੌਕਰੀ ਕਦੋਂ ਮਿਲੀ ?

   .... *(1)*

3. ਉਹਨਾਂ ਨੂੰ ਇਸ ਨੌਕਰੀ ਲਈ ਕਿਉਂ ਯੋਗ ਸਮਝਿਆ ਗਿਆ ?

   ....

   .... *(2)*

4. ਪੰਜਾਬ ਦੇ ਲੋਕਾਂ ਨੂੰ ਉਹਨਾਂ 'ਤੇ ਕਿਉਂ ਮਾਣ ਹੈ ਅਤੇ ਉਹਨਾਂ ਨੇ ਪੰਜਾਬੀਆਂ ਲਈ ਕੀ ਕੀਤਾ ?

   ....

   .... *(2)*

5. ਉਹਨਾਂ ਦੇ ਪਿਤਾ ਜੀ ਕੌਣ ਸਨ ਅਤੇ ਉਹਨਾਂ ਦਾ ਪਿੰਡ ਕਿਹੜਾ ਸੀ ?

   ....

   .... *(2)*

NEAB 1998

12. ਤੁਸੀਂ ਚਾਰ ਵਿਅੱਕਤੀਆਂ ਦੇ ਨੌਕਰੀਆਂ ਬਾਰੇ ਵਿਚਾਰ ਪੜ੍ਹਦੇ ਹੋ।

ਚਰਨਜੀਤ :	ਮੈਂ ਇੰਗਲੈਂਡ ਦੇ ਪੁਲੀਸ ਦੇ ਮਹਿਕਮੇ ਵਿੱਚ ਕੰਮ ਕਰਨਾ ਚਾਹੁੰਦਾ ਹਾਂ ਕਿਉਂਕਿ ਇਸ ਵਿੱਚ ਬਹੁਤੇ ਪੰਜਾਬੀ ਪੁਲੀਸ ਅਫ਼ਸਰ ਨਹੀਂ ਹਨ। ਪੁਲੀਸ ਵਿੱਚ ਰਹਿ ਕੇ ਮੈਂ ਉਹਨਾਂ ਪੰਜਾਬੀਆਂ ਦੀ ਵਧੇਰੇ ਸਹਾਇਤਾ ਕਰ ਸਕਾਂਗਾ ਜਿਹਨਾਂ ਨੂੰ ਅੰਗ੍ਰੇਜ਼ੀ ਨਹੀਂ ਆਉਂਦੀ।
ਅਮਨਦੀਪ :	ਮੇਰੀ ਮਨਪਸੰਦ ਨੌਕਰੀ ਏਅਰ ਹੋਸਟਿਸ ਹੈ। ਮੈਂ ਏਅਰ ਹੋਸਟਿਸ ਬਣਨਾ ਬਹੁਤ ਪਸੰਦ ਕਰਦੀ ਹਾਂ ਕਿਉਂਕਿ ਮੈਨੂੰ ਹਵਾਈ ਜਹਾਜ਼ ਵਿੱਚ ਸਫ਼ਰ ਕਰਨਾ ਬਹੁਤ ਚੰਗਾ ਲਗਦਾ ਹੈ। ਮੈਂ ਦੂਜੇ ਦੇਸ਼ਾਂ ਦੀ ਸੈਰ ਕਰਨੀ ਵੀ ਪਸੰਦ ਕਰਦੀ ਹਾਂ।
ਮਨਪ੍ਰੀਤ :	ਮੈਂ ਕੰਪਿਊਟਰ ਪਰੋਗ੍ਰਾਮਰ ਬਣਨਾ ਬਹੁਤ ਪਸੰਦ ਕਰਦੀ ਹਾਂ ਕਿਉਂਕਿ ਅੱਜ ਕਲ੍ਹ ਇਸ ਖੇਤਰ ਵਿੱਚ ਬਹੁਤ ਨੌਕਰੀਆਂ ਹਨ। ਕੰਪਿਊਟਰਾਂ ਦੀ ਪੜ੍ਹਾਈ ਵਿੱਚ ਡਿਗਰੀ ਕਰਨ ਵਾਲਿਆਂ ਨੂੰ ਬਹੁਤ ਜਲਦੀ ਨੌਕਰੀ ਮਿਲ ਜਾਂਦੀ ਹੈ ਅਤੇ ਇਸ ਵਿੱਚ ਪੈਸੇ ਵੀ ਬਹੁਤ ਮਿਲਦੇ ਹਨ।
ਜਸਬੀਰ :	ਮੇਰੀ ਦਿਲਚਸਪੀ ਤਾਂ ਆਪਣਾ ਕਾਰੋਬਾਰ ਚਲਾਉਣ ਦੀ ਹੈ। ਮੇਰੇ ਪਿਤਾ ਜੀ ਦਾ ਇੱਕ ਬਣੇ ਬਣਾਏ ਕੱਪੜਿਆਂ ਦਾ ਸਟੋਰ ਹੈ। ਮੈਂ ਇਸ ਸਟੋਰ ਵਿੱਚ ਕੰਮ ਕਰਨਾ ਬਹੁਤ ਪਸੰਦ ਕਰਦਾ ਹਾਂ। ਮੇਰੇ ਪਿਤਾ ਜੀ ਸਾਰਾ ਕਾਰੋਬਾਰ ਮੈਨੂੰ ਸੰਭਾਲ ਕੇ ਆਪ ਰੀਟਾਇਰ ਹੋਣਾ ਚਾਹੁੰਦੇ ਹਨ।

Answer these questions in English.

1. Who likes to be a air hostes?

   ....

2. Why ? Give two reasons.

   ....

3. Why is Charanjit interested to become a policeman? Give two reasons.

   ....

4. Why does Jasbir like to work in his father's store ? Give two reasons.

   ....

5. Who likes the job of Computer programmer?

   ....

6. Why ? Give two reasons.

   ....HD-2

D-3 Advertising and publicity.

Foundation

1. You see this advertisement in an old newspaper.

ਦੁਸਹਿਰੇ ਦਾ ਮੇਲਾ

ਐਤਵਾਰ 17 ਅਕਤੂਬਰ '99 ਨੂੰ
ਸਪਾਈਕਸ ਬ੍ਰਿਜ ਪਾਰਕ ਵਿਖੇ ਮਨਾਇਆ ਜਾਵੇਗਾ

- ਇਸ ਮੌਕੇ ਆਤਿਸ਼ਬਾਜ਼ੀ ਛੱਡੀ ਜਾਵੇਗੀ
- ਭੰਗੜੇ ਗਿੱਧੇ ਦਾ ਪ੍ਰੋਗਰਾਮ
- ਖਾਣ ਪੀਣ ਦੇ ਸਟਾਲ

ਇਸ ਮੇਲੇ ਵਿੱਚ ਸ਼ਾਮਲ ਹੋ ਕੇ ਖ਼ੁਸ਼ੀਆਂ ਪ੍ਰਾਪਤ ਕਰੋ।

1. When was the festival of Dussehra celebrated?
   Day..
   Date...
2. Where was it celebrated?
   ....
3. What happened at the Dussehra fair? Give three details.
   ....
4. What was suggested to people?
   ....FD-3

2. You see this advertisement in the newspaper.

ਦੁਨੀਆਂ ਭਰ ਦੇ ਮੁਲਕਾਂ ਲਈ ਸਸਤੀਆਂ ਹਵਾਈ ਟਿਕਟਾਂ

ਦਿੱਲੀ	329 ਪੌਂਡ
ਨਿਊਯਾਰਕ . .	180 ਪੌਂਡ
ਸਾਨਫਰਾਂਸਿਸਕੋ	225 ਪੌਂਡ
ਟੋਰਂਟੋ	229 ਪੌਂਡ
ਵੈਨਕੂਵਰ . . .	289 ਪੌਂਡ

1. What does the heading of this advertisement mean in English?
   ....
2. How much is the fare to Toronto?
   ....
3. Where can you go for £225?
   ....
4. Which is the cheapest place to go?
   ....
5. Which is the dearest place to go?
   ....FD-3

3. ਤੁਸੀਂ ਇੱਕ ਪੁਰਾਣੀ ਅਖ਼ਬਾਰ ਵਿੱਚ ਸਾਊਥਾਲ ਕਮਿਉਨਿਟੀ ਮੇਲੇ ਬਾਰੇ ਇਹ ਇਸ਼ਤਿਹਾਰ ਦੇਖਦੇ ਹੋ।

ਸਾਊਥਾਲ ਸ਼ੋਅ ਸੁਸਾਇਟੀ ਵਲੋਂ

ਸਾਊਥਾਲ ਕਮਿਉਨਿਟੀ ਮੇਲਾ '99

ਸਾਊਥਾਲ ਪਾਰਕ, ਅਕਸਬ੍ਰਿਜ ਰੋਡ, ਸਾਊਥਾਲ ਵਿਖੇ

ਬੈਂਕ ਹੌਲੀਡੇਅ ਮੌਕੇ 29 ਅਤੇ 30 ਅਗਸਤ
ਐਤਵਾਰ ਅਤੇ ਸੋਮਵਾਰ ਨੂੰ ਹੋਵੇਗਾ

(ਸਮਾਂ ਦੁਪਹਿਰ 12 ਵਜੇ ਤੋਂ ਸ਼ਾਮ 10 ਵਜੇ ਤੱਕ)

ਦਾਖ਼ਲਾ ਮੁਫ਼ਤ

ਸਾਊਥਾਲ ਵਿੱਚ ਆਪਣੀ ਕਿਸਮ ਦੇ ਇਸ ਸ਼ਾਨਦਾਰ ਦੇਸੀ ਮੇਲੇ ਵਿੱਚ ਗਿੱਧੇ, ਭੰਗੜੇ ਅਤੇ ਗੀਤ ਸੰਗੀਤ ਦੇ ਪ੍ਰੋਗਰਾਮ ਤੋਂ ਇਲਾਵਾ ਖੇਡਾਂ ਅਤੇ ਦੌੜਾਂ ਵੀ ਹੋਣਗੀਆਂ। ਖਾਣ ਪੀਣ ਦੀਆਂ ਦੇਸੀ ਵਸਤਾਂ ਜਿਵੇਂ ਲੱਡੂ, ਜਲੇਬੀਆਂ, ਗੋਲਗੱਪੇ, ਭਟੂਰਿਆਂ ਅਤੇ ਗਰਮਾ ਗਰਮ ਪਕੌੜਿਆਂ ਦੇ ਸਟਾਲ ਲਾਏ ਜਾਣਗੇ। ਕੱਵਾਲੀਆਂ ਅਤੇ ਡੀ. ਜੇ. ਸੰਗੀਤ ਹੋਵੇਗਾ। ਸ਼ਾਮ ਵੇਲੇ ਆਤਿਸ਼ਬਾਜ਼ੀ ਛੱਡੀ ਜਾਵੇਗੀ।

ਇਸ ਮਨੋਰੰਜਨ ਭਰਪੂਰ ਮੇਲੇ ਦਾ ਆਨੰਦ ਲੁੱਟਣ ਲਈ ਬੱਚਿਆਂ ਸਮੇਤ ਖ਼ੁਦ ਆਓ ਤੇ ਸਾਕ-ਸੰਬੰਧੀਆਂ ਨੂੰ ਵੀ ਨਾਲ ਲਿਆਓ।

ਗੀਤ-ਸੰਗੀਤ ਦਾ ਪ੍ਰੋਗਰਾਮ ਪੇਸ਼ ਕਰਨਗੇ :

*** ਜੈਜ਼ੀ ਬੀ., ਪ੍ਰੇਮੀ ਗਰੁੱਪ, ਕੱਵਾਲੀ ਅਤੇ**
*** ਭੰਗੜਾ — ਗਿੱਧਾ ਪਾਰਟੀ।**

ਲਾਟਰੀ ਦੇ ਡਰਾਅ ਵੀ ਕੱਢੇ ਜਾਣਗੇ

ਹੇਠ ਲਿਖੇ ਪ੍ਰਸ਼ਨਾਂ ਦੇ ਉੱਤਰ ਪੰਜਾਬੀ ਵਿੱਚ ਲਿਖੋ

1. ਸਾਊਥਾਲ ਕਮਿਉਨਿਟੀ ਮੇਲੇ ਦਾ ਕਿਸ ਨੇ ਪ੍ਰਬੰਧ ਕੀਤਾ ?

   ....

2. ਮੇਲਾ ਕਿੱਥੇ ਹੋਇਆ ?

   ....

3. ਮੇਲਾ ਕਦੋਂ ਹੋਇਆ ?

   ਤਰੀਕਾਂ..

   ਦਿਨ..

   ਸਮਾਂ ....

4. ਮੇਲਾ ਦੇਖਣ ਲਈ ਟਿਕਟ ਕਿੰਨੇ ਦਾ ਸੀ ?

   ....

5. ਤੁਹਾਡੇ ਖ਼ਿਆਲ ਵਿੱਚ ਕਿਉਂ ਬਹੁਤ ਸਾਰੇ ਲੋਕ ਇਹ ਮੇਲਾ ਦੇਖਣ ਆਏ ਹੋਣਗੇ ? ਅੱਠ ਕਾਰਨ ਲਿਖੋ।

   ....F/H D-3

Higher

4. ਤੁਸੀਂ ਅਖ਼ਬਾਰ ਵਿੱਚ ਜਿਮਖਾਨਾ ਸੋਸ਼ਲ ਕਲੱਬ ਬਾਰੇ ਇੱਕ ਇਸ਼ਤਿਹਾਰ ਪੜ੍ਹਦੇ ਹੋ।

ਜਿਮਖਾਨਾ ਸੋਸ਼ਲ ਕਲੱਬ

LONDON'S FAMOUS SPORTS & SOCIAL CLUB

THORNBURY AVE, OSTERLEY, ISLEWORTH, MIDDX, TW7 4NQ

TEL : 0181 - 568 - 4009 FAX : 0181 - 847 - 5587

ਸਾਡੇ ਸੋਸ਼ਲ ਕਲੱਬ ਵਿੱਚ ਘਰ ਵਰਗਾ ਮਾਹੌਲ ਹੈ । ਬੱਚਿਆਂ ਨੂੰ ਨਾਲ ਲਿਆ ਕੇ ਤੁਸੀਂ ਵਧੀਆ ਤੇ ਸੁਆਦੀ ਖਾਣਿਆਂ ਦਾ ਆਨੰਦ ਮਾਣ ਸਕਦੇ ਹੋ

ਕਈ ਪ੍ਰਕਾਰ ਦੇ ਅਜਿਹੇ ਖਾਣੇ ਬਣਾਏ ਜਾਂਦੇ ਹਨ ਜਿਨ੍ਹਾਂ ਦਾ ਆਨੰਦ ਤੁਸੀਂ ਸਿਰਫ਼ ਇੱਥੇ ਹੀ ਮਾਣ ਸਕਦੇ ਹੋ। ਭਾਰਤ ਤੋਂ ਆਏ ਕਲਾਕਾਰ, ਬਿਜ਼ਨਸ ਮੈਨ, ਖਿਡਾਰੀ ਅਤੇ ਜਰਨਲਿਸਟ ਪੰਜਾਬੀ ਖਾਣਾ ਖਾਣ ਲਈ ਇੱਥੇ ਹੀ ਆਉਂਦੇ ਹਨ। ਵਿਆਹ ਸ਼ਾਦੀਆਂ, ਬਰਥ-ਡੇ ਪਾਰਟੀਆਂ ਜਾਂ ਕਿਸੇ ਤਰ੍ਹਾਂ ਦੀ ਪਾਰਟੀ ਹੈ, ਉਸਦੀ ਸੇਵਾ ਦੀ ਜਿੰਮੇਵਾਰੀ ਸਾਡੇ 'ਤੇ ਪਾਵੋ। ਇਸ ਦਾ ਮਾਹੌਲ ਅਤੇ ਚੌਗਿਰਦਾ ਸੁਹਾਵਣਾ ਅਤੇ ਖੁਲ੍ਹਾ ਹੈ। 250 ਬੰਦਿਆਂ ਲਈ ਸੀਟਾਂ ਆਸਾਨੀ ਨਾਲ ਲਗਾਈਆਂ ਜਾਂਦੀਆਂ ਹਨ। ਕਾਰ ਪਾਰਕ ਦੀ ਸਹੂਲਤ ਹੈ।

ਠੰਢੀ ਬੀਅਰ ਦਾ ਆਨੰਦ ਮਾਣੋ।

ਤੁਸੀਂ ਖਾਣਾ ਬਾਹਰ ਵੀ ਲੈ ਕੇ ਜਾ ਸਕਦੇ ਹੋ।

ਵਾਕਾਂ ਨੂੰ ਪੜ੍ਹੋ ਅਤੇ ਲਿਖੋ

ਠੀਕ ਠ

ਗ਼ਲਤ ਗ

ਪਤਾ ਨਹੀਂ ?

ਉਦਾਹਰਣ	1.	ਜਿਮਖਾਨਾ ਸੋਸ਼ਲ ਕਲੱਬ ਲੰਡਨ ਵਿੱਚ ਹੈ।	
	2.	ਇੱਥੇ ਦਾ ਮਾਹੌਲ ਬਹੁਤ ਚੰਗਾ ਹੈ।	
	3.	ਇਸ ਕਲੱਬ ਵਿੱਚ ਬੱਚਿਆਂ ਨੂੰ ਆਉਣ ਦੀ ਆਗਿਆ ਨਹੀਂ।	
	4.	ਇੱਥੇ ਦੇ ਖਾਣੇ ਬਹੁਤ ਸੁਆਦ ਹਨ।	
	5.	ਇੱਥੇ ਦੇ ਖਾਣੇ ਜੋ ਕਲੱਬ ਵਿੱਚ ਖਾਧੇ ਜਾਣ ਤਾਂ ਵੱਧ ਸੁਆਦ ਲਗਦੇ ਹਨ।	
	6.	ਇਸ ਕਲੱਬ ਵਿੱਚ ਵੱਡੇ ਵੱਡੇ ਲੋਕੀਂ ਖਾਣਾ ਖਾਣ ਲਈ ਆਉਂਦੇ ਹਨ।	
	7.	ਇਸ ਕਲੱਬ ਵਿੱਚ ਇੰਗਲੈਂਡ ਦਾ ਪ੍ਰਧਾਨ ਮੰਤਰੀ ਵੀ ਖਾਣਾ ਖਾਣ ਆਇਆ ਸੀ।	
	8.	ਇਹ ਕਲੱਬ ਪਾਰਟੀਆਂ ਲਈ ਖਾਣੇ ਦਾ ਪ੍ਰਬੰਧ ਨਹੀਂ ਕਰਦਾ।	
	9.	ਇਸ ਕਲੱਬ ਵਿੱਚ ਚਾਰ ਸੌ ਸੀਟਾਂ ਲੱਗ ਸਕਦੀਆਂ ਹਨ।	
	10.	ਇੱਥੇ ਕਾਰਾਂ ਖੜੀਆਂ ਕਰਨ ਦੀ ਥਾਂ ਥੋੜ੍ਹੀ ਹੈ।	

F/H D-3

5. You read this advertisement in a Panjabi newspaper.

ਮਿਡਲੈਂਡ ਵਿਚ ਹਵਾਈ ਟਿਕਟਾਂ ਦਾ ਗੜ੍ਹ

ਤੱਖਰ ਟਰੈਵਲ, ਬਰਮਿੰਘਮ TAKHAR TRAVEL (WORLDWIDE)

ਦੁਨੀਆਂ ਦੇ ਕਿਸੇ ਵੀ ਮੁਲਕ ਵਿਚ ਜਾਣ ਤੋਂ ਪਹਿਲਾਂ ਸਾਡੇ ਤੋਂ ਕਿਰਾਇਆ ਜ਼ਰੂਰ ਪਤਾ ਕਰੋ

ਤੁਰਕਮਿਨਸਤਾਨ ਤੇ ਹੋਰ ਸਾਰੀਆਂ ਏਅਰਲਾਈਨਾਂ ਦੀਆਂ ਟਿਕਟਾਂ ਸਾਡੇ ਤੋਂ ਸਸਤੀਆਂ ਕੋਈ ਵੀ ਨਹੀਂ ਦੇ ਸਕਦਾ।

* ਅਸੀਂ ਤੁਰਕਮਿਨਸਤਾਨ ਏਅਰਲਾਈਨ ਦੀ ਸਭ ਤੋਂ ਵਧੀਆ ਸਰਵਿਸ ਦਿੰਦੇ ਹੋਏ ਖੜ੍ਹੇ ਪੈਰ ਟਿਕਟ ਦਾ ਪ੍ਰਬੰਧ ਕਰ ਸਕਦੇ ਹਾਂ।
* ਦਿੱਲੀ ਏਅਰਪੋਰਟ ਤੋਂ ਆਉਣ ਲਈ ਵੀ ਸਾਡੇ ਫਗਵਾੜੇ ਵਾਲੇ ਆਫਿਸ ਵਿਚ ਬੁਕਿੰਗ ਕੀਤੀ ਜਾਂਦੀ ਹੈ।
* ਸਾਨੂੰ ਫੋਨ ਕਰਕੇ ਟਿਕਟ ਦੇ ਰੇਟ ਦਾ ਜ਼ਰੂਰ ਪਤਾ ਕਰੋ।
* ਤੁਰਕਮਿਨਸਤਾਨ ਏਅਰਲਾਈਨ ਪ੍ਰਤੀ ਕਿਸੇ ਵੀ ਕਿਸਮ ਦੀ ਇੰਡੀਆ ਵਿਚ ਕੋਈ ਸਮੱਸਿਆ ਹੋਵੇ, ਅਸੀਂ ਉਸ ਨੂੰ ਹੱਲ ਕਰਦੇ ਹਾਂ।

* ਜੇਕਰ ਤੁਸੀਂ ਘਰ ਕਿਰਾਏ ਉਪਰ ਦੇਣਾ ਜਾਂ ਲੈਣਾ ਹੈ ਤਾਂ ਸਾਡੇ ਨਾਲ ਸੰਪਰਕ ਕਰੋ।
* ਇੰਡੀਆ ਤੋਂ ਕਿਸੇ ਨੂੰ ਮੰਗਵਾਉਣਾ ਹੋਵੇ ਤਾਂ ਅਸੀਂ ਟਿਕਟ ਦਾ ਇਥੇ ਹੀ ਇੰਤਜ਼ਾਮ ਕਰਦੇ ਹਾਂ।
* ਅਸੀਂ ਫਲਾਈਟ ਲਿੰਕ ਤੇ ਨੈਸ਼ਨਲ ਐਕਸਪ੍ਰੈਸ ਦੇ ਏਜੰਟ ਹਾਂ।
* ਅਸੀਂ ਸਾਰੀਆਂ ਹੀ ਏਅਰ ਲਾਈਨਾਂ ਦੇ ਏਜੰਟ ਹਾਂ।
* ਅਸੀਂ ਤੁਹਾਡੇ ਨਾਲ ਵਾਅਦਾ ਕਰਦੇ ਹਾਂ ਕਿ ਅਸੀਂ ਤੁਹਾਨੂੰ ਪਹਿਲਾਂ ਨਾਲੋਂ ਵੀ ਵਧੀਆ ਸਰਵਿਸ ਦੇਣ ਦੀ ਕੋਸ਼ਿਸ਼ ਕਰਾਂਗੇ।

* ਦਿੱਲੀ ਏਅਰਪੋਰਟ ਤੋਂ 2 ਤੇ 4 ਵਜੇ ਸਵੇਰੇ ਚੱਲਣ ਵਾਲੀਆਂ ਕੋਚਾਂ ਦੀ ਬੁਕਿੰਗ ਵੀ ਕਰਦੇ ਹਾਂ।
* ਅਸੀਂ ਗਰੁੱਪ ਬੁਕਿੰਗ ਵੀ ਕਰਦੇ ਹਾਂ। ਗਰੁੱਪ ਬੁਕਿੰਗ ਕਰਨ ਲਈ ਸਾਨੂੰ ਮਿਲੋ।
* ਦਿੱਲੀ ਏਅਰਪੋਰਟ ਤੋਂ 10-14 ਸੀਟਰ ਬੱਸ ਦਾ ਇੰਤਜ਼ਾਮ ਵੀ ਕਰਦੇ ਹਾਂ।

ਅਸੀਂ ਪਾਸਪੋਰਟ ਤੇ ਵੀਜ਼ਾ ਸਰਵਿਸ ਅਤੇ ਟ੍ਰੈਵਲ ਇੰਸ਼ੋਰੈਂਸ ਵੀ ਕਰਦੇ ਹਾਂ।

TRAVEL INSURANCE & VISA SERVICE ALSO AVAILABLE

ਅਸੀਂ ਆਪਣੇ ਸਾਰੇ ਭੈਣਾ ਭਰਾਵਾਂ ਤੇ ਬਜ਼ੁਰਗਾਂ ਦੇ ਸ਼ੁਕਰਗੁਜ਼ਾਰ ਹਾਂ ਜਿਹਨਾਂ ਦੇ ਸਹਿਯੋਗ ਸਦਕਾ ਸਾਨੂੰ ਆਪਣੇ ਕਾਰੋਬਾਰ ਵਿਚ ਭਰਪੂਰ ਸਫਲਤਾ ਪ੍ਰਾਪਤ ਹੋਈ।

TAKHAR TRAVEL (WORLDWIDE)

AGENT FOR ATOL HOLDERS

2 High Street, Smethwick, West Midlands B66 1DX

Tel: 0121-565-5990

ਇੰਡੀਆ ਤੋਂ ਟਿਕਟ ਲੈਣ ਦਾ ਪਤਾ:

TAKHAR TRAVEL

6 Chadha Market, (Opp. Bus Stand),

PHAGWARA-144401

Tel:

01824-66878

Answer the following questions in English.

1. What does this travel agency say about fares?

....

2. What services does this travel agency provide to its customers? Give four details.

....

3. What plans does this agency have to provide further facilities to its customers?

....

4. What is your opinion about this travel agency?

....

D-4 Communication

Foundation

1. You read this note which Kamaljit has written to his friend Mandeep.

ਪਿਆਰੇ ਮਨਦੀਪ,

ਸਤਿ ਸ੍ਰੀ ਅਕਾਲ। ਮੈਂ ਅੱਜ ਸ਼ਾਮ ਦੇ ਚਾਰ ਵਜੇ ਤੁਹਾਡੇ ਘਰ ਆਇਆ ਪਰ ਤੁਸੀਂ ਘਰ ਨਹੀਂ ਸੀ। ਮੈਂ ਤੁਹਾਡੇ ਨਾਲ ਇੱਕ ਜ਼ਰੂਰੀ ਸਲਾਹ ਕਰਨੀ ਚਾਹੁੰਦਾ ਸੀ। ਜਦੋਂ ਵੀ ਤੁਸੀਂ ਘਰ ਵਾਪਸ ਆਏ ਤਾਂ ਮੈਨੂੰ ਟੈਲੀਫ਼ੋਨ ਜ਼ਰੂਰ ਕਰਨਾ। ਮੇਰਾ ਟੈਲੀਫ਼ੋਨ ਨੰਬਰ 617314 ਹੈ। ਮੈਨੂੰ ਅਮਰਜੀਤ ਦਾ ਟੈਲੀਫ਼ੋਨ ਚਾਹੀਦਾ ਹੈ। ਕੀ ਤੁਹਾਨੂੰ ਉਸ ਦੇ ਟੈਲੀਫ਼ੋਨ ਨੰਬਰ ਦਾ ਪਤਾ ਹੈ। ਜੇ ਤੁਹਾਡੇ ਪਾਸ ਨਹੀਂ ਹੈ, ਤੁਸੀਂ ਪਤਾ ਕਰਕੇ ਮੈਨੂੰ ਦੱਸਣਾ ਕਿ ਉਸ ਦਾ ਟੈਲੀਫ਼ੋਨ ਨੰਬਰ ਕੀ ਹੈ।

ਤੁਹਾਡਾ ਮਿੱਤਰ
ਕਮਲਜੀਤ।

---

1. When did Kamaljit go to Mandeep's house?

   ....

2. Why could Kamaljit not meet Mandeep?

   ....

3. Why did he go to Mandeep's house?

   ....

4. What is Kamaljit's telephone number?

   ....

5. What did Kamaljit want Mandeep to do? Give two details.

   ....FD-4

197

2. ਤੁਸੀਂ ਇਹ ਨੋਟ ਪੜ੍ਹਦੇ ਹੋ।

ਪਿਆਰੀ ਜਸਦੀਪ,

ਜਦੋਂ ਤੂੰ ਘਰ ਨਹੀਂ ਸੀ, ਤੇਰੀ ਇੱਕ ਸਹੇਲੀ ਦਾ ਟੈਲੀਫ਼ੋਨ ਆਇਆ ਸੀ। ਉਸ ਦਾ ਨਾਂ ਗੁਰਪ੍ਰੀਤ ਹੈ। ਉਹ ਤੇਰੇ ਨਾਲ ਕੋਈ ਗੱਲ ਕਰਨਾ ਚਾਹੁੰਦੀ ਸੀ। ਉਹ ਹਰਬਿੰਦਰ ਦਾ ਟੈਲੀਫ਼ੋਨ ਨੰਬਰ ਵੀ ਪੁੱਛਦੀ ਸੀ। ਉਹ ਤੈਨੂੰ ਰਾਤ ਅੱਠ ਵਜੇ ਫੇਰ ਟੈਲੀਫ਼ੋਨ ਕਰੇਗੀ। ਪਰ ਜੇ ਤੂੰ ਅੱਠ ਵਜੇ ਤੋਂ ਪਹਿਲਾਂ ਆ ਗਈ ਤਾਂ ਤੂੰ ਉਸ ਨੂੰ ਟੈਲੀਫ਼ੋਨ ਕਰ ਦੇਣਾ। ਉਸ ਦਾ ਟੈਲੀਫ਼ੋਨ ਨੰਬਰ 2453891 ਹੈ।

ਤੇਰੀ ਚਾਚੀ
ਸੁਰਿੰਦਰ ਕੌਰ

ਹੇਠ ਲਿਖੇ ਪ੍ਰਸ਼ਨਾਂ ਦਾ ਉੱਤਰ ਪੰਜਾਬੀ ਵਿੱਚ ਲਿਖੋ :

1. ਜਸਦੀਪ ਦੀ ਸਹੇਲੀ ਦਾ ਕੀ ਨਾਂ ਹੈ ?

....

2. ਉਹ ਜਸਦੀਪ ਨੂੰ ਕਿਉਂ ਮਿਲਣਾ ਚਾਹੁੰਦੀ ਹੈ ?

....

3. ਉਹ ਫੇਰ ਕਦੋਂ ਟੈਲੀਫ਼ੋਨ ਕਰੇਗੀ ?

....

4. ਉਸ ਦਾ ਟੈਲੀਫ਼ੋਨ ਨੰਬਰ ਕੀ ਹੈ ?

....

5. ਉਹ ਕਿਸ ਦਾ ਟੈਲੀਫ਼ੋਨ ਨੰਬਰ ਪੁੱਛਦੀ ਸੀ ?

....FD-4

198

Higher

3. ਤੁਸੀਂ ਇੱਕ ਚਿੱਠੀ ਪੜ੍ਹਦੇ ਹੋ ਜੋ ਜਸਦੀਪ ਨੇ ਆਪਣੀ ਚਾਚੀ ਜੀ ਨੂੰ ਲਿਖੀ ਹੈ।

> ਪਿਆਰੇ ਚਾਚੀ ਜੀ,
>
> ਸਤਿ ਸ੍ਰੀ ਆਕਾਲ! ਮੈਂ ਆਪਣੀ ਨੌਕਰੀ ਸਬੰਧੀ ਤੁਹਾਡੇ ਨਾਲ ਗੱਲ-ਬਾਤ ਕਰਨੀ ਚਾਹੁੰਦੀ ਹਾਂ। ਮੈਨੂੰ ਪਤਾ ਹੈ ਕਿ ਅੱਜ ਕਲ੍ਹ ਤੁਸੀਂ ਕੰਮ ਵਿੱਚ ਬਹੁਤ ਮਸਰੂਫ ਹੋ ਅਤੇ ਤੁਹਾਨੂੰ ਵਿਹਲਾ ਸਮਾਂ ਬਹੁਤ ਘੱਟ ਮਿਲਦਾ ਹੈ। ਪਰ ਮੈਂ ਆਪਣੇ ਕੰਮ ਬਾਰੇ ਤੁਹਾਡੀ ਸਲਾਹ ਲੈਣੀ ਵੀ ਜ਼ਰੂਰੀ ਸਮਝਦੀ ਹਾਂ। ਤੁਸੀਂ ਮੈਨੂੰ ਦੱਸਣਾ ਕਿ ਤੁਸੀਂ ਮੈਨੂੰ ਕਿਸ ਦਿਨ, ਕਿਸ ਟਾਈਮ ਅਤੇ ਕਿੱਥੇ ਮਿਲ ਸਕਦੇ ਹੋ।
>
> ਤੁਸੀਂ ਮੈਨੂੰ ਟੈਲੀਫ਼ੋਨ ਜਾਂ ਫੈਕਸ ਕਰ ਦੇਣਾ। ਸੱਚ ਮੈਂ ਤੁਹਾਨੂੰ ਇਹ ਦੱਸਣਾ ਤਾਂ ਭੁੱਲ ਹੀ ਗਈ ਕਿ ਅਸੀਂ ਆਪਣਾ ਘਰ ਬਦਲ ਲਿਆ ਹੈ। ਸਾਡਾ ਨਵਾਂ ਐਡਰੈਸ 399 ਐਨਸਟੀ ਰੋਡ ਕਾਵੈਂਟਰੀ ਹੈ ਅਤੇ ਸਾਡਾ ਟੈਲੀਫ਼ੋਨ ਅਤੇ ਫੈਕਸ ਨੰਬਰ 01203-617314 ਹੈ। ਸਾਡਾ ਈ ਮੇਲ ਨੰਬਰ jassy@hotmail.com ਹੈ।
>
> ਤੁਹਾਡੇ ਉੱਤਰ ਦੀ ਉਡੀਕ ਵਿੱਚ।
>
> ਤੁਹਾਡੀ ਭਤੀਜੀ,
> ਜਸਦੀਪ।

ਹੇਠ ਲਿਖੇ ਪ੍ਰਸ਼ਨਾਂ ਦਾ ਉੱਤਰ ਪੰਜਾਬੀ ਵਿੱਚ ਲਿਖੋ:

1. ਜਸਦੀਪ ਆਪਣੀ ਚਾਚੀ ਜੀ ਨੂੰ ਕਿਉਂ ਮਿਲਣਾ ਚਾਹੁੰਦੀ ਹੈ?

   ....

2. ਜਸਦੀਪ ਨੇ ਆਪਣੀ ਚਾਚੀ ਜੀ ਦੇ ਕੰਮ ਬਾਰੇ ਕੀ ਲਿਖਿਆ ਹੈ?

   ....

3. ਉਸ ਨੇ ਆਪਣੀ ਚਾਚੀ ਜੀ ਤੋਂ ਕੀ ਪੁੱਛਿਆ ਹੈ?

   ....

4. ਜਸਦੀਪ ਨੇ ਆਪਣੇ ਘਰ ਬਾਰੇ ਕੀ ਦੱਸਿਆ ਹੈ? ਤਿੰਨ ਗੱਲਾਂ ਲਿਖੋ।

   ....F/H D-4

Area of Experience E—The International World

E-1 Life in other countries / communities.

Foundation

Understanding

ਭਾਰਤੀ ਪੈਸਾ Indian Money/Currency

ਇੰਡੀਆ ਵਿੱਚ ਹੇਠ ਲਿਖੇ ਨੋਟ ਅਤੇ ਸਿੱਕੇ ਵਰਤੇ ਜਾਂਦੇ ਹਨ

ਨੋਟ

ਇੱਕ ਰੁਪਏ ਦਾ ਨੋਟ	One rupee note	ਇੱਕ ਰੁਪਇਆ
ਦੋ ਰੁਪਏ ਦਾ ਨੋਟ	Two rupee note	ਦੋ ਰੁਪਏ
ਪੰਜ ਰੁਪਏ ਦਾ ਨੋਟ	Five rupee note	ਪੰਜ ਰੁਪਏ
ਦਸ ਰੁਪਏ ਦਾ ਨੋਟ	Ten rupee note	ਦਸ ਰੁਪਏ
ਵੀਹ ਰੁਪਏ ਦਾ ਨੋਟ	Twenty rupee note	ਵੀਹ ਰੁਪਏ
ਪੰਜਾਹ ਰੁਪਏ ਦਾ ਨੋਟ	Fifty rupee note	ਪੰਜਾਹ ਰੁਪਏ
ਸੌ ਰੁਪਏ ਦਾ ਨੋਟ	Hundred rupee note	ਸੌ ਰੁਪਇਆ/ ਰੁਪਏ
ਪੰਜ ਸੌ ਰੁਪਏ ਦਾ ਨੋਟ	Five hundred rupee note	ਪੰਜ ਸੌ ਰੁਪਇਆ/ ਰੁਪਏ

ਸਿੱਕੇ

ਇੱਕ ਪੈਸਾ	One paisa	
ਪੰਜ ਪੈਸੇ	Five paisas	ਪੰਜੀ
ਦਸ ਪੈਸੇ	Ten paisas	ਦਸੀ
ਪੱਚੀ ਪੈਸੇ	Twenty paisas	
ਪੰਜਾਹ ਪੈਸੇ	Fifty paisas	
ਇੱਕ ਰੁਪਇਆ	One rupee	
ਦੋ ਰੁਪਏ	Two rupee	
ਪੰਜ ਰੁਪਏ	Five rupee	

ਇੱਕ ਰੁਪਏ ਵਿੱਚ ਸੌ ਪੈਸੇ ਹੁੰਦੇ ਹਨ।

ਇੰਗਲੈਂਡ ਦਾ ਪੈਸਾ/ਮੁਦਰਾ English money/currency

ਇੰਗਲੈਂਡ ਵਿੱਚ ਹੇਠ ਲਿਖੇ ਨੋਟ ਅਤੇ ਸਿੱਕੇ ਵਰਤੇ ਜਾਂਦੇ ਹਨ

ਨੋਟ

ਪੰਜ ਪੌਂਡ ਦਾ ਨੋਟ	Five pound note
ਦਸ ਪੌਂਡ ਦਾਂ ਨੋਟ	Ten pound note
ਵੀਹ ਪੌਂਡ ਦਾ ਨੋਟ	Twenty pound note
ਪੰਜਾਹ ਪੌਂਡ ਦਾ ਨੋਟ	Fifty pound note

ਇੰਗਲੈਂਡ ਵਿੱਚ ਪੰਜਾਹ ਪੌਂਡ ਦੇ ਨੋਟ ਤੋਂ ਵੱਧ ਨੋਟ ਨਹੀਂ ਹੈ।

ਸਿੱਕੇ

ਇੱਕ ਪੈਨੀ	One penny
ਦੋ ਪੈਨੀਆਂ	Two pennis
ਪੰਜ ਪੈਨੀਆਂ	Five pennis
ਦਸ ਪੈਨੀਆਂ	Ten pennis
ਵੀਹ ਪੈਨੀਆਂ	Twenty pennis
ਪੰਜਾਹ ਪੈਨੀਆਂ	Fifty pennis
ਇੱਕ ਪੌਂਡ	One pound
ਦੋ ਪੌਂਡ	Two pounds

ਇੱਕ ਪੌਂਡ ਵਿੱਚ ਸੌ ਪੈਨੀਆਂ ਹੁੰਦੀਆਂ ਹਨ।

ਅਮਰੀਕੀ ਪੈਸਾ/ਮੁਦਰਾ American mone /currency

ਅਮਰੀਕਾ ਵਿੱਚ ਹੇਠ ਲਿਖੇ ਨੋਟ ਅਤੇ ਸਿੱਕੇ ਵਰਤੇ ਜਾਂਦੇ ਹਨ

ਨੋਟ

ਇੱਕ ਡਾਲਰ ਦਾ ਨੋਟ	One dollar note
ਦੋ ਡਾਲਰ ਦਾ ਨੋਟ	Two dollar note
ਪੰਜ ਡਾਲਰ ਦਾ ਨੋਟ	Five dollar note
ਦਸ ਡਾਲਰ ਦਾ ਨੋਟ	Ten dollar note
ਵੀਹ ਡਾਲਰ ਦਾ ਨੋਟ	Twenty dollar note
ਪੰਜਾਹ ਡਾਲਰ ਦਾ ਨੋਟ	Fifty dollar note
ਸੌ ਡਾਲਰ ਦਾ ਨੋਟ	Hundred dollar note
ਪੰਜ ਸੌ ਡਾਲਰ ਦਾ ਨੋਟ	Five hundred dollar note
ਹਜ਼ਾਰ ਡਾਲਰ ਦਾ ਨੋਟ	One thousand dollar note

ਸਿੱਕੇ

ਇੱਕ ਸੈਂਟ	One cent	ਇੱਕ ਪੈਨੀ
ਪੰਜ ਸੈਂਟ	Five cents	ਨਿਕਲ
10 ਸੈਂਟ	Ten cents	ਡਾਈਨ
25 ਸੈਂਟ	Twenty five cents	ਕੁਆਰਟਰ
50 ਸੈਂਟ	Fifty cents	ਹਾਫ਼ ਡਾਲਰ
ਇੱਕ ਡਾਲਰ	One dollar	ਇੱਕ ਡਾਲਰ
ਦੋ ਡਾਲਰ	Two dollars	ਦੋ ਡਾਲਰ

ਇੱਕ ਡਾਲਰ ਵਿੱਚ ਸੌ ਸੈਂਟ ਹੁੰਦੇ ਹਨ।

Phrases used for currency

ਵਿਦੇਸ਼ੀ ਪੈਸਾ	foreign currency
ਪੈਸੇ ਬਦਲਾਉਣਾ	to exchange currency
ਕੀਮਤਾਂ ਦੀ ਲਿਸਟ/ਸੂਚੀ	Price list
ਛਪੀ ਹੋਈ ਕੀਮਤ	Printed price
ਪੌਂਡ ਦਾ ਭਾਅ/ਰੇਟ	Rate of pound

1. ਤੁਸੀਂ ਸਟੇਟ ਬੈਂਕ ਆਫ਼ ਇੰਡੀਆ ਵਿੱਚ ਵਿਦੇਸ਼ੀ ਕਰੰਸੀਆਂ ਦਾ ਰੇਟ ਦੇਖਦੇ ਹੋ।

ਕਰੰਸੀ ਦਰਾਂ : ਸਟੇਟ ਬੈਂਕ ਆਫ਼ ਇੰਡੀਆ ਅਨੁਸਾਰ (ਵੱਖ-ਵੱਖ) ਵਿਦੇਸ਼ੀ ਕਰੰਸੀਆਂ		
	ਰੁਪਏ ਲੈਣ ਦਾ	ਰੁਪਏ ਦੇਣ ਦਾ
ਅਮਰੀਕੀ ਡਾਲਰ	43.62	43.27
ਪੌਂਡ ਸਟਰਲਿੰਗ	70.66	70.03
ਯੂਰੋ	45.30	44.99
ਕੈਨੇਡੀਅਨ ਡਾਲਰ	29.65	29.39
ਸਵਿਸ ਫਰੈਂਕ	28.13	27.88
ਜਾਪਾਨੀ ਯੈੱਨ (100)	41.46	41.07
ਡੇਨਿਸ਼ ਕਰੋਨਰ	6.10	6.03
ਨੋਰਬੇਜੀਅਨ ਕਰੋਨਰ	5.51	5.46
ਸਵੀਡਿਸ਼ ਕਰੋਨਰ	5.24	5.19
ਆਸਟਰੇਲੀਅਨ ਡਾਲਰ	27.83	27.54
ਨਿਊਜ਼ੀਲੈਂਡ ਡਾਲਰ	22.25	22.00
ਸਿੰਘਾਪੁਰ ਡਾਲਰ	26.13	25.89
ਹਾਂਗਕਾਂਗ ਡਾਲਰ	5.62	5.56

ਨੋਟ: ਵਿਦੇਸ਼ੀ ਕਰੰਸੀਆਂ ਦੇ ਰੇਟ ਹਰ ਰੋਜ਼ ਬਦਲਦੇ ਰਹਿੰਦੇ ਹਨ।

Answer these questions in English using the above currency rates.

1. How many rupees will you get for a Singapore dollar?

....

2. How many rupees will you get for an Australian dollar?

....

ਹੇਠ ਲਿਖੇ ਪ੍ਰਸ਼ਨਾਂ ਦਾ ਉੱਤਰ ਪੰਜਾਬੀ ਵਿੱਚ ਲਿਖੋ:

3. ਇੱਕ ਇੰਗਲਿਸ਼ ਪੌਂਡ ਦੇ ਕਿੰਨੇ ਰੁਪਏ ਮਿਲਣਗੇ?

....

4. ਇੱਕ ਕਨੇਡੀਅਨ ਡਾਲਰ ਦਾ ਕੀ ਭਾਅ ਹੈ?

....

5. ਅਮਰੀਕਨ ਡਾਲਰ ਦਾ ਕੀ ਭਾਅ ਹੈ?

....

2. ਤੁਸੀਂ ਅਖ਼ਬਾਰ ਵਿੱਚ ਇੱਕ ਇਸ਼ਤਿਹਾਰ ਦੇਖਦੇ ਹੋ।

ਮਿਡਲੈਂਡ ਵਿੱਚ ਕਰੰਸੀ ਦੇ ਵਧੀਆ ਰੇਟ ਵਾਲਾ ਭਰੋਸੇਮੰਦ ਕਾਰੋਬਾਰ

ਤੁਹਾਡੀ ਰਕਮ ਕਿਤੇ ਵੀ 24 ਘੰਟਿਆਂ ਦੇ ਅੰਦਰ ਅੰਦਰ ਪਹੁੰਚਦੀ ਕਰਾਂਗੇ

ਤੁਹਾਡੇ ਵੱਲੋਂ ਵਸੂਲ ਰਕਮ ਦੀ ਪੱਕੀ ਰਸੀਦ ਮਿਲੇਗੀ

WE WILL DELIVER FUNDS IN

24 HOURS

- ਅਸੀਂ 24 ਘੰਟਿਆਂ ਦੇ ਅੰਦਰ ਅੰਦਰ ਜਿੱਥੇ ਕਹੋ ਤੁਹਾਨੂੰ ਪੈਸੇ ਪਹੁੰਚਾ ਸਕਦੇ ਹਾਂ।
- ਸਾਡੇ ਰੇਟ ਸਾਰਿਆਂ ਨਾਲੋਂ ਵੱਧ ਹਨ।
- ਸਾਡੇ ਵੱਲੋਂ ਤੁਹਾਨੂੰ ਹਮੇਸ਼ਾ ਵਧੀਆ ਤੇ ਤਸੱਲੀਬਖ਼ਸ਼ ਸਰਵਿਸ ਮਿਲੇਗੀ।
- ਤਸੱਲੀ ਅਤੇ ਗਰੰਟੀ ਲਈ ਵਸੂਲ ਕੀਤੇ ਪੈਸਿਆਂ ਦੀ ਅਸੀਂ ਰਸੀਦ ਵੀ ਦਿੰਦੇ ਹਾਂ।

ਭਾਰਤ ਵਿੱਚ N.R.I. ਖਾਤੇ ਵਿੱਚ ਵੱਡੀ ਤੋਂ ਵੱਡੀ ਰਕਮ ਜਮ੍ਹਾਂ ਕਰਵਾਉਣ ਲਈ ਡਰਾਫ਼ਟ ਬਣਾਉਣ ਦੀ ਸੇਵਾ ਸਾਡੇ ਜ਼ੁੰਮੇ ਲਾਓ। ਇਸ ਬਾਰੇ ਹੋਰ ਵਧੇਰੇ ਲਾਭਦਾਇਕ ਜਾਣਕਾਰੀ ਲਈ ਸਾਨੂੰ ਫ਼ੋਨ ਘੁਮਾਓ।

1. ਇਹ ਇਸ਼ਤਿਹਾਰ ਕਿਸ ਬਾਰੇ ਹੈ ? ਚਾਰ ਗੱਲਾਂ ਲਿਖੋ।

....

....

....

....

Higher

3. ਤੁਸੀਂ ਪੰਜਾਬੀ ਖਾਣੇ ਬਾਰੇ ਇੱਕ ਆਰਟੀਕਲ ਪੜ੍ਹਦੇ ਹੋ ਜੋ ਜਸਦੀਪ ਨੇ ਆਪਣੇ ਸਕੂਲ ਦੇ ਰਸਾਲੇ ਲਈ ਲਿਖਿਆ ਹੈ।

ਭਾਰਤ ਵਿੱਚ ਵੱਖ ਵੱਖ ਧਰਮਾਂ ਦੇ ☐ ਰਹਿੰਦੇ ਹਨ। ਇਹਨਾਂ ਸਾਰੇ ☐ ਦੇ ਲੋਕਾਂ ਦੇ ਕਈ ਖਾਣੇ ਵੀ ਵੱਖਰੇ ਵੱਖਰੇ ਹਨ। ਆਮ ਲੋਕ ਪੰਜਾਬੀ ਖਾਣਾ ਖਾਣਾ ਬਹੁਤ ☐ ਕਰਦੇ ਹਨ। ਇਸ ਲਈ ☐ ਵਿੱਚ ਪੰਜਾਬੀ ਖਾਣਾ ਬਹੁਤ ਪ੍ਰਚਲਤ ਹੈ। ਭਾਰਤ ਦੇ ਲਗਭਗ ਹਰ ਹੋਟਲ ਵਿੱਚ ☐ ਖਾਣਾ ਮਿਲ ਸਕਦਾ ਹੈ। ਅੱਜ ਕੱਲ ਤਾਂ ਪੰਜਾਬੀ ਖਾਣਾ ਬਾਹਰਲੇ ਦੇਸ਼ਾਂ ਵਿੱਚ ਵੀ ਬਹੁਤ ਹਰਮਨ ਪਿਆਰਾ ਬਣ ਗਿਆ ਹੈ।

ਪੰਜਾਬੀ ਖਾਣਾ ਕਈ ☐ ਦਾ ਹੁੰਦਾ ਹੈ ਅਤੇ ਇਸ ਨੂੰ ਬਣਾਉਣ ਦੇ ਵੀ ਕਈ ਵੱਖ ਵੱਖ ਤਰੀਕੇ ਹਨ। ਪੰਜਾਬੀ ☐ ਕਿਸੇ ਵੀ ਤਰ੍ਹਾਂ ਦਾ ਹੋਵੇ, ਬਹੁਤ ਸਵਾਦਿਸ਼ਟ ਹੁੰਦਾ ਹੈ। ਆਮ ਪਿੰਡਾਂ ਵਿੱਚ ਲੋਕ ਦਾਲ, ☐ ਦਹੀਂ, ਸਾਗ, ਮੱਖਣ, ਕਣਕ ਤੇ ਮੱਕੀ ਦੀ ਰੋਟੀ ਖਾਂਦੇ ਹਨ ਅਤੇ ਲੱਸੀ ਪੀਂਦੇ ਹਨ। ਪੰਜਾਬੀ ਲੋਕ ਇਹਨਾਂ ਚੀਜ਼ਾਂ ਨੂੰ ਖਾ ਕੇ ਬਹੁਤ ☐ ਹਨ। ਸ਼ਹਿਰੀ ਲੋਕ ਵੀ ਇਹ ਚੀਜ਼ਾਂ ਖਾਣੀਆਂ ਬਹੁਤ ਪਸੰਦ ਕਰਦੇ ਹਨ ਪਰ ਆਮ ਤੌਰ 'ਤੇ ਸ਼ਹਿਰਾਂ ਵਿੱਚ ☐ ਅਤੇ ਘਰ ਦੀ ਲੱਸੀ ਘੱਟ ਹੀ ਮਿਲਦੇ ਹਨ।

ਰੋਟੀ ਦਾ ☐ ਵੀ ਕਈ ਭਾਂਤਾਂ ਦਾ ਹੁੰਦਾ ਹੈ ਜਿਵੇਂ ਕਿ ਮੱਕੀ ਦਾ ਆਟਾ, ਕਣਕ ਦਾ ਆਟਾ, ਬਾਜਰੇ ਦਾ ਆਟਾ ਆਦਿ। ਵੱਖ ਵੱਖ ਲੋਕ ☐ ਆਟਾ ਖਾਣਾ ਪਸੰਦ ਕਰਦੇ ਹਨ। ਦਾਲਾਂ ਵੀ ਬਹੁਤ ਕਿਸਮ ਦੀਆਂ ਹਨ ਜਿਵੇਂ ਮਸਰਾਂ ਦੀ ਦਾਲ, ਮਾਂਹ ਦੀ ਦਾਲ, ਮੋਠਾਂ ਦੀ ਦਾਲ। ਕਈ ਕਿਸਮ ਦੀਆਂ ਦਾਲਾਂ ਅਤੇ ਸਬਜ਼ੀਆਂ ਪੰਜਾਬੀ ਲੋਕ ਆਪਣੇ ਖੇਤਾਂ ਵਿੱਚ ☐ ਹਨ। ਸਬਜ਼ੀਆਂ ਜਿਵੇਂ ਕਿ ਗੋਭੀ, ਬੈਂਗਣ, ਮਟਰ ਅਤੇ ਕਈ ਹੋਰ ਸਬਜ਼ੀਆਂ ਪਿੰਡਾਂ ਵਿੱਚ ਆਮ ਬੀਜੀਆਂ ਜਾਂਦੀਆਂ ਹਨ।

ਖ਼ਾਨਿਆਂ ਵਿੱਚ ਠੀਕ ਸ਼ਬਦਾਂ ਦਾ ਨੰਬਰ ਲਿਖੋ।

1. ਬੀਜਦੇ	5. ਲੋਕ	9. ਮੱਖਣ	12. ਖਾਣਾ
2. ਆਟਾ	6. ਵੱਖ ਵੱਖ	10. ਪੰਜਾਬੀ	13. ਭਾਰਤ
3. ਧਰਮਾਂ	7. ਖ਼ੁਸ਼	11. ਸਬਜ਼ੀ	14. ਭਾਂਤਾਂ
4. ਆਲੂ	8. ਪਸੰਦ		

4. ਤੁਸੀਂ ਜਸਦੀਪ ਦਾ ਇੱਕ ਹੋਰ ਆਰਟੀਕਲ ਪੜ੍ਹਦੇ ਹੋ ਜੋ ਉਸ ਨੇ ਖਾਣਾ ਬਣਾਉਣ ਬਾਰੇ ਲਿਖਿਆ ਹੈ।

> ਇੰਡੀਅਨ ਖਾਣੇ ਬਹੁਤ ਭਾਂਤਾਂ ਦੇ ਹਨ ਅਤੇ ਇਹਨਾਂ ਨੂੰ ਬਨਾਉਣ ਦੇ ਤਰੀਕੇ ਵੀ ਵੱਖਰੇ ਵੱਖਰੇ ਹਨ। ਇਸ ਲੇਖ ਵਿੱਚ ਮੈਂ ਸਿਰਫ਼ ਸਬਜ਼ੀ ਅਤੇ ਰੋਟੀ ਬਨਾਉਣ ਬਾਰੇ ਹੀ ਦੱਸਣ ਲੱਗੀ ਹਾਂ।
>
> ਆਲੂ ਗੋਭੀ ਦੀ ਸਬਜ਼ੀ ਬਨਾਉਣਾ : ਆਲੂ ਗੋਭੀ ਦੀ ਸਬਜ਼ੀ ਬਨਾਉਣ ਲਈ ਹੇਠ ਲਿਖੀਆਂ ਚੀਜ਼ਾਂ ਦੀ ਲੋੜ ਹੈ।
>
> ਗੋਭੀ ਦਾ ਫੁਲ, ਚਾਰ ਪੰਜ ਵੱਡੇ ਆਲੂ, 2 ਹਰੀਆਂ ਮਿਰਚਾਂ, ਦੋ ਗੰਢੇ, ਇੱਕ ਲਸਣ ਦੀ ਗੱਠੀ, ਇੱਕ ਅਦਰਕ ਦੀ ਗੱਠੀ, ਇੱਕ ਚਮਚਾ ਲੂਣ, ਤਿੰਨ ਪੱਕੇ ਹੋਏ ਟਮਾਟਰ, ਘਿਉ, ਹਲਦੀ।
>
> ਸਭ ਤੋਂ ਪਹਿਲਾਂ ਗੋਭੀ, ਆਲੂ, ਗੰਢੇ, ਲਸਣ, ਅਦਰਕ ਛਿਲ ਕੇ ਧੋ ਲੈਣੇ ਚਾਹੀਦੇ ਹਨ ਅਤੇ ਫੇਰ ਇਹਨਾਂ ਨੂੰ ਚੌਪਿੰਗ ਬੋਰਡ 'ਤੇ ਰੱਖ ਕੇ ਚਾਕੂ ਨਾਲ ਕੱਟ ਲੈਣਾ ਚਾਹੀਦਾ ਹੈ।
>
> ਫੇਰ ਪਤੀਲੇ ਵਿੱਚ ਇੱਕ ਕੜਛੀ ਘਿਉ ਦੀ ਪਾ ਕੇ ਗੈਸ ਕੁੱਕਰ 'ਤੇ ਰੱਖ ਦਿਓ। ਜਦੋਂ ਘਿਉ ਪਿਘਲ ਜਾਵੇ ਤਾਂ ਇਸ ਵਿੱਚ ਗੰਢੇ, ਲਸਣ ਅਤੇ ਅਦਰਕ ਪਾ ਦਿਉ। ਜਦੋਂ ਇਹ ਸਾਰੀਆਂ ਚੀਜ਼ਾਂ ਭੁੱਜ ਜਾਣ ਤਾਂ ਇੱਕ ਚਮਚਾ ਲੂਣ ਪਾ ਦਿਉ ਅਤੇ ਕੜਛੀ ਨਾਲ ਹਿਲਾਉ। ਇਸ ਤੋਂ ਬਾਅਦ ਇੱਕ ਚਮਚਾ ਹਲਦੀ ਦਾ ਪਤੀਲੇ ਵਿੱਚ ਪਾਉ। ਫੇਰ ਕੱਟੇ ਹੋਏ ਟਮਾਟਰ, ਅਦਰਕ ਅਤੇ ਹਰੀਆਂ ਮਿਰਚਾਂ ਪਤੀਲੇ ਵਿੱਚ ਪਾ ਦਿਉ। ਇਸ ਵਿੱਚ ਕੜਛੀ ਫੇਰਦੇ ਰਹੋ ਅਤੇ ਦਸਾਂ ਕੁ ਮਿੰਟਾਂ ਤੱਕ ਤੜਕਾ ਤਿਆਰ ਹੋ ਜਾਵੇਗਾ। ਇਸ ਤੋਂ ਬਾਦ ਗੋਭੀ ਅਤੇ ਆਲੂ ਪਤੀਲੇ ਵਿੱਚ ਪਾ ਕੇ ਕੜਛੀ ਫੇਰੋ ਅਤੇ ਫੇਰ ਪਤੀਲੇ ਉੱਤੇ ਢੱਕਣ ਦੇ ਦਿਉ ਅਤੇ ਗੈਸ ਥੋਹੜਾ ਕਰ ਦਿਉ। ਪੰਦਰਾਂ ਕੁ ਮਿੰਟ ਵਿੱਚ ਸਬਜ਼ੀ ਤਿਆਰ ਹੋ ਜਾਵੇਗੀ।
>
> ਰੋਟੀ ਪਕਾਉਣੀ : ਰੋਟੀ ਪਕਾਉਣ ਲਈ ਪਹਿਲਾਂ ਆਟਾ ਗੁੰਨ੍ਹੋ। ਗੁੰਨ੍ਹੇ ਹੋਏ ਆਟੇ ਦੇ ਪੇੜੇ ਬਣਾਉ। ਪੇੜਿਆਂ ਦੀਆਂ ਵੇਲਣੇ ਦੀ ਸਹਾਇਤਾ ਨਾਲ ਗੋਲ ਗੋਲ ਰੋਟੀਆਂ ਬਣਾਉ। ਗੈਸ 'ਤੇ ਤਵਾ ਗਰਮ ਕਰੋ ਅਤੇ ਰੋਟੀਆਂ ਤਵੇ 'ਤੇ ਰੱਖ ਕੇ ਪਕਾਉ।

1. ਤੜਕਾ ਕੀ ਹੁੰਦਾ ਹੈ ਅਤੇ ਇਸ ਵਿੱਚ ਕਿਹੜੀਆਂ ਕਿਹੜੀਆਂ ਚੀਜ਼ਾਂ ਪਾਈਆਂ ਜਾਂਦੀਆਂ ਹਨ ?

   ....

2. ਤੜਕਾ ਕਦੋਂ ਅਤੇ ਕਿਸ ਤਰ੍ਹਾਂ ਲਾਇਆ ਜਾਂਦਾ ਹੈ ?

   ....

3. ਸਬਜ਼ੀ ਜਾਂ ਦਾਲ ਨੂੰ ਤੜਕਾ ਕਿਉਂ ਲਾਇਆ ਜਾਂਦਾ ਹੈ ?

   ....

4.   ਆਲੂ ਗੋਭੀ ਜਾਂ ਕੋਈ ਹੋਰ ਸਬਜ਼ੀ ਬਨਾਉਣ ਦਾ ਤਰੀਕਾ ਆਪਣੇ ਸ਼ਬਦਾਂ ਵਿੱਚ ਲਿਖੋ।

....

5.   ਰੋਟੀਆਂ ਬਨਾਉਣ ਦਾ ਤਰੀਕਾ ਆਪਣੇ ਸ਼ਬਦਾਂ ਵਿੱਚ ਲਿਖੋ।

....

6.   ਆਪਣੇ ਮਾਤਾ ਪਿਤਾ ਦੀ ਸਹਾਇਤਾ ਨਾਲ ਕੁਝ ਹੋਰ ਭਾਰਤੀ ਖਾਣਿਆਂ ਨੂੰ ਬਨਾਉਣ ਦੇ ਤਰੀਕੇ ਆਪਣੇ ਸ਼ਬਦਾਂ ਵਿੱਚ ਲਿਖੋ।

....

E-2 Tourism

Foundation

1. You read about a family's day trip to London.

> ਮਨਪਰੀਤ ਅਤੇ ਹਰਦੀਪ ਦੋ ਭੈਣਾਂ ਹਨ। ਹਰਦੀਪ ਵੱਡੀ ਹੈ ਅਤੇ ਮਨਪਰੀਤ ਛੋਟੀ। ਉਹਨਾਂ ਦਾ ਇੱਕ ਭਰਾ ਹੈ। ਉਸ ਦਾ ਨਾਂ ਅਰਬਿੰਦਰ ਹੈ। ਅਰਬਿੰਦਰ ਆਪਣੀਆਂ ਦੋਹਾਂ ਭੈਣਾਂ ਨਾਲੋਂ ਵੱਡਾ ਹੈ। ਉਹ ਆਪਣੇ ਮਾਤਾ ਅਤੇ ਪਿਤਾ ਜੀ ਨਾਲ ਕਾਵੈਂਟਰੀ ਰਹਿੰਦੇ ਹਨ।
>
> ਗਰਮੀਆਂ ਦੀਆਂ ਛੁੱਟੀਆਂ ਵਿੱਚ ਇੱਕ ਦਿਨ ਸਾਰੇ ਪਰਿਵਾਰ ਨੇ ਲੰਡਨ ਜਾਣ ਦਾ ਪ੍ਰੋਗਰਾਮ ਬਣਾਇਆ। ਮਨਪਰੀਤ ਅਤੇ ਅਰਬਿੰਦਰ ਪਹਿਲੀ ਵਾਰ ਲੰਡਨ ਜਾ ਰਹੇ ਸੀ। ਇਸ ਕਰਕੇ ਉਹ ਬਹੁਤ ਖ਼ੁਸ਼ ਸਨ। ਪਹਿਲਾਂ ਉਹ ਕਾਵੈਂਟਰੀ ਤੋਂ ਥਾਂਦੀ ਕੋਚ ਵਿੱਚ ਸਾਊਥਾਲ ਪਹੁੰਚੇ।
>
> ਸਾਊਥਾਲ ਪਹੁੰਚ ਕੇ ਉਹਨਾਂ ਨੇ ਈਲਿੰਗ ਜਾਣ ਵਾਲੀ 207 ਨੰਬਰ ਬੱਸ ਫੜੀ। ਈਲਿੰਗ ਤੋਂ ਸੈਂਟਰਲ ਲੰਡਨ ਜਾਣ ਲਈ ਅੰਡਰ ਗਰਾਊਂਡ ਜਾਣ ਵਾਲੀ ਗੱਡੀ ਲਈ। ਅਰਬਿੰਦਰ, ਹਰਦੀਪ ਅਤੇ ਮਨਪਰੀਤ ਜ਼ਮੀਨ ਦੇ ਥੱਲੇ ਚੱਲਣ ਵਾਲੀ ਗੱਡੀ ਨੂੰ ਦੇਖ ਕੇ ਬਹੁਤ ਹੈਰਾਨ ਹੋਏ ਕਿਉਂਕਿ ਉਹ ਇਸ ਤਰ੍ਹਾਂ ਦੀ ਗੱਡੀ ਵਿੱਚ ਪਹਿਲੀ ਵਾਰ ਚੜ੍ਹੇ ਸੀ।
>
> ਲੰਡਨ ਵਿੱਚ ਉਹਨਾਂ ਨੇ ਬਕਿੰਘਮ ਪੈਲੇਸ, ਪਾਰਲੀਮੈਂਟ ਹਾਊਸ, ਟਰੈਫਾਲਗਰ ਸੁਕੇਅਰ ਅਤੇ ਵੈਸਟ ਮਿਨਸਟਰ ਐਬੀ ਦੇਖੇ। ਇਹ ਸਾਰੀਆਂ ਥਾਵਾਂ ਦੇਖ ਕੇ ਉਹ ਬਹੁਤ ਖ਼ੁਸ਼ ਹੋਏ।

(a) Write down the names of Arbinder's two sisters.

(i) .... *(1)*

(ii) .... *(1)*

(b) Where do they live?

.... *(1)*

(c) When did they go to London?

.... *(1)*

(d) How did they reach Southall?

.... *(1)*

(e) How did they go to Ealing from Southall?

.... *(1)*

(f) From where did they catch the underground to reach central London?

.... *(1)*

(g) How did they feel having seen the underground for the first time?

.... *(1)*

NEAB 1989
FE-2

2. You see this description of Manjit's visit to the Panjab in a school magazine.

ਪਿਛਲੇ ਸਾਲ ਗਰਮੀ ਦੀਆਂ ਛੁੱਟੀਆਂ ਵਿੱਚ ਮਨਜੀਤ ਪੰਜਾਬ ਨੂੰ ਗਈ ਸੀ। ਪੰਜਾਬ ਵਿੱਚ ਮਨਜੀਤ ਦੇ ਦਾਦਾ ਜੀ ਅਤੇ ਦਾਦੀ ਜੀ ਰਹਿੰਦੇ ਹਨ। ਉਹ ਮਨਜੀਤ ਨਾਲ ਬਹੁਤ ਪਿਆਰ ਕਰਦੇ ਹਨ। ਮਨਜੀਤ ਦੇ ਨਾਲ ਉਸਦੇ ਮਾਤਾ ਜੀ ਗਏ ਸਨ ਪਰ ਉਸਦੇ ਪਿਤਾ ਜੀ ਉਹਨਾਂ ਦੇ ਨਾਲ ਨਹੀਂ ਜਾ ਸਕੇ। ਉਸਦੇ ਪਿਤਾ ਜੀ ਦਾ ਇੱਕ ਬਹੁਤ ਵੱਡਾ ਖਾਣ ਪੀਣ ਦੀਆਂ ਚੀਜ਼ਾਂ ਦਾ ਸਟੋਰ ਹੈ ਅਤੇ ਸਟੋਰ ਵਿੱਚ ਰਹਿ ਕੇ ਸਟੋਰ ਦੀ ਦੇਖਭਾਲ ਕਰਨੀ ਬਹੁਤ ਜ਼ਰੂਰੀ ਸੀ। ਮਨਜੀਤ ਪੰਜਾਬ ਵਿੱਚ ਛੇ ਹਫ਼ਤੇ ਰਹੀ ਸੀ। ਉਸ ਦੇ ਦਾਦਾ ਜੀ ਅਤੇ ਦਾਦੀ ਜੀ ਮਨਜੀਤ ਨੂੰ ਅੰਮ੍ਰਿਤਸਰ ਦਰਬਾਰ ਸਾਹਿਬ ਦੇ ਦਰਸ਼ਨ ਕਰਾਉਣ ਵਾਸਤੇ ਵੀ ਲੈ ਕੇ ਗਏ ਸਨ। ਉਹ ਹੋਰ ਵੀ ਕਈ ਥਾਵਾਂ ਵੇਖਣ ਲਈ ਗਏ ਪਰ ਬਹੁਤਾ ਸਮਾਂ ਉਹ ਪਿੰਡ ਵਿੱਚ ਹੀ ਰਹੇ। ਮਨਜੀਤ ਨੂੰ ਪਿੰਡਾਂ ਦੀ ਜ਼ਿੰਦਗੀ ਬਹੁਤ ਪਸੰਦ ਆਈ।

(a) When did Manjit go to the Panjab?

.... *(1)*

(b) With whom did Manjit and her mother stay in the Panjab?

.... *(1)*

(c) Why could Manjit's father not go with them?

.... *(1)*

(d) How long did Manjit stay in the Panjab?

.... *(1)*

(e) Where did Manjit's grandparents take her?

.... *(1)*

(f) What does Manjit think about village life in the Panjab?

.... *(1)*

NEAB 90
FE-2

3. ਤੁਸੀਂ ਪੰਜਾਬ ਵਿੱਚ ਇੱਕ ਗਰੁੱਪ ਨਾਲ ਟੂਰ 'ਤੇ ਹੋ ਅਤੇ ਅਗਲੇ ਹਫ਼ਤੇ ਦੇ ਪ੍ਰੋਗਰਾਮ ਬਾਰੇ ਪੜ੍ਹਦੇ ਹੋ।

ਸੋਮਵਾਰ :	ਮਿੱਤਰਾਂ ਦੋਸਤਾਂ ਅਤੇ ਰਿਸ਼ਤੇਦਾਰਾਂ ਨੂੰ ਮਿਲਣਾ।
ਮੰਗਲਵਾਰ :	ਪਿੰਡ ਦੀ ਸੈਰ।
ਬੁੱਧਵਾਰ :	ਹਰਿਮੰਦਰ ਸਾਹਿਬ ਦਾ ਟੂਰ।
ਵੀਰਵਾਰ :	ਚੰਡੀਗੜ੍ਹ ਅਤੇ ਪਿੰਜੌਰ ਗਾਰਡਨ ਦੀ ਸੈਰ।
ਸ਼ੁੱਕਰਵਾਰ :	ਆਰਾਮ ਕਰਨ ਦਾ ਦਿਨ ਅਤੇ ਤੋਹਫ਼ੇ ਆਦਿ ਖ਼ਰੀਦਣਾ।
ਸਨਿੱਚਰਵਾਰ :	ਭਾਖੜਾ ਡੈਮ ਦੀ ਯਾਤਰਾ।
ਐਤਵਾਰ :	ਦੁਪਹਿਰ ਦਾ ਖਾਣਾ ਰੈਸਟੋਰੈਂਟ ਵਿੱਚ ਅਤੇ ਸ਼ਾਮ ਨੂੰ ਵਾਪਸੀ।

1. ਹਰਿਮੰਦਰ ਸਾਹਿਬ ਕਿਸ ਦਿਨ ਜਾਣਾ ਹੈ ?

1.	ਸ਼ੁੱਕਰਵਾਰ
2.	ਐਤਵਾਰ
3.	ਬੁੱਧਵਾਰ

ਠੀਕ ਉੱਤਰ ਦਾ ਨੰਬਰ ਖ਼ਾਨੇ ਵਿੱਚ ਲਿਖੋ।

2. ਸਨਿੱਚਰਵਾਰ ਨੂੰ ਕੀ ਕਰਨਾ ਹੈ ?

1.	ਪਿੰਡ ਦੀ ਸੈਰ ਕਰਨੀ ਹੈ।
2.	ਮਿੱਤਰਾਂ ਦੋਸਤਾਂ ਨੂੰ ਮਿਲਣਾ ਹੈ।
3.	ਭਾਖੜਾ ਡੈਮ ਦੀ ਸੈਰ ਕਰਨੀ ਹੈ।

ਠੀਕ ਉੱਤਰ ਦਾ ਨੰਬਰ ਖ਼ਾਨੇ ਵਿੱਚ ਲਿਖੋ।

3. ਐਤਵਾਰ ਦਾ ਕੀ ਪ੍ਰੋਗਰਾਮ ਹੈ ?

1.	ਚੰਡੀਗੜ੍ਹ ਦੀ ਸੈਰ ਕਰਨੀ ਹੈ।
2.	ਆਰਾਮ ਕਰਨਾ ਹੈ ਤੇ ਤੋਹਫ਼ੇ ਖ਼ਰੀਦਣੇ ਹਨ।
3.	ਰੈਸਟੋਰੈਂਟ ਵਿੱਚ ਖਾਣਾ ਖਾ ਕੇ ਸ਼ਾਮ ਨੂੰ ਵਾਪਸ ਆਉਣਾ ਹੈ।

ਠੀਕ ਉੱਤਰ ਦਾ ਨੰਬਰ ਖ਼ਾਨੇ ਵਿੱਚ ਲਿਖੋ।

FE-2

4. ਤੁਸੀਂ ਕੁਲਬੀਰ ਦੀ ਛੁੱਟੀਆਂ ਬਾਰੇ ਇੱਕ ਚਿੱਠੀ ਪੜ੍ਹਦੇ ਹੋ।

21 ਰੋਮਨ ਰੋਡ,
ਕਾਵੈਂਟਰੀ।
25 ਜਨਵਰੀ 2000

ਪਿਆਰੀ ਮਨਜੀਤ,

ਸਤਿ ਸ੍ਰੀ ਅਕਾਲ। ਅੱਜ ਮੈਂ ਬਹੁਤ ਖ਼ੁਸ਼ ਹਾਂ ਕਿਉਂਕਿ ਅੱਜ ਅਸੀਂ ਇੰਡੀਆ ਨੂੰ ਜਾਣ ਲਈ ਟਿਕਟ ਬੁੱਕ ਕਰਾਏ ਹਨ। ਮੰਮੀ, ਡੈਡੀ, ਹਰਪਾਲ ਅਤੇ ਮੈਂ ਇੰਡੀਆ ਜਾਵਾਂਗੇ। ਅਸੀਂ 11 ਜੁਲਾਈ ਨੂੰ ਸਨਿੱਚਰਵਾਰ ਵਾਲੇ ਦਿਨ ਹੀਥਰੋ ਏਅਰਪੋਰਟ ਤੋਂ ਜਹਾਜ਼ 'ਤੇ ਚੜ੍ਹਨਾ ਹੈ। ਜਹਾਜ਼ ਏਅਰ ਇੰਡੀਆ ਦਾ ਜੰਬੋ ਜੈਟ ਹੈ।

ਸਭ ਨੂੰ ਗਰਮੀਆਂ ਦੀਆਂ ਛੁੱਟੀਆਂ ਹੋਣ ਕਰਕੇ ਜੁਲਾਈ ਵਿੱਚ ਸੀਟਾਂ ਮਿਲਣੀਆਂ ਵੀ ਮੁਸ਼ਕਲ ਹਨ। ਸਾਨੂੰ ਵੀ ਟਿਕਟ ਕਾਫੀ ਮਹਿੰਗੇ ਮਿਲੇ ਹਨ—410 ਪੌਂਡ ਪ੍ਰਤੀ ਟਿਕਟ। ਹਰਪਾਲ ਅਤੇ ਮੇਰਾ ਵੀ ਪੂਰਾ ਟਿਕਟ ਲਗਿਆ ਹੈ ਕਿਉਂਕਿ ਸਾਡੀ ਉਮਰ ਬਾਰਾਂ ਸਾਲ ਤੋਂ ਵੱਧ ਹੈ।

ਮੈਨੂੰ ਅਤੇ ਹਰਪਾਲ ਨੂੰ ਇੰਡੀਆ ਜਾਣ ਦਾ ਬਹੁਤ ਚਾਅ ਹੈ। ਅਸੀਂ ਪਹਿਲੀ ਵਾਰ ਜਾ ਰਹੇ ਹਾਂ। ਅਸੀਂ ਸੱਭ ਤੋਂ ਪਹਿਲਾਂ ਹਰਿਮੰਦਰ ਸਾਹਿਬ (ਗੋਲਡਨ ਟੈਂਪਲ) ਦੇਖਣ ਲਈ ਜਾਵਾਂਗੇ। ਤਾਜ ਮਹਿਲ ਦੇਖਣ ਲਈ ਆਗਰੇ ਅਤੇ ਕਸ਼ਮੀਰ ਜਾਣ ਦਾ ਵੀ ਪ੍ਰੋਗਰਾਮ ਹੈ।

ਮਨਜੀਤ, ਮੇਰਾ ਅਤੇ ਹਰਪਾਲ ਦਾ ਤੇਰੇ ਨਾਲ ਗੱਲਾਂ ਕਰਨ ਨੂੰ ਬਹੁਤ ਜੀਅ ਕਰਦਾ ਹੈ। ਤੂੰ ਦੋ ਵਾਰ ਇੰਡੀਆ ਜਾ ਆਈ ਹੈਂ ਅਤੇ ਤੈਨੂੰ ਇੰਡੀਆ ਬਾਰੇ ਬਹੁਤ ਕੁਝ ਪਤਾ ਹੈ। ਇੱਕ ਦੋ ਹਫ਼ਤਿਆਂ ਵਿੱਚ ਤੂੰ ਜ਼ਰੂਰ ਕਾਵੈਂਟਰੀ ਆਉਣ ਦਾ ਪ੍ਰੋਗਰਾਮ ਬਣਾਉਣਾ। ਤੂੰ ਸਾਊਥਾਲ ਤੋਂ ਕੋਚ ਵਿੱਚ ਆ ਜਾਣਾ, ਅਸੀਂ ਤੈਨੂੰ ਕੋਚ ਸਟੇਸ਼ਨ ਤੋਂ ਕਾਰ ਵਿੱਚ ਲੈ ਆਵਾਂਗੇ। ਹਰਪਾਲ ਕਹਿੰਦਾ ਹੈ ਕਿ ਮਨਜੀਤ ਨੂੰ ਇੱਕ ਵਾਰ ਫੇਰ ਲਿਖ ਦੇ ਤਾਂ ਕਿ ਉਹ ਕਾਵੈਂਟਰੀ ਜ਼ਰੂਰ ਆਵੇ। ਤੂੰ ਆਉਣ ਤੋਂ ਪਹਿਲਾਂ ਚਿੱਠੀ ਲਿਖ ਦੇਣਾ ਜਾਂ ਟੈਲੀਫ਼ੋਨ ਕਰ ਦੇਣਾ। ਤੇਰੀ ਮੰਮੀ ਜੀ ਅਤੇ ਡੈਡੀ ਜੀ ਨੂੰ ਸਤਿ ਸ੍ਰੀ ਆਕਾਲ। ਮਨਪ੍ਰੀਤ ਅਤੇ ਅਮਰਦੀਪ ਨੂੰ ਪਿਆਰ। ਦੇਖਣਾ ਚਿੱਠੀ ਦਾ ਉੱਤਰ ਦੇਣਾ ਨਾ ਭੁੱਲ ਜਾਣਾ।

ਤੁਹਾਡੀ ਸਹੇਲੀ,
ਕੁਲਬੀਰ।

ਹੇਠ ਲਿਖੇ ਪ੍ਰਸ਼ਨਾਂ ਦਾ ਉੱਤਰ ਪੰਜਾਬੀ ਵਿੱਚ ਲਿਖੋ :

1. ਕੁਲਬੀਰ ਕਿੱਥੇ ਰਹਿੰਦੀ ਹੈ ?

    ....

2. ਕੁਲਬੀਰ ਨੇ ਇਹ ਚਿੱਠੀ ਕਦੋਂ ਲਿਖੀ ?

    ....

3. ਕੁਲਬੀਰ ਕਿਉਂ ਖ਼ੁਸ਼ ਹੈ ?

    ....

4. ਇੰਡੀਆ ਕੌਣ ਕੌਣ ਜਾ ਰਿਹਾ ਹੈ ?

    ....

5. ਉਹਨਾਂ ਨੂੰ ਟਿਕਟ ਕਿਉਂ ਮਹਿੰਗੇ ਮਿਲੇ ?

    ....

6. ਕੁਲਬੀਰ ਅਤੇ ਹਰਪਾਲ ਦਾ ਟਿਕਟ ਕਿੰਨੇ ਕਿੰਨੇ ਪੌਂਡ ਦਾ ਸੀ ?

    ....

7. ਇੰਡੀਆ ਵਿੱਚ ਉਹਨਾਂ ਦਾ ਕੀ ਦੇਖਣ ਦਾ ਪ੍ਰੋਗਰਾਮ ਹੈ ?

    ....

8. ਕੁਲਬੀਰ ਅਤੇ ਹਰਪਾਲ ਮਨਜੀਤ ਨੂੰ ਕਿਉਂ ਮਿਲਣਾ ਚਾਹੁੰਦੇ ਹਨ ?

    ....F/H E-2

5. ਤੁਸੀਂ ਪੰਜਾਬ ਵਿੱਚ ਛੁੱਟੀਆਂ 'ਤੇ ਗਏ ਹੋ ਅਤੇ ਇਹ ਚਿੱਠੀ ਪੜ੍ਹਦੇ ਹੋ ਜੋ ਤੁਹਾਡੇ ਪਿਤਾ ਜੀ ਨੇ ਇੰਗਲੈਂਡ ਤੋਂ ਭੇਜੀ ਹੈ।

399 ਐਨਸਟੀ ਰੋਡ,
ਕਾਵੈਂਟਰੀ।
15 ਜਨਵਰੀ 2000

ਪਿਆਰੀ ਮਨਦੀਪ,

ਬਹੁਤ ਬਹੁਤ ਪਿਆਰ। ਜਦੋਂ ਦਾ ਤੂੰ ਇੱਥੋਂ ਗਿਆ ਹੈਂ, ਤੇਰੀ ਨਾ ਤਾਂ ਕੋਈ ਚਿੱਠੀ ਆਈ ਹੈ ਅਤੇ ਨਾ ਹੀ ਕੋਈ ਟੈਲੀਫ਼ੋਨ। ਤੈਨੂੰ ਇੱਥੋਂ ਗਿਆਂ ਦੋ ਹਫ਼ਤੇ ਹੋ ਗਏ ਹਨ। ਤੂੰ ਭਾਵੇਂ ਰਾਜ਼ੀ-ਖ਼ੁਸ਼ੀ ਹੋਵੇਂ ਪਰ ਇੱਧਰ ਸਾਨੂੰ ਸਾਰੇ ਪਰਿਵਾਰ ਨੂੰ ਤੇਰਾ ਬਹੁਤ ਫ਼ਿਕਰ ਲੱਗਾ ਹੋਇਆ ਹੈ। ਤੇਰੀ ਮੰਮੀ ਜੀ ਤਾਂ ਤੇਰਾ ਬਹੁਤ ਹੀ ਫ਼ਿਕਰ ਕਰਦੇ ਹਨ ਅਤੇ ਤੇਰੇ ਬਗ਼ੈਰ ਬਹੁਤ ਉਦਾਸ ਰਹਿੰਦੇ ਹਨ।

ਤੂੰ ਜਲਦੀ ਸਾਨੂੰ ਆਪਣੀ ਰਾਜ਼ੀ-ਖ਼ੁਸ਼ੀ ਬਾਰੇ ਚਿੱਠੀ ਲਿਖ ਦੇਣਾ ਜਾਂ ਟੈਲੀਫ਼ੋਨ ਕਰ ਦੇਣਾ ਤਾਂ ਕਿ ਸਾਡਾ ਫ਼ਿਕਰ ਦੂਰ ਹੋ ਜਾਵੇ। ਸਾਨੂੰ ਲਿਖਣਾ ਕਿ ਤੇਰੀਆਂ ਛੁੱਟੀਆਂ ਕਿਸ ਤਰ੍ਹਾਂ ਗੁਜ਼ਰ ਰਹੀਆਂ ਹਨ। ਹੁਣ ਤੱਕ ਤੂੰ ਕਿੱਥੇ ਕਿੱਥੇ ਗਿਆ ਹੈਂ ਅਤੇ ਕੀ ਕੁਝ ਦੇਖਿਆ ਹੈ। ਤੇਰੇ ਨਾਲ ਹੋਰ ਕੌਣ ਹੁੰਦਾ ਹੈ ਅਤੇ ਤੁਸੀਂ ਕਿਸ ਤਰ੍ਹਾਂ ਘੁੰਮਦੇ ਫਿਰਦੇ ਹੋ। ਜਿਹੜੀਆਂ ਥਾਵਾਂ ਤੂੰ ਹੁਣ ਤੱਕ ਦੇਖੀਆਂ ਹਨ, ਉਹਨਾਂ ਬਾਰੇ ਤੇਰੇ ਕੀ ਵਿਚਾਰ ਹਨ। ਤੂੰ ਕਿੱਥੇ ਠਹਿਰਦਾ ਹੈਂ ? ਅੱਜ ਕੱਲ ਪੰਜਾਬ ਦਾ ਮੌਸਮ ਕਿਸ ਤਰ੍ਹਾਂ ਦਾ ਹੈ ?

ਆਪਣੀ ਸਿਹਤ ਦਾ ਖ਼ਾਸ ਖ਼ਿਆਲ ਰਖਣਾ। ਲਿਖਣਾ ਕਿ ਤੂੰ ਵਾਪਸ ਆਉਣ ਦੀ ਤਰੀਕ ਪੱਕੀ ਕਰਾਈ ਹੈ ਕਿ ਨਹੀਂ। ਤੇਰੀ ਮੰਮੀ ਅਤੇ ਮੇਰੇ ਵਲੋਂ ਤੈਨੂੰ ਪਿਆਰ। ਸੰਦੀਪ ਅਤੇ ਜਸਦੀਪ ਵਲੋਂ ਸਤਿ ਸ੍ਰੀ ਆਕਾਲ।

ਤੇਰਾ ਪਿਆਰਾ ਪਿਤਾ,
ਜੇ. ਐਸ. ਨਾਗਰਾ।

ਹੇਠ ਲਿਖੇ ਪ੍ਰਸ਼ਨਾਂ ਦਾ ਉੱਤਰ ਪੰਜਾਬੀ ਵਿੱਚ ਲਿਖੋ :

1. ਇਹ ਚਿੱਠੀ ਕਿਸ ਨੇ ਲਿਖੀ ਹੈ ਅਤੇ ਉਸ ਦਾ ਮਨਦੀਪ ਨਾਲ ਕੀ ਰਿਸ਼ਤਾ ਹੈ ?

   ....

2. ਚਿੱਠੀ ਲਿਖਣ ਵਾਲਾ ਕਿੱਥੇ ਰਹਿੰਦਾ/ਰਹਿੰਦੀ ਹੈ ?

   ....

3. ਇਹ ਚਿੱਠੀ ਕਿਉਂ ਲਿਖੀ ਗਈ ਹੈ ? ਦੋ ਕਾਰਨ ਲਿਖੋ।

   ....

4. ਇਸ ਚਿੱਠੀ ਵਿੱਚ ਮਨਦੀਪ ਤੋਂ ਹੋਰ ਕੀ ਪੁੱਛਿਆ ਗਿਆ ਹੈ ? ਛੇ ਗੱਲਾਂ ਲਿਖੋ।

   ....

5. ਮਨਦੀਪ ਨੂੰ ਕੀ ਕਰਨ ਲਈ ਕਿਹਾ ਗਿਆ ਹੈ ?

   ....F/H E-2

6. ਤੁਸੀਂ 'ਹੇਮਕੁੰਡ ਸਾਹਿਬ ਦੀ ਯਾਤਰਾ' ਬਾਰੇ ਇਹ ਇਸ਼ਤਿਹਾਰ ਪੜ੍ਹਦੇ ਹੋ।

ਹੇਮ ਕੁੰਡ ਸਾਹਿਬ ਦੀ ਯਾਤਰਾ

ਆਪ ਜੀ ਨੂੰ ਇਹ ਜਾਣ ਕੇ ਖ਼ੁਸ਼ੀ ਹੋਵੇਗੀ ਕਿ ਅਗਸਤ ਦੇ ਪਹਿਲੇ ਹਫ਼ਤੇ ਇੱਕ ਜਥਾ ਹੇਮ ਕੁੰਡ ਸਾਹਿਬ ਦੀ ਯਾਤਰਾ ਲਈ ਰਵਾਨਾ ਹੋਵੇਗਾ। ਇਹ ਜਥਾ ਹੀਥਰੋ ਏਅਰ ਪੋਰਟ ਤੋਂ ਜਾਵੇਗਾ।

ਇਸ ਜਥੇ ਦਾ ਪ੍ਰੋਗਰਾਮ ਨਾਗਰਾ ਟਰੈਵਲਜ਼ ਦੇ ਸਹਿਯੋਗ ਨਾਲ ਬਣਾਇਆ ਜਾ ਰਿਹਾ ਹੈ। ਯਾਤਰਾ ਕਰਨ ਵਾਲਿਆਂ ਦਾ ਇਹ ਜਥਾ ਦੁਨੀਆ ਦੀ ਪ੍ਰਸਿੱਧ ਏਅਰ ਲਾਈਨਜ਼ ਏਅਰ ਇੰਡੀਆ ਰਾਹੀਂ 3 ਅਗਸਤ ਨੂੰ ਦਿੱਲੀ ਲਈ ਚੱਲੇਗਾ ਅਤੇ ਵੀਹ ਅਗਸਤ ਨੂੰ ਵਾਪਸ ਆਵੇਗਾ।

ਯਾਤਰਾ ਦਾ ਕੁਲ ਖ਼ਰਚ ਕੇਵਲ £699

ਯਾਤਰਾ ਦੇ ਖ਼ਰਚੇ ਵਿੱਚ ਹੇਠ ਲਿਖੀਆਂ ਚੀਜ਼ਾਂ ਸ਼ਾਮਲ ਨਹੀਂ:

1. ਖਾਣ ਪੀਣ ਦਾ ਖ਼ਰਚਾ 2. ਇਨਸ਼ੋਰੈਂਸ 3. ਵੀਜ਼ਾ ਫ਼ੀਸ 4. ਏਅਰਪੋਰਟ ਟੈਕਸ

ਖ਼ਾਸ ਧਿਆਨ ਯੋਗ ਗੱਲਾਂ

1. ਇੰਡੀਅਨ ਪਾਸਪੋਰਟ ਵਾਲਿਆਂ ਨੂੰ ਵੀਜ਼ੇ ਦੀ ਲੋੜ ਨਹੀਂ।
2. ਬ੍ਰਿਟਿਸ਼ ਪਾਸਪੋਰਟ ਵਾਲਿਆਂ ਨੂੰ ਭਾਰਤ ਦਾ ਵੀਜ਼ਾ ਲੈਣਾ ਪਵੇਗਾ।
3. ਲੋੜ ਅਨੁਸਾਰ ਪ੍ਰੋਗਰਾਮ ਵਿੱਚ ਤਬਦੀਲੀ ਕੀਤੀ ਜਾ ਸਕਦੀ ਹੈ।

ਯਾਤਰਾ 'ਤੇ ਜਾਣ ਵਾਲੇ ਸੱਜਣ ਛੇਤੀ ਤੋਂ ਛੇਤੀ ਸੰਪਰਕ ਕਰਨ। ਅੱਜ ਹੀ ਫਾਰਮ ਮੰਗਵਾਉ ਤੇ ਆਪਣੀ ਸੀਟ ਪੱਕੀ ਕਰਵਾ ਲਵੋ ਤਾਂ ਕਿ ਨਿਰਾਸਤਾ ਨਾ ਹੋਵੇ।

ਯਾਤਰਾ ਦੇ ਖ਼ਰਚੇ ਵਿੱਚ ਕੀ ਸ਼ਾਮਲ ਹੋਵੇਗਾ:

1. ਲੰਡਨ ਤੋਂ ਦਿੱਲੀ ਦਾ ਰੀਟਰਨ ਟਿਕਟ।
2. ਦਿੱਲੀ ਵਿੱਚ ਹੋਟਲ ਦਾ ਖ਼ਰਚਾ।
3. ਸਾਰੀ ਯਾਤਰਾ ਲਈ ਕੋਚ ਦਾ ਖ਼ਰਚਾ।

ਜੇਕਰ ਕੋਈ ਸੱਜਣ ਹਜ਼ੂਰ ਸਾਹਿਬ ਦੀ ਯਾਤਰਾ ਕਰਨਾ ਚਾਹੁਣ ਤਾਂ ਉਸ ਦਾ ਵੀ ਬੰਦੋਬਸਤ ਕੀਤਾ ਜਾ ਸਕਦਾ ਹੈ – ਉਸ ਦਾ ਖ਼ਰਚ ਵੱਖਰਾ ਹੋਵੇਗਾ।

ਵਾਕਾਂ ਨੂੰ ਪੜ੍ਹੋ ਅਤੇ ਲਿਖੋ

ਠੀਕ ਠ

ਗ਼ਲਤ ਗ

ਪਤਾ ਨਹੀਂ ?

ਉਦਾਹਰਣ	1.	ਹੇਮ ਕੁੰਡ ਸਾਹਿਬ ਦੀ ਯਾਤਰਾ ਲਈ ਜਥਾ 3 ਅਗਸਤ ਨੂੰ ਹੀਥਰੋ ਏਅਰਪੋਰਟ ਤੋਂ ਜਾਵੇਗਾ।	ਠ
	2.	ਜਥਾ ਏਅਰ ਕੈਨੇਡਾ ਵਿੱਚ ਸਫ਼ਰ ਕਰੇਗਾ।	
	3.	ਇਹ ਜਥਾ ਹੇਮ ਕੁੰਡ ਸਾਹਿਬ ਦੀ ਯਾਤਰਾ ਕਰਕੇ 17 ਦਿਨਾਂ ਬਾਅਦ ਵਾਪਸ ਆਵੇਗਾ।	
	4.	ਇਸ ਯਾਤਰਾ 'ਤੇ 870 ਪੌਂਡ ਖ਼ਰਚ ਆਉਣਗੇ।	
	5.	ਖਾਣ ਪੀਣ ਲਈ ਖ਼ਰਚ ਯਾਤਰੀਆਂ ਨੂੰ ਆਪਣੇ ਕੋਲੋਂ ਕਰਨਾ ਪਵੇਗਾ।	
	6.	ਏਅਰਪੋਰਟ ਟੈਕਸ ਕਿਰਾਏ ਵਿਚ ਸ਼ਾਮਲ ਹੈ।	
	7.	ਇਹ ਜਥਾ ਪਾਕਿਸਤਾਨ ਵੀ ਜਾਵੇਗਾ।	
	8.	ਇੰਡੀਅਨ ਪਾਸਪੋਰਟ ਵਾਲਿਆਂ ਨੂੰ ਵੀਜ਼ਾ ਲੈਣਾ ਪਵੇਗਾ।	
	9.	ਬ੍ਰਿਟਿਸ਼ ਪਾਸਪੋਰਟ ਵਾਲਿਆਂ ਨੂੰ ਵੀਜ਼ੇ ਦੀ ਕੋਈ ਲੋੜ ਨਹੀਂ।	
	10.	ਦਿੱਲੀ ਵਿੱਚ ਹੋਟਲ ਦਾ ਖ਼ਰਚ ਯਾਤਰਾ ਦੇ ਖ਼ਰਚ ਵਿੱਚ ਸ਼ਾਮਲ ਹੈ।	
	11.	ਯਾਤਰਾ ਲਈ ਕੋਚ ਦਾ ਖ਼ਰਚ ਯਾਤਰੀਆਂ ਨੂੰ ਦੇਣਾ ਪਵੇਗਾ।	

HE-2

. ਤੁਸੀਂ ਇਹ ਚਿੱਠੀ ਪੜ੍ਹਦੇ ਹੋ ਜੋ ਕੁਲਦੀਪ ਨੇ ਚੰਡੀਗੜ੍ਹ ਦੇ ਟੂਰਿਸਟ ਦਫ਼ਤਰ ਨੂੰ ਲਿਖੀ ਹੈ।

560 ਈਗਲ ਸਟਰੀਟ
ਕਾਵੈਂਟਰੀ, ਯੂ.ਕੇ.
10 ਜਨਵਰੀ 2000

ਮੈਨੇਜਰ ਸਾਹਿਬ,
ਟੂਰਿਸਟ ਦਫ਼ਤਰ,
ਸੈਕਟਰ 17,
ਚੰਡੀਗੜ੍ਹ।

ਸ੍ਰੀ ਮਾਨ ਜੀ,

ਮੇਰਾ ਭਰਾ ਅਤੇ ☐ ਗਰਮੀਆਂ ਦੀਆਂ ਛੁੱਟੀਆਂ ਵਿੱਚ ☐ ਆ ਰਹੇ ਹਾਂ। ਅਸੀਂ 15 ਜੁਲਾਈ ਨੂੰ ☐ ਹਫ਼ਤਿਆਂ ਲਈ ਆਉਣਾ ਹੈ। ਅਸੀਂ ਚੰਡੀਗੜ੍ਹ ਅਤੇ ਪੰਜਾਬ ਦੀਆਂ ਬਾਕੀ ☐ ਥਾਵਾਂ ਦੀ ☐ ਕਰਨਾ ਚਾਹੁੰਦੇ ਹਾਂ। ਮੈਂ ਆਪ ਜੀ ਦੀ ਅਤੀ ਧੰਨਵਾਦੀ ਹੋਵਾਂਗੀ ਜੇ ਤੁਸੀਂ ਸਾਨੂੰ ਹੇਠ ਲਿਖੀ ਜਾਣਕਾਰੀ ਜਲਦੀ ਤੋਂ ਜਲਦੀ ☐ ਸਕੋ।

— ਪੰਜਾਬ ਵਿੱਚ ਦੇਖਣ ਵਾਲੀਆਂ ☐ ਬਾਰੇ ਲੀਫਲੈੱਟ।

— ਇਹਨਾਂ ਥਾਵਾਂ 'ਤੇ ☐ ਲਈ ਚੰਗੇ ਹੋਟਲਾਂ ਅਤੇ ਰੈਸਟੋਰੈਂਟਾਂ ਬਾਰੇ ਜਾਣਕਾਰੀ।

— ਆਉਣ ☐ ਦੇ ਸਾਧਨਾਂ ਬਾਰੇ ਜਾਣਕਾਰੀ।

— ਜੁਲਾਈ ਵਿੱਚ ਪੰਜਾਬ ਦੇ ☐ ਬਾਰੇ ਜਾਣਕਾਰੀ।

ਖਾਨਿਆਂ ਵਿੱਚ ਠੀਕ ਸ਼ਬਦਾਂ ਦਾ ਨੰਬਰ ਲਿਖੋ।

1. ਰਹਿਣ
2. ਭੇਜ
3. ਮੌਸਮ
4. ਪ੍ਰਸਿੱਧ
5. ਮੈਂ
6. ਜਾਣ
7. ਤਿੰਨ
8. ਥਾਵਾਂ
9. ਪੰਜਾਬ
10. ਸੈਰ

HE-2

8. ਤੁਸੀਂ ਇੱਕ ਲੇਖ ਪੜ੍ਹਦੇ ਹੋ ਜੋ ਜਸਦੀਪ ਨੇ ਆਪਣੀਆਂ ਛੁੱਟੀਆਂ ਬਾਰੇ ਲਿਖਿਆ ਹੈ।

ਮੈਂ ਪਿਛਲੇ ਸਾਲ ਗਰਮੀ ਦੀਆਂ ਛੁੱਟੀਆਂ ਵਿੱਚ ਇੰਡੀਆ ਗਈ ਸੀ। ਮੈਂ ਹੀਥਰੋ ਏਅਰਪੋਰਟ ਤੋਂ ਏਅਰ ਇੰਡੀਆ ਦੇ ਜਹਾਜ਼ ਵਿੱਚ ਗਈ ਸੀ। ਇੰਡੀਆ ਵਿੱਚ ਬਹੁਤ ਜ਼ਿਆਦਾ ਗਰਮੀ ਸੀ। ਮੈਂ ਜ਼ਿਆਦਾ-ਤਰ ਆਪਣੇ ਨਾਨਾ ਜੀ ਦੇ ਘਰ ਰਹੀ ਸੀ ਜੋ ਜਲੰਧਰ ਸ਼ਹਿਰ ਵਿੱਚ ਰਹਿੰਦੇ ਹਨ।

ਮੈਂ ਅਨੰਦਪੁਰ ਸਾਹਿਬ ਗਈ ਸੀ। ਇੱਥੇ ਗੁਰਦੁਆਰਿਆਂ ਦੇ ਦਰਸ਼ਨ ਕਰਕੇ ਬਹੁਤ ਖ਼ੁਸ਼ੀ ਹੋਈ। ਮੈਂ ਹਰਿਮੰਦਰ ਸਾਹਿਬ ਦੇਖਣ ਲਈ ਅੰਮ੍ਰਿਤਸਰ ਵੀ ਗਈ ਸੀ। ਹਰਿਮੰਦਰ ਸਾਹਿਬ ਵਿੱਚ ਕੀਰਤਨ ਸੁਣ ਕੇ ਮਨ ਨੂੰ ਬਹੁਤ ਸ਼ਾਂਤੀ ਆਈ। ਇੱਥੇ ਸਵੇਰ ਤੋਂ ਸ਼ਾਮ ਤੱਕ ਹਜ਼ਾਰਾਂ ਦੀ ਗਿਣਤੀ ਵਿੱਚ ਲੋਕ ਹਰਿਮੰਦਰ ਸਾਹਿਬ ਦੇ ਦਰਸ਼ਨ ਕਰਨ ਲਈ ਆਉਂਦੇ ਹਨ।

ਪੰਜਾਬ ਵਿੱਚ ਮੇਰੀਆਂ ਕਈ ਸਹੇਲੀਆਂ ਬਣ ਗਈਆਂ ਸਨ ਜੋ ਮੇਰੇ ਨਾਲ ਬਹੁਤ ਪਿਆਰ ਕਰਦੀਆਂ ਸਨ। ਮੈਂ ਇੱਕ ਸਹੇਲੀ ਮਨਜੀਤ ਨੂੰ ਨਾਲ ਲੈ ਕੇ ਡੇਹਰਾਦੂਨ ਅਤੇ ਮਸੂਰੀ ਗਈ ਸੀ। ਇਹ ਦੋਵੇਂ ਥਾਵਾਂ ਬਹੁਤ ਸੁੰਦਰ ਅਤੇ ਦੇਖਣ ਯੋਗ ਹਨ। ਪਹਾੜੀਆਂ 'ਤੇ ਸਥਿਤ ਹੋਣ ਕਰਕੇ ਇੱਥੋਂ ਦਾ ਮੌਸਮ ਕਾਫੀ ਠੰਡਾ ਸੀ ਜੋ ਮੈਨੂੰ ਬਹੁਤ ਪਸੰਦ ਆਇਆ ਸੀ। ਅਸੀਂ ਇਹਨਾਂ ਦੋਨਾਂ ਥਾਵਾਂ 'ਤੇ ਕੋਚ ਵਿੱਚ ਗਈਆਂ ਸੀ ਅਤੇ ਰਸਤੇ ਵਿੱਚ ਕਈ ਥਾਵਾਂ 'ਤੇ ਠਹਿਰੇ ਸੀ।

ਨਾਨਾ ਜੀ ਮੈਨੂੰ ਇੱਕ ਹਫ਼ਤੇ ਲਈ ਕਸ਼ਮੀਰ ਵੀ ਲੈ ਕੇ ਗਏ ਸੀ। ਕਸ਼ਮੀਰ ਹਿਮਾਲਿਆ ਪਰਬਤ ਦੀਆਂ ਪਹਾੜੀਆਂ ਵਿੱਚ ਸਥਿੱਤ ਹੈ ਅਤੇ ਬਹੁਤ ਸੁੰਦਰ ਇਲਾਕਾ ਹੈ। ਇੱਥੇ. ਤੁਸੀਂ ਪਹਾੜਾਂ 'ਤੇ ਬਰਫ਼ ਪਈ ਵੀ ਦੇਖ ਸਕਦੇ ਹੋ। ਇਹ ਇਲਾਕਾ ਆਪਣੀਆਂ ਸੀਨਰੀਆਂ ਕਾਰਨ ਬਹੁਤ ਪ੍ਰਸਿੱਧ ਹੈ। ਤਰ੍ਹਾਂ ਤਰ੍ਹਾਂ ਦੇ ਫੁੱਲ ਹਨ। ਪਹਿਲਗਾਮ ਅਤੇ ਡਲ ਝੀਲ ਦੇ ਨਜ਼ਾਰੇ ਦੇਖਣ ਯੋਗ ਹਨ। ਡਲ ਝੀਲ 'ਤੇ ਤੁਸੀਂ ਘਰਾਂ ਵਾਲੀਆਂ ਕਿਸ਼ਤੀਆਂ ਦੇਖ ਸਕਦੇ ਹੋ। ਬਹੁਤੇ ਯਾਤਰੀ ਘਰਾਂ ਵਾਲੀਆਂ ਕਿਸ਼ਤੀਆਂ ਵਿੱਚ ਰਹਿੰਦੇ ਹਨ। ਇਹਨਾਂ ਕਿਸ਼ਤੀਆਂ ਵਿੱਚ ਜ਼ਿੰਦਗੀ ਬਹੁਤ ਦਿਲਚਸਪ ਹੁੰਦੀ ਹੈ। ਅਸੀਂ ਵੀ ਦੋ ਦਿਨਾਂ ਲਈ ਇੱਕ ਕਿਸ਼ਤੀ ਕਿਰਾਏ 'ਤੇ ਲਈ ਸੀ। ਕਿਸ਼ਤੀ ਵਿੱਚ ਰਹਿਣਾ ਬਹੁਤ ਹੀ ਚੰਗਾ ਲੱਗਿਆ ਸੀ ਕਿਉਂਕਿ ਕਿਸ਼ਤੀ ਨੂੰ ਜਦੋਂ ਚਾਹੋ ਚਲਾ ਸਕਦੇ ਸੀ ਅਤੇ ਜਦੋਂ ਚਾਹੋ ਅਤੇ ਜਿੱਥੇ ਵੀ ਚਾਹੋ ਝੀਲ ਵਿੱਚ ਖੜੀ ਕਰ ਸਕਦੇ ਸੀ। ਮਈ ਤੋਂ ਅਗਸਤ ਤੱਕ ਕਸ਼ਮੀਰ ਵਿੱਚ ਮੌਸਮ ਬਹੁਤ ਹੀ ਸੁਹਾਵਣਾ ਹੁੰਦਾ ਹੈ।

ਕਸ਼ਮੀਰ ਵਿੱਚ ਲੋਕੀਂ ਭੇਡਾਂ ਬਹੁਤ ਰੱਖਦੇ ਹਨ ਜਿਹਨਾਂ ਦੀ ਉੱਨ ਨਾਲ ਗਰਮ ਸ਼ਾਲ ਬਣਾਏ ਜਾਂਦੇ ਹਨ। ਕਸ਼ਮੀਰ ਤੇ ਗਰਮ ਸ਼ਾਲ ਸਾਰੇ ਸੰਸਾਰ ਵਿੱਚ ਪ੍ਰਸਿੱਧ ਹਨ। ਕਸ਼ਮੀਰ ਫ਼ਿਲਮਾਂ ਦੀ ਸ਼ੂਟਿੰਗ ਲਈ ਵੀ ਪ੍ਰਸਿੱਧ ਹੈ। ਭਾਰਤ ਵਿੱਚ ਕਈ ਫ਼ਿਲਮਾਂ ਦੀ ਸ਼ੂਟਿੰਗ ਕਸ਼ਮੀਰ ਵਿੱਚ ਹੋਈ ਹੈ ਕਿਉਂਕਿ ਇੱਥੋਂ ਦੀਆਂ ਸੀਨਰੀਆਂ ਬਹੁਤ ਸੁਹਣੀਆਂ ਹਨ।

ਮੇਰੇ ਲਈ ਇਹ ਛੁੱਟੀਆਂ ਇੱਕ ਖ਼ੁਸ਼ੀਆਂ ਭਰਿਆ ਸਮਾਂ ਸੀ ਜਿਸ ਨੂੰ ਮੈਂ ਕਦੇ ਭੁਲਾ ਨਹੀਂ ਸਕਾਂਗੀ। ਮੈਂ ਆਸ ਕਰਦੀ ਹਾਂ ਕਿ ਦੋ ਤਿੰਨਾਂ ਸਾਲਾਂ ਤੱਕ ਮੈਂ ਫੇਰ ਇੰਡੀਆ ਜਾਣ ਦਾ ਪ੍ਰੋਗਰਾਮ ਬਣਾਵਾਂਗੀ ਅਤੇ ਇੰਡੀਆ ਦੀਆਂ ਦੂਜੀਆਂ ਥਾਵਾਂ ਦੇਖਾਂਗੀ।

ਹੇਠ ਲਿਖੇ ਪ੍ਰਸ਼ਨਾਂ ਦਾ ਉੱਤਰ ਪੰਜਾਬੀ ਵਿੱਚ ਲਿਖੋ :

1.   ਜਸਦੀਪ ਇੰਡੀਆ ਕਦੋਂ ਅਤੇ ਕਿਸ ਤਰ੍ਹਾਂ ਗਈ ?

     ....

2.   ਉਹ ਇੰਡੀਆ ਵਿੱਚ ਕਿੱਥੇ ਰਹੀ ਸੀ ?

     ....

3.   ਉਹ ਪੰਜਾਬ ਵਿੱਚ ਕਿਹੜੇ ਕਿਹੜੇ ਗੁਰਦੁਆਰਿਆਂ ਨੂੰ ਦੇਖਣ ਗਈ ਅਤੇ ਇਹਨਾਂ ਬਾਰੇ ਉਸ ਦੇ ਕੀ
     ਵਿਚਾਰ ਹਨ। ਤਿੰਨ ਗੱਲਾਂ ਲਿਖੋ।

     ....

4.   ਉਹ ਡੇਹਰਾਦੂਨ ਅਤੇ ਮਸੂਰੀ ਕਿਸ ਤਰ੍ਹਾਂ ਗਈ ?

     ....

5.   ਡੇਹਰਾਦੂਨ ਅਤੇ ਮਸੂਰੀ ਦੀ ਕਿਹੜੀ ਗੱਲ ਉਸ ਨੂੰ ਸਭ ਤੋਂ ਚੰਗੀ ਲੱਗੀ ਅਤੇ ਕਿਉਂ ?

     ....

6.   ਉਹ ਕਸ਼ਮੀਰ ਕਿਸ ਨਾਲ ਗਈ ਅਤੇ ਉੱਥੇ ਕਿੰਨਾ ਚਿਰ ਰਹੀ ?

     ....

7.   ਇਸ ਆਰਟੀਕਲ ਦੇ ਮੁਤਾਬਕ ਕਸ਼ਮੀਰ ਇੱਕ ਦੇਖਣ ਯੋਗ ਥਾਂ ਹੈ। ਇਸ ਬਾਰੇ ਤੁਹਾਡੇ ਕੀ ਵਿਚਾਰ
     ਹਨ ? ਦਸ ਗੱਲਾਂ ਲਿਖੋ।

     ....

8.   ਜਸਦੀਪ ਦੇ ਆਪਣੀਆਂ ਇੰਡੀਆ ਵਿੱਚ ਛੁੱਟੀਆਂ ਬਾਰੇ ਕੀ ਵਿਚਾਰ ਹਨ ?

     ....HE-2

9. You see the following old letter from your sister who was on holiday in the Panjab.

206 ਮਾਡਲ ਟਾਊਨ,
ਜਲੰਧਰ।
12 ਮਈ 1992

ਪਿਆਰੇ/ਪਿਆਰੀ ਸੁਰਿੰਦਰ,

ਸਤਿ ਸ੍ਰੀ ਆਕਾਲ। ਮੈਨੂੰ ਬਹੁਤ ਅਫ਼ਸੋਸ ਹੈ ਕਿ ਮੈਂ ਤੈਨੂੰ ਜਲਦੀ ਚਿੱਠੀ ਨਹੀਂ ਲਿਖ ਸਕੀ। ਇਸ ਦੇ ਦੋ ਕਾਰਣ ਹਨ। ਇੱਕ ਤਾਂ ਜਦੋਂ ਮੈਂ ਇੰਡੀਆ ਪਹੁੰਚੀ ਸੀ, ਮੇਰੀ ਸਿਹਤ ਕੁਝ ਦਿਨ ਖ਼ਰਾਬ ਰਹੀ ਸੀ। ਪਰ ਜਦੋਂ ਠੀਕ ਹੋਈ ਤਾਂ ਚਾਚਾ ਜੀ ਅਤੇ ਚਾਚੀ ਜੀ ਮੈਨੂੰ ਨਾਲ ਲੈ ਕੇ ਕਿਸੇ ਰਿਸ਼ਤੇਦਾਰ ਜਾਂ ਮਿੱਤਰ ਦੋਸਤ ਨੂੰ ਮਿਲਣ ਲਈ ਚਲੇ ਜਾਂਦੇ ਸੀ। ਇਸ ਲਈ ਚਿੱਠੀ ਲਿਖਣ ਦਾ ਸਮਾਂ ਹੀ ਨਹੀਂ ਮਿਲਿਆ।

ਮੈਨੂੰ ਦਿੱਲੀ ਏਅਰਪੋਰਟ 'ਤੇ ਚਾਚਾ ਜੀ ਅਤੇ ਸੰਦੀਸ਼ ਲੈਣ ਵਾਸਤੇ ਆਏ ਸਨ। ਉਹਨਾਂ ਨੂੰ ਦਿੱਲੀ ਏਅਰਪੋਰਟ 'ਤੇ ਬਹੁਤ ਦੇਰ ਉਡੀਕਣਾ ਪਿਆ ਸੀ ਕਿਉਂਕਿ ਮੇਰਾ ਜਹਾਜ਼ ਤਿੰਨ ਘੰਟੇ ਲੇਟ ਸੀ। ਉਹਨਾਂ ਨੇ ਆਪਣੀ ਕਾਰ ਲਿਆਂਦੀ ਹੋਈ ਸੀ। ਇਸ ਲਈ ਦਿੱਲੀ ਤੋਂ ਜਲੰਧਰ ਪਹੁੰਚਣ ਵਿੱਚ ਕੋਈ ਮੁਸ਼ਕਲ ਨਹੀਂ ਹੋਈ। ਅਸੀਂ ਰਸਤੇ ਵਿੱਚ ਦੋ ਥਾਵਾਂ 'ਤੇ ਰੁਕੇ ਸੀ। ਅਸੀਂ ਰਸਤੇ ਵਿੱਚ ਕਾਫ਼ੀ ਗੱਲਾਂ ਬਾਤਾਂ ਕੀਤੀਆਂ ਅਤੇ ਛੇਆਂ ਘੰਟਿਆਂ ਵਿੱਚ ਜਲੰਧਰ ਪਹੁੰਚ ਗਏ ਸੀ।

ਇੱਥੇ ਇੰਗਲੈਂਡ ਨਾਲੋਂ ਗਰਮੀ ਬਹੁਤ ਜ਼ਿਆਦਾ ਹੈ। ਦੁਪਹਿਰ ਦੇ ਵੇਲੇ ਤਾਂ ਬਾਹਰ ਫਿਰਨਾ ਤੁਰਨਾ ਬਹੁਤ ਮੁਸ਼ਕਲ ਹੈ। ਮੈਂ ਗਰਮੀ ਕੁਝ ਜ਼ਿਆਦਾ ਹੀ ਮਹਿਸੂਸ ਕਰਦੀ ਹਾਂ। ਮੈਂ ਦੁਪਹਿਰ ਵੇਲੇ ਬਹੁਤਾ ਬਾਹਰ ਨਹੀਂ ਜਾਂਦੀ ਕਿਉਂਕਿ ਮੈਂ ਦੁਬਾਰਾ ਬੀਮਾਰ ਹੋਣ ਤੋਂ ਡਰਦੀ ਹਾਂ।

ਚਾਚਾ ਜੀ ਨੇ 10 ਦਿਨਾਂ ਦਾ ਅੰਮ੍ਰਿਤਸਰ, ਚੰਡੀਗੜ੍ਹ, ਅਨੰਦਪੁਰ ਸਾਹਿਬ ਅਤੇ ਆਗਰੇ ਜਾਣ ਦਾ ਪ੍ਰੋਗਰਾਮ ਬਣਾਇਆ ਹੋਇਆ ਹੈ। ਸਾਡੇ ਨਾਲ ਚਾਚੀ ਜੀ, ਸੰਦੀਸ਼ ਅਤੇ ਮਨਦੀਸ਼ ਵੀ ਹੋਣਗੇ। ਅਸੀਂ 15 ਮਈ ਨੂੰ ਜਲੰਧਰੋਂ ਪਹਿਲਾਂ ਅੰਮ੍ਰਿਤਸਰ ਜਾ ਰਹੇ ਹਾਂ। ਮੈਨੂੰ ਇਹ ਥਾਵਾਂ ਦੇਖਣ ਦਾ ਬਹੁਤ ਚਾਅ ਹੈ। ਮੇਰਾ ਦਿਲ ਤਾਂ ਕਸ਼ਮੀਰ ਦੇਖਣ ਨੂੰ ਵੀ ਬਹੁਤ ਕਰਦਾ ਹੈ। ਮੈਂ ਸੁਣਿਆ ਹੈ ਕਿ ਕਸ਼ਮੀਰ ਵਿੱਚ ਬਹੁਤ ਦੇਖਣ ਵਾਲੀਆਂ ਥਾਵਾਂ ਹਨ। ਪਰ ਮੇਰੇ ਪਾਸ ਟਾਈਮ ਬਹੁਤ ਥੋਹੜਾ ਰਹਿ ਗਿਆ ਹੈ। ਇਸ ਕਰਕੇ ਸ਼ਾਇਦ ਕਸ਼ਮੀਰ ਨਾ ਹੀ ਜਾ ਸਕਾਂ।

ਹੋਰ ਜੇ ਕੋਈ ਚੀਜ਼ ਤੂੰ ਇੱਥੋਂ ਮੰਗਵਾਉਣੀ ਹੋਵੇ ਤਾਂ ਛੇਤੀ ਤੋਂ ਛੇਤੀ ਚਿੱਠੀ ਵਿੱਚ ਲਿਖ ਦੇਣਾ। ਇੱਥੇ ਇੰਗਲੈਂਡ ਨਾਲੋਂ ਚੀਜ਼ਾਂ ਬਹੁਤ ਸਸਤੀਆਂ ਹਨ। ਇਸ ਲਈ ਮੈਂ ਬਹੁਤ ਸਾਰੀਆਂ ਚੀਜ਼ਾਂ ਖ਼ਰੀਦ ਕੇ ਲੈ ਆਵਾਂਗੀ।

ਮੰਮੀ ਜੀ ਅਤੇ ਡੈਡੀ ਜੀ ਨੂੰ ਦੂਜੀ ਚਿੱਠੀ ਲਿਖਾਂਗੀ। ਦੀਪੀ ਅਤੇ ਅਰਬਿੰਦਰ ਨੂੰ ਪਿਆਰ।

ਤੇਰੀ ਭੈਣ,
ਕੁਲਬੀਰ।

(a) Why couldn't your sister write sooner? Give two reasons.

(i) ....

(ii) .... *(2)*

(b) Who came to meet her at Delhi airport?

.... *(1)*

(c) Why did they have to wait for a long time?

.... *(1)*

(d) Explain how they made their journey from Delhi to Jalandhar more pleasant.

....

....

.... *(3)*

(e) What effect did the hot weather have on Kulbir?

.... *(1)*

(f) Why did she think she might not be able to go to Kashmir?

.... *(1)*

(g) What does Kulbir think is the main benefit of her trip to India?

.... *(1)*

NEAB 92
HE-2

220

E-3 Accommodation

Foundation

1. ਤੁਸੀਂ ਸੰਦੀਪ ਦੀ ਇੱਕ ਚਿੱਠੀ ਪੜ੍ਹਦੇ ਹੋ ਜੋ ਉਸ ਨੇ ਦੁਆਬਾ ਹੋਟਲ ਦੇ ਮੈਨੇਜਰ ਨੂੰ ਲਿਖੀ ਹੈ।

399 ਐਨਸਟੀ ਰੋਡ
ਕਾਵੈਂਟਰੀ, ਸੀ ਵੀ 23 ਬੀ ਕਿਊ
ਇੰਗਲੈਂਡ
15 ਜਨਵਰੀ 2000

ਮੈਨੇਜਰ ਸਾਹਿਬ,
ਦੁਆਬਾ ਹੋਟਲ,
ਸੈਕਟਰ 15, ਚੰਡੀਗੜ੍ਹ,
ਇੰਡੀਆ।

ਸ੍ਰੀਮਾਨ ਜੀ / ਸ੍ਰੀਮਤੀ ਜੀ,

ਮੇਰਾ ਨਾਮ ਸੰਦੀਪ ਸਿੰਘ ਨਾਗਰਾ ਹੈ। ਮੈਂ ਇੰਗਲੈਂਡ ਵਿੱਚ ਇੱਕ ਸੈਕੰਡਰੀ ਸਕੂਲ ਦਾ ਵਿਦਿਆਰਥੀ ਹਾਂ। ਮੇਰੀ ਉਮਰ ਪੰਦਰਾਂ ਸਾਲ ਦੀ ਹੈ। ਮੈਂ ਮਾਰਚ ਵਿੱਚ ਦੋ ਹਫ਼ਤਿਆਂ ਲਈ ਇੰਡੀਆ ਸੈਰ ਕਰਨ ਲਈ ਆ ਰਿਹਾ ਹਾਂ। ਮੈਂ ਪੰਦਰਾਂ ਮਾਰਚ ਨੂੰ ਆਵਾਂਗਾ ਅਤੇ 29 ਮਾਰਚ ਨੂੰ ਵਾਪਸੀ ਹੈ।

ਮੈਂ ਚੰਡੀਗੜ੍ਹ 21 ਤੋਂ 23 ਮਾਰਚ ਤੱਕ ਤਿੰਨ ਦਿਨਾਂ ਲਈ ਰਹਿਣਾ ਚਾਹੁੰਦਾ ਹਾਂ। ਇਸ ਲਈ ਮੈਂ ਤਿੰਨ ਦਿਨਾਂ ਲਈ ਕਮਰਾ ਕਿਰਾਏ 'ਤੇ ਲੈਣਾ ਚਾਹੁੰਦਾ ਹਾਂ। ਕੀ ਤੁਹਾਡੇ ਪਾਸ ਇਹਨਾਂ ਦਿਨਾਂ ਲਈ ਕੋਈ ਕਮਰਾ ਖ਼ਾਲੀ ਹੈ ?

ਕਮਰਾ ਵੱਡਾ ਹੋਣਾ ਚਾਹੀਦਾ ਹੈ ਅਤੇ ਇਸ ਵਿੱਚ ਸ਼ਾਵਰ, ਟੈਲੀਵਿਯਨ, ਟੈਲੀਫ਼ੋਨ ਆਦਿ ਸਹੂਲਤਾਂ ਜ਼ਰੂਰੀ ਹੋਣੀਆਂ ਚਾਹੀਦੀਆਂ ਹਨ।

ਕ੍ਰਿਪਾ ਕਰਕੇ ਮੈਨੂੰ ਲਿਖਣਾ ਕਿ ਇੱਕ ਵਿਅੱਕਤੀ ਲਈ ਇੱਕ ਕਮਰੇ ਦਾ ਇੱਕ ਰਾਤ ਦਾ ਕੀ ਕਿਰਾਇਆ ਹੈ ?

ਕ੍ਰਿਪਾ ਕਰਕੇ ਉੱਤਰ ਜਲਦੀ ਦੇਣਾ।

ਆਪ ਜੀ ਦਾ ਦਾਸ
ਸੰਦੀਪ ਸਿੰਘ ਨਾਗਰਾ

ਹੇਠ ਲਿਖੇ ਪ੍ਰਸ਼ਨਾਂ ਦਾ ਉੱਤਰ ਪੰਜਾਬੀ ਵਿੱਚ ਲਿਖੋ :

1. ਸੰਦੀਪ ਕਿੱਥੇ ਰਹਿੰਦਾ ਹੈ ?

    ....

2. ਉਸ ਦੀ ਉਮਰ ਕਿੰਨੀ ਹੈ ?

    ....

3. ਉਹ ਕੀ ਕੰਮ ਕਰਦਾ ਹੈ ?

    ....

4. ਉਹ ਇੰਡੀਆ ਨੂੰ ਕਦੋਂ ਅਤੇ ਕਿੰਨੇ ਚਿਰ ਲਈ ਆਵੇਗਾ ?

    ....

5. ਉਹ ਚੰਡੀਗੜ੍ਹ ਕਦੋਂ ਅਤੇ ਕਿੰਨਾ ਚਿਰ ਠਹਿਰਨਾ ਚਾਹੁੰਦਾ ਹੈ ?

    ....

6. ਉਹ ਕਿਸ ਤਰ੍ਹਾਂ ਦਾ ਕਮਰਾ ਕਿਰਾਏ 'ਤੇ ਲੈਣਾ ਚਾਹੁੰਦਾ ਹੈ ?

    ....

7. ਉਹ ਕਮਰੇ ਵਿੱਚ ਕੀ ਸਹੂਲਤਾਂ ਚਾਹੁੰਦਾ ਹੈ ? ਚਾਰ ਸਹੂਲਤਾਂ ਦੇ ਨਾਂ ਲਿਖੋ।

    ....FE-3

2. ਤੁਸੀਂ ਸੰਦੀਪ ਦੀ ਚਿੱਠੀ ਦਾ ਉੱਤਰ ਪੜ੍ਹਦੇ ਹੋ ਜੋ ਉਸ ਨੂੰ ਦੁਆਬਾ ਹੋਟਲ ਦੇ ਮੈਨੇਜਰ ਨੇ ਭੇਜਿਆ ਹੈ।

ਦੁਆਬਾ ਹੋਟਲ,
ਸੈਕਟਰ 15, ਚੰਡੀਗੜ੍ਹ
20 ਜਨਵਰੀ 2000

ਸ : ਸੰਦੀਪ ਸਿੰਘ ਨਾਗਰਾ
399 ਐਨਸਟੀ ਰੋਡ
ਕਾਵੈਂਟਰੀ, ਇੰਗਲੈਂਡ

ਸ੍ਰੀ ਮਾਨ ਜੀ,

ਤੁਹਾਡੀ ਚਿੱਠੀ ਲਈ ਬਹੁਤ ਧੰਨਵਾਦ। ਸਾਨੂੰ ਇਹ ਜਾਣ ਕੇ ਖ਼ੁਸ਼ੀ ਹੋਈ ਹੈ ਕਿ ਤੁਸੀਂ ਮਾਰਚ ਵਿੱਚ ਇੰਡੀਆ ਆ ਰਹੇ ਹੋ। ਸਾਡੇ ਪਾਸ ਜਦੋਂ ਤੁਸੀਂ ਚੰਡੀਗੜ੍ਹ ਆਉਣਾ ਹੈ, ਇੱਕ ਕਮਰਾ ਖ਼ਾਲੀ ਹੈ। ਇਸ ਕਮਰੇ ਵਿੱਚ ਗੁਸਲਖ਼ਾਨਾ ਅਤੇ ਸ਼ਾਵਰ ਵੀ ਹੈ। ਕਮਰਾ ਵੱਡਾ ਹੈ ਅਤੇ ਕਮਰੇ ਵਿੱਚ ਟੈਲੀਵਿਯਨ, ਟੈਲੀਫ਼ੋਨ, ਡਬਲ ਬੈੱਡ ਅਤੇ ਚਾਹ ਬਣਾਉਣ ਦੀ ਸਹੂਲਤ ਹੈ। ਇਹ ਕਮਰਾ ਦੂਸਰੀ ਮੰਜ਼ਲ 'ਤੇ ਹੈ। ਹੋਟਲ ਵਿੱਚ ਸਵਿਮਿੰਗ ਪੂਲ ਵੀ ਹੈ ਜਿਸ ਨੂੰ ਹੋਟਲ ਵਿੱਚ ਰਹਿਣ ਵਾਲੇ ਸਾਰੇ ਯਾਤਰੀ ਮੁਫ਼ਤ ਵਰਤ ਸਕਦੇ ਹਨ।

ਕਮਰੇ ਦਾ ਇੱਕ ਦਿਨ ਅਤੇ ਇੱਕ ਰਾਤ ਦਾ ਕਿਰਾਇਆ ਪੰਜ ਸੌ ਰੁਪਏ ਹੈ। ਅਸੀਂ ਤੁਹਾਡੀ ਚੰਗੀ ਤਰ੍ਹਾਂ ਦੇਖ ਭਾਲ ਕਰਾਂਗੇ। ਜੇ ਤੁਸੀਂ ਕਮਰਾ ਬੁੱਕ ਕਰਨਾ ਚਾਹੁੰਦੇ ਹੋ ਤਾਂ 15 ਫ਼ਰਵਰੀ ਤੋਂ ਪਹਿਲਾਂ ਪੰਜ ਸੌ ਰੁਪਏ ਡੀਪੌਜ਼ਿਟ ਭੇਜੋ।

ਆਪ ਜੀ ਦਾ ਦਾਸ
ਉਜਾਗਰ ਸਿੰਘ, ਮੈਨੇਜਰ

ਵਾਕਾਂ ਨੂੰ ਪੜ੍ਹੋ ਅਤੇ ਲਿਖੋ

ਠੀਕ ਠ

ਗ਼ਲਤ ਗ

ਪਤਾ ਨਹੀਂ ?

ਉਦਾਹਰਣ	1.	ਦੁਆਬਾ ਹੋਟਲ ਦੇ ਮੈਨੇਜਰ ਦਾ ਨਾਂ ਉਜਾਗਰ ਸਿੰਘ ਹੈ।	ਠ
	2.	ਮੈਨੇਜਰ ਖ਼ੁਸ਼ ਹੈ ਕਿ ਸੰਦੀਪ ਸਿੰਘ ਉਹਨਾਂ ਦੇ ਹੋਟਲ ਵਿੱਚ ਠਹਿਰੇਗਾ।	
	3.	ਕਮਰਾ ਛੋਟਾ ਹੈ।	
	4.	ਹੋਟਲ ਵਿੱਚ ਰਹਿਣ ਵਾਲਿਆਂ ਨੂੰ ਸਵਿਮਿੰਗ ਪੂਲ ਵਰਤਣ ਲਈ ਪੈਸੇ ਦੇਣੇ ਪੈਣਗੇ।	
	5.	ਇੱਕ ਕਮਰੇ ਦਾ ਇੱਕ ਰਾਤ ਦਾ ਕਿਰਾਇਆ 550 ਪੌਂਡ ਹੈ।	
	6.	ਕਮਰਾ ਬੁੱਕ ਕਰਨ ਲਈ 400 ਰੁਪਏ ਡੀਪੌਜ਼ਿਟ ਦੇਣਾ ਪਵੇਗਾ।	
	7.	ਹੋਟਲ ਐਤਵਾਰ ਨੂੰ ਬੰਦ ਰਹੇਗਾ।	
	8.	ਕਮਰਾ ਚੌਥੀ ਮੰਜ਼ਿਲ 'ਤੇ ਹੈ।	

3.   ਤੁਸੀਂ ਸੰਦੀਪ ਦਾ ਦੁਆਬਾ ਹੋਟਲ ਦੇ ਮੈਨੇਜਰ ਦੀ ਚਿੱਠੀ ਦਾ ਉੱਤਰ ਪੜ੍ਹਦੇ ਹੋ।

399 ਐਨਸਟੀ ਰੋਡ
ਕਾਵੈਂਟਰੀ, ਸੀ ਵੀ 23 ਬੀ ਕਿਉ
ਇੰਗਲੈਂਡ
27 ਜਨਵਰੀ 2000

ਸ: ਉਜਾਗਰ ਸਿੰਘ ਜੀ
ਮੈਨੇਜਰ,
ਦੁਆਬਾ ਹੋਟਲ,
ਚੰਡੀਗੜ੍ਹ।

ਸ੍ਰੀ ਮਾਨ ਜੀ,

ਤੁਹਾਡੀ ਚਿੱਠੀ ਲਈ ਧੰਨਵਾਦ। ਜੋ ਤੁਸੀਂ ਕਮਰੇ ਬਾਰੇ ਲਿਖਿਆ ਹੈ, ਮੈਨੂੰ ਇਹ ਮਨਜ਼ੂਰ ਹੈ। ਮੈਂ ਇਹ ਕਮਰਾ ਲੈ ਲਵਾਂਗਾ। ਸੋ ਤੁਸੀਂ ਮੇਰੇ ਲਈ ਇਹ ਕਮਰਾ 21, 22 ਅਤੇ 23 ਮਾਰਚ ਲਈ ਬੁੱਕ ਕਰ ਦੇਣਾ। ਤੁਹਾਡੇ ਕਹਿਣੇ ਮੁਤਾਬਕ ਡੀਪੌਜ਼ਿਟ ਲਈ ਪੰਜ ਸੌ ਰੁਪਏ ਦਾ ਡਰਾਫ਼ਟ ਭੇਜ ਰਿਹਾ ਹਾਂ।

ਮੈਨੂੰ ਇਹ ਲਿਖਣਾ ਕਿ ਤੁਹਾਡੇ ਹੋਟਲ ਵਿੱਚ ਖਾਣ ਪੀਣ ਦਾ ਕੀ ਪ੍ਰਬੰਧ ਹੈ। ਜੇ ਤੁਹਾਡੇ ਹੋਟਲ ਵਿੱਚ ਖਾਣਾ ਮਿਲਦਾ ਹੈ ਤਾਂ ਕਿਸ ਕਿਸ ਟਾਈਮ ਮਿਲਦਾ ਹੈ ? ਜੇ ਕਿਸੇ ਨੇ ਹੋਟਲ ਦੇ ਬਾਹਰ ਖਾਣਾ ਖਾਣਾ ਹੋਵੇ ਤਾਂ ਕੀ ਲਾਗੇ ਕੋਈ ਚੰਗਾ ਰੈਸਟੋਰੈਂਟ ਹੈ ?

ਚਿੱਠੀ ਦਾ ਉੱਤਰ ਜਲਦੀ ਦੇਣਾ।

ਆਪ ਜੀ ਦਾ ਦਾਸ
ਸੰਦੀਪ ਸਿੰਘ ਨਾਗਰਾ

ਹੇਠ ਲਿਖੇ ਪ੍ਰਸ਼ਨਾਂ ਦਾ ਉੱਤਰ ਪੰਜਾਬੀ ਵਿੱਚ ਲਿਖੋ :

1.   ਸੰਦੀਪ ਨੇ ਕਮਰੇ ਬਾਰੇ ਕੀ ਫ਼ੈਸਲਾ ਕੀਤਾ ਹੈ ?

     ....

2.   ਸੰਦੀਪ ਨੇ ਹੋਟਲ ਦੇ ਮੈਨੇਜਰ ਨੂੰ ਕੀ ਭੇਜਿਆ ਹੈ ਅਤੇ ਕਿਉਂ ?

     ....

3.   ਉਸ ਨੇ ਹੋਟਲ ਦੇ ਮੈਨੇਜਰ ਤੋਂ ਕੀ ਪੁੱਛਿਆ ਹੈ ? ਤਿੰਨ ਗੱਲਾਂ ਲਿਖੋ।

     ....FE-3

Higher

4. ਤੁਸੀਂ ਕਮਲਜੀਤ ਦੀ ਯੂਥ ਹੋਸਟਲ ਦੇ ਮੈਨੇਜਰ ਨੂੰ ਇੱਕ ਚਿੱਠੀ ਪੜ੍ਹਦੇ ਹੋ।

495 ਰੈਡ ਲੇਨ
ਬਰਮਿੰਘਮ, ਯੂ. ਕੇ.
18 ਜਨਵਰੀ 2000

ਮੈਨੇਜਰ ਸਾਹਿਬ,
ਯੂਥ ਹੋਸਟਲ,
ਅੰਮ੍ਰਿਤਸਰ, ਇੰਡੀਆ

ਸ੍ਰੀ ਮਾਨ ਜੀ,

ਮੈਂ ਅਤੇ ਮੇਰੀਆਂ ਚਾਰ ਹੋਰ ☐ ਤਿੰਨ ਹਫ਼ਤਿਆਂ ਲਈ ਇੰਡੀਆ ਨੂੰ ਛੁੱਟੀਆਂ ਕੱਟਣ ਲਈ ਆ ਰਹੀਆਂ ਹਾਂ। ਅਸੀਂ ਇੱਕ ਸੈਕੰਡਰੀ ਸਕੂਲ ਦੀਆਂ ਯੀਅਰ ਇਲੈਵਨ ਦੀਆਂ ☐ ਹਾਂ। ਇਸ ਇੱਕ ਹਫ਼ਤੇ ਲਈ 10 ਅਪ੍ਰੈਲ ਤੋਂ 17 ਅਪ੍ਰੈਲ ਤੱਕ ਅੰਮ੍ਰਿਤਸਰ ਵਿੱਚ ਰਹਿਣਾ ☐ ਹਾਂ। ਅਸੀਂ ਅਤੀ ਧੰਨਵਾਦੀ ਹੋਵਾਂਗੀਆਂ ਜੇ ਤੁਸੀਂ ਸਾਡੇ ਲਈ ਪੰਜ ☐ 10 ਅਪ੍ਰੈਲ ਤੋਂ 17 ਅਪ੍ਰੈਲ ਤੱਕ ਬੁੱਕ ਕਰ ਦਿਉ। ਕਮਰਿਆਂ ਵਿੱਚ ਗੁਸਲਖ਼ਾਨੇ, ਟੈਲੀਵਿਯਨ ਅਤੇ ☐ ਬਨਾਉਣ ਦੀਆਂ ਸਹੂਲਤਾਂ ਜ਼ਰੂਰ ਹੋਣੀਆਂ ਚਾਹੀਦੀਆਂ ਹਨ।

ਕ੍ਰਿਪਾ ਕਰਕੇ ਸਾਨੂੰ ਦੱਸੋ ਕਿ ਕਮਰੇ ਬੁੱਕ ਕਰਨ ਵੇਲੇ ☐ ਕੀ ਕਰਨਾ ਚਾਹੀਦਾ ਹੈ। ਕਮਰੇ ਦਾ ਇੱਕ ਰਾਤ ਦਾ ਕਿੰਨਾ ☐ ਹੈ। ਇਹ ਵੀ ☐ ਕਿ ਤੁਹਾਡੇ ਯੂਥ ਹੋਸਟਲ ਦੇ ਕੀ ਨਿਯਮ ਹਨ।

ਆਸ ਹੈ ਕਿ ਤੁਸੀਂ ਮੇਰੀ ☐ ਦਾ ਜਲਦੀ ਉੱਤਰ ਦਿਉਗੇ।

ਆਪ ਜੀ ਦੀ ਦਾਸੀ
ਕਮਲਜੀਤ ਕੌਰ ਬਾਂਸਲ

ਖ਼ਾਨਿਆਂ ਵਿੱਚ ਠੀਕ ਸ਼ਬਦਾਂ ਦਾ ਨੰਬਰ ਲਿਖੋ।

1. ਚਾਹੁੰਦੀਆਂ	4. ਸਹੇਲੀਆਂ	7. ਲਿਖਣਾ
2. ਚਿੱਠੀ	5. ਕਿਰਾਇਆ	8. ਕਮਰੇ
3. ਚਾਹ	6. ਵਿਦਿਆਰਥਣਾਂ	9. ਸਾਨੂੰ

5. ਤੁਸੀਂ ਕਮਲਜੀਤ ਦੀ ਚਿੱਠੀ ਦਾ ਉੱਤਰ ਪੜ੍ਹਦੇ ਹੋ ਜੋ ਉਸ ਨੂੰ ਯੂਥ ਹੋਸਟਲ ਦੇ ਮੈਨੇਜਰ ਨੇ ਭੇਜਿਆ ਹੈ।

ਯੂਥ ਹੋਸਟਲ
ਅੰਮ੍ਰਿਤਸਰ, ਇੰਡੀਆ
25 ਜਨਵਰੀ 2000

ਕਮਲਜੀਤ ਕੌਰ ਬਾਂਸਲ
495 ਰੈਡ ਲੇਨ
ਬਰਮਿੰਘਮ, ਯੂ. ਕੇ.

ਪਿਆਰੀ ਮਿਸ ਬਾਂਸਲ,

ਤੁਹਾਡੀ ਚਿੱਠੀ ਦਾ ਧੰਨਵਾਦ। ਸਾਨੂੰ ਬਹੁਤ ਖ਼ੁਸ਼ੀ ਹੈ ਕਿ ਤੁਸੀਂ ਆਪਣੀਆਂ ਸਹੇਲੀਆਂ ਦੇ ਨਾਲ ਇੰਡੀਆ ਆ ਰਹੀਆਂ ਹੋ। ਅਸੀਂ ਤੁਹਾਡੇ ਲਈ 10 ਅਪ੍ਰੈਲ ਤੋਂ 17 ਅਪ੍ਰੈਲ ਤੱਕ ਪੰਜ ਕਮਰੇ ਆਰਜ਼ੀ ਤੌਰ 'ਤੇ ਬੁੱਕ ਕਰ ਦਿੱਤੇ ਹਨ। ਇਹਨਾਂ ਕਮਰਿਆਂ ਵਿੱਚ ਉਹ ਸਾਰੀਆਂ ਸਹੂਲਤਾਂ ਹਨ ਜੋ ਤੁਸੀਂ ਲਿਖੀਆਂ ਹਨ। ਇੱਕ ਕਮਰੇ ਦਾ ਇੱਕ ਰਾਤ ਦਾ ਕਿਰਾਇਆ 300 ਰੁਪਏ ਹੈ ਅਤੇ ਤੁਸੀਂ 200 ਰੁਪਏ ਪ੍ਰਤੀ ਕਮਰੇ ਦੇ ਹਿਸਾਬ ਨਾਲ ਡੀਪੌਜ਼ਿਟ ਭੇਜ ਦੇਣਾ ਤਾਂ ਕਿ ਤੁਹਾਡੀ ਬੁਕਿੰਗ ਪੱਕੀ ਹੋ ਸਕੇ।

ਤੁਸੀਂ ਯੂਥ ਹੋਸਟਲ ਦੇ ਨਿਯਮਾਂ ਬਾਰੇ ਪੁੱਛਿਆ ਹੈ। ਸਾਡੇ ਨਿਯਮ ਇਹ ਹਨ :

– ਕਮਰਾ ਬੁੱਕ ਕਰਨ ਲਈ 200 ਰੁਪਏ ਡੀਪੌਜ਼ਿਟ ਲਈ ਲਏ ਜਾਣਗੇ।

– ਜੇ ਕੋਈ ਵਿਅਕਤੀ ਕਮਰਾ ਬੁੱਕ ਕਰਨ ਤੋਂ ਬਾਅਦ ਨਾ ਰਹਿਣਾ ਚਾਹੇ ਤਾਂ ਡੀਪੌਜ਼ਿਟ ਵਾਪਸ ਨਹੀਂ ਕੀਤਾ ਜਾਵੇਗਾ।

– ਕਮਰੇ ਵਿੱਚ ਟੈਲੀਵਿਯਨ ਅਤੇ ਰੇਡੀਓ ਦੀ ਆਵਾਜ਼ ਬਹੁਤੀ ਉੱਚੀ ਕਰਨ ਦੀ ਆਗਿਆ ਨਹੀਂ।

– ਕਮਰੇ ਵਿੱਚ ਕਿਸੇ ਪਾਲਤੂ ਜਾਨਵਰ ਰੱਖਣ ਦੀ ਆਗਿਆ ਨਹੀਂ।

– ਕਮਰਾ ਦੂਜੇ ਦਿਨ ਬਾਰਾਂ ਵਜੇ ਤੋਂ ਪਹਿਲਾਂ ਖ਼ਾਲੀ ਕਰਨਾ ਪਵੇਗਾ ਨਹੀਂ ਤਾਂ ਅਗਲੀ ਰਾਤ ਦਾ ਕਿਰਾਇਆ ਲਿਆ ਜਾਵੇਗਾ।

ਆਪ ਜੀ ਦਾ ਸ਼ੁਭਚਿੰਤਕ
ਬਿਕਰਮ ਸਿੰਘ, ਮੈਨੇਜਰ

Answer the following questions in English.

1. Who is Bikram Singh? Give two details.

   ....

2. What is said about facilities and booking of rooms? Give two details.

   ....

3. How much rent will Kamaljit and her friends have to pay for the whole week?

   ....

4. What should Kamaljit and her friends do to keep this booking?

   ....

5. What are the rules and regulations of the Youth Hostel? Give five details.

   ....HE-3

E-4 The Wider World

Foundation

1. You read about the nationalities of the members of Charanjit's family.

> ਮੇਰੇ ਪਿਤਾ ਜੀ ਦੀ ਨਾਗਰਿਕਤਾ ਬ੍ਰਿਟਿਸ਼ ਹੈ। ਮੇਰੇ ਭੈਣ ਭਰਾਵਾਂ ਅਤੇ ਮੇਰੀ ਨਾਗਰਿਕਤਾ ਵੀ ਬ੍ਰਿਟਿਸ਼ ਹੈ। ਪਰ ਮੇਰੀ ਮਾਤਾ ਜੀ ਦੀ ਨਾਗਰਿਕਤਾ ਇੰਡੀਅਨ ਹੈ।

1. What is the nationality of Charanjit's father?

1.	Indian
2.	Canadian
3.	British
4.	American

   Write the number of the correct answer in the box. ☐

2. What is the nationality of Charanjit's mother?

1.	Indian
2.	Canadian
3.	British
4.	American

   Write the number of the correct answer in the box. ☐

3. What is Charanjit's nationality?

1.	Indian
2.	Canadian
3.	British
4.	American

   Write the number of the correct answer in the box. ☐

FE-4

228

2. ਹੇਠਾਂ ਕੁਝ ਦੇਸ਼ ਅਤੇ ਰਾਜਧਾਨੀਆਂ ਦੇ ਨਾਂ ਦਿੱਤੇ ਗਏ ਹਨ। ਲਕੀਰ ਖਿੱਚ ਕੇ ਦੱਸੋ ਕਿ ਕਿਹੜੇ ਦੇਸ਼ ਦੀ ਕਿਹੜੀ ਰਾਜਧਾਨੀ ਹੈ।

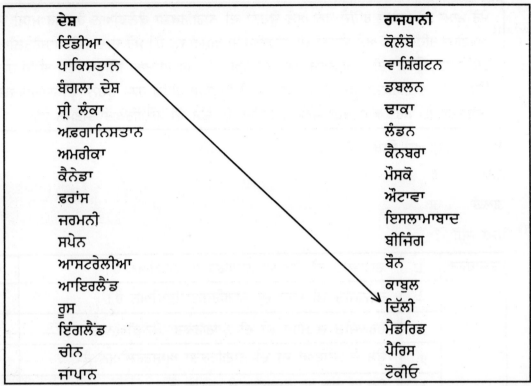

ਦੇਸ਼	**ਰਾਜਧਾਨੀ**
ਇੰਡੀਆ	ਕੋਲੰਬੋ
ਪਾਕਿਸਤਾਨ	ਵਾਸ਼ਿੰਗਟਨ
ਬੰਗਲਾ ਦੇਸ਼	ਡਬਲਨ
ਸ੍ਰੀ ਲੰਕਾ	ਢਾਕਾ
ਅਫ਼ਗਾਨਿਸਤਾਨ	ਲੰਡਨ
ਅਮਰੀਕਾ	ਕੈਨਬਰਾ
ਕੈਨੇਡਾ	ਮੌਸਕੋ
ਫ਼ਰਾਂਸ	ਔਟਾਵਾ
ਜਰਮਨੀ	ਇਸਲਾਮਾਬਾਦ
ਸਪੇਨ	ਬੀਜਿੰਗ
ਆਸਟਰੇਲੀਆ	ਬੌਨ
ਆਇਰਲੈਂਡ	ਕਾਬੁਲ
ਰੂਸ	ਦਿੱਲੀ
ਇੰਗਲੈਂਡ	ਮੈਡਰਿਡ
ਚੀਨ	ਪੈਰਿਸ
ਜਾਪਾਨ	ਟੋਕੀਓ

FE-4

3. ਹੇਠਾਂ ਕੁਝ ਦੇਸ਼ਾਂ ਦੀ ਨਾਗਰਿਕਤਾ ਅਤੇ ਦੇਸ਼ਾਂ ਦੇ ਨਾਂ ਦਿੱਤੇ ਗਏ ਹਨ। ਲਕੀਰ ਖਿੱਚ ਕੇ ਦੱਸੋ ਕਿ ਕਿਸ ਦੇਸ਼ ਦੀ ਕਿਹੜੀ ਨਾਗਰਿਕਤਾ ਹੈ।

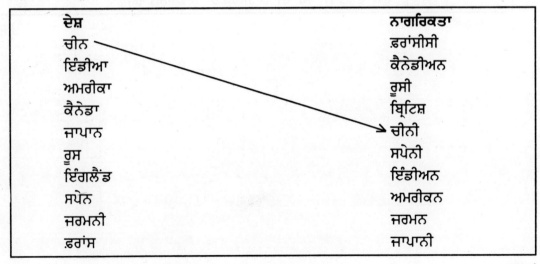

ਦੇਸ਼	**ਨਾਗਰਿਕਤਾ**
ਚੀਨ	ਫ਼ਰਾਂਸੀਸੀ
ਇੰਡੀਆ	ਕੈਨੇਡੀਅਨ
ਅਮਰੀਕਾ	ਰੂਸੀ
ਕੈਨੇਡਾ	ਬ੍ਰਿਟਿਸ਼
ਜਾਪਾਨ	ਚੀਨੀ
ਰੂਸ	ਸਪੇਨੀ
ਇੰਗਲੈਂਡ	ਇੰਡੀਅਨ
ਸਪੇਨ	ਅਮਰੀਕਨ
ਜਰਮਨੀ	ਜਰਮਨ
ਫ਼ਰਾਂਸ	ਜਾਪਾਨੀ

FE-4

4. You read about the nationalities of Charanjit's relations.

> ਮੇਰੇ ਮਾਮਾ ਜੀ ਕੈਨੇਡਾ ਰਹਿੰਦੇ ਹਨ ਅਤੇ ਉਹਨਾਂ ਦੀ ਨਾਗਰਿਕਤਾ ਕੈਨੇਡੀਅਨ ਹੈ। ਮੇਰੇ ਮਾਸੀ ਜੀ ਅਮਰੀਕਾ ਰਹਿੰਦੇ ਹਨ ਅਤੇ ਉਹਨਾਂ ਦੀ ਨਾਗਰਿਕਤਾ ਅਮਰੀਕਨ ਹੈ। ਮੇਰੇ ਚਾਚਾ ਜੀ ਆਸਟਰੇਲੀਆ ਰਹਿੰਦੇ ਹਨ, ਉਹਨਾਂ ਦੀ ਨਾਗਰਿਕਤਾ ਆਸਟਰੇਲੀਅਨ ਹੈ। ਮੇਰੇ ਤਾਇਆ ਜੀ ਰੂਸ ਵਿੱਚ ਰਹਿੰਦੇ ਹਨ, ਉਹਨਾਂ ਦੀ ਨਾਗਰਿਕਤਾ ਰੂਸੀ ਹੈ। ਮੇਰੇ ਨਾਨਾ ਜੀ ਇੰਡੀਆ ਰਹਿੰਦੇ ਹਨ, ਉਹਨਾਂ ਦੀ ਨਾਗਰਿਕਤਾ ਇੰਡੀਅਨ ਹੈ। ਮੇਰਾ ਵੱਡਾ ਭਰਾ ਜਰਮਨੀ ਰਹਿੰਦਾ ਹੈ, ਉਸ ਦੀ ਨਾਗਰਿਕਤਾ ਜਰਮਨ ਹੈ।

ਵਾਕਾਂ ਨੂੰ ਪੜ੍ਹੋ ਅਤੇ ਲਿਖੋ

ਠੀਕ   ਠ

ਗ਼ਲਤ   ਗ

ਪਤਾ ਨਹੀਂ   ?

ਉਦਾਹਰਣ	1.	ਚਰਨਜੀਤ ਦੀ ਭੈਣ ਦੀ ਨਾਗਰਿਕਤਾ ਕੈਨੇਡੀਅਨ ਹੈ।	?
	2.	ਚਰਨਜੀਤ ਦੀ ਮਾਸੀ ਦੀ ਨਾਗਰਿਕਤਾ ਇੰਡੀਅਨ ਹੈ।	
	3.	ਚਰਨਜੀਤ ਦੇ ਮਾਮਾ ਜੀ ਦੀ ਨਾਗਿਰਕਤਾ ਕੈਨੇਡੀਅਨ ਹੈ।	
	4.	ਉਸ ਦੇ ਤਾਇਆ ਜੀ ਦੀ ਨਾਗਰਿਕਤਾ ਆਸਟਰੇਲੀਅਨ ਹੈ।	
	5.	ਉਸ ਦੇ ਭਰਾ ਦੀ ਨਾਗਰਿਕਤਾ ਜਰਮਨ ਹੈ।	
	6.	ਉਸ ਦੇ ਚਾਚਾ ਜੀ ਦੀ ਨਾਗਰਿਕਤਾ ਰੂਸੀ ਹੈ।	
	7.	ਉਸ ਦੇ ਨਾਨਾ ਜੀ ਦੀ ਨਾਗਰਿਕਤਾ ਇੰਡੀਅਨ ਹੈ।	

FE-4

Higher

Environment of global issues.

5. ਤੁਸੀਂ ਜਸਦੀਪ ਦਾ ਪ੍ਰਦੂਸ਼ਨ ਬਾਰੇ ਇੱਕ ਲੇਖ ਪੜ੍ਹਦੇ ਹੋ ਜੋ ਉਸ ਨੇ ਆਪਣੇ ਸਕੂਲ ਦੇ ਰਸਾਲੇ ਲਈ ਲਿਖਿਆ ਹੈ।

ਦੁਨੀਆ ਵਿੱਚ ਪ੍ਰਦੂਸ਼ਨ ਦਿਨੋ ਦਿਨ ਵਧ ਰਿਹਾ ਹੈ। ਪ੍ਰਦੂਸ਼ਨ ਦੇ ਵਧਣ ਨਾਲ ਦੁਨੀਆ ਦੇ ਵਾਤਾਵਰਨ ਵਿੱਚ ਖ਼ਤਰਨਾਕ ਗੈਸਾਂ ਦਾ ਲੋੜ ਨਾਲੋਂ ਜ਼ਿਆਦਾ ਵਾਧਾ ਹੋ ਰਿਹਾ ਹੈ। ਇਹਨਾਂ ਗੈਸਾਂ ਦਾ ਲੋਕਾਂ ਦੀ ਸਿਹਤ 'ਤੇ ਭੈੜਾ ਅਸਰ ਪੈ ਰਿਹਾ ਹੈ। ਜੇ ਪ੍ਰਦੂਸ਼ਨ ਇਸੇ ਤਰ੍ਹਾਂ ਵਧਦਾ ਰਿਹਾ ਅਤੇ ਇਸ ਨੂੰ ਰੋਕਣ ਲਈ ਕੋਈ ਕਦਮ ਨਾ ਚੁੱਕਿਆ ਗਿਆ ਤਾਂ ਲੋਕਾਂ ਨੂੰ ਵੱਧ ਬੀਮਾਰੀਆਂ ਲੱਗਣ ਦਾ ਖ਼ਤਰਾ ਹੈ।

ਪ੍ਰਦੂਸ਼ਨ ਵਧਣ ਦੇ ਕਈ ਕਾਰਨ ਹਨ। ਦੁਨੀਆ ਵਿੱਚ ਸਨਅਤੀ ਵਿਕਾਸ ਬਹੁਤ ਤੇਜ਼ੀ ਨਾਲ ਹੋ ਰਿਹਾ ਹੈ ਅਤੇ ਫ਼ੈਕਟਰੀਆਂ ਦੀ ਗਿਣਤੀ ਦਿਨੋ ਦਿਨ ਵਧ ਰਹੀ ਹੈ। ਕਈ ਐਸੀਆਂ ਫ਼ੈਕਟਰੀਆਂ ਹਨ ਜੋ ਲੋੜ ਤੋਂ ਵੱਧ ਧੂੰਆਂ ਅਤੇ ਹਾਨੀਕਾਰਕ ਗੈਸਾਂ ਛੱਡਦੀਆਂ ਹਨ। ਵਿਕਸਤ ਦੇਸ਼ਾਂ ਦੇ ਮੁਕਾਬਲੇ ਵਿੱਚ, ਘੱਟ ਵਿਕਸਤ ਦੇਸ਼ਾਂ ਵਿੱਚ ਪ੍ਰਦੂਸ਼ਨ ਵੱਧ ਹੁੰਦਾ ਹੈ।

ਅੱਜ ਕੱਲ ਲਗਭਗ ਹਰ ਦੇਸ਼ ਵਿੱਚ ਕਾਰਾਂ ਅਤੇ ਬਾਕੀ ਆਣ ਜਾਣ ਅਤੇ ਢੋਆ ਢੁਆਈ ਦੇ ਸਾਧਨਾਂ ਵਿੱਚ ਵੀ ਬਹੁਤ ਵਾਧਾ ਹੋ ਰਿਹਾ ਹੈ। ਕਈ ਦੇਸ਼ਾਂ ਵਿੱਚ ਕਾਰਾਂ, ਬੱਸਾਂ, ਟਰੱਕਾਂ ਆਦਿ ਦੀ ਹਾਲਤ ਬਹੁਤ ਮਾੜੀ ਹੈ ਅਤੇ ਇਹ ਬਹੁਤ ਧੂੰਆਂ ਛੱਡਦੇ ਹਨ ਜਿਸ ਕਾਰਨ ਵਾਤਾਵਰਣ ਗੰਦਾ ਰਹਿੰਦਾ ਹੈ ਅਤੇ ਬੀਮਾਰੀਆਂ ਦਿਨੋ ਦਿਨ ਵਧ ਰਹੀਆਂ ਹਨ।

ਲੋਕੀਂ ਫ਼ੈਕਟਰੀਆਂ ਦਾ ਕੂੜਾ ਕਰਕਟ ਅਤੇ ਗੰਦੀਆਂ ਅਤੇ ਪੁਰਾਣੀਆਂ ਵਰਤੀਆਂ ਹੋਈਆਂ ਚੀਜ਼ਾਂ ਸਮੁੰਦਰ ਵਿੱਚ ਸੁੱਟ ਦਿੰਦੇ ਹਨ ਜਿਸ ਦਾ ਸਮੁੰਦਰ ਵਿੱਚ ਰਹਿੰਦੇ ਜਾਨਵਰਾਂ 'ਤੇ ਬੁਰਾ ਅਸਰ ਪੈਂਦਾ ਹੈ। ਇਸ ਨਾਲ ਕਈ ਵਾਰ ਜਾਨਵਰ ਤੜਪ ਤੜਪ ਕੇ ਮਰ ਜਾਂਦੇ ਹਨ।

ਪਰਮਾਤਮਾ ਵਲੋਂ ਧਰਤੀ ਅਤੇ ਸਾਨੂੰ ਸੂਰਜ ਦੀ ਸਖ਼ਤ ਗਰਮੀ ਤੋਂ ਬਚਾਉਣ ਲਈ ਵਾਯੂਮੰਡਲ ਦੁਆਲੇ ਝਿੱਲੀ (O'Zone layer) ਦਿੱਤੀ ਗਈ ਹੈ। ਇਸ ਝਿੱਲੀ ਵਿੱਚ ਹੁਣ ਮੋਰੀਆਂ ਹੋ ਰਹੀਆਂ ਹਨ। ਇਸ ਦਾ ਕਾਰਨ ਵੀ ਵਾਯੂਮੰਡਲ ਵਿੱਚ ਫ਼ੈਕਟਰੀਆਂ ਦਾ ਜ਼ਹਿਰੀਲਾ ਧੂੰਆਂ ਅਤੇ ਸੀ.ਐਫ.ਪੀ. ਗੈਸਾਂ ਦਾ ਵਧ ਜਾਣਾ ਹੈ। ਇਸ ਕਰਕੇ ਵਾਯੂਮੰਡਲ ਪਹਿਲਾਂ ਨਾਲੋਂ ਦਿਨੋ ਦਿਨ ਵੱਧ ਗਰਮ ਹੋ ਰਿਹਾ ਹੈ। ਇਸ ਵਧ ਰਹੀ ਗਰਮੀ ਨਾਲ ਬਰਫ਼ ਜ਼ਿਆਦਾ ਮਾਤਰਾ ਵਿੱਚ ਪਿਘਲ ਰਹੀ ਹੈ ਜਿਸ ਨਾਲ ਸਮੁੰਦਰ ਵਿੱਚ ਪਾਣੀ ਦੀ ਪੱਧਰ ਉੱਚੀ ਹੋਈ ਜਾ ਰਹੀ ਹੈ। ਇਸ ਦੇ ਕਾਰਨ ਜ਼ਿਆਦਾ ਜ਼ਮੀਨ ਪਾਣੀ ਹੇਠ ਆ ਰਹੀ ਹੈ ਅਤੇ ਬਹੁਤ ਸਾਰੇ ਸਮੁੰਦਰ ਦੇ ਕੰਢੇ 'ਤੇ ਵੱਸੇ ਸ਼ਹਿਰਾਂ ਨੂੰ ਖ਼ਤਰਾ ਪੈਦਾ ਹੁੰਦਾ ਜਾ ਰਿਹਾ ਹੈ।

ਮੇਰੇ ਖ਼ਿਆਲ ਵਿੱਚ ਹਰ ਦੇਸ਼ ਦੀ ਸਰਕਾਰ ਨੂੰ ਵਾਤਾਵਰਣ ਵਿੱਚ ਪ੍ਰਦੂਸ਼ਨ ਦੀ ਮਾਤਰਾ ਨੂੰ ਘਟਾਉਣ ਲਈ ਸਖ਼ਤ ਕਾਰਵਾਈ ਕਰਨੀ ਚਾਹੀਦੀ ਹੈ। ਜਿਹੜੀਆਂ ਫ਼ੈਕਟਰੀਆਂ ਜ਼ਿਆਦਾ ਧੂੰਆਂ ਛੱਡਦੀਆਂ ਹਨ, ਉਹਨਾਂ ਦੇ ਮਾਲਕਾਂ ਨੂੰ ਸਖ਼ਤ ਸਜ਼ਾ ਦੇਣੀ ਚਾਹੀਦੀ ਹੈ। ਕਾਰਾਂ ਅਤੇ ਬਾਕੀ ਆਉਣ ਜਾਣ ਦੇ ਵਾਹਨਾਂ ਦੀ ਚੰਗੀ ਤਰ੍ਹਾਂ ਚੈਕਿੰਗ ਹੋਣੀ ਚਾਹੀਦੀ ਹੈ। ਕੂੜਾ ਕਰਕਟ ਅਤੇ ਗੰਦੀਆਂ ਚੀਜ਼ਾਂ ਦੇ ਨਸ਼ਟ ਕਰਨ ਦਾ ਪ੍ਰਬੰਧ ਹੋਣਾ ਚਾਹੀਦਾ ਹੈ ਅਤੇ ਲੋਕਾਂ ਨੂੰ ਪ੍ਰਦੂਸ਼ਨ ਤੋਂ ਛੁਟਕਾਰਾ ਪਾਉਣ ਦੇ ਤਰੀਕਿਆਂ ਬਾਰੇ ਟਰੇਨਿੰਗ ਦੇਣੀ ਚਾਹੀਦੀ ਹੈ।

ਹੇਠ ਲਿਖੇ ਪ੍ਰਸ਼ਨਾਂ ਦਾ ਉੱਤਰ ਪੰਜਾਬੀ ਵਿੱਚ ਲਿਖੋ :

1. ਪ੍ਰਦੂਸ਼ਨ ਕੀ ਹੁੰਦਾ ਹੈ ?

   ....

2. ਪ੍ਰਦੂਸ਼ਨ ਦੇ ਵਧਣ ਨਾਲ ਕੀ ਨੁਕਸਾਨ ਹੁੰਦਾ ਹੈ ?

   ....

3. ਪ੍ਰਦੂਸ਼ਨ ਵਧਣ ਦੇ ਕੀ ਕਾਰਨ ਹਨ ?

   ....

4. ਸਮੁੰਦਰ ਦੇ ਕੰਢਿਆਂ 'ਤੇ ਵੱਸਣ ਵਾਲੇ ਸ਼ਹਿਰਾਂ ਦੇ ਲੋਕਾਂ ਨੂੰ ਕੀ ਡਰ ਪੈਦਾ ਹੋ ਰਿਹਾ ਹੈ ?

   ....

5. ਕਿਉਂ ?

   ....

6. ਜਸਦੀਪ ਦੇ ਪ੍ਰਦੂਸ਼ਨ ਹਟਾਉਣ ਬਾਰੇ ਕੀ ਵਿਚਾਰ ਹਨ ? ਚਾਰ ਗੱਲਾਂ ਲਿਖੋ।

   ....HE-4

232

6. ਤੁਸੀਂ ਪੰਜਾਬ ਬਾਰੇ ਇੱਕ ਲੇਖ ਪੜ੍ਹਦੇ ਹੋ।

ਪੰਜਾਬ

ਪੰਜਾਬ ਭਾਰਤ ਦਾ ਇੱਕ ਉੱਤਰੀ ਪ੍ਰਾਂਤ ਹੈ। ਪੰਜਾਬ ਦੇ ______ ਹਨ ਪੰਜ ਪਾਣੀ। ਪੰਜਾਬ ਦੀ ਵੰਡ ਤੋਂ ਪਹਿਲਾਂ ਇਸ ਵਿੱਚ ਪੰਜ ਦਰਿਆ ਸਤਲੁਜ, ਬਿਆਸ, ਰਾਵੀ, ______ ਅਤੇ ਜਿਹਲਮ ਸਨ। ਇਸ ਲਈ ਇਸ ਥਾਂ ਦਾ ਨਾਂ ______ ਪੈ ਗਿਆ। 1947 ਵਿੱਚ ਭਾਰਤ ਸੁਤੰਤਰ ਹੋਇਆ ਸੀ ਅਤੇ ਪੰਜਾਬ ਦਾ ਵੱਡਾ ______ ਪਾਕਿਸਤਾਨ ਵਿੱਚ ਚਲਾ ਗਿਆ। ਅੱਜ ਕੱਲ ਪੰਜਾਬ ਵਿੱਚ ਸਿਰਫ਼ ਤਿੰਨ ______ ਸਤਲੁਜ, ਬਿਆਸ ਅਤੇ ਰਾਵੀ ਰਹਿ ਗਏ ਹਨ।

1966 ਵਿੱਚ ਪੰਜਾਬ ਦੀ ਹੋਰ ਵੀ ______ ਹੋਈ। ਬੋਲੀ ਦੇ ਆਧਾਰ 'ਤੇ ਪੰਜਾਬ ਨੂੰ ______ ਹਿੱਸਿਆਂ (ਪੰਜਾਬ ਅਤੇ ਹਰਿਆਣਾ) ਵਿੱਚ ਵੰਡਿਆ ਗਿਆ। ਪੰਜਾਬ ਦਾ ਥੋੜ੍ਹਾ ਜਿਹਾ ਹਿੱਸਾ ਹਿਮਾਚਲ ਪ੍ਰਦੇਸ਼ ਵਿੱਚ ਵੀ ਰਲਾਇਆ ਗਿਆ। ਅੱਜ ਕੱਲ ਦਾ ਪੰਜਾਬ 1947 ਤੋਂ ਪਹਿਲਾਂ ਵਾਲੇ ਪੰਜਾਬ ਤੋਂ ਕਿਤੇ ਛੋਟਾ ਹੈ।

ਪੰਜਾਬ ਦੇ ਲੋਕੀਂ ਜ਼ਿਆਦਾਤਰ ਖੇਤੀ ______ ਕਰਦੇ ਹਨ। ਉਹ ਕਣਕ, ਛੋਲੇ, ਬਾਜਰਾ, ਜਵਾਰ, ਮੱਕੀ, ਗੰਨਾ, ਕਪਾਹ ਅਤੇ ਹੋਰ ਕਈ ਫ਼ਸਲਾਂ ______ ਹਨ। ਪੰਜਾਬ ਵਿੱਚ ਜੁਲਾਈ ਅਤੇ ਅਗਸਤ ਵਿੱਚ ਬਹੁਤ ______ ਪੈਂਦਾ ਹੈ। ਸਰਦੀਆਂ ਵਿੱਚ ਵੀ ਕਾਫ਼ੀ ਮੀਂਹ ਪੈ ਜਾਂਦਾ ਹੈ। ਸਰਦੀਆਂ ਨੂੰ ਬਹੁਤ ਸਰਦੀ ਅਤੇ ਗਰਮੀਆਂ ਨੂੰ ਬਹੁਤ ______ ਪੈਂਦੀ ਹੈ।

ਪੰਜਾਬ ਦੀ ਧਰਤੀ ਬਹੁਤ ਉਪਜਾਊ ਹੈ। ਇੱਥੋਂ ਦੇ ਲੋਕੀਂ ਖੇਤੀ ਬਾੜੀ ਦੇ ਨਵੇਂ ਅਤੇ ਉੱਨਤ ______ ਵਰਤਦੇ ਹਨ। ਵਾਹੀ ਲਈ ______ ਅਤੇ ਫ਼ਸਲਾਂ ਸਿੰਜਣ ਲਈ ਟਿਊਬਵੈਲ ਆਮ ਦਿਖਾਈ ਦਿੰਦੇ ਹਨ। ਟਿਊਬਵੈਲ ਚਲਾਉਣ ਲਈ ਬਿਜਲੀ ਵਰਤੀ ਜਾਂਦੀ ਹੈ। ਸਿੰਚਾਈ ਲਈ ਕਈ ਨਹਿਰਾਂ ਵੀ ______ ਗਈਆਂ ਹਨ। ਇਹੀ ਕਾਰਨ ਹੈ ਕਿ ਪੰਜਾਬ ਵਿੱਚ ਹਰਾ ਇਨਕਲਾਬ ਆਇਆ ਹੈ।

ਪੰਜਾਬ ਦੀ ______ ਚੰਡੀਗੜ੍ਹ ਹੈ ਜਿਹੜਾ ਆਪਣੀ ਸੁੰਦਰਤਾ ਲਈ ਜਗਤ ਪ੍ਰਸਿੱਧ ਹੈ। ਅੰਮ੍ਰਿਤਸਰ ਅਤੇ ਅਨੰਦਪੁਰ ਸਾਹਿਬ ਸਿੱਖਾਂ ਦੇ ਪਵਿੱਤਰ ______ ਹਨ। ਅੰਮ੍ਰਿਤਸਰ ਸੁਨਹਿਰੀ ਮੰਦਰ (ਹਰਿਮੰਦਰ ਸਾਹਿਬ) ਕਾਰਣ ਲੋਕੀਂ ਦੂਰ ਦੂਰ ਤੋਂ ਆਉਂਦੇ ਹਨ। ਲੁਧਿਆਣਾ ਦਸਤਕਾਰੀ ਕਾਰਣ ______ ਹੈ।

ਇੱਥੋਂ ਦੇ ਲੋਕੀਂ ਤਿਉਹਾਰਾਂ ਨੂੰ ਬੜੀ ______ ਨਾਲ ਮਨਾਉਂਦੇ ਹਨ। ਲੋਹੜੀ, ਬਸੰਤ ਪੰਚਮੀ, ਵਿਸਾਖੀ, ਰੱਖੜੀ, ਗੁਰਪੁਰਬ, ਦੁਸਹਿਰਾ ਅਤੇ ਦੀਵਾਲੀ ਖ਼ਾਸ ______ ਹਨ। ਭੰਗੜਾ ਅਤੇ ਗਿੱਧਾ ਪ੍ਰਸਿੱਧ ਨਾਚ ਹਨ।

1. ਧੂਮਧਾਮ
2. ਪੰਜਾਬ
3. ਵੰਡ
4. ਤਿਉਹਾਰ
5. ਦੋ
6. ਕੱਢੀਆਂ
7. ਅਰਥ
8. ਪ੍ਰਸਿੱਧ
9. ਦਰਿਆ
10. ਗਰਮੀ
11. ਬਾੜੀ
12. ਢੰਗ
13. ਰਾਜਧਾਨੀ
14. ਭਾਗ
15. ਬੀਜਦੇ
16. ਚਨਾਬ
17. ਮੀਂਹ
18. ਅਸਥਾਨ
19. ਟਰੈਕਟਰ

7. ਤੁਸੀਂ ਪੰਜਾਬ ਦੀ ਰਾਜਧਾਨੀ ਚੰਡੀਗੜ੍ਹ ਬਾਰੇ ਇੱਕ ਲੇਖ ਪੜ੍ਹਦੇ ਹੋ।

ਚੰਡੀਗੜ੍ਹ

ਚੰਡੀਗੜ੍ਹ ਪੰਜਾਬ ਅਤੇ ਹਰਿਆਣਾ ਦੀ ਸਾਂਝੀ ਰਾਜਧਾਨੀ ਹੈ। ਇਹ ਦੁਨੀਆ ਦੇ ਸੁੰਦਰ ਸ਼ਹਿਰਾਂ ਵਿਚੋਂ ਇੱਕ ਸ਼ਹਿਰ ਹੈ। 1947 ਤੋਂ ਪਹਿਲਾਂ ਪੰਜਾਬ ਦੀ ਰਾਜਧਾਨੀ ਲਾਹੌਰ ਸੀ ਪਰ ਪੰਜਾਬ ਦੀ ਵੰਡ ਕਾਰਣ ਲਾਹੌਰ ਪਾਕਿਸਤਾਨ ਵਿੱਚ ਰਹਿ ਗਿਆ। ਇਸ ਲਈ ਭਾਰਤੀ ਪੰਜਾਬ ਦੀ ਰਾਜਧਾਨੀ ਵਾਸਤੇ ਕਿਸੇ ਦੂਸਰੇ ਸ਼ਹਿਰ ਨੂੰ ਲੱਭਣਾ ਸੀ। ਜਦੋਂ ਕੋਈ ਵੀ ਸ਼ਹਿਰ ਪਸੰਦ ਨਾ ਆਇਆ ਤਾਂ ਇੱਕ ਨਵਾਂ ਸ਼ਹਿਰ ਉਸਾਰਨ ਦਾ ਫ਼ੈਸਲਾ ਕੀਤਾ ਗਿਆ। ਇਸ ਸ਼ਹਿਰ ਦਾ ਨਾਂ ਚੰਡੀਗੜ੍ਹ ਰੱਖਿਆ ਗਿਆ।

ਸ਼ੁਰੂ ਵਿੱਚ ਚੰਡੀਗੜ੍ਹ ਇੱਕ ਛੋਟਾ ਜਿਹਾ ਪਿੰਡ ਸੀ। ਇਸ ਸ਼ਹਿਰ ਨੂੰ ਉਸਾਰਨ ਦਾ ਨਕਸ਼ਾ ਫ਼ਰਾਂਸ ਦੇ ਪ੍ਰਸਿੱਧ ਆਰਕੀਟੈਕਟ ਕਾਰਬੂਸੀਆ ਨੇ ਬਣਾਇਆ ਸੀ। ਸਾਰੇ ਸ਼ਹਿਰ ਨੂੰ ਸੈਕਟਰਾਂ ਵਿੱਚ ਵੰਡਿਆ ਗਿਆ ਅਤੇ ਹਰ ਸੈਕਟਰ ਵਿੱਚ ਹਰੇਕ ਸਹੂਲਤ ਦਾ ਪ੍ਰਬੰਧ ਕੀਤਾ ਗਿਆ ਹੈ। ਸੜਕਾਂ ਖੁੱਲ੍ਹੀਆਂ ਤੇ ਸਾਫ਼ ਸੁਥਰੀਆਂ ਹਨ। ਬਹੁਤ ਸਾਰੇ ਪਾਰਕ ਅਤੇ ਖੇਡਣ ਦੇ ਮੈਦਾਨ ਹਨ।

ਚੰਡੀਗੜ੍ਹ ਵਿਦਿਆ ਦਾ ਇੱਕ ਵੱਡਾ ਕੇਂਦਰ ਹੈ। ਇੱਥੇ ਕਈ ਕਾਲਜ ਅਤੇ ਇੱਕ ਯੂਨੀਵਰਸਿਟੀ ਵੀ ਹੈ। ਇੱਥੇ ਵਿਦਿਆਰਥੀ ਸਿਰਫ਼ ਭਾਰਤ ਤੋਂ ਹੀ ਨਹੀਂ ਬਲਕਿ ਦੂਜੇ ਦੇਸ਼ਾਂ ਤੋਂ ਵੀ ਆਉਂਦੇ ਹਨ। ਕਈ ਹਸਪਤਾਲ ਵੀ ਹਨ ਪਰ ਪੀ. ਜੀ. ਆਈ. ਤਾਂ ਸਾਰੇ ਏਸ਼ੀਆ ਵਿੱਚ ਪ੍ਰਸਿੱਧ ਹੈ। ਇੱਥੇ ਕਈ ਸੁੰਦਰ ਇਮਾਰਤਾਂ ਵੀ ਹਨ ਜਿਵੇਂ ਸੈਕਟ੍ਰੀਏਟ, ਹਾਈ ਕੋਰਟ, ਪੀ. ਜੀ. ਆਈ., ਵਿਧਾਨ ਸਭਾ ਆਦਿ। ਸੈਕਟਰ 17 ਅਤੇ 22 ਦੇ ਬਜ਼ਾਰਾਂ ਦੀ ਰੌਣਕ ਇੱਕ ਅਨੋਖੀ ਰੌਣਕ ਹੁੰਦੀ ਹੈ। ਚੀਜ਼ਾਂ ਖ਼ਰੀਦਣ ਲਈ ਇਹਨਾਂ ਸੈਕਟਰਾਂ ਦੀਆਂ ਦੁਕਾਨਾਂ ਪ੍ਰਸਿੱਧ ਹਨ।

ਇਸ ਸ਼ਹਿਰ ਨੂੰ ਭਾਰਤ ਦੇ ਦੂਜੇ ਮੁੱਖ ਸ਼ਹਿਰਾਂ ਨਾਲ ਜੋੜਨ ਲਈ ਇੱਕ ਬਹੁਤ ਵੱਡਾ ਬੱਸ ਅੱਡਾ, ਇੱਕ ਰੇਲਵੇ ਸਟੇਸ਼ਨ ਅਤੇ ਇੱਕ ਹਵਾਈ ਅੱਡਾ ਵੀ ਬਣਾਇਆ ਗਿਆ ਹੈ। ਇਹ ਸ਼ਹਿਰ ਨਵੇਂ ਫ਼ੈਸ਼ਨ ਦਾ ਵੀ ਕੇਂਦਰ ਹੈ। ਇਸ ਸ਼ਹਿਰ ਦੀ ਸੁੰਦਰਤਾ ਦੇ ਕਾਰਨ ਲੋਕੀਂ ਨਾ ਕੇਵਲ ਭਾਰਤ ਤੋਂ ਹੀ ਬਲਕਿ ਦੁਨੀਆ ਦੇ ਹੋਰ ਵੀ ਕਈ ਦੇਸ਼ਾਂ ਤੋਂ ਇਸ ਨੂੰ ਦੇਖਣ ਵਾਸਤੇ ਆਉਂਦੇ ਹਨ। ਰੋਜ਼ ਗਾਰਡਨ, ਰਾਕ ਗਾਰਡਨ ਅਤੇ ਸੁਖਨਾ ਝੀਲ ਵਧੇਰੇ ਪ੍ਰਸਿੱਧ ਦੇਖਣ ਵਾਲੀਆਂ ਥਾਵਾਂ ਹਨ।

Answer the following questions in English.

1. Why and how did Chandigarh become the capital city of Panjab? Give three details.

   ....

2. What is said about the planning of Chandigarh? Give four details.

   ....

3. Why do students from other countries come to Chandigarh to study?

   ....

4. What medical facilities does Chandigarh provide?

   ....

5. How is Chandigarh connected with other cities of India?

   ....

6. Why do a large number of people go to sector 17 and 22 for shopping?

   ....

7. What are Chandigarh's main attractions? Give five details.

   ....HE-4

General Certificate of Secondary Education

Panjabi
Reading Test
Foundation Tier

Thursday 20 May 1999   9.30am – 10.00am

Centre name								
Centre number					Candidate number			
Surname								
Other names								
Candidate signature								

F

Time
■ 30 minutes

Instructions to candidates
■ Write your name and other details in the spaces provided above.
■ Write your answers in this combined question paper/answer book.
■ In Section A answer the questions in **English**. In Section B answer the questions in **Panjabi**.
■ Write neatly and put down all the information you are asked to give.

Information to candidates
■ The number of marks is given in brackets at the end of each question.
■ You may use a bilingual dictionary at any time during this test.

For examiner's use	
Total	

Paper reference: 2699

Section A Questions and answers in English

For examiner's use only

1 You see this sign on the door of a shop.

ਇਹ ਦੁਕਾਨ ਹਰ ਵੀਰਵਾਰ ਬੰਦ ਰਹੇਗੀ

When will the shop be closed?

.... (1)

2 You see this notice in a restaurant.

ਤਾਜ਼ੇ ਖਾਣੇ , ਖਾਣ ਨੂੰ ਸੁਆਦ ਅਤੇ ਕੀਮਤ ਵਿੱਚ ਸਸਤੇ

What does the notice say? Give **three** details.

1 ....

2 ....

3 .... (3)

3 You see these signs at a railway station in the Panjab.

1

ਉਡੀਕ ਘਰ

2

ਪੁੱਛ- ਗਿੱਛ ਦਾ ਦਫਤਰ

3

ਜ਼ਨਾਨੀਆਂ

4

ਟਿਕਟ ਘਰ

Which sign would direct you to 'Enquiries'?

Write the correct number in the box. (1)

For examiner's use only

4 Manjit has made a statement. You read part of it.

> ਅੱਜ ਮੈਂ ਟਾਊਨ ਵਿੱਚ ਕੁਝ ਚੀਜ਼ਾਂ ਖ਼੍ਰੀਦਣ ਗਈ ਸੀ । ਮੈਂ ਆਪਣੀ ਕਾਰ ਕਾਰ ਪਾਰਕ
> ਵਿੱਚ ਖੜ੍ਹੀ ਕੀਤੀ ਸੀ। ਜਦੋਂ ਮੈਂ ਵਾਪਸ ਆਈ ਤਾਂ ਕਾਰ ਵਿੱਚ ਟੇਪ ਨਹੀਂ ਸੀ।

(a) Why did Manjit go to town?

.... *(1)*

(b) What happened in the car park?

.... *(1)*

Turn over for the next question

ਸੈਕਸ਼ਨ ਬੀ ਪ੍ਰਸ਼ਨ ਅਤੇ ਉੱਤਰ ਪੰਜਾਬੀ ਵਿੱਚ

5 ਹੇਠਾਂ ਕੁਝ ਵਾਕ ਅਤੇ ਤਸਵੀਰਾਂ ਦਿੱਤੀਆਂ ਗਈਆਂ ਹਨ। ਤਸਵੀਰਾਂ ਬਾਰੇ ਠੀਕ ਵਾਕ ਦਾ ਨੰਬਰ ਖਾਨੇ ਵਿੱਚ ਲਿਖੋ।

1 ਮੈਂ ਪੜ੍ਹਨਾ ਪਸੰਦ ਕਰਦਾ ਹਾਂ।

2 ਮੈਂ ਤਰਨਾ ਪਸੰਦ ਕਰਦੀ ਹਾਂ।

3 ਮੈਂ ਖੇਡਣਾ ਪਸੰਦ ਕਰਦਾ ਹਾਂ।

4 ਮੈਂ ਗਾਣੇ ਸੁਣਨਾ ਪਸੰਦ ਕਰਦੀ ਹਾਂ।

5 ਮੈਂ ਫੋਟੋ ਖਿਚਣਾ ਪਸੰਦ ਕਰਦਾ ਹਾਂ।

6 ਮੈਂ ਸੈਰ ਕਰਨਾ ਪਸੰਦ ਕਰਦੀ ਹਾਂ।

ਉਦਾਹਰਣ

4

(3)

6 **ਤਸਵੀਰਾਂ ਦੇ ਸਾਹਮਣੇ ਕਿੱਤਿਆਂ ਦਾ ਨੰਬਰ ਖਾਨਿਆਂ ਵਿੱਚ ਲਿਖੋ ।**

ਕਿੱਤੇ

1 **ਪੁਲੀਸ ਅਫਸਰ**	2 **ਬਹਿਰਾ**
3 **ਨਰਸ**	4 **ਟਾਈਪਿਸਟ**
5 **ਡਾਕੀਆ**	6 **ਟੀਚਰ**
7 **ਵਕੀਲ**	8 **ਦੰਦਾਂ ਦਾ ਡਾਕਟਰ**

ਉਦਾਹਰਣ 3

(5)

7 ਤੁਸੀਂ ਇਹ ਇਸ਼ਤਿਹਾਰ ਅਖਬਾਰ ਵਿੱਚ ਦੇਖਦੇ ਹੋ।

> **ਚੰਡੀਗੜ੍ਹ ਵਿੱਚ ਕੋਠੀ ਕਿਰਾਏ ਲਈ ਖਾਲੀ**
>
> ਚੰਡੀਗੜ੍ਹ ਵਿੱਚ ਇੱਕ ਕੋਠੀ ਕਿਰਾਏ ਲਈ ਖਾਲੀ ਹੈ। ਕੋਠੀ ਸੈਕਟਰ ਬਾਈ ਵਿੱਚ ਹੈ ਅਤੇ ਬੱਸਾਂ ਦੇ ਅੱਡੇ ਦੇ ਲਾਗੇ ਹੈ। ਇਸ ਵਿੱਚ ਤਿੰਨ ਸੌਣ ਵਾਲੇ ਕਮਰੇ, ਇੱਕ ਵੱਡਾ ਬੈਠਣ ਵਾਲਾ ਕਮਰਾ, ਇੱਕ ਰਸੋਈ ਅਤੇ ਦੋ ਗੁਸਲਖਾਨੇ ਹਨ। ਇੱਕ ਮਹੀਨੇ ਦਾ ਕਿਰਾਇਆ ਦਸ ਹਜ਼ਾਰ ਰੁਪਏ ਹੈ। ਕੋਠੀ ਸਿਰਫ ਨੌਕਰੀ ਤੇ ਲੱਗੇ ਹੋਏ ਵਿਅਕਤੀ ਨੂੰ ਹੀ ਕਿਰਾਏ ਤੇ ਦਿੱਤੀ ਜਾਵੇਗੀ।

ਵਾਕਾਂ ਨੂੰ ਪੜ੍ਹੋ

ਲਿਖੋ

ਠੀਕ ਠ
ਗਲਤ ਗ
ਪਤਾ ਨਹੀਂ ?

ਉਦਾਹਰਣ	ਕੋਠੀ ਜਲੰਧਰ ਵਿੱਚ ਹੈ।	ਗ
	ਕੋਠੀ 22 ਸੈਕਟਰ ਵਿੱਚ ਹੈ।	
	ਕੋਠੀ ਬੱਸਾਂ ਦੇ ਅੱਡੇ ਤੋਂ ਦੂਰ ਹੈ।	
	ਕੋਠੀ ਵਿੱਚ ਪੰਜ ਸੌਣ ਵਾਲੇ ਕਮਰੇ ਹਨ।	
	ਕੋਠੀ ਵਿੱਚ ਦੋ ਗੁਸਲਖਾਨੇ ਹਨ।	
	ਇੱਕ ਮਹੀਨੇ ਦਾ ਕਿਰਾਇਆ ਤਿੰਨ ਹਜ਼ਾਰ ਰੁਪਏ ਹੈ।	
	ਕੋਠੀ ਕਿਰਾਏ ਤੇ ਸਿਰਫ ਇੱਕ ਸਾਲ ਲਈ ਦਿੱਤੀ ਜਾਵੇਗੀ।	

(6)

For examiner's use only

8 ਤੁਸੀਂ ਇਹ ਪੋਸਟ ਕਾਰਡ ਦੇਖਦੇ ਹੋ।

> ਜਲੰਧਰ
> 5 ਮਈ 1999
>
> ਪਿਆਰੇ ਮਾਤਾ ਜੀ,
>
> ਜਦੋਂ ਦਾ ਮੈਂ ਪੰਜਾਬ ਆਇਆ ਹਾਂ ਇੱਥੇ ਬਹੁਤ ਗਰਮੀ ਪੈ ਰਹੀ ਹੈ। ਕੱਲ੍ਹ ਅਸੀਂ ਚੰਡੀਗੜ੍ਹ ਗਏ ਸੀ। ਬਹੁਤ ਸੁਹਣਾ ਸ਼ਹਿਰ ਹੈ। ਅਸੀਂ ਸੁਖਨਾ ਝੀਲ ਤੇ ਸੈਰ ਕਰਨ ਵੀ ਗਏ ਸੀ। ਅਗਲੇ ਹਫਤੇ ਅਸੀਂ ਆਪਣੇ ਮਾਮਾ ਜੀ ਨਾਲ ਹਰਿਮੰਦਰ ਸਾਹਿਬ ਦੇਖਣ ਜਾਵਾਂਗੇ। ਉਹ ਸਾਨੂੰ ਕਈ ਹੋਰ ਥਾਵਾਂ ਤੇ ਵੀ ਲੈ ਕੇ ਜਾਣਗੇ। ਮੈਂ ਤੀਹ ਮਈ ਨੂੰ ਵਾਪਸ ਆਵਾਂਗਾ।
>
> ਤੁਹਾਡਾ ਪੁੱਤਰ,
> ਮਨਜੀਤ।

(ੳ) ਇਹ ਪੋਸਟ ਕਾਰਡ ਕਿਸ ਨੇ ਲਿਖਿਆ ਹੈ ?

.... (1)

(ਅ) ਪੰਜਾਬ ਵਿੱਚ ਮੌਸਮ ਕਿਸ ਤਰ੍ਹਾਂ ਦਾ ਹੈ ?

.... (1)

(ੲ) ਉਹ ਚੰਡੀਗੜ੍ਹ ਕਦੋਂ ਗਏ ?

.... (1)

(ਸ) ਅਗਲੇ ਹਫਤੇ ਉਹ ਕਿੱਥੇ ਜਾਵੇਗਾ ?

.... (1)

(ਹ) ਆਪਣੇ ਮਾਮਾ ਜੀ ਬਾਰੇ ਉਸ ਦੇ ਕੀ ਵਿਚਾਰ ਹਨ ?

.... (1)

(ਕ) ਉਹ ਵਾਪਸ ਕਦੋਂ ਆਵੇਗਾ ?

.... (1)

For examiner's use only

9 ਤੁਸੀਂ ਇੱਕ ਰਸਾਲੇ ਵਿੱਚ ਮਨਜੀਤ ਦੇ ਆਪਣੇ ਸਕੂਲ ਬਾਰੇ ਵਿਚਾਰ ਪੜ੍ਹਦੇ ਹੋ।

> ਮੇਰੇ ਸਕੂਲ ਦਾ ਨਾਂ ਲਿਟਲ ਪਾਰਕ ਸਕੂਲ ਹੈ। ਇਹ ਸਕੂਲ ਡਰਬੀ ਸ਼ਹਿਰ ਵਿੱਚ ਹੈ। ਇਸ ਸਕੂਲ ਦੀ ਪੜ੍ਹਾਈ ਬਹੁਤ ਚੰਗੀ ਹੈ। ਅਧਿਆਪਕ ਬਹੁਤ ਮਿਹਨਤੀ ਹਨ ਅਤੇ ਬੱਚਿਆਂ ਦੀ ਪੜ੍ਹਾਈ ਵਿੱਚ ਬਹੁਤ ਦਿਲਚਸਪੀ ਲੈਂਦੇ ਹਨ। ਉਹ ਘਰ ਕਰਨ ਲਈ ਬਹੁਤ ਕੰਮ ਦਿੰਦੇ ਹਨ। ਇਸੇ ਕਰਕੇ ਸਕੂਲ ਦੇ ਨਤੀਜੇ ਸਦਾ ਚੰਗੇ ਆਉਂਦੇ ਹਨ।
>
> ਮੈਨੂੰ ਆਪਣੀ ਪੰਜਾਬੀ ਦੀ ਅਧਿਆਪਕਾ ਬਹੁਤ ਪਸੰਦ ਸੀ ਕਿਉਂਕਿ ਉਹ ਮੇਰੇ ਨਾਲ ਬਹੁਤ ਪਿਆਰ ਕਰਦੀ ਸੀ। ਜਦੋਂ ਵੀ ਮੈਨੂੰ ਕੋਈ ਮੁਸ਼ਕਲ ਆਉਂਦੀ ਤਾਂ ਉਹ ਮੇਰੀ ਸਹਾਇਤਾ ਕਰਦੀ ਸੀ।ਪਰ ਅਫਸੋਸ ਹੈ ਕਿ ਉਹ ਹੁਣ ਕਿਸੇ ਹੋਰ ਸਕੂਲ ਬਦਲ ਗਈ ਹੈ। ਮੈਨੂੰ ਆਪਣੇ ਸਕੂਲ ਦੀ ਇੱਕ ਗੱਲ ਬਿਲਕੁਲ ਪਸੰਦ ਨਹੀਂ। ਉਹ ਇਹ ਕਿ ਵਿਦਿਆਰਥੀਆਂ ਨੂੰ ਵਰਦੀ ਪਾ ਕੇ ਆਉਣਾ ਪੈਂਦਾ ਹੈ। ਮੈਂ ਤਾਂ ਸਕੂਲ ਨੂੰ ਸਲਵਾਰ ਕਮੀਜ਼ ਪਾ ਕੇ ਜਾਣਾ ਚਾਹਾਂਗੀ ਪਰ ਇਸ ਦੀ ਆਗਿਆ ਨਹੀਂ।

(ੳ) ਮਨਜੀਤ ਦੇ ਸਕੂਲ ਦਾ ਕੀ ਨਾਂ ਹੈ ਅਤੇ ਉਹ ਕਿੱਥੇ ਹੈ?

.... **(1)**

(ਅ) ਮਨਜੀਤ ਦੇ ਆਪਣੇ ਅਧਿਆਪਕਾਂ ਬਾਰੇ ਕੀ ਵਿਚਾਰ ਹਨ?

....

....

.... **(3)**

(ੲ) ਮਨਜੀਤ ਨੂੰ ਆਪਣੀ ਪੰਜਾਬੀ ਦੀ ਅਧਿਆਪਕਾ ਕਿਉਂ ਪਸੰਦ ਸੀ?

....

.... **(2)**

(ਸ) ਸਕੂਲ ਦੀ ਕਿਹੜੀ ਚੀਜ਼ ਉਸ ਨੂੰ ਪਸੰਦ ਨਹੀਂ ਅਤੇ ਕਿਉਂ?

....

.... **(2)**

(35)

END OF TEST

General Certificate of Secondary Education

Panjabi
Reading Test
Higher Tier

Thursday 20 May 1999   9.30am – 10.20am

Northern Examinations
and Assessment Board

H

Centre name									
Centre number					Candidate number				
Surname									
Other names									
Candidate signature									

Time
■ 50 minutes

Instructions to candidates
■ Write your name and other details in the spaces provided
above.
■ Write your answers in this combined question
paper/answer book.
■ In Section A answer the questions in **Panjabi**. In Section B
answer the questions in **English**.
■ Write neatly and put down all the information you are
asked to give.

Information to candidates
■ The number of marks is given in brackets at the end of
each question.
■ You may use a bilingual dictionary at any time during this
test.

For examiner's use	
Total	

Paper reference: 2700

ਸੈਕਸ਼ਨ ਏ ਪ੍ਰਸ਼ਨ ਅਤੇ ਉੱਤਰ ਪੰਜਾਬੀ ਵਿੱਚ

1 ਤੁਸੀਂ ਇਹ ਪੋਸਟ ਕਾਰਡ ਦੇਖਦੇ ਹੋ।

> ਜਲੰਧਰ
> 5 ਮਈ 1999
>
> ਪਿਆਰੇ ਮਾਤਾ ਜੀ,
>
> ਜਦੋਂ ਦਾ ਮੈਂ ਪੰਜਾਬ ਆਇਆ ਹਾਂ ਇੱਥੇ ਬਹੁਤ ਗਰਮੀ ਪੈ ਰਹੀ ਹੈ। ਕੱਲ੍ਹ ਅਸੀਂ ਚੰਡੀਗੜ੍ਹ ਗਏ ਸੀ। ਬਹੁਤ ਸੁਹਣਾ ਸ਼ਹਿਰ ਹੈ। ਅਸੀਂ ਸੁਖਨਾ ਝੀਲ ਤੇ ਸੈਰ ਕਰਨ ਵੀ ਗਏ ਸੀ। ਅਗਲੇ ਹਫਤੇ ਅਸੀਂ ਆਪਣੇ ਮਾਮਾ ਜੀ ਨਾਲ ਹਰਿਮੰਦਰ ਸਾਹਿਬ ਦੇਖਣ ਜਾਵਾਂਗੇ। ਉਹ ਸਾਨੂੰ ਕਈ ਹੋਰ ਥਾਵਾਂ ਤੇ ਵੀ ਲੈ ਕੇ ਜਾਣਗੇ। ਮੈਂ ਤੀਹ ਮਈ ਨੂੰ ਵਾਪਸ ਆਵਾਂਗਾ।
>
> ਤੁਹਾਡਾ ਪੁੱਤਰ,
> ਮਨਜੀਤ।

(ੳ) ਇਹ ਪੋਸਟ ਕਾਰਡ ਕਿਸ ਨੇ ਲਿਖਿਆ ਹੈ ?

.... (1)

(ਅ) ਪੰਜਾਬ ਵਿੱਚ ਮੌਸਮ ਕਿਸ ਤਰ੍ਹਾਂ ਦਾ ਹੈ ?

.... (1)

(ੲ) ਉਹ ਚੰਡੀਗੜ੍ਹ ਕਦੋਂ ਗਏ ?

.... (1)

(ਸ) ਅਗਲੇ ਹਫਤੇ ਉਹ ਕਿੱਥੇ ਜਾਵੇਗਾ ?

.... (1)

(ਹ) ਆਪਣੇ ਮਾਮਾ ਜੀ ਬਾਰੇ ਉਸ ਦੇ ਕੀ ਵਿਚਾਰ ਹਨ ?

.... (1)

(ਕ) ਉਹ ਵਾਪਸ ਕਦੋਂ ਆਵੇਗਾ ?

.... (1)

For examiner's use only

2 ਤੁਸੀਂ ਇੱਕ ਰਸਾਲੇ ਵਿੱਚ ਮਨਜੀਤ ਦੇ ਆਪਣੇ ਸਕੂਲ ਬਾਰੇ ਵਿਚਾਰ ਪੜ੍ਹਦੇ ਹੋ।

> ਮੇਰੇ ਸਕੂਲ ਦਾ ਨਾਂ ਲਿਟਲ ਪਾਰਕ ਸਕੂਲ ਹੈ। ਇਹ ਸਕੂਲ ਡਰਬੀ ਸ਼ਹਿਰ ਵਿੱਚ ਹੈ। ਇਸ ਸਕੂਲ ਦੀ ਪੜ੍ਹਾਈ ਬਹੁਤ ਚੰਗੀ ਹੈ। ਅਧਿਆਪਕ ਬਹੁਤ ਮਿਹਨਤੀ ਹਨ ਅਤੇ ਬੱਚਿਆਂ ਦੀ ਪੜ੍ਹਾਈ ਵਿੱਚ ਬਹੁਤ ਦਿਲਚਸਪੀ ਲੈਂਦੇ ਹਨ। ਉਹ ਘਰ ਕਰਨ ਲਈ ਬਹੁਤ ਕੰਮ ਦਿੰਦੇ ਹਨ। ਇਸੇ ਕਰਕੇ ਸਕੂਲ ਦੇ ਨਤੀਜੇ ਸਦਾ ਚੰਗੇ ਆਉਂਦੇ ਹਨ।
>
> ਮੈਨੂੰ ਆਪਣੀ ਪੰਜਾਬੀ ਦੀ ਅਧਿਆਪਕਾ ਬਹੁਤ ਪਸੰਦ ਸੀ ਕਿਉਂਕਿ ਉਹ ਮੇਰੇ ਨਾਲ ਬਹੁਤ ਪਿਆਰ ਕਰਦੀ ਸੀ। ਜਦੋਂ ਵੀ ਮੈਨੂੰ ਕੋਈ ਮੁਸ਼ਕਲ ਆਉਂਦੀ ਤਾਂ ਉਹ ਮੇਰੀ ਸਹਾਇਤਾ ਕਰਦੀ ਸੀ।ਪਰ ਅਫਸੋਸ ਹੈ ਕਿ ਉਹ ਹੁਣ ਕਿਸੇ ਹੋਰ ਸਕੂਲ ਬਦਲ ਗਈ ਹੈ। ਮੈਨੂੰ ਆਪਣੇ ਸਕੂਲ ਦੀ ਇੱਕ ਗੱਲ ਬਿਲਕੁਲ ਪਸੰਦ ਨਹੀਂ। ਉਹ ਇਹ ਕਿ ਵਿਦਿਆਰਥੀਆਂ ਨੂੰ ਵਰਦੀ ਪਾ ਕੇ ਆਉਣਾ ਪੈਂਦਾ ਹੈ। ਮੈਂ ਤਾਂ ਸਕੂਲ ਨੂੰ ਸਲਵਾਰ ਕਮੀਜ਼ ਪਾ ਕੇ ਜਾਣਾ ਚਾਹਾਂਗੀ ਪਰ ਇਸ ਦੀ ਆਗਿਆ ਨਹੀਂ।

(ੳ) ਮਨਜੀਤ ਦੇ ਸਕੂਲ ਦਾ ਕੀ ਨਾਂ ਹੈ ਅਤੇ ਉਹ ਕਿੱਥੇ ਹੈ?

.... (1)

(ਅ) ਮਨਜੀਤ ਦੇ ਆਪਣੇ ਅਧਿਆਪਕਾਂ ਬਾਰੇ ਕੀ ਵਿਚਾਰ ਹਨ?

....

....

.... (3)

(ੲ) ਮਨਜੀਤ ਨੂੰ ਆਪਣੀ ਪੰਜਾਬੀ ਦੀ ਅਧਿਆਪਕਾ ਕਿਉਂ ਪਸੰਦ ਸੀ?

....

.... (2)

(ਸ) ਸਕੂਲ ਦੀ ਕਿਹੜੀ ਚੀਜ਼ ਉਸ ਨੂੰ ਪਸੰਦ ਨਹੀਂ ਅਤੇ ਕਿਉਂ?

....

.... (2)

Turn over ▶

3 ਤੁਸੀਂ ਇੱਕ ਚਿੱਠੀ ਦਾ ਇੱਕ ਹਿੱਸਾ ਪੜ੍ਹਦੇ ਹੋ।

ਮੇਰੀ ਭੈਣ ਬਲਜੀਤ ਦੀ ਸ਼ਾਦੀ ਕਮਲਜੀਤ ਨਾਲ ਪੰਦਰਾਂ ਜੁਲਾਈ ਨੂੰ ਹੋਣੀ ਹੈ। ਬਲਜੀਤ ਚੌਵੀ ਸਾਲ ਦੀ ਹੈ ਅਤੇ ਕਮਲਜੀਤ ਸਤਾਈ ਸਾਲ ਦਾ ਹੈ। ਕਮਲਜੀਤ ਬਹੁਤ ਮਿਲਣਸਾਰ ਮੁੰਡਾ ਹੈ। ਤੁਸੀਂ ਵਿਆਹ ਤੇ ਜ਼ਰੂਰ ਆਉਣਾ।

ਹੇਠ ਦਿੱਤੇ ਵਾਕਾਂ ਨੂੰ ਪੜ੍ਹੋ।

(ੳ)

1	ਬਲਜੀਤ ਕਮਲਜੀਤ ਤੋਂ ਵੱਡੀ ਹੈ।
2	ਬਲਜੀਤ ਕਮਲਜੀਤ ਤੋਂ ਛੋਟੀ ਹੈ।
3	ਕਮਲਜੀਤ ਬਲਜੀਤ ਤੋਂ ਛੋਟਾ ਹੈ।
4	ਕਮਲਜੀਤ ਅਤੇ ਬਲਜੀਤ ਦੀ ਉਮਰ ਬਰਾਬਰ ਹੈ।

ਠੀਕ ਉੱਤਰ ਦਾ ਨੰਬਰ ਖਾਨੇ ਵਿੱਚ ਲਿਖੋ। ☐ *(1)*

(ਅ)

1	ਕਮਲਜੀਤ ਨੂੰ ਗੁੱਸਾ ਬਹੁਤ ਆਉਂਦਾ ਹੈ।
2	ਕਮਲਜੀਤ ਸਭ ਨਾਲ ਲੜਦਾ ਹੈ।
3	ਕਮਲਜੀਤ ਕਿਸੇ ਨਾਲ ਚੰਗੀ ਤਰ੍ਹਾਂ ਨਹੀਂ ਬੋਲਦਾ।
4	ਕਮਲਜੀਤ ਸਭ ਨਾਲ ਚੰਗੀ ਤਰ੍ਹਾਂ ਬੋਲਦਾ ਹੈ।

ਠੀਕ ਉੱਤਰ ਦਾ ਨੰਬਰ ਖਾਨੇ ਵਿੱਚ ਲਿਖੋ। ☐ *(1)*

4 ਤੁਸੀਂ ਇਹ ਇੱਕ ਨੋਟ ਪੜ੍ਹਦੇ ਹੋ।

> ਕੋਈ ਦੋ ਕੁ ਵਜੇ ਤੇਰੇ ਪਿਤਾ ਜੀ ਦਾ ਟੈਲੀਫ਼ੂਨ ਆਇਆ ਸੀ। ਉਹ ਕੰਮ ਤੋਂ ਸਿੱਧੇ ਡਾਕਟਰ ਦੇ ਜਾਣਗੇ ਕਿਉਂਕਿ ਉਹਨਾਂ ਦੇ ਸਿਰ ਵਿੱਚ ਸਖ਼ਤ ਦਰਦ ਹੈ। ਇਸ ਲਈ ਉਹ ਘਰ ਦੇਰ ਨਾਲ ਆਉਣਗੇ।

ਪਿਤਾ ਜੀ ਅੱਜ ਘਰ ਲੇਟ ਕਿਉਂ ਆਉਣਗੇ ?

1 ....

2 .... (2)

Turn over for the next question

5 ਤੁਸੀਂ ਅਖਬਾਰ ਵਿੱਚ ਇੱਕ ਇਸ਼ਤਿਹਾਰ ਦੇਖਦੇ ਹੋ।

ਖੁਸ਼ਖਬਰੀ ਖੁਸ਼ਖਬਰੀ ਖੁਸ਼ਖਬਰੀ

ਬਾਬਾ ਹਸਨ ਦਾਸ ਜੀ ਦੇ ਅਸਥਾਨ ਪਿੰਡ ਦਦਿਆਲ
(ਨੇੜੇ ਸੈਲਾ ਖੁਰਦ) ਤਹਿਸੀਲ: ਗੜ੍ਹਸ਼ੰਕਰ ਵਿਖੇ
ਮਿਤੀ 22,23,24 ਅਗਸਤ 1999 ਦਿਨ ਐਤਵਾਰ, ਸੋਮਵਾਰ ਅਤੇ ਮੰਗਲਵਾਰ ਨੂੰ

ਅੱਖਾਂ ਦਾ ਮੁਫਤ

ਅਪ੍ਰੇਸ਼ਨ ਕੈਂਪ

ਲਗਾਇਆ ਜਾ ਰਿਹਾ ਹੈ। ਇਸ ਕੈਂਪ ਵਿੱਚ ਮਰੀਜ਼ਾਂ ਦਾ ਚੈੱਕ-ਅਪ ਅਤੇ ਅਪ੍ਰੇਸ਼ਨ ਕਰਨ ਲਈ ਗੁਰੂ ਨਾਨਕ ਮਿਸ਼ਨ ਹਸਪਤਾਲ ਜਲੰਧਰ ਤੋਂ ਡਾਕਟਰਾਂ ਦੀ ਟੀਮ ਆਵੇਗੀ। ਇਸ ਕੈਂਪ ਵਿੱਚ ਮਰੀਜ਼ਾਂ ਨੂੰ ਲੋੜ ਅਨੁਸਾਰ ਦਵਾਈਆਂ ਅਤੇ ਐਨਕਾਂ ਵੀ ਮੁਫਤ ਦਿੱਤੀਆਂ ਜਾਣਗੀਆਂ।

ਮਰੀਜ਼ਾਂ ਦਾ ਚੈੱਕ-ਅਪ ਮਿਤੀ 22 ਅਗਸਤ - ਸਵੇਰੇ 9 ਵਜੇ ਤੋਂ ਦੁਪਹਿਰ ਦੇ 3 ਵਜੇ ਤੱਕ ਕੀਤਾ ਜਾਵੇਗਾ ਅਤੇ 3 ਵਜੇ ਤੋਂ ਬਾਅਦ ਅੱਖਾਂ ਦੇ ਅਪ੍ਰੇਸ਼ਨ ਕੀਤੇ ਜਾਣਗੇ। ਅਪ੍ਰੇਸ਼ਨ ਕਰਨ ਲਈ ਹੇਠ ਲਿਖੇ ਡਾਕਟਰ ਪਹੁੰਚ ਰਹੇ ਹਨ।

ਡਾ: ਕਮਲਜੀਤ ਸਿੰਘ, ਡਾ: ਐੱਮ ਐੱਸ ਮਾਨ, ਡਾ: ਰੰਜੀਵ ਦੁੱਗਲ

ਨੋਟ:-
1) ਅਪ੍ਰੇਸ਼ਨ ਤੋਂ ਬਾਅਦ ਮਰੀਜ਼ ਨੂੰ 3 ਦਿਨ ਕੈਂਪ ਵਿੱਚ ਰਹਿਣਾ ਪਵੇਗਾ ਅਤੇ ਅਪ੍ਰੇਸ਼ਨ ਤੋਂ ਤੀਸਰੇ ਦਿਨ ਪੱਟੀ ਖੁਲ੍ਹੇਗੀ।
2) ਮਰੀਜ਼ਾਂ ਲਈ ਬੈੱਡ ਦਾ ਖਾਸ ਪ੍ਰਬੰਧ ਹੋਵੇਗਾ।
3) ਬਿਸਤਰਾ ਮਰੀਜ਼ ਨੂੰ ਆਪਣਾ ਲਿਆਉਣਾ ਪਵੇਗਾ।
4) ਗੁਰੂ ਕਾ ਲੰਗਰ ਲਗਾਤਾਰ ਅਤੁੱਟ ਵਰਤੇਗਾ।

ਕੈਂਪ ਦੀ ਸੇਵਾ

ਸ: ਕਰਮਜੀਤ ਸਿੰਘ ਹੀਰ ਸਪੁੱਤਰ ਸਵ: ਸ: ਤਾਰਾ ਸਿੰਘ ਨੰਬਰਦਾਰ ਅਤੇ
ਸਮੂਹ ਪਿੰਡ ਦਦਿਆਲ ਨਿਵਾਸੀ।

ਵਾਕਾਂ ਨੂੰ ਪੜ੍ਹੋ।

ਲਿਖੋ।

ਠੀਕ ਠ
ਗਲਤ ਗ
ਪਤਾ ਨਹੀਂ ?

ਉਦਾਹਰਨ

ਉਦਾਹਰਨ	ਅੱਖਾਂ ਦੇ ਅਪ੍ਰੇਸ਼ਨ ਲਈ ਕੈਂਪ ਪਿੰਡ ਦਦਿਆਲ ਵਿੱਚ ਲੱਗੇਗਾ।	ਠ
	ਅਪ੍ਰੇਸ਼ਨ ਕਰਾਉਣ ਲਈ ਮਰੀਜ਼ ਨੂੰ ਪੈਸੇ ਦੇਣੇ ਪੈਣਗੇ ।	
	ਦਵਾਈਆਂ ਅਤੇ ਐਨਕਾਂ ਮੁਫਤ ਦਿੱਤੀਆਂ ਜਾਣਗੀਆਂ।	
	ਅਪ੍ਰੇਸ਼ਨ 25 ਮਾਰਚ ਨੂੰ ਕੀਤੇ ਜਾਣਗੇ ।	
	ਅਪ੍ਰੇਸ਼ਨ ਤੋਂ ਬਾਅਦ ਮਰੀਜ਼ਾਂ ਨੂੰ ਉਸੇ ਵੇਲੇ ਆਪਣੇ ਘਰ ਜਾਣ ਦੀ ਆਗਿਆ ਹੋਵੇਗੀ।	
	ਮਰੀਜ਼ਾਂ ਨੂੰ ਮੁਫਤ ਬਿਸਤਰੇ ਦਿੱਤੇ ਜਾਣਗੇ।	
	ਅੱਖਾਂ ਤੋਂ ਪੱਟੀ ਅਪ੍ਰੇਸ਼ਨ ਤੋਂ ਤੀਜੇ ਦਿਨ ਬਾਅਦ ਖੋਲ੍ਹੀ ਜਾਵੇਗੀ।	
	ਇਸ ਕੈਂਪ ਦਾ ਉਦਘਾਟਨ ਪੰਜਾਬ ਦੇ ਗਵਰਨਰ ਕਰਨਗੇ।	
	ਇਸ ਕੈਂਪ ਵਿੱਚ ਮਰੀਜ਼ਾਂ ਦੇ ਖਾਣ ਲਈ ਕੋਈ ਪ੍ਰਬੰਧ ਨਹੀਂ	

(8)

6 ਇਹ ਇੱਕ ਖਬਰ ਹੈ। ਹੇਠ ਦਿੱਤੇ ਖਾਨਿਆਂ ਵਿੱਚ ਠੀਕ ਸ਼ਬਦਾਂ ਦਾ ਨੰਬਰ ਲਿਖੋ।

ਯੂਰਪੀਅਨ ਡਰਾਈਵਰਾਂ ਨੂੰ ਹਰੇਕ 10 ਸਾਲ ਬਾਅਦ ਨਵਾਂ ਟੈਸਟ ਦੇਣਾ ਪਵੇਗਾ।

ਉਦਾਹਰਣ

ਲੰਡਨ: ਭਵਿੱਖ ਵਿੱਚ ਯੂਰਪੀਅਨ ਡਰਾਈਵਰਾਂ ਨੂੰ ਹਰ [8] ਸਾਲ ਬਾਅਦ ਡਰਾਈਵਿੰਗ ਟੈਸਟ ਦੇਣਾ ਪਿਆ ਕਰੇਗਾ। ਯੂਰਪੀਅਨ [ ] ਵਲੋਂ ਪ੍ਰਸਤਾਵਿਤ ਸਕੀਮ ਅਨੁਸਾਰ ਯੂਰਪੀਅਨ ਮੁਲਕਾਂ ਵਿੱਚ [ ] ਹਾਦਸਿਆਂ ਦੀ ਦਰ [ ] ਲਈ ਹਰ ਦਸ ਸਾਲਾਂ ਬਾਅਦ ਡਰਾਈਵਰ ਦੋਹਰੀ ਵਾਰੀ ਡਰਾਈਵਿੰਗ ਟੈਸਟ ਦੇ ਕੇ ਆਪਣੀ ਯੋਗਤਾ ਦਾ ਪ੍ਰਮਾਣ ਦੇਣਗੇ। [ ] ਪੀ ਕੇ ਕਾਰ ਚਲਾਉਣ ਸਬੰਧੀ ਪਹਿਲਾਂ ਹੀ ਡਰਾਈਵਰਾਂ ਦੇ ਕੰਨ ਖਿੱਚੇ ਜਾ ਰਹੇ ਹਨ। ਪੂਰੇ ਯੂਰਪ ਅੰਦਰ ਇੱਕ ਪੈੱਗ ਸ਼ਰਾਬ ਜਾਂ ਦੋ ਗਲਾਸ [ ] ਤੋਂ ਵੱਧ ਨਸ਼ਾ ਕਰਕੇ ਕਾਰ ਚਲਾਉਣ ਤੇ [ ] ਲਗਾਈ ਜਾ ਰਹੀ ਹੈ। ਯੂਰਪ ਵਿੱਚ ਹਰ ਸਾਲ ਹਜ਼ਾਰਾਂ ਦੀ ਗਿਣਤੀ ਵਿੱਚ ਸੜਕ [ ] ਹੁੰਦੇ ਹਨ ਅਤੇ ਅਣਗਿਣਤ ਲੜਾਈ ਝਗੜੇ [ ] ਵਿੱਚ ਪੁਜਦੇ ਹਨ। ਇਸ ਸਾਰੇ ਝਮੇਲੇ ਨੂੰ ਖਤਮ ਕਰਨ ਲਈ ਟੈਸਟ [ ] ਕੀਤੇ ਜਾਣ ਦੀ [ ] ਹੈ।

(10)

1 ਬੀਅਰ
2 ਪਾਬੰਦੀ
3 ਸਖਤ
4 ਹਾਦਸੇ
5 ਸੜਕ
6 ਪਾਰਲੀਮੈਂਟ
7 ਸ਼ਰਾਬ
8 ਦਸ
9 ਉਮੀਦ
10 ਅਦਾਲਤ
11 ਜਾਰੀ
12 ਵਾਈਨ
13 ਘਟਾਉਣ

Section B Questions and answers in English

7 You show your sister these comments which four people have made about building big stores outside cities. She does not know much Panjabi and asks for your help in understanding the comments.

ਰਨਵੀਰ:	ਅੱਜ ਕੱਲ੍ਹ ਵੱਡੇ ਵੱਡੇ ਸਟੋਰ ਆਮ ਤੌਰ ਤੇ ਸ਼ਹਿਰਾਂ ਤੋਂ ਬਾਹਰ ਖੁਲ੍ਹ ਰਹੇ ਹਨ। ਕਈ ਸਟੋਰ ਤਾਂ ਸ਼ਹਿਰ ਤੋਂ ਕਾਫੀ ਦੂਰ ਹੁੰਦੇ ਹਨ। ਇਸ ਨਾਲ ਲੋਕਾਂ ਨੂੰ ਚੀਜਾਂ ਖ੍ਰੀਦਣ ਲਈ ਘਰਾਂ ਤੋਂ ਬਹੁਤ ਦੂਰ ਜਾਣਾ ਪੈਂਦਾ ਹੈ। ਜਿਹਨਾਂ ਲੋਕਾਂ ਪਾਸ ਕਾਰਾਂ ਨਹੀਂ ਹਨ ਉਹਨਾਂ ਵਾਸਤੇ ਇਹਨਾਂ ਸਟੋਰਾਂ ਤੋਂ ਚੀਜ਼ਾਂ ਖ੍ਰੀਦਣਾ ਬਹੁਤ ਮੁਸ਼ਕਲ ਹੋ ਗਿਆ ਹੈ। ਮੇਰੇ ਖਿਆਲ ਵਿੱਚ ਤਾਂ ਸਟੋਰ ਸ਼ਹਿਰ ਤੋਂ ਬਾਹਰ ਨਹੀਂ ਹੋਣੇ ਚਾਹੀਦੇ।
ਬਲਜੀਤ:	ਮੇਰੇ ਖਿਆਲ ਵਿੱਚ ਤਾਂ ਇਹ ਬਹੁਤ ਚੰਗੀ ਗਲ ਹੈ ਕਿ ਵੱਡੇ ਸਟੋਰ ਸ਼ਹਿਰਾਂ ਤੋਂ ਬਾਹਰ ਹਨ। ਅੱਜ ਕੱਲ੍ਹ ਆਮ ਲੋਕਾਂ ਪਾਸ ਕਾਰਾਂ ਹਨ। ਇਸ ਲਈ ਇਹਨਾਂ ਸਟੋਰਾਂ ਤੇ ਜਾਣਾ ਕੋਈ ਔਖੀ ਗੱਲ ਨਹੀਂ। ਇਹਨਾਂ ਸਟੋਰਾਂ ਵਿੱਚ ਛੋਟੀਆਂ ਦੁਕਾਨਾਂ ਨਾਲੋਂ ਚੀਜਾਂ ਸਸਤੀਆਂ ਹੁੰਦੀਆਂ ਹਨ ਅਤੇ ਲੋਕਾਂ ਨੂੰ ਕਾਰਾਂ ਪਾਰਕ ਕਰਨ ਲਈ ਕੋਈ ਮੁਸ਼ਕਲ ਨਹੀਂ ਆਉਂਦੀ।
ਜਸਦੀਪ:	ਮੈਂ ਵੀ ਸ਼ਹਿਰ ਤੋਂ ਬਾਹਰ ਵੱਡੇ ਸਟੋਰ ਬਣਾਉਣ ਦੇ ਵਿਰੁੱਧ ਹਾਂ। ਵੱਡੇ ਸਟੋਰ ਬਣਾਉਣ ਨਾਲ ਛੋਟੀਆਂ ਦੁਕਾਨਾਂ ਬੰਦ ਹੋ ਜਾਣਗੀਆਂ ਅਤੇ ਇਹਨਾਂ ਵਿੱਚ ਕੰਮ ਕਰਨ ਵਾਲੇ ਸਾਰੇ ਬੇਰੁਜ਼ਗਾਰ ਹੋ ਜਾਣਗੇ।
ਮਨਵੀਰ:	ਮੇਰੇ ਖਿਆਲ ਵਿੱਚ ਜੇ ਵੱਡੇ ਵੱਡੇ ਸਟੋਰ ਹੋਣਗੇ ਤਾਂ ਇਹਨਾਂ ਸਟੋਰਾਂ ਵਿੱਚ ਨੌਕਰੀਆਂ ਵੀ ਤਾਂ ਵੱਧ ਹੋਣਗੀਆਂ। ਜੇ ਛੋਟੇ ਦੁਕਾਨਦਾਰਾਂ ਦੀਆਂ ਦੁਕਾਨਾਂ ਬੰਦ ਹੋ ਜਾਣਗੀਆਂ ਤਾਂ ਉਹ ਵੱਡੇ ਸਟੋਰਾਂ ਵਿੱਚ ਕੰਮ ਕਰ ਸਕਣਗੇ ਅਤੇ ਸਟੋਰਾਂ ਵਾਲਿਆਂ ਨੂੰ ਇਹਨਾਂ ਦੇ ਤਜਰਬੇ ਤੋਂ ਲਾਭ ਹੋਵੇਗਾ।

(a) What are Ranbir's views about opening big stores outside cities?
Give **three** details.

1 ....

2 ....

3 .... *(3)*

(b) Why does Baljit disagree with Ranbir? Give **two** reasons.

1 ....

2 .... *(2)*

For examiner's use only

(c) Why is Jasdeep against opening big stores outside cities? Give **two** reasons.

1 ....

2 .... *(2)*

(d) What is Manbir's answer to Jasdeep's worries?

....

.... *(2)*

(45)

END OF TEST

Foundation Tier

Question		Accept	Reject	Mark
Q1		Every Thursday (accept Thursday)		1
Q2	(i)	Fresh food	everything else	
	(ii)	Tasty	everything else	
	(ii)	Cheap	everything else	1x3
Q3		2		1
Q4	(a)	For shopping		1
	(b)	Tape was stolen		1
Q5		5 2 1		1x3
Q6		4 5 6 1 2		1x5
Q7		1 ਠ 2 ਗ 3 ਗ 4 ਠ 5 ਗ 6 ?		1x6
Q8	(ੳ)	ਮਨਜੀਤ		
	(ਅ)	ਗਰਮ		
	(ੲ)	ਕੱਲ੍ਹ / 4 ਤਰੀਕ / 4 ਮਈ / 4		
	(ਸ)	ਹਰਿਮੰਦਰ ਸਾਹਿਬ	ਗੋਲਡਨ ਟੈਂਪਲ	
	(ਹ)	ਮਾਮਾ ਜੀ ਨੇ ਉਸ ਦੀ ਬਹੁਤ ਸਹਾਇਤਾ ਕੀਤੀ / ਮਾਮਾ ਜੀ ਚੰਗੇ ਹਨ ।	ਹੋਰ ਥਾਵਾਂ ਤੇ ਲੈ ਕੇ ਜਾਣਗੇ ।	
	(ਕ)	ਤੀਹ ਮਈ ਨੂੰ / 30 (ਮਈ)	ਮਈ	1x6
Q9	(ੳ)	ਲਿਟਲ ਪਾਰਕ , ਡਰਬੀ Both required		1
	(ਅ)	ਅਧਿਆਪਕ ਮਿਹਨਤੀ ਹਨ, ਬੱਚਿਆਂ ਦੀ ਪੜ੍ਹਾਈ ਵਿੱਚ ਦਿਲਚਸਪੀ ਲੈਂਦੇ ਹਨ, ਘਰ ਕਰਨ ਲਈ ਬਹੁਤ ਕੰਮ ਦਿੰਦੇ ਹਨ		1x3
	(ੲ)	ਉਸ ਨਾਲ ਬਹੁਤ ਪਿਆਰ ਕਰਦੀ ਸੀ, ਉਸ ਦੀ ਮੁਸ਼ਕਲ ਹਲ ਕਰਨ ਵਿੱਚ ਸਹਾਇਤਾ ਕਰਦੀ ਸੀ ।		1x2
	(ਸ)	ਵਰਦੀ, ਉਹ ਸਲਵਾਰ ਕਮੀਜ਼ ਪਾਣਾ ਚਾਹੁੰਦੀ ਹੈ / ਪੰਜਾਬੀ ਸੂਟ ਪਾਉਣਾ ਚਾਹੁੰਦੀ ਹੈ ।		1 1
		TOTAL		35

Mark Scheme

Higher Tier

Question	Accept	Reject	Mark
Q1 (ੳ)	ਮਨਜੀਤ		
(ਅ)	ਗਰਮ		
(ੲ)	ਕੱਲ੍ਹ / 4 ਤਰੀਕ / 4 ਮਈ / 4		
(ਸ)	ਹਰਿਮੰਦਰ ਸਾਹਿਬ	ਗੋਲਡਨ ਟੈਂਪਲ	
(ਹ)	ਮਾਮਾ ਜੀ ਨੇ ਉਸ ਦੀ ਬਹੁਤ ਸਹਾਇਤਾ ਕੀਤੀ / ਮਾਮਾ ਜੀ ਚੰਗੇ ਹਨ ।	ਹੋਰ ਥਾਵਾਂ ਤੇ ਲੈ ਕੇ ਜਾਣਗੇ ।	
(ਕ)	ਤੀਹ ਮਈ ਨੂੰ / 30 (ਮਈ)	ਮਈ	1x6
Q2 (ੳ)	ਲਿਟਲ ਪਾਰਕ , ਡਰਬੀ Both required		1
(ਅ)	ਅਧਿਆਪਕ ਮਿਹਨਤੀ ਹਨ, ਬੱਚਿਆਂ ਦੀ ਪੜ੍ਹਾਈ ਵਿੱਚ ਦਿਲਚਸਪੀ ਲੈਂਦੇ ਹਨ, ਘਰ ਕਰਨ ਲਈ ਬਹੁਤ ਕੰਮ ਦਿੰਦੇ ਹਨ		1x3
(ੲ)	ਉਸ ਨਾਲ ਬਹੁਤ ਪਿਆਰ ਕਰਦੀ ਸੀ, ਉਸ ਦੀ ਮੁਸ਼ਕਲ ਹਲ ਕਰਨ ਵਿੱਚ ਸਹਾਇਤਾ ਕਰਦੀ ਸੀ ।		1x2
(ਸ)	ਵਰਦੀ, ਉਹ ਸਲਵਾਰ ਕਮੀਜ਼ ਪਾਣਾ ਚਾਹੁੰਦੀ ਹੈ / ਪੰਜਾਬੀ ਸੂਟ ਪਾਉਣਾ ਚਾਹੁੰਦੀ ਹੈ ।		1 1
Q3 (ੳ)	2		1
(ਅ)	4		1
Q4	-ਉਹ ਡਾਕਟਰ ਦੇ ਜਾਣਗੇ । -ਉਹਨਾਂ ਦੇ ਸਿਰ ਵਿੱਚ ਸਖਤ ਦਰਦ ਹੈ ।		1 1
Q5	1 ਗ 2 ਠ 3 ਗ 4 ਗ 5 ਗ 6 ਠ 7 ? 8 ਗ		1x8

Question	Accept	Reject	Mark
Q6	1. 6 2 5 3 13 4 7 5 12 6 2 7 4 8 10 9 11 10 9		1x10
Q7 (a)	Against opening big stores outside cities. Have to travel far for shopping. Difficult for people who do not have cars.		1x3
(b)	Any two from: Usually people have cars these days. Things are cheap at big stores. Plenty of space for car parking.		1x2
(c)	Small shops will close. Workers in small shops will become unemployed.		1x2
(d)	There will be more vacancies in big stores. Big stores will benefit from the experience of workers who worked in small shops.		1x2
TOTAL			45